लोकसत्ता

अग्रलेख

लोकसत्ता
अग्रलेख

गिरीश कुबेर

लोकसत्ता
ग्रंथमाला

डायमंड पब्लिकेशन्स

लोकसत्ता अग्रलेख
गिरीश कुबेर

Loksatta Agralekh
Girish Kuber

प्रथम आवृत्ती : मार्च २०१६
द्वितीय आवृत्ती : एप्रिल २०१६

ISBN : 978-81-8483-676-9

"First published by Diamond Publications, Pune"

मुखपृष्ठ
प्रीती नायर, करीनेशन

अक्षरजुळणी
डायमंड पब्लिकेशन्स

मुद्रक
रेप्रो नॉलेज कास्ट लिमिटेड, ठाणे

प्रकाशक
डायमंड पब्लिकेशन्स
२६४/३ शनिवार पेठ, ३०२ अनुग्रह अपार्टमेंट
ओंकारेश्वर मंदिराजवळ, पुणे-४११ ०३०
☎ ०२०-२४४५२३८७, २४४६६६४२
info@diamondbookspune.com

आदरणीय
गोविंदराव तळवलकर
यांना...

ऋणनिर्देश

सर्वप्रथम संकलन व्हावे असे अग्रलेख लिहू दिल्याबद्दल मी 'एक्स्प्रेस' समूहाचे अध्यक्ष विवेक गोएंका यांचा ऋणी आहे. अग्रलेख हा वर्तमानपत्राचा आत्मा असतो आणि 'एक्स्प्रेस' समूहाने तो जतन केला आहे, याचे सर्व श्रेय विवेक गोएंका यांना जाते. त्याचप्रमाणे समूहाचे मुख्य कार्यकारी अधिकारी जॉर्ज व्हर्गिस आणि प्रकाशक वैदेही ठकार यांचेही मनःपूर्वक आभार.

संपादकीय लिखाण जरी एकाकडून होत असले तरी त्याआधी बरीच चर्चा, मतांतरे, वाद-प्रतिवाद होत असतात. अत्यंत सकारात्मकपणे त्यात न कंटाळता सहभागी होणारे माझे संपादकीय सहकारी अभिजित ताम्हणे, रवी आमले, मुकुंद संगोराम, महेंद्र पंढरपुरे यांचा या अग्रलेखांच्या विषय निवडीत मोठा वाटा आहे; त्यांचेही आभार. या पुस्तकाची उस्तवारी केली ती माझे सहकारी राजीव कुलकर्णी यांनी. हे सर्व अग्रलेख जमवणे, त्यांचे संकलन, विषयवार वर्गीकरण आदी कष्ट त्यांनी आनंदाने घेतले. त्यांच्या उल्लेखाशिवाय हे पुस्तक अपूर्ण राहील.

'लोकसत्ता'च्या संपादकियांचे असे पुस्तक निघावे ही कल्पना मुळात ब्रँड विभागाची. त्या विभागाच्या सरव्यवस्थापक सुपर्णा नायक आणि त्यांचे सहकारी यांचा महत्त्वाचा वाटा या संग्रहाच्या प्रकाशनात आहे. मकरंद पाटील, धर्मेश म्हस्कर, स्वप्नील बुर्ये, योगेश रोकडे या सर्वांनीच हे पुस्तक घरचेच कार्य समजून त्यासाठी सर्व ती धडपड केली.

या पुस्तकाच्या मलपृष्ठावरील छायाचित्र काढून देणारे माझे सहकारी अमित चक्रवर्ती, अत्यंत थोडक्या वेळात त्याचे आकर्षक मुखपृष्ठ करून देणाऱ्या आमच्या जाहिरात कंपनीच्या प्रीती नायर आणि घाईतही शांतपणे प्रकाशनाचा मुहूर्त

गाठण्यासाठी धडपडणारे डायमंडचे श्री. दत्तात्रेय पाष्टे, त्यांचे मुद्रक आणि सहकारी यांचा सक्रीय सहभाग नसता तर हे पुस्तक होते ना. या सर्वांचे आभार मानणे माझे कर्तव्य ठरेल.

सरतेशेवटी कोणत्याही लेखनाचा अत्यंत महत्त्वाचा घटक म्हणजे तुम्ही वाचक. तेच जर नसतील सर्वच प्रयत्न व्यर्थ. 'लोकसत्ता'स हे सुजाण वाचक लाभले. अग्रलेखांनी ते कधी आनंदले. कधी रागावले. नाराज झाले. परंतु तरी त्यांनी अग्रलेख वाचन थांबवले नाही, ही महाराष्ट्राची पुण्याई, मतभेदांना पुरून उरणारी. तेव्हा या अग्रलेखांचे सर्वांत मोठे श्रेय हे तुमचे.

कळावे,
लोभ असावा ही विनंती...

आपला
गिरीश कुबेर

अनुक्रम

महाराष्ट्रातील राजकारण

अर्थकारण

संकीर्ण

मृत्युलेख

आंतरराष्ट्रीय घडामोडी

१. भेदिले गुरुत्वाकर्षणा...

सतराव्या शतकात न्यूटनच्या डोक्यावर झाडावरचे सफरचंद पडायच्या आधीदेखील गुरुत्वाकर्षण होते आणि ते कोणत्या कोणत्या मार्गांनी मोडून काढता येईल, याची मानवाला तेव्हाही आस होती. त्या गुरुत्वीय बलाची ताकद न्युटनने नक्की करून दाखवल्यापासून ती मोडून काढायच्या प्रयत्नांनाही गती आली. सुरुवातीला झाडावरून फळे काढण्यापुरता, भाल्याने शिकार करण्यापुरताच या ताकदीचा भंग झाला असेल. पण नंतर गुरंत्वाकर्षणाचे ओझे झुगारून देण्याची आस वाढतच गेली आणि १९०३ सालच्या डिसेंबर महिन्यात जेव्हा राईट बंधूंनी अमेरिकेत विमान उडवले त्यावेळी गुरुत्वीय बलाचे जोखड फेकून देता येऊ शकते याचा आधुनिक मानवाला साक्षात्कार झाला. त्याच्या आधी सातच वर्षे जर्मनीमध्ये रुडाल्फ डिझेल या अभियंत्याने खनिज तेलावर आधारीत इंजिन विकसित केले होते आणि त्याच्याच मदतीने मोटारही जन्माला येत होती. त्या अर्थाने जमिनीवरची मोटार आणि त्याच इंधनावर चालणारे विमान हे समकालीन. तिकडे इंग्लंडमधे शाही नौदलाचे बिगर लष्करी प्रमुख असलेले विन्स्टन चर्चिल यांनी आपल्या नौदलातील युद्धनौका कोळशाच्या ऐवजी तेलावर चालवण्याचा निर्णय घेतला होता. हा सगळा पहिल्या महायुद्धाची हवा तापायचा काळ. नंतर ऑस्ट्रियाचा राजपुत्र फर्डिनंड याची हत्या झाली आणि या महायुद्धाला यथावकाश तोंड फुटले. या युद्धात झालेल्या पराभवात आणि नंतरच्या मानहानीतच दुसऱ्या महायुद्धाची बीजे पेरली गेली होती. पहिल्या महायुद्धात इंग्लंडने विकसित केलेल्या रसायनास्त्राने असह्य वेदनांसह आलेले अंधत्व सहन करायला लागल्यानंतर अ‍ॅडॉल्फ हिटलरने दुसऱ्या महायुद्धाची तयार सुरू केलीच होती. तसे ते झालेही. या युद्धात जर्मनीची तयारी विलक्षण होती. जर्मनीच्या अभियंत्यांनी, रसायनशास्त्रज्ञ, जीवशास्त्रज्ञ आदींनी इतके प्रचंड काम या युद्धात केले होते की जर पुरेशा खनिज तेलाच्या अभावी जर्मनीला पराभव पत्करावा लागला नसता तर युद्धाचा इतिहास बदलला असता. जर्मनीच्या तयारीतील एक महत्त्वाचे अंग होते ते क्षेपणास्त्रांचे. जर्मनीची याबाबतची तयारी अनेकांना अपरिचित आहे पण १९३० पासून आंतरखंडीय क्षेपणास्त्रांचा मारा करता येऊ शकेल अशा स्वरूपाची रॉकेट्स बनवण्याचे कौशल्य

जर्मन अभियंत्यांनी मिळवलेले होते. कर्नल कार्ल बेकर या जर्मन अभियंत्याने रॉकेट्समधून बाँबफेकीचे तंत्रज्ञान विकसित केले होते. व्ही २ या नावाने ओळखल्या जाणाऱ्या या क्षेपणास्त्रांचा मारा १९४३ पासून जर्मनीने सुरूही केला होता. लंडनला भाजून काढणारे बाँब पडले ते या क्षेपणास्त्रांतूनच. पुढे अमेरिका या युद्धात उतरली आणि जर्मनीचा पराभव झाला तेव्हा या पराभूत देशातील तंत्रज्ञ अभियंत्यांना आणि त्यांच्या कौशल्याला पळवण्यासाठी अमेरिका आणि तेव्हाचा सोव्हिएत युनियन यांच्यात स्पर्धा होती. पराभूत जपानचे जैविक अस्त्रांचे तंत्रज्ञान अमेरिकेच्या हाती पडले, तर जर्मनीचे क्षेपणास्त्र अभियंते सोव्हिएत रशियाच्या कळपात गेले. या युद्धानंतर जगाची विभागणीच झाली आणि अमेरिका आणि सोव्हिएत युनियन या टोळ्यांत जग विभागले गेले. हे युद्ध संपले ते अमेरिकेने जपानवर टाकलेल्या अणुबाँबमुळे. या अणुबाँबच्या निर्मितीसाठी रशियाही प्रयत्नशील होता. पण अमेरिकेने त्यात आघाडी घेतल्याने रशियाने अमेरिकेचे नाक कापण्यासाठी दुसऱ्या आघाडीवरील संशोधनावर भर दिला. ही आघाडी होती अवकाशाची. या क्षेत्रातही वास्तविक अमेरिकेचे संशोधन जोमाने सुरू होते. त्यामुळेच १९५५ साली अमेरिका आणि रशिया या दोन महासत्तांनी जवळपास एकाच वेळी अवकाशात स्वतंत्र यान सोडण्याची कल्पना मांडली. २९ जुलै १९५५ ला अमेरिकेने या बाबतच्या स्पर्धेतील पहिले पाऊल उचलले. त्यानंतर बरोबर चारच दिवसांनी सोव्हिएत रशियातर्फेही तशी घोषणा करण्यात आली. अमेरिकेच्या म्हणण्यानुसार १९५७ ते ५८ या काळात अवकाशात उपग्रह पाठवण्याइकी अमेरिकेची तयारी होती. त्यामुळे रशियाही आता कामाला लागली. पण असे करताना नक्की कोणत्या आंतरराष्ट्रीय कायद्यांचा भंग होईल याचा अंदाज नसल्याने अध्यक्ष आयसेनहॉवर थोडे साशंक होते. तेव्हा असा उपग्रह न पाठवता आधी उपग्रह वाहक यान पाठवून पहावे, या हेतूने त्यांनी पुढच्याच वर्षी, १९५६ साली, ज्युपिटर नावाने अमेरिकेचे पहिले रॉकेट अवकाशात सोडले. या क्षेत्रात काम करणाऱ्या रशियन शास्त्रज्ञांना वाटले अमेरिकेने उपग्रहच अवकाशात सोडण्याचा प्रयत्न केला आणि त्यात ते अपयशी ठरले. त्यामुळे त्यांनी आपल्या देशाच्या यातील संशोधनास गती दिली आणि पुढच्याच वर्षी फेब्रुवारी महिन्यात उपग्रहच अवकाशात सोडला. तो पहिला स्पुटनिक. ते कळल्यावर जनरल आयसेनहॉवर यांचा तीळपापड झाला आणि त्यांनी आपल्या शास्त्रज्ञांना अधिक जोमाने अवकाशयानावर काम करण्यास फर्मावले. त्यातूनच जन्म झाला अमेरिकेच्या प्रोजेक्ट व्हॅनगार्ड या अवकाश कार्यक्रमाचा. याचाच एक भाग म्हणून अमेरिकन सरकारने मोठा गाजावाजा करून, टीव्ही वाहिन्यांच्या देखत डिसेंबर महिन्यात उपग्रह प्रक्षेपणाची घोषणा केली. पण त्यात अमेरिकेची पुरती फसगत झाली. कारण केप कॉनवेराल या तळावरून उडालेले रॉकेट जेमतेम चार फूट उडाले आणि शक्तिपात

होऊन जमिनीवर कोसळले. तो उपग्रहही त्यातून बाहेर सांडला. या नामुष्कीनंतर अमेरिका आणि रशियातील अवकाशावर स्वामित्वासाठीची स्पर्धा अधिकच तीव्र झाली. यापुढे युद्ध झाल्यास पुढील धोका अवकाशातून संभवतो याबाबत या दोन सत्तांची इतकी खात्री होती की या दोन्ही देशांनी आपली शक्य तितकी सर्व आर्थिक ताकद अवकाश संशोधनावर लावली. पण त्यातून पुन्हा एकदा अमेरिकेच्या पदरी नामुष्की पडणार होती. कारण १२ एप्रिल १९६१ या दिवशी सोव्हिएत रशियाचा व्होस्टॉक १ हा उपग्रह प्रक्षेपक अवकाशात झेपावला तो युरी गागारीन याला घेऊन. पृथ्वीचे भावबंध तोडणारा युरी गागारीन हा पहिला अंतराळवीर. या घटनेला आज बरोबर ५० वर्षे होत आहेत. गागारीनने जवळपास १०८ मिनिटे अवकाशात काढली आणि तो सुखरूप पृथ्वीवर परतला. वास्तविक या क्षेत्रातील नियमानुसार ज्या विमानातून वा अवकाशयानातून उड्डाण केले जाते तेच वाहन जर पृथ्वीवर परतले नाही तर ती फेरी पूर्ण मानली जात नाही. त्या अर्थाने गागारीन यांची पृथ्वीप्रदक्षिणा अपूर्ण राहिली. कारण परतताना त्यांनी पृथ्वीपासून २३ हजार फुटांवर आपल्या यानाचा त्याग केला आणि हवाई छत्रीच्या, पॅराशूटच्या, मदतीने ते जमिनीवर अलगद उतरले. पण त्यावेळी सोव्हिएत रशियाच्या भोवती असलेले पोलादी आच्छादन लक्षात घेता हे कोणाला कळलेही नाही. ही बाब उघडकीस झाली ती १९७८ साली. पण त्यावेळी एखादा जिवंत माणूस सदेह अवकाशात गेला हीच बातमी अमेरिकेचे त्यावेळचे अध्यक्ष जॉन एफ. केनेडी यांची झोप उडवायला पुरेशी होती. त्यानंतर या दोन देशांतील स्पर्धा अधिकच तीव्र झाली. १२ एप्रिलनंतर तीनच आठवड्यांनी अमेरिकेने आपला पहिला अंतराळवीर अवकाशात पाठवायचा प्रयत्न केला; पण तोही फसला. त्यातूनच अमेरिकेला आपली महत्त्वाकांक्षी अपोलो योजना जाहीर करावी लागली आणि १९६९ साली पहिल्यांदा नील आर्मस्ट्राँगच्या रूपाने मानवाने चंद्रावर पाऊल टाकले. अमेरिकेची चांद्रयान मोहीम यशस्वी ठरली ती अपोलो योजनेचा ११ वा टप्पा होता आणि त्याआधी अशा योजनांत अमेरिकेला अनेकदा हात पोळून घ्यावे लागले होते. दरम्यानच्या काळात अमेरिका आणि सोव्हिएत रशिया यांच्यातील अवकाशयुद्धही अधिकच तीव्र झाले होते.

आज ५० वर्षांनंतर या अवकाश योजनेकडे पाहताना दोन्ही देशांतील शास्त्रज्ञांना कृतकृत्य झाल्यासारखे वाटत असेल. १९८९ पासून या दोन महासत्तांमधील शीतयुद्ध संपायला सुरुवात झाली. मूळ शस्त्रस्पर्धेतून सुरू झालेल्या अवकाशयुद्धाने पुढे जगाला जवळ आणायला मदतच झाली. आज तर इंटरनेट वा मोबाईल सेवेमुळे हे जग अधिकच जवळ आले. जगाच्या या टोकाला घडणाऱ्या घटना दुसऱ्या टोकाला थेटपणे पाहतात येतात ते या अवकाशात आपल्या डोक्यावर छत्र धरून असलेल्या

अनेक उपग्रहांमुळे. या स्पर्धेमागे राजकारण, युद्धखोरी असेलही. पण त्याला पुरून उरले ते विज्ञान. आणि याची जाणीव गुरुत्वीय बलाला भेदून अवकाशात जाण्याचे धैर्य दाखवणाऱ्या वीरांना नक्कीच होती. कारण शीतयुद्ध ऐन भरात असताना अमेरिकेच्या उपग्रहातून चंद्रावर पाऊल टाकण्याचा पराक्रम करणाऱ्या आर्मस्ट्राँगने पहिले आभार मानले ते शत्रुराष्ट्राच्या गागारीनचे. गागारीनच्या नावाने त्याने चंद्रावर एक खूणही ठेवली. तीच सुरुवात होती शीतयुद्धाच्या अखेरीची आणि आणि विज्ञानाच्या राजकारणावरच्या विजयाचीही.

१३ एप्रिल २०११

२. फ्रॉम रशिया, विथ लव्ह!

निवडणुकीचा आनंद निकालाच्या अनिश्चिततेत असतो. या आनंदाला मतदान करूनही रशियातील नागरिक मुकले. गेल्या वर्षी जेव्हा निवडणुकांची घोषणा झाली त्याचवेळी पंतप्रधानपदी असलेले व्लादिमीर पुतिन हे अध्यक्षपदी निवडून येणार आणि अध्यक्ष असलेले दिमित्री मेदवेदेव हे पंतप्रधान होणार हे नक्की झाले होते. पुतिन यांनीच तशी घोषणा केली होती. त्यामुळे ४ मार्चच्या निवडणुकांना काहीही अर्थ असणार नाही, हे स्पष्ट होते. गेली १२ वर्षे त्या देशात हे असेच सुरू आहे आणि पुढील किमान बारा वर्षे, म्हणजे २०२४ पर्यंत हे असेच सुरू राहील. यासाठी पुतिन यांचे प्यादे म्हणून काम करणारे मेदवेदेव यांनी घटनादुरुस्ती केली असून सहा सहा वर्षांसाठी असे दोन वेळा पुतिन यांना अध्यक्षपदी राहता येईल. १२ वर्षांपूर्वी पहिल्यांदा पुतिन यांना सत्ता मिळाली. त्यावेळी रशियात सुधारणेचे वारे वाहू लागतील, अशी आशा होती. तसे ते वाहिलेही. परंतु त्या वाऱ्यांचे पुतिन यांच्या मतलबी वाऱ्यात कधी रूपांतर झाले हे रशियनांना कळलेही नाही. ८० च्या दशकापासून तो देश राजकीय हेलकावे अनुभवीत होता. ते अजून थांबलेले नाहीत. त्यावेळी मिखाईल गोर्बाचेव्ह यांच्या ग्लासनोस्त आणि पेरिस्त्रोईकाने तेव्हाच्या सोव्हिएत रशियाच्या राजव्यवस्थेस मुळापासून हादरवले होते. रशियात राजकीय स्वातंत्र्याचे वारे वाहू लागले ते तेव्हापासून. त्या राजकीय स्वातंत्र्याचा फायदा घेत १९९१ साली झालेल्या निवडणुकीत बोरिस येल्तसिन निवडून आले. साम्यवादी राजवट कोसळल्यानंतरची ही पहिली निवडणूक. साम्यवादी राजवटीच्या काळात सर्वच व्यवहारावर सरकारी नियंत्रण होते. येल्तसिन यांच्या काळात ते कमी व्हायला सुरुवात झाली. परंतु मद्यधुंद येल्तसिन यांनी त्याबाबत ठोस अशी व्यवस्था निर्माण केली नाही. याचा अर्थ असा की त्यांच्या काळात अर्थउद्योगाचे सरकारी नियंत्रण उठले. परंतु ते सरकारदरबारी ऊठबस असलेल्या व्यक्तींच्या हाती गेले. इतके दिवस सरकारी नोकर उद्योग आस्थापनांचा स्वतःच्या फायद्यासाठी गैरवापर करीत. येल्तसिन यांच्या काळात अशा गैरव्यवहारांची संधी उच्च पदस्थांशी लागेबांधे असलेल्या खासगी व्यक्तींना मिळाली. बदल झाला तो इतकाच. त्यामुळे रशियात अंदाधुंदी माजलेली होती आणि

सामान्य रशियनास राजकीय सुधारणांचा कोणताही लाभ मिळत नव्हता. खेरीज त्यांच्याच काळात चेचेन बंडखोरांचा उपद्रव कमालीचा वाढला. येल्तसिन यांच्याकडे या सगळ्यास कसे तोंड द्यायचे याची कोणतीही योजना नव्हती आणि तशी ती आखावी असा त्यांचा प्रयत्नही नव्हता. याच वातावरणात अखेर १९९९ च्या वर्षअखेरीस त्यांचे अध्यक्षपद गेले आणि त्यावेळच्या निवडणुकीत पुतिन यांच्याकडे देशाची सूत्रे आली.

पुतिन हे पूर्वी रशियाच्या अत्यंत कराल म्हणून ओळखल्या जाणाऱ्या केजीबी या गुप्तहेर यंत्रणेचे प्रमुख होते. त्यामुळे निष्ठुरता हा त्यांच्या राजवटीचा स्थायीभाव असावा यात काही नवल नाही. ही निष्ठुरता त्यांनी सत्ता हाती घेतल्या घेतल्या दाखवली आणि चेचेन बंडखोरांचे शब्दशः निर्दालन केले. सामान्य रशियनाच्या मनात त्यामुळे पुतिन यांच्याविषयी एक प्रकारचे आकर्षण निर्माण झाले ते तेव्हापासून. ते अर्थातच अल्पजीवी ठरले कारण पुतिन यांची प्रशासकीय निष्ठुरता राजकारण आणि समाजकारणाच्या प्रत्येक अंगात दिसू लागली. प्रत्येक विरोधकास शत्रू मानूनच वागवण्याची प्रवृत्ती आतापर्यंत अनेकदा दिसून आली आहे. मग ती ॲना पोलित्कोवस्काया ही वार्ताहर असो वा अलेक्झांडर लिटिवेन्को हा माजी गुप्तहेर अधिकारी असो. ॲना हिने पुतिन यांच्या चेचेन निर्दालनाची क्रूरता दाखवणारी वार्तापत्रे लिहिली होती. आंतरराष्ट्रीय स्तरावर त्यामुळे फारच बभ्रा झाल्यावर ॲना मारली गेली. तिचे काय झाले हे कोणासही समजले नाही. तीच बाब लिटिवेन्को याची. हा केजीबीचा माजी अधिकारी. त्यामुळे ही व्यवस्था त्याला आतून परिचित. रशियात दरम्यानच्या काळात काही उद्योगपतींचा गुढ मृत्यू झाला असता त्यांच्यामागे पुतिन असल्याचा आरोप लिटिवेन्को याने केला. मुक्त राजकीय वातावरणाचे आश्वासन देणाऱ्या पुतिन यांच्या राजवटीत लिटिवेन्को यास जगणे अवघड झाले आणि त्यामुळे त्याने लंडनला सहकुटुंब स्थलांतर केले. पुढे ॲना हिची हत्याही पुतिन यांच्याच इशाऱ्यावरून झाल्याचे त्याने सप्रमाण निदर्शनास आणून दिल्यावर लंडनमध्ये तो अचानक आजारी पडला आणि रुग्णालयातच किरणोत्सारी विषबाधेमुळे तडफडत मेला. लंडनसारख्या ठिकाणी ही अशी हत्या झाली आणि ती कोणी केली ते अद्याप समजलेले नाही. पुतिन यांना राजकीय विरोध करणारे मिखाईल खोडोर्कोव्हस्की याच्याही नशिबी अनंत काळचा तुरुंगवास आला आहे. हे खोडोर्कोव्हस्की रशियाच्या अतिबलाढ्य अशा युकोस या तेलकंपनीचे प्रमुख. परंतु पुतिन यांच्या विरोधकांना ते मदत करू लागल्यावर एखाद्या गुंडास पकडावे त्याप्रमाणे त्यांचे विमान वळवून त्यांना अटक करण्यात आली. त्यांच्यावरील खटल्यास अजून सुरुवात झालेली नाही आणि ती कधी होईल याचीही शाश्वती नाही. पुतिन यांच्या काळात त्यांचे विरोधक, पत्रकार असे किमान २०० जण प्राणांस मुकले आहेत आणि ही यादी पूर्ण झाल्याचे अद्याप म्हणता येणार नाही.

एका अर्थाने साम्यवादी पोलादी पडद्याआडच्या सोव्हिएत रशियात एकेकाळी जे सुरू होते त्याचीच सुधारित आवृत्ती आता त्या देशात पहावयास मिळत आहे. त्यामुळे एकेकाळी आपल्या पूर्वसुरींनी जी अनिर्बंध सत्ता उपभोगली तशीच आपल्यालाही उपभोगायला मिळेल, या भ्रमात पुतिन यांचे वागणे आहे. परंतु दरम्यान इतिहासाच्या पुलाखालून बरेच पाणी वाहून गेले आहे आणि या पाण्याने स्वातंत्र्याची तहान रशियनांच्या मनात निर्माण झाली आहे. याचे भान पुतिन यांना नसल्यास पश्चिम आशियातील वाळवंटी देशात आता जे काही होत आहे, त्याचीच रशियन आवृत्ती लवकरच पहायला मिळेल, यात शंका नाही. पुतिन यांनी सत्ता ताब्यात घेतली त्यावेळी रशियातील मध्यमवर्ग जेमतेम १५ टक्के इतका होता. पुतिन यांच्या सत्तायोगाने तेलाचे भाव सुरुवातीच्या काळात अतोनात वाढले आणि त्यामुळे रशियाच्या सरकारी तेल कंपन्यांचे उखळ पांढरे झाले. परिणामी रशियाची अर्थव्यवस्था सुधारली. अर्थातच मध्यमवर्गीयांची संख्या १५ टक्क्यांवरून २५ टक्क्यांवर गेली. परंतु पुढे २००८ आणि नंतरच्या काळात जगाची अर्थव्यवस्था गडगडली. तेव्हा याच वाढत्या मध्यमवर्गास त्याची झळ बसू लागली. हे अर्थव्यवस्थेचे कोलमडणे आणि पुतिन यांचे असहिष्णु रूप समोर येणे हे एकाच वेळी घडत गेल्याने रशियातील मध्यमवर्गाचा मोठ्या प्रमाणावर भ्रमनिरास व्हायला सुरुवात झाली. आर्थिक प्रगती असेल तर जनता एकवेळ राजकीय स्वातंत्र्याचा अभाव सहन करते. परंतु आर्थिक उन्नतीही नाही आणि स्वातंत्र्यही नाही, हे जनतेस मान्य होत नाही. रशियात आता अशी अवस्था आल्याने पुतिन यांना मोठ्या संघर्षास तोंड द्यावे लागेल अशी लक्षणे आहेत. पुतिन यांचा कमालीचा अमेरिकाविरोध हा सुरुवातीला रशियनांना भावला. परंतु अमेरिकेस विरोध म्हणजे एकूणच स्वातंत्र्यास विरोध असे जेव्हा होऊ लागले तेव्हा पुतिन यांच्यावर प्रेम करणारा मध्यमवर्ग बघता बघता त्यांच्या विरोधात गेला. आज मॉस्कोच्या रस्त्यांवर हाच मध्यमवर्ग मोठ्या प्रमाणावर उतरला आहे आणि उणे २२ अंश सेल्शियस अशा अघोरी थंडीतही त्याने पुतिन यांच्याविरोधात निदर्शने सुरू ठेवली आहेत.

पुतिन आणि पुढे त्यांचे प्यादे असलेले मेदवेदेव यांनी मुक्त न्यायव्यवस्था, मुक्त प्रसारमाध्यमे आणि मुक्त राजकीय प्रणाली यांचे आश्वासन दिले होते. यातील काहीच आज होताना दिसत नाही. तेव्हा पुतिन यांच्या राजवटीविरोधातील असंतोष वाढत जाणार हे उघड आहे. स्वातंत्र्याची चव लावायची आणि ते अर्धवटच द्यायचे, असे झाल्यास प्रजा बंड करून उठते आणि पूर्ण स्वातंत्र्य मिळवल्याखेरीज राहत नाही. रशियातील घडामोडींचा हा संदेश आहे.

९ मार्च २०१२

३. ब्रदरहूडचे बंधुत्व

देश तर सोडाच, पण या दोघांपैकी कोणालाही साधी पानाची गादी काढून दिली तरी त्यांना ती चालवता येणार नाही, दिवाळखोरीत जातील ते, असे उद्‌गार इजिप्तचे मृतप्राय अध्यक्ष होस्नी मुबारक यांनी त्या देशाच्या पहिल्या मुक्त अध्यक्षीय निवडणुकीतील उमेदवारांची नावे कळल्यावर काढले होते. ही प्रतिक्रिया व्यक्त केली तेव्हा मुबारक तुरुंगाच्या वैद्यकीय सेवेत बंदीवान होते आणि तेथेच त्यांना अखेरचा निरोप घ्यावा लागेल, अशी चिन्हे आहेत. परंतु इतिहासाचा सूड असा की त्यांनीच वेळोवेळी अनेक कारणांमुळे तुरुंगात डांबलेले महंमद मोर्सी हे आज अध्यक्षपदी निवडून आले आहेत. १६ महिन्यांपूर्वी झालेल्या जनआंदोलनानंतर मुबारक यांना सत्ता सोडावी लागली होती. त्यानंतर लष्करी प्रशासनाने देशाचा ताबा घेतला. सत्ता कोणत्याही मार्गाने कोणालाही मिळाली तरी सोडावी असे वाटत नाही. मुबारक यांच्या भ्रष्ट आणि एककल्ली राजवटीवर टीका करणाऱ्या लष्करालाही ती सोडण्याची इच्छा नव्हती. परंतु मुबारक यांना हटविण्यात निर्णायक ठरलेला जनक्षोभ लष्कराच्या विरोधातही तयार होऊ लागला. अखेर लष्करी सत्तेस निवडणुकांची घोषणा करावी लागली. मोर्सी यांच्या विरोधात मुबारक यांचे पंतप्रधान अहमद शफीक हे उभे होते. या निवडणुकीत मतदान कमी झाले आणि त्यातही अगदी अत्यल्प आघाडीने मोर्सी यांना सत्तेचा कौल मिळाला. इजिप्तमधील ही निवडणूक अनेक अर्थांनी महत्त्वाची आहे.

याचे कारण असे की हे मोर्सी सर्व इस्लामी दहशतवादी संघटनेचे आद्यपीठ असलेल्या मुस्लिम ब्रदरहूड या संघटनेचे प्रतिनिधित्व करतात आणि इजिप्तमध्ये सत्ता मिळाल्यास शरिया या इस्लामी धर्मकायद्याच्या आधारे राज्य करण्याचा मानस त्यांनी जाहीरपणे व्यक्त केला आहे. हे मोर्सी उच्चविद्याविभूषित आहेत. त्यांनी अमेरिकेतून डॉक्टरेट मिळवलेली आहे. परंतु तरीही राज्य त्यांना शरियाच्या आधारेच चालायला हवे असे वाटते. वास्तविक हे काही ब्रदरहूडचे मूळ उमेदवार नव्हते. निवडणुकीच्या तांत्रिकतेत खैरत अल शातेर हे मूळ उमेदवार बाद झाल्याने मोर्सी यांना ऐनवेळी घोड्यावर बसवण्यात आले. ज्यांची संधी हुकली ते अल शातेर हे अधिक कर्मठ होते

की मोर्सी, याबद्दल दुमत आहे. परंतु एकदा शर्यतीत उतरल्यावर मोर्सी यांनी जोरदार प्रचार केला आणि आपली सत्तास्वप्ने इजिप्तमध्ये सर्वदूर मांडली. या निवडणुकीत आपणच एकमेव पाक मुसलमान आहोत, असा त्यांचा दावा होता. तो खोडून काढण्याचा अर्थातच कोणी प्रयत्न केला नाही. कारण ती बाब खरीच होती. अतिरेकी इस्लामवादामुळे मोर्सी यांना अनेकदा तुरुंगवास घडलेला आहे. या निवडणुकीत आपले प्रतिस्पर्धी शफिक यांनाही चांगला पाठिंबा आहे, असे दिसल्यावर मोर्सी यांनी आपला कर्कशपणा कमी करण्याचा प्रयत्न केला. आपण सर्वांना बरोबर घेऊन राज्य करू, असे त्यांनी वारंवार सांगितले. पण सर्वांना बरोबर घेऊन म्हणजे काय, हे त्यांना सांगता आले नाही. आपण उदारमतवादी आहोत, असेही त्यांनी वारंवार सांगून पाहिले. ते फारच याबाबत आग्रही आहेत असे दिसल्यावर निवडणूकपूर्व पत्रकारपरिषदेत आपण सत्तेवर आल्यास समुद्र किनारी वाळूत बिकिनीत पहुडण्याचे स्वातंत्र्य महिलांना राहणार का, असे विचारले गेले तेव्हा या प्रश्नाचे उत्तर त्यांना देता आले नाही. त्याचवेळी इजिप्तसाठी महत्त्वाच्या असलेल्या पर्यटन उद्योगाच्या पोटात गोळा आला. कारण कर्मठ धर्मवादी हे इजिप्तला मागे नेतील अशी रास्त भीती इजिप्तसाठी महत्त्वाच्या असलेल्या पर्यटन उद्योगास आहे. मोर्सी यांनी आपण इस्त्रायलबरोबर ३३ वर्षांपूर्वी झालेला करारही मान्य करणार नाही, असे विधान केले होते. त्यानेही अनेकांच्या भुवया उंचावल्या होत्या. त्यांच्यविरोधात असलेले शफिक हे उच्च मध्यमवर्ग, उद्योगपती, नोकरशहा आणि इजिप्तमधे लक्षणीय प्रमाणावर असलेले ख्रिश्चन यांच्या पाठिंब्यावर अवलंबून होते. या वर्गाचा शफिक यांना पाठिंबा होता कारण यापैकी कोणालाही अतिरेकी धर्मवाद परवडणारा नाही. तरीही या वर्गाचा हवा तितका पाठिंबा शफिक यांना मिळाला नाही. मोर्सी निवडून आले.

प. आशियाकडे नजर ठेवून असणाऱ्या अनेकांच्या भुवया मोर्सी यांच्या निवडीने उंचावल्या आहेत. याचे कारण असे की इस्लामी दहशतवादाचे आद्यपीठ असलेली ब्रदरहूड ही संघटना आणि इजिप्त यांचे नाते जुने आहे आणि त्यांच्यातील संबंध अजूनही उत्तम आहेत. १९२८ साली स्थापन झालेली ब्रदरहूड आणि तिचे हसन अल बन्ना, महंमद हुसैनी आणि सईद रमादान हे सगळे इजिप्तच्या भूमीवर कार्यरत होते. पुढे आपले डावेपण सोयीस्करपणे मिरवणारे इजिप्तचे अध्यक्ष गमाल अब्दुल नासर हेही मूळचे ब्रदरहूडचेच. १९३३ साली त्यांनी यंग इजिप्त पार्टी स्थापन केली. हा पक्ष आणि ब्रदरहूड यांनी इजिप्तचे राजे फारूख यांच्या विरोधात उठावच केला. यात अतोनात हिंसाचार झाला आणि १९४८ साली पहिल्यांदा इजिप्तमधे ब्रदरहूडवर अधिकृत बंदी घालण्यात आली. त्यानंतर चार वर्षांनी नासर सत्तेवर आले आणि ब्रदरहूडसाठी हिंसाचार करणाऱ्यांना त्यांनी मोकळे सोडले. पुढे धर्मवादी ब्रदरहूड हे नासर यांच्या

मार्गात मोठा अडथळा ठरू लागले. नासर यांना आस्वान धरणाची उंची वाढवायची होती आणि त्या साठी इंग्लंडशी कर्ज देण्यावरून त्यांचे संबंध ताणले गेले होते. त्यावेळी इंग्लंडने अमेरिकेच्या खांद्यावरून नासर यांना रोखण्यासाठी बरेच प्रयत्न केले. त्यात अमेरिकेने ब्रदरहूडला नासर यांच्या विरोधात वापरले. कम्युनिस्ट सोव्हिएत रशियाकडे झुकू पाहणाऱ्या नासर यांचा पाडाव करण्याची अमेरिकेला इतकी घाई झाली होती की त्यावेळी अमेरिकेचे अध्यक्ष आयसेनहॉवर यांनी ब्रदरहूडचा संस्थापक रमादान यांस थेट व्हाईट हाउसमध्ये ठेवून घेतले होते. अमेरिका आणि इस्लामी दहशतवादी यांच्यातील मधुर संबंधांना सुरुवात झाली ती तेव्हापासून. पुढे या ब्रदरहूडने इजिप्तमध्ये उत्पात घडवला. अखेर नासर यांना या संघटनेवर बंदी घालावी लागली. पुढे नासर यांच्यानंतर सत्तेवर आलेले अन्वर सादात यांनी ती उठवली आणि दुर्दैव हे की हीच ब्रदरहूड पुढे त्यांनाही डोईजड झाली. सादात यांनी तिला रोखण्याचा प्रयत्न केला. परंतु १९८१ साली ब्रदरहूडनेच त्यांचा काटा काढला. दहशतवादी हल्ल्यात ते मारले गेले. तेव्हापासून सत्तेवर असलेले होस्नी मुबारक यांना गेल्या वर्षी जानेवारी महिन्यात सत्ता सोडावी लागली. त्यानंतरच्या पहिल्या निवडणुकीत आज ब्रदरहूडचा उमेदवार थेट राष्ट्रपती म्हणूनच निवडला गेला.

आताचा बदल इतकाच की मोर्सी अध्यक्षपदी निवडून आले तरी त्यांना लष्कराच्या साह्यानेच राज्य करावे लागणार आहे. कारण जनतेच्या क्षोभाची दखल घेऊन लष्कराने निवडणुका घेतल्या असल्या तरी सत्ता पूर्णपणे सोडलेली नाही. नव्या अध्यक्षास आपली मदत घेतल्याशिवाय राज्य करता येणार नाही, अशीच तरतूद लष्कराने करून घेतली आहे. तेव्हा मोर्सी यांची दिशा कशी असेल याकडे अनेकांचे लक्ष असेल. आज अनेक आखाती देशांत लष्कर आणि धर्म यांची सांगड घातली गेली आहे. तसे काहीसे इजिप्तमध्ये घडले तर ते त्या परिसरासाठीच असे नाही तर विश्वशांतीसाठीच आव्हान असेल. इजिप्तकडे प. आशियातील सर्वांत समर्थ लष्कर आहे. ब्रदरहूडचे मोर्सी आणि लष्कर यांच्यातील बंधुभाव जगाला परवडणारा नाही. इजिप्त हा त्यामुळेच यापुढे प. आशियातील नवी डोकेदुखी ठरू शकेल.

२६ जून २०१२

४. लौंदासी आणून भिडवावा...

अमेरिकेच्या माजी गृहमंत्री मेडेलिन ऑलब्राईट यांनी पाकिस्तानला साऱ्या जगाची डोकेदुखी असे जाहीर संबोधावे आणि त्याच दिवशी २६/११ च्या हल्ल्यातील प्रमुख सूत्रधार अबू जुंदाल यास अटक झाल्याचे जाहीर व्हावे, यात भासतो तितका योगायोग नाही. सय्यद झबिउद्दीन अन्सारी ऊर्फ अबू हमझा ऊर्फ अबू जुंदाल आपल्याला २००८ सालच्या नोव्हेंबर महिन्यात मुंबईतील ताज, ओबेरॉय आणि रेल्वेस्थानक येथे झालेल्या नृशंस हत्याकांडप्रकरणी हवा होता. या हल्ल्यातील एक मारेकरी अजमल कसाब हाच फक्त आपल्या हाती जिवंत लागला. त्याखेरीज या हल्ल्याच्या कटकारस्थानाची माहिती उघड करणाऱ्यांचा शोध सुरू होता. तो योग्य मार्गाने तडीस जाणे आवश्यक होते. कारण त्याच्या अभावी या भयानक दहशतवादी हल्ल्यामागील पाकिस्तानचा हात अधिक स्वच्छपणे उघड झाला नसता. अबू जुंदालचा संबंध २६/११ च्या आधीही झालेल्या काही दहशतवादी कृत्यांशी होता, याची आपल्याला माहिती होती. २००६ साली मुंबई पोलिसांनी प्रचंड प्रमाणावर चोरटा शस्त्रसाठा पकडला होता. तो आयात करण्यातही अबू जुंदालचा हात होता. तो उघड झाल्यावर आणि शस्त्रसाठा पकडला गेल्यावर अबू बांगला देशात पळाला. या सगळ्या काळात त्याचे अर्थातच पाकिस्तानी गुप्तहेर यंत्रणा इंटर सर्व्हिसेस इंटेलिजन्स-आयएसआय-बरोबर संबंध होते. या संघटनेच्या मार्गदर्शनाखाली प्रत्यक्ष दहशतवादी कृत्ये करण्याचे काम लष्कर ए तय्यबा-एलईटी-या संघटनेने केले. अबू या संघटनेचा थेट हस्तक होता. एलईटी ही पॅलेस्टिनी दहशतवादासाठी कुख्यात असलेल्या पीएलओ (पॅलेस्टाईन लिबरेशन ऑर्गनायझेशन) या संघटनेच्या धर्तीवर काम करते. त्यानुसार प्रत्येक कामगिरीसाठी निवडलेल्यास टोपणनाव दिले जाते आणि मित्र देशातील सरकारी यंत्रणेच्या मार्फत मग त्या अनुषंगाने पारपत्र आदी सर्व कागदपत्रे नव्या नावाने करून घेतली जातात. या दोन संघटनांत फरक इतकाच की पॅलेस्टिनी संघटना एका सदस्याला दिलेले टोपणनाव तो मरेपर्यंत बदलत नाही. एलईटीचे तसे नाही. त्याचमुळे अन्सारी हा अनेक नावांचा धनी आहे. अशा व्यक्तीच्या बाबतीत त्याची खरी ओळख पटवणे, हे मोठे आव्हान असते आणि याहीबाबतीत तोच मोठा प्रश्न होता. तोही आपण

अमेरिकेच्या आधारे सोडवला. २६/११ च्या हल्ल्यात मृत झालेल्यात अमेरिकी नागरिकही होते. ताज, ओबेरॉय आदी हॉटेलांत हकनाक मारले गेलेल्यांत अमेरिकी नागरिकांचाही समावेश होता आणि त्या देशाच्या कायद्यानुसार जगाच्या पाठीवर अमेरिकी नागरिकांस कोणीही इजा पोचवल्यास त्याच्या विरोधात अमेरिकेत गुन्हा दाखल करता येतो आणि त्यानंतर अमेरिकी यंत्रणा दोषीस कोठेही जाऊन अटक करू शकतात. या प्रकरणात अमेरिकेने याच कायद्याचा आधार घेतला. अबू जुंदाल हा बांगलादेशात पळून गेल्यानंतर आणि २६/११ च्या दहशतवादी हल्ल्यात त्याचा हात असल्याचे उघड झाल्यानंतर आपल्या गुप्तहेर संघटना त्याच्या मागावरच होत्या. पण त्याहीपेक्षा अबू जुंदालच्या मागावर होती अमेरिकेची गुप्तहेर यंत्रणा सीआयए. याच यंत्रणेने भारताला माहिती पुरवली की अबू हा सौदी अरेबियात बनावट नावाने दडून बसलेला आहे. आपल्याला फक्त ही माहिती मिळून उपयोग नव्हता. याचे कारण आपले आणि सौदीचे संबंध फक्त व्यावहारिक सौहार्दाचेच आहेत. अबूला सौदीने आपल्या ताब्यात द्यावे वा त्याच्या चौकशीत मदत करावी इतका आपला सौदीशी दोस्ताना नाही. त्यामुळे याहीवेळी अमेरिकेने मध्यस्थी केली. या मध्यस्थीसाठी अमेरिका तयार आहे, हे स्पष्ट झाल्यानंतर आपण अल मुखाबरात अल अलामा या सौदी गुप्तहेर संघटनेशी संपर्क साधला. अमेरिकी गुप्तहेर यंत्रणेला ओसामा बिन लादेन याचा ठावठिकाणा लागावा यासाठी याच अल मुखाबरात संघटनेने महत्त्वाची भूमिका बजावली होती. परंतु तशी आपल्यासाठीही बजावण्यासाठी ती उत्सुक नव्हती. याचे साधे कारण असे की अमेरिकेवाचून सौदीचे अडते, आपल्यावाचून नाही. तेव्हा अमेरिकेच्या मध्यस्थीनंतर सौदी गुप्तहेर संघटनेचे प्रमुख राजपुत्र मुखरीम अब्दुल अझीझ हे गेल्या काही दिवसांत अनेकदा भारतात आले आणि या भेटीगाठीत अबू जुंदाल यास भारताच्या ताब्यात देण्याचा निर्णय झाला. त्याआधी अबूच्या बीड येथील घरातून त्याच्या बहिणीचे रक्ताचे नमुने घेऊन ते सौदीत पाठवण्यात आले होते आणि अबूची आणि बहिणीची डीएनए चाचणी घेऊन त्याची खातरजमा करण्यात आली होती. अबूच्या संदर्भात नमनालाच इतके घडाभर तेल गेल्यानंतर त्याला भारताच्या हवाली दिले जाणे, हे क्रमप्राप्तच होते. तसेच ते झाले. यासंदर्भात आपल्या गुप्तहेर यंत्रणांची भूमिका इतकीच की अमेरिकी यंत्रणांच्या संपर्कात राहणे. ते काम आपण चोख केले.

हे सगळे घडले ते अमेरिकेला भारताचा पुळका आला आहे वा २६/११ च्या मारेकऱ्यांना खरोखरच शिक्षा व्हावी, अशी अमेरिकेची इच्छा आहे म्हणून नव्हे. अमेरिकेने याप्रकरणी निर्णायक भूमिका बजावली ती एकाच हेतूने. ते म्हणजे या साऱ्या दहशतवादी कृत्यांतील पाकिस्तानी हात उघड करणे. अमेरिकेस तसे करावयाचे होते याचे कारण आजमितिला त्या देशाची अमेरिकेला गरज नाही. उलट पाकिस्तान हा अमेरिकेची

डोकेदुखी होऊन बसला आहे. गेल्या वर्षी पाकिस्तानी भूमीत येऊन ओसामा बिन लादेन यास टिपण्याचे धाडसी कृत्य केल्यापासून या दोन देशांतील संबंध ताणलेले आहेत. एकदा ओसामाचा अडथळा दूर झाल्यानंतर पाकिस्तानात आश्रयाला असलेल्या अनेक दहशतवाद्यांना अमेरिकेने ठरवून उडवायला सुरुवात केली. पाकिस्तान आणि अफगाणिस्तान यांतील सीमारेषेवर अनेक दहशतवादी संघटनांच्या छावण्या आहेत. मानवरहित विमानांतून बाँबफेक करून अमेरिकेने या परिसराची चाळण केली आहे. अशाच एका विमानाच्या हल्ल्यात २५ सैनिक मारले गेल्यापासून पाकिस्तान अमेरिकेवर कमालीचा नाराज आहे. त्यातूनच पाकिस्तानी लष्कर आणि प्रशासन यांच्यात मोठा तणाव निर्माण झाला आहे. अमेरिकेचे मांडलिकत्व आपण किती काळ सहन करायचे असा लष्कराचा सवाल असून, त्यास प्रशासनाकडे उत्तर नाही. त्यामुळे अमेरिकाधार्जिण्या प्रशासनास अडचणीत आणण्यासाठी एकही संधी पाक लष्कर सोडत नाही. अफगाणिस्तानात असलेल्या अमेरिका आणि नाटो सदस्य देशांच्या सैनिकांना रसद तोडण्याचा पाकिस्तानचे सैन्यप्रमुख जनरल कयानी यांचा निर्णय हा याच प्रशासन-लष्कर यांतील संघर्षाचाच एक भाग. हा पुरवठा तोडला गेल्यापासून अमेरिका पाकिस्तानवर कमालीची क्षुब्ध आहे. त्यामुळेच पाकिस्तानला दिला जाणारा आर्थिक पुरवठा रोखला जावा, अशी मागणी करणाऱ्यांना अमेरिकेत मोठा पाठिंबा मिळत आहे आणि पाकिस्तान विरोधात बोलणाऱ्यांचा आवाजही अमेरिकेत चांगलाच वाढला आहे. १९८९ पर्यंत अमेरिकेला पाकिस्तानची गरज होती. आज ती नाही. कारण ८९ साली बर्लिनची भिंत कोसळली आणि शीतयुद्धाची अखेर होता होता अफगाणिस्तानातून सोव्हिएत रशियाच्या फौजा मागे घेण्याचा निर्णय रशियाचे तत्कालीन सत्ताधीश मिखाईल गोर्बाचेव यांनी जाहीर केला. त्यामुळे अफगाणिस्तानातील रशियन सैन्याला जेरीस आणण्यासाठी पाकिस्तानला पोसण्याची गरज अमेरिकेला राहिलीच नाही. आजच्या काळात अमेरिकेपुढे आव्हान आहे ते चीनचे. त्यास तोंड द्यायचे असेल तर अमेरिकेस मदत लागेल ती भारताची. पाकिस्तानची नव्हे. भारताच्या गरजा अमेरिका पुरवायला लागली आहे ती त्यामुळे आणि अबू जुंदाल भारताच्या हाती लागला तोही त्याचमुळे. तेव्हा आपल्या गुप्तहेर यंत्रणांची आरती करण्यात आपण वेळ घालवण्यात अर्थ नाही.

आंतरराष्ट्रीय राजकारण हे असेच असते. गरजांनुसार त्यातील शत्रू आणि मित्र बदलत जातात. कायम असतात ते आपले हितसंबंध. त्यासाठी समर्थ रामदासांनी सुचवल्याप्रमाणे ठकासी ठक व्हावे लागते आणि लौंदासी दुसरा लौंद आणून भिडवावा लागतो. पाकिस्तान आणि चीनच्या बाबतीत सध्या अमेरिका हा दुसरा लौंद आहे आणि आपण त्याचा जास्तीत जास्त वापर करून स्वार्थ साधणे गरजेचे आहे.

२८ जून २०१२

५. ओसामाचे भूत

सत्तांतर सुलभ व्हावे यासाठी संस्कृती निर्माण करावी लागते. मग ते घर असो वा संस्था वा देश. हे झाले नाही तर काय होते त्याचा रक्तरंजित नमुना पश्चिम आशियाच्या वाळवंटात पहावयास मिळत असून इजिप्त हे त्याचे ताजे उदाहरण आहे. प. आशियाच्या वाळवंटातील हा सर्वांत मोठा देश. परंतु गेल्या काही महिन्यांतील राजकीय वावटळीमुळे झाकोळला गेला असून त्या काळातील हिंसाचारात ८०० पेक्षा अधिकांचे प्राण गेले आहेत. जुलै महिन्यात अध्यक्ष महंमद मोर्सी यांना लष्कराने पदच्युत केल्यापासून या हिंसाचारास सुरुवात झाली. तो अजूनही थांबण्याची चिन्हे नाहीत आणि तो थांबावा अशी लष्करशहांची इच्छा आहे, असेही दिसत नाही. इजिप्तच्या तगड्या लष्कराने अध्यक्ष मोर्सी यांना पदावरून दूर केल्याने त्यांचे समर्थक हिंसाचारात गुंतल्याचे सांगितले जाते. ते अर्ध्यसत्य आहे. मोर्सी हे मुस्लिम ब्रदरहूड या पक्षाचे. काही दशकांनंतर इजिप्तमध्ये झालेल्या निवडणुकांत ते अध्यक्षपदी रीतसर निवडून आले. वास्तविक त्यांची अध्यक्षपदी निवड हे अराजकास निमंत्रण असेल असा अंदाज प. आशियाच्या अनेक अभ्यासकांनी वर्तवला होता. त्यामागील कारण हे की मुदलात ब्रदरहूड ही संघटनाच लोकशाही नीतिनियमांसाठी ओळखली जात नाही. आज अल कायदा वा तालिबान आदी संघटना दहशतवादी म्हणून ओळखल्या जात असल्या तरी ब्रदरहूड हे सर्व या संघटनांचे मूळपीठ आहे, हे लक्षात घ्यावयास हवे. पन्नासच्या दशकात इजिप्त आणि परिसरात हसन अल बन्ना आदींनी या संघटनेची स्थापना केली आणि तिला अमेरिकेचे तत्कालीन अध्यक्ष ड्वाईट आयसेनहॉवर यांचाही आशीर्वाद लाभला. पुढे या परिसरात कम्युनिझमच्या वाढत्या प्रभावाला रोखण्यासाठी अमेरिकेने आधी ब्रदरहूड आणि मग त्या संघटनेच्या पोटातून आलेल्या अल कईदा आदी संघटनांचा वापर केला. वास्तविक इजिप्तला अरब महासत्ता बनवण्याचे स्वप्न पाहणारे अब्दुल गमाल नासर यांचा या ब्रदरहूडला विरोध होता. परंतु नासर हे सोव्हिएत रशियाच्या कलाने वागत असल्याने अमेरिकेने आणि अमेरिकेच्या तालावर नाचणाऱ्या इंग्लंडने त्यांचा कायमच द्वेष केला आणि त्यांची सत्ता अस्थिरच राहील यासाठी प्रयत्न केले. पुढे इंग्लंडने तर नासर यांचे नाक कापण्यासाठी सुवेझवर हल्ला

केला आणि आपलेच हात पोळून घेतले. नंतर नासर गेले आणि सत्तेवर आलेले अन्वर सादात यांची हत्या झाली. त्यामागेही ब्रदरहूडच होती. परंतु त्यानंतर सत्ता ग्रहण करणाऱ्या होस्नी मुबारक यांनी मात्र ब्रदरहूडला कह्यात ठेवले आणि जवळपास दोन दशके सत्ता उपभोगली. त्यातून इजिप्तमध्ये मुबारकशाहीच निर्माण झाली आणि जनतेत त्यांच्या विरोधात असंतोष खदखदू लागला. २०११ मधील तथाकथित बदलाच्या वाऱ्यांना इजिप्तमध्येच हवा मिळाली आणि मुबारक यांना सत्ता त्याग करावा लागला. इजिप्त क्रांतिसंदर्भात सुखवस्तू आणि बोलघेवड्या ट्विटरीयांत बरेच स्वप्नाळू वातावरण होते. तो बावळटपणा होता हे आम्ही त्यावेळीही नमूद केले होते. त्या काळात समस्त इस्लामी देशांत आपापल्या राज्यकर्त्यांविरोधात दाटलेली नाराजी आणि अमेरिकेने पाकिस्तानात घुसून केलेली ओसामा बिन लादेन याची हत्या यांचा थेट संबंध होता हे आपण लक्षात घ्यावयास हवे. समस्त आखातात इस्लामी सत्तेविरोधात जनमताचा रेटा तयार झाला नसता तर ओसामा याची विनासायास हत्या करणे अमेरिकेस शक्य झाले नसते. ओसामासारख्याची हत्या होऊनही एकाही देशात अमेरिकेविरोधात नाराजीचा सूर उमटला नाही यातच या धोरणाचे यश आहे. त्यामुळे ओसामास नामशेष केल्यावर अमेरिकेचा या परिसरातील राजकीय रस संपला आणि ती तथाकथित इजिप्त क्रांतीही वाळवंटी हवेत विरली. परंतु त्यामुळे अनेक देशांत राजकीय अस्थैर्य निर्माण झाले असून, त्या जगास आता त्यास तोंड द्यावे लागत आहे.

तेव्हा मोर्सी यांच्या निवडीमुळे ब्रदरहूडला पुन्हा एकदा खतपाणी मिळाले. त्यांच्या कारभारात अर्थातच सर्वसमावेशकता नव्हती आणि धर्माच्या वाढत्या प्रभावामुळे लष्करही अस्वस्थ होते. इजिप्तची लष्करी सत्ता समग्र आखाती देशांत सर्वांत सामर्थ्यवान म्हणून गणली जाते आणि तुलनेने ती निधर्मीही आहे. ती पोसली जाते अमेरिकेच्या मदतीवर. मोर्सी यांच्या अंदाधुंद कारभारामुळे लष्कर अस्वस्थ झाले असेल तर ते साहजिकच म्हणावयास हवे. तेव्हा मोर्सी यांच्या राजवटीचे काही खरे नाही, हे दिसत होतेच. अखेर लष्कराला हस्तक्षेप करावा लागला आणि मोर्सी यांची सत्ता आटोपती घ्यावी लागली. तेव्हापासून जनतेत मोठ्या प्रमाणावर क्षोभ निर्माण झाला असून, त्याचा गैरफायदा ब्रदरहूडने सोयीस्कररीत्या घेतला आहे. मोर्सी हे काही जनप्रिय नेते नव्हेत. त्यांच्यामागे लाखो समर्थक आहेत वा होते असेही नाही. परंतु त्यांच्या सत्ताच्युतीचे कारण पुढे करीत ब्रदरहूडने आपले बस्तान बसवले असून आताच्या हिंसाचारात त्याच संघटनेचा हात आहे. कोणत्याही आंदोलनाची सुरुवात जरी प्रामाणिकपणे झाली तरी नंतर ते गुंडपुंडांच्या हाती जाते. हा इतिहास आहे आणि इजिप्तमध्ये जे काही सुरू आहे ते याच रक्तलांच्छित इतिहासाचा भाग आहे. त्यात लष्कराने भोंगळपणा दाखवल्यामुळे अधिकच भडका उडाला. मोर्सी यांना पदच्युत

करताना पुढील निवडणुकीचे वा लोकशाही प्रक्रियेचे सूतोवाच लष्कराने वेळीच केले असते तर जनक्षोभ इतका उसळला नसता. तसे न केल्यामुळे आपल्याला आता लष्करी अमलाखालीच रहावे लागणार असा सामान्य इजिप्शियन जनतेचा समज झाला आणि तसे होणे साहजिकच म्हणावयास हवे. आता हे हिंसाचाराचे लोण देशभर पसरले आहे आणि त्याच्या परिणामांना साऱ्या जगास तोंड द्यावे लागणार आहे. याचे कारण असे आंतरराष्ट्रीय वाहतुकीसाठी अत्यंत महत्त्वाचा असलेला सुवेझ कालवाही आता अशांत बनला असून अलेक्झांड्रिया या त्या परिसरातील सर्वांत मोठ्या बंदरासदेखील त्याची झळ लागली आहे. जागतिक अर्थव्यवस्था तोळामासा बनलेली असताना इजिप्तमधील ही अशांतता अधिक काळजी वाढवणारी आहे.

अशा परिस्थितीतून बाहेर पडण्याचा एकच मार्ग सध्या तरी दिसतो. तो वॉशिंग्टनमधून जातो. इजिप्तचे लष्करी सामर्थ्य हे अमेरिकेच्या मदतीवर अवलंबून आहे. तेव्हा अमेरिकेस हस्तक्षेप करावाच लागेल. अमेरिकेचे विद्यमान अध्यक्ष बराक ओबामा यांचे परराष्ट्र धोरण यासंदर्भात मवाळ आहे आणि तेच शहाणपणाचे आहे. परंतु सध्या इजिप्तमध्ये जे काही झाले आहे त्याबाबत बघ्याची भूमिका घेणे अमेरिकेस...आणि त्यामुळे जगास...परवडणारे नाही. याचे कारण असे की तेथे जे काही झाले आहे ते अमेरिकेच्याच धोरणाची परिणती आहे. ओसामा हत्येविरोधात इस्लामी जगतात क्षोभ निर्माण होऊ नये म्हणून अमेरिकेने सर्वच देशांतील अशांततेस खतपाणी घातले वा अशांतता निर्माण होईल असे पाहिले. त्या धोरणाचा दुष्परिणाम असा की इजिप्तमध्ये झालेल्या निवडणुकांत पुन्हा कर्मठ अशा ब्रदरहूडलाच जनतेचा पाठिंबा मिळाला आणि ज्या कारणासाठी ओसामाला अमेरिकेने ठार केले त्या ओसामाचे भूत मतपेटीद्वारे इजिप्शियन जनतेने पुन्हा एकदा जिवंत केले. त्याचमुळे आज आसपासच्या अनेक देशांत ओसामाच्या अल कईदाचे समर्थक नव्याने एकत्र येताना दिसतात. तेव्हा हे भूत गाडायचे असेल तर ओबामा यांना इजिप्शियन लष्करास आवरावेच लागेल. ही आणि अशी भुते राजकीय सोयीसाठी वाढवली की काय होते याची आठवण करून देण्यास वर्ल्ड ट्रेड सेंटरचे कोसळलेले मनोरे पुरेसे आहेत.

१९ ऑगस्ट २०१३

६. गुडलक जोनाथन

नैसर्गिक साधनसंपत्तीची उपलब्धता प्रगतीची हमी देतेचे असे नाही. प. आशियाच्या वाळवंटातील वा अमेरिका खंडातील व्हेनेझुएलासारखे अनेक तेलसंपन्न देश या विधानाची खात्री देतील. जगाने ज्याच्या आधारे आपली भौगोलिक प्रगती साधली ते खनिज तेल या आणि अशा देशांच्या मातीत मिळाले. परंतु म्हणून त्या देशातील जनतेचे काही भले झाले असे नाही. या तुलनेत अमेरिका वा कॅनडा वा युरोपातील अनेक देशांत अशी नैसर्गिक साधनसंपत्तीची श्रीमंती नाही. परंतु ते प्रगती करू शकले. याचे साधे कारण म्हणजे व्यवस्था. या देशांनी मानवी प्रेरणांना वाट करून देतील अशा संधी उपलब्ध केल्या आणि त्या सर्वांना उपलब्ध होईल अशी व्यवस्था केली. याचा परिणाम असा की या देशांतून टोकाच्या वा अतिरेकी भावभावनांना हात घालेल अशा व्यक्ती वा संस्था निपजल्या नाहीत. प. आशिया वा अन्य साधनसंपत्ती श्रीमंत देशांत असे झाले नाही. संपत्ती आहे. परंतु तिचे समान वाटप नाही आणि मूठभरांचीच तिच्यावर मालकी. यामुळे या प्रदेशांतून मोठ्या प्रमाणावर असंतोष खदखदत राहिला आणि त्याचेच पर्यवसान पुढे हिंसक उद्रेकात राहिले. काही काळाने या हिंसक उद्रेकास संघटनात्मक स्वरूप आले आणि दहशतवादाचा उदय झाला, असे म्हटले जाऊ लागले. सौदी अरेबियासारख्या अत्यंत श्रीमंत देशातच ओसामा बिन लादेन जन्माला आला आणि अत्यंत एकारलेल्या धार्मिक विद्वेषाचा उगमही याच परिसरात झाला. अशाच स्वरूपाच्या हिंसाचाराचा प्रत्यय नायजेरिया या देशात सध्या येतो आहे. अत्यंत क्रूर म्हणून ओळखल्या जाणाऱ्या आणि स्वतःला इस्लामचा शुद्ध अवतार मानणाऱ्या संघटनेने जवळपास २५० वा अधिक मुलींना पळवून तीन आठवडे ओलिस ठेवले असून, त्या मुली आपण आता विकून टाकू अशी घोषणा केली आहे. त्यांचा काहीही ठावठिकाणा अद्याप लागलेला नसून त्यामुळे नायजेरियात मोठ्या प्रमाणावर अस्वस्थता आहे. तिची दखल घेत या मुलींच्या सुटकेसाठी सर्व ते प्रयत्न करण्याचे आश्वासन अमेरिकेचे अध्यक्ष बराक ओबामा यांनी दिले असून त्याप्रमाणे लष्करी आणि तांत्रिक कुमक नायजेरियाकडे रवाना केली आहे. या प्रसंगाने ज्वालामुखीच्या तोंडावरील नायजेरियाचे दर्शन जगास झाले. ते चिंतित करणारे आहे.

याचे कारण नायजेरिया हा आफ्रिका खंडातील सर्वांत मोठा देश. मुबलक खनिज तेल असलेला. परंतु या तेलाचे उत्खनन करण्याचे तंत्रज्ञान त्या देशाकडे नाही आणि भांडवलाचाही अभाव. या देशाच्या लोकसंख्येतील साधारण निम्मे इस्लामचे पालन करतात तर उर्वरित ख्रिश्चन आहेत. इस्लामींमध्येही प्राधान्य सुन्नींचे आहे आणि त्यातील बरेच मिलकी पंथीय आहेत. दारिद्र्य या देशाच्या पाचवीलाच पुजलेले असल्यामुळे ही जनता कडव्या धर्मवादाला बळी पडण्यास कायमच सज्ज होती. त्यातही विशेषतः कॅमेरून वा चाड या देशांना सीमावर्ती असलेला उत्तर नायजेरिया हा अधिक मागास असून त्या परिसरात कडव्या इस्लामचा प्रभाव अधिक आहे. वास्तविक नायजेरियात तेल मोठ्या प्रमाणावर आहे. परंतु या तेलावर पाश्चात्त्य कंपन्यांची मालकी असल्यामुळे या तेलकंपन्या आणि आपल्या देशातील ख्रिस्तीधर्मीय यांच्यात साटेलोटे असल्याचा सोयीस्कर समज इस्लामी धर्मीयांकडून पसरवला गेला. हा समज पसरवणाऱ्यांचा आधुनिक शिक्षणालाही विरोध असल्याने त्या समजास बळी पडणाऱ्यांना इस्लामी धर्ममार्तंडांच्या शाळेतच आपापल्या पाल्यांना घालावे लागते. याचाच फायदा जमाते अहलिस सुन्ना लिदावती वल जिहाद या संघटनेने फायदा घेतला. ही नायजेरियातील कडवी इस्लामवादी संघटना. तिचा अर्थ प्रेषित महंमदाच्या विचार प्रचारार्थ आणि जिहादसाठी सज्ज असलेले. पाश्चात्त्य आणि ख्रिश्चनांना आपल्या देशातून घालवून देणे हे या संघटनेचे प्राथमिक ध्येय असून नायजेरिया हा पूर्णपणे इस्लामच्या तत्त्वावर चालणारा देश व्हावा असे या संघटनेस वाटते. त्यामुळे जे जे आधुनिक ते ते सर्व या संघटनेस नकोसे आहे. विचार म्हणून एखाद्यास अशी मते बाळगण्याचा अधिकार आहे. परंतु ही संघटना विचारांच्या पातळीवर नसून नृशंस हत्या घडवणे, महिलांवर अत्याचार करणे आदी मार्गाने आपल्या मतांचा प्रचार तिला करायचा आहे. महंमद युसुफ हा या संघटनेचा प्रमुख. त्याचे अत्यंत निर्घृण उद्योग पाहून या संघटनेस स्थानिकांनी नवे नाव दिले बोको हराम. जे जे आधुनिक ते ते हराम, म्हणजे नकोसे, असा त्याचा अर्थ. आता ही संघटना बोको हराम याच नावाने ओळखली जाते. या युसुफने संघटना स्थापनेनंतर लगेचच, म्हणजे २००२ साली, मैदुगिरी शहरात स्वतंत्र आणि भव्य मशीद बांधली आणि परिसरातच इस्लामी शिक्षण देऊ शकेल अशी शाळाही सुरू केली. त्यानंतर स्थानिक, गरीब मुसलमान कुटुंबातील मुलांसाठी हीच शाळा हा आधार होता. या क्षेत्रात स्थिरावल्यावर युसुफ याच्या राजकीय प्रेरणा वाढू लागल्या आणि पुरेसे अनुयायी जमल्यावर २००९ साली त्याने मोठ्या प्रमाणावर नायजेरियाभर हिंसाचार घडवून आणला. अखेर सरकारने लष्कर पाठवून हे बंड मोडून काढले. मैदुगिरी येथील बोको हरामच्या मुख्यालयावर हल्ला केला. त्यावेळच्या चकमकीत युसुफ मारला गेला आणि मग या संघटनेची सूत्रे

अबुबकर शेकाव याच्याकडे आली. संघटनेचे पावित्र्य राखण्याचा भाग म्हणून अबुबकर याने पहिल्यांदा युसुफ याच्या पाच विधवांना आपल्या पंखाखाली घेतले आणि त्याच्या अपत्यांनाही दत्तक घेतले. हा अबुबकर धर्मविचारांच्या बाबत युसुफइतकाच वा अधिकच कडवा आहे आणि महिलांची, तरुणींची विक्री करणे हे आपले नियत कर्तव्य आहे, असा त्याचा दावा आहे. पंथप्रमुखच असे म्हणू लागल्यामुळे बोको हरामच्या छोट्यामोठ्या कार्यकर्त्यांकडूनही नायजेरियात सर्रास लैगिंक अत्याचार होतात आणि गावातून हवी ती तरुणी वा महिला पळवून नेली जाते. हजारो तरुणींची आयुष्ये यातून उद्‌ध्वस्त झाली असून या तरूणींना आता त्यांचे पालकही घरी घेण्यास तयार नाहीत. अत्यंत दारिद्र्य आणि कमालीचे मागासलेपण यामुळे नायजेरियात मुलींच्या शिक्षणाचे प्रमाण अतिशय कमी असून बोको हरामच्या दहशतीने ते अधिकच घटू लागले आहे. केवळ याच नव्हे तर अन्य आघाड्यांवरही या संघटनेने नायजेरियात उच्छाद मांडला आहे. २०१० साली तुरुंगांवर हल्ले करून कैद्यांची सुटका करणारी संघटना हीच आणि नंतर नाताळाच्या दिवशी वा नववर्षदिनी हत्यांकांड घडवून आणणारी संघटनाही हीच. गेल्या काही वर्षांत जवळपास चार हजारांहूनही अधिक निरपराधांचे बळी या संघटनेने घेतले आहेत.

या अशा संघटनेचे फावते ते प्रशासन अकार्यक्षमांच्या हाती गेले की. नायजेरियात तेच घडले असून अध्यक्ष गुडलक जोनाथन यांना काही सुधरत असल्याची चिन्हे नाहीत. त्याचमुळे अमेरिकेने मदत देऊ केल्या केल्या या गुडलकाने ती घेतली असून बोको हरामने पळवून नेलेल्या मुलींचा शोध आता अमेरिकी फौजा घेतील. यामुळे परिस्थिती अधिकच चिघळण्याची शक्यता असून, त्या देशातील ख्रिश्चनांच्या विरोधात अधिकच हिंसाचार होण्याची शक्यता आहे. अशा प्रकारच्या प्रश्नांना केवळ लष्करी मार्गांनी उत्तर शोधता येत नाही. प्रथम विकासाचे मार्ग प्रयत्नपूर्वक आखावे लागतात. ते करायची त्यांची इच्छा नाही. तेव्हा या जोनाथन यांनी काय गुडलक आणले असा प्रश्न सामान्य नायजेरियनांना पडत असेल तर ते योग्यच.

८ मे २०१४

७. चातुर्यपश्चिमा

बाहेरच्यांनी आपले कौतुक करावे असे एखाद्यास वाटणे नैसर्गिकच. त्यात अशा कौतुकोच्छुकास यश अत्यंत खडतर कष्टानंतर मिळालेले असेल, तर त्याची ही आस अधिक मोठी असते. हे घराबाहेरचे कौतुक समाधान, तृप्ती देणारे असले तरी त्याची म्हणून एक व्यसनाधीनता असते. हा व्यसनाधीनतेचा क्षण टाळता आला नाही तर घरी बोंब आणि बाहेर मात्र रस्त्याच्या दुतर्फा हरभऱ्याच्या झाडांची शेती अशी अवस्था होऊ शकते. पंतप्रधान नरेंद्र मोदी यांच्याबाबत अशी अवस्था अद्याप आलेली नाही. परंतु तशी ती येऊ शकते असे मानण्यास मात्र निश्चितच जागा आहे. याचे कारण म्हणजे अर्थातच त्यांचा ताजा अमेरिका दौरा. पाच दिवसांचा हा उन्मनी आणि उन्मादीही दौरा गुरुवारी संपुष्टात आला. त्यानंतर अमेरिकेतून मायदेशासाठी रवाना होताना मोदी यांनी ही भेट अत्यंत यशस्वी झाल्याचे जाहीर केले आणि त्या यशासाठी अमेरिकेचे आभार मानले. त्यामुळे या यशोगाथेचे मूल्यमापन करणे क्रमप्राप्त आहे.

अमेरिका आणि आपल्यात काही गंभीर मतभेदाचे मुद्दे आहेत. त्यातील कळीचा मुद्दा २००५ सालच्या भारत आणि अमेरिका अणुकरारामुळे निर्माण झालेला आहे. या अणुकरारानुसार जर गुंतवणूक झाली, खरोखरच अणुभट्ट्या उभ्या राहिल्या आणि त्यात दुर्दैवाने काही अपघात झाला तर काय हा यात महत्त्वाचा मुद्दा आहे. न्यूक्लिअर लाएबिलिटी लॉ या नावाने ओळखल्या जाणाऱ्या या कायद्यातून अणुभट्ट्यांतील अपघाताचे दायित्व नक्की केले जाणार होते. भारताने तयार केलेल्या या मसुद्यात अण्वस्त्र अपघातग्रस्तास कितीही नुकसानभरपाई मागण्याचा अधिकार आहे, हे अमेरिकेस मंजूर नाही. परिणामी अणुकरार होऊनही गेल्या नऊ वर्षांत अणुऊर्जानिर्मितीच्या दृष्टीने एक पाऊलही आपण पुढे गेलेलो नाही. मोदी यांच्या या भारतभेटीत या करारासंदर्भातील सर्व अडथळे दूर होतील, असे सांगितले जात होते. प्रत्यक्षात आणखी एक समिती नेमून या कराराचा नव्याने अभ्यास करण्याचे उभय नेत्यांनी ठरवलेले आहे. म्हणजे तो मुद्दा तसाच आहे. भारत सरकार स्वामित्व हक्क आणि बौद्धिक संपदा कायद्यात योग्य बदल करीत नाही, अशी अमेरिकी कंपन्यांची तक्रार आहे. हा मुद्दा औषध आणि

माहिती तंत्रज्ञान क्षेत्रातील कंपन्यांना विशेषत्वाने लागू पडतो. हे बदल होत नाहीत म्हणून भारतीय कंपन्यांना सर्रास कल्पनांची चोरी करता येते आणि नावे आदी बदलून आपली उत्पादने बाजारात आणता येतात. ही अशी उचलेगिरी सर्रास होत असते हे सत्य आहे आणि त्यामुळे बहुराष्ट्रीय कंपन्या भारतात येण्यास राजी नसतात हेदेखील तितकेच सत्य आहे. त्यामुळे भारतात जी काही गुंतवणूक होते ती सेवा क्षेत्रातील गरजा भागवण्याच्या दृष्टीने. मोदी यांच्या अमेरिकाभेटीत हा मुद्दा उपस्थित होईल आणि अमेरिका याबाबतच्या कायद्याचा आग्रह सोडून देईल अथवा मवाळ करेल, असेही सांगितले जात होते. अमेरिकेच्या या कायद्याबाबतच्या भूमिकेतही काडीचाही बदल झालेला नाही. याचबरोबरीने अमेरिकेत आस्थापने असलेल्या माहिती तंत्रज्ञान क्षेत्रातील कंपन्यांची एक मागणी होती. ती म्हणजे भारतीय अभियंत्यांना अधिक संख्येने अमेरिकेत काम करू दिले जावे, ही. हे असे काम करू इच्छिणाऱ्यांना एच-वन बी नावाने ओळखले जाणारे परवाने दिले जातात आणि त्यावर त्यांनी किती काळ काम करावे, हे निश्चित केले जाते. परंतु अनेक भारतीय कंपन्यांनी आपल्या अभियंत्यांना अमेरिकेत पाठवताना परवाने एका क्षेत्राचे घेतले आणि त्यांच्याकडून काम मात्र दुसऱ्याच क्षेत्रात करवले, असे उघड झाले. या कंपन्यांना असे करावे लागले कारण या परवान्यांची संख्या मर्यादित आहे. ती वाढवावी अशी भारताची मागणी आहे. अमेरिका त्याबाबत फक्त विचार करणार आहे. गेल्या काही महिन्यांत जपानचे पंतप्रधान शिंझो आबे आणि चीनचे अध्यक्ष जिनपिंग यांची भेट मोदी यांनी घेतली. यातील जपानच्या आबे यांनी भारतात ३५०० कोटी डॉलर गुंतवणूक करण्याचे आश्वासन दिले, तर चीनचे जिनपिंग यांनी आपल्या देशामार्फत २००० कोटी डॉलर गुंतवण्याची घोषणा केली. या तुलनेत मोदी यांच्या अत्यंत यशस्वी अशा अमेरिका दौऱ्यात एका कपर्दिकेच्या गुंतवणुकीचीदेखील घोषणा अध्यक्ष ओबामा यांनी केलेली नाही, याकडे दुर्लक्ष करता येणार नाही. भारत आणि अमेरिका यांच्यातील व्यापारसंधी वाढवण्याची गरज उभय नेत्यांनी व्यक्त केली. ते खरेच आहे. अमेरिका आणि चीन यांच्यातील संबंध तणावाचे असले तरी या दोन देशांत जो व्यापार होतो त्याचा आकार अमेरिका आणि भारत या देशातील व्यापाराच्या आठपट आहे, हे समजून घ्यायला हवे. भारत आणि अमेरिका पुढील काही वर्षांत उभयतांतील व्यापार ६००० कोटी डॉलरवर नेणार आहेत, असे मोदी यांच्या दौऱ्याच्या अखेरीस सांगितले गेले. अमेरिकेचा चीनशी व्यापार ५६ हजार कोटी डॉलर, तर भारताशी सहा हजार ३७० कोटी डॉलर होता, हे लक्षात असलेले बरे. मोदी यांच्या अमेरिकागमनदिनी तेथील काही अर्थतज्ज्ञांनी भारताने आर्थिक सुधारणा केल्याशिवाय गत्यंतर नाही, असे ठोस विधान केले होते. या सुधारणा करण्याची गरज मोदीदेखील अनेक दिवस व्यक्त करीत आहेत. फक्त

त्यांची इच्छा अद्याप तरी सत्यात उतरताना दिसत नाही. तेव्हा या वास्तवाच्या चष्म्यातून या दौऱ्याकडे पाहावयास हवे आहे.

याचा अर्थ मोदी यांचा दौरा अगदीच फोल ठरला असे अर्थातच नाही. भारत आणि अमेरिकेने यापुढे दहशतवादाच्या मुद्द्यावर एकत्रितपणे काम करावयाचे ठरवले, ही बाब आपल्यासाठी महत्त्वाची. यासंदर्भात जगात अमेरिकेचा कायदा चालतो. २६/११ च्या कटातील महत्त्वाचा आरोपी डेव्हिड हेडली याच्या चौकशीची गरज अमेरिकेपेक्षा आपल्याला आहे; परंतु सध्या अमेरिकेच्या ताब्यात असलेल्या हेडलीला आपल्या ताब्यात देण्यास अमेरिकेने स्पष्ट नकार दिला आहे. तेव्हा त्याची चौकशी आपल्याला अमेरिकेत जाऊन अमेरिकी सुरक्षारक्षकांच्या देखरेखीखाली करावी लागते, हे वास्तव आहे. अनेक गुन्हे आणि दहशतवादी कृत्यांचा सूत्रधार दाऊद इब्राहिम आपल्याला हवा असेल, तर अमेरिकेची मदत घेण्याखेरीज पर्याय नाही. तशी ती द्यायला मोदी यांच्या भेटीत अमेरिकेने मान्यता दिली. आता लवकरच दाऊदलाही ते पकडून देतील वा पकडण्यात भरीव मदत करतील, अशी आशा करावयास हरकत नाही. याखेरीज शहरविकास आदी अनेक क्षेत्रांत भारताशी सहकार्य करण्याचेदेखील अमेरिकेने मान्य केले आहे. ते ठीक.

परंतु या दौऱ्यात खरा विजय हा नरेंद्र मोदी या व्यक्तीचा असून, त्याचाही अर्थ समजून घ्यायला हवा. ज्या देशाने मोदी या व्यक्तीवर बंदी घातली होती त्याच मोदी यांच्या स्वागतासाठी त्याच देशास पायघड्या घालाव्या लागल्या, हे ते यश. परंतु मोदी या व्यक्तीला हे यश आले कारण ते भारताचे पंतप्रधान झाले म्हणून. आज अमेरिकेला चीनविरोधात संतुलनासाठी भारताची गरज आहे आणि त्याच भारताच्या पंतप्रधानपदी आपण बंदी घातलेली व्यक्ती आहे हे जाणून अमेरिकेने आपला अहं बाजूला केला आणि मोदी यांना आलिंगन दिले. अमेरिकेची सर्व धोरणे अर्थकेंद्रित असतात. नफ्याची शक्यता असेल तर अमेरिका मानापमान पाहत नाही. तेव्हा मोदी यांचे स्वागत झाले ते या त्यांच्या मागून येऊ शकणाऱ्या नफ्यामुळे.

बाकी मोदी यांच्या दौऱ्याचा अन्य भाग हा मौजमजेचा होता. विस्थापितांत, मग ते स्वखुशीने असो वा अपरिहार्यता म्हणून, राष्ट्रवादी भावनेचे कढ नेहमीच येत असतात. आपल्या दौऱ्यात ते अधिक जोमाने कसे येतील आणि आलेले जगास कसे दिसेल याची काळजी पुरेपूर घेतली. हेच त्यांचे चातुर्य. त्या अर्थाने मोदी यांच्या या दौऱ्याचे वर्णन चातुर्यपश्चिमा असेच करावे लागेल.

२ ऑक्टोबर २०१४

८. सत्यार्थ आणि सत्यार्थी

साधारण ७० वर्षांपूर्वी मोहनदास करमचंद गांधी यांचे अहिंसेचे तत्त्वज्ञान शांततेसाठी नोबेल पुरस्कार देणाऱ्या समितीला दिसले नाही आणि आज मलाला युसुफझाई या अवघ्या १७ वर्षीय तरुणीचे कार्य शांततेचा नोबेल पुरस्कार देण्याच्या लायकीचे वाटले हे वरवर दिसते तितके साधे, सोपे आणि म्हणून अर्थातच सहजसरळ नाही. पाकिस्तानातील मलाला आणि भारतातील कैलाश सत्यार्थी यांना यंदाचा शांततेचा नोबेल पुरस्कार जाहीर झाला. त्यानंतर सर्वच माध्यमांनी कानात वारे गेल्याप्रमाणे या नवशांतिदूतांचे गुणगान सुरू केले. हे अलीकडच्या प्रथेप्रमाणेच झाले. या अशा उन्मादी वातावरणात पुरस्कारप्राप्त महाभागांच्या कार्याचे तटस्थ मूल्यमापन आणि त्याना मिळणाऱ्या पुरस्कारांमागील अर्थ उलगडून दाखवण्याची बौद्धिक निकड आपल्या समाजास नाही. परंतु त्याची सवय करावयास हवी. याचे कारण असे की कोणत्याही अन्य पुरस्कारांप्रमाणे नोबेलच्या शांतिपुरस्कारामागेही अनेक अर्थ असतात आणि ते समजून घेणे हे डोळस समाजाचे कर्तव्य ठरते. असे मूल्यमापन करणे म्हणजे मूर्तिभंजन नव्हे याचे भान असणे जितके गरजेचे तितकेच असे मूल्यमापन न करणे म्हणजे आंधळे मूर्तिपूजन हेही लक्षात असणे आवश्यक.

या पुरस्कारासाठी सत्यार्थी यांच्या निवडीने अनेक भारतीयांना खजिल करून टाकले. इतके मोठे कार्य करणारे सत्यार्थी आपल्याला कसे माहीत नाहीत, अशी खंत त्यातील अनेकांना वाटली. या दोन पुरस्कार विजेत्यांतील मलाला ही निदान अनेकांना माहीत तरी होती. २०१२ साली तालिबान्यांकडून झेललेल्या बंदुकांच्या गोळ्यांनी तिला जागतिक प्रसिद्धी मिळवून दिली आणि त्यानंतर संयुक्त राष्ट्र संघात तिने केलेल्या भाषणाने अनेकांना अचंबित केले. सत्यार्थी यांचे तसे नाही. जगातील अभागी बालकांचे बालपण वाचवण्यासाठी त्यांनी हाती घेतलेल्या चळवळीचे नाव अनेकांच्या कानावर गेले होते. परंतु तरीही सत्यार्थी यांच्या कार्याचे मोल हे नोबेलच्या तोडीचे आहे, हे या पुरस्काराची घोषणा होईपर्यंत अनेकांना ठाऊक नव्हते आणि त्यात काहीही गैर नाही. तेव्हा या पार्श्वभूमीवर या पुरस्काराच्या निर्णयामागील कार्यकारणभावाचा विचार करावयास हवा.

शांततेचा नोबेल पुरस्कार कोणास दिला जातो? ज्या व्यक्ती वा संस्था यांनी

देशोदेशांतील वैरभाव, शत्रुत्व संपुष्टात आणण्यासाठी अथक प्रयत्न केले असतील आणि ज्यांच्या मुळे शांतता प्रक्रिया सुरू झाली असेल, त्यांचा या पुरस्कारासाठी विचार केला जातो, असे निवड समिती म्हणते. परंतु ही व्याख्या कागदावरील नोंदींपुरतीच आहे आणि असते याची जाणीव खुद्द नोबेल समितीनेच इतिहासात अनेकदा करून दिली आहे. दुसरे महायुद्ध संपत असता कॉर्डेल हल या व्यक्तीस दिला गेलेला नोबेल शांतता पुरस्कार हे याचे पहिले उदाहरण. या हल यांनी संयुक्त राष्ट्र संघाच्या स्थापनेत महत्त्वाची भूमिका बजावली होती. त्याबद्दल त्यांना हा पुरस्कार दिला गेला. परंतु त्याआधी अध्यक्ष रूझवेल्ट यांच्या कार्यालयात सेवेत असताना या हल यांची भूमिका युद्धखोरीचीच होती आणि तीमुळे अनेक यहुदींना प्राणास मुकावे लागले. १९९४ साली यासिर अराफात आणि इस्त्रायलचे यित्झ्रॅटॉक रॅबिन यांना दिलेला शांतता पुरस्कारही असाच वादग्रस्त ठरला. अराफत हे कुख्यात दहशतवादी होते आणि त्याकाळी जगभरातील अनेक रक्तरंजित कृत्ये त्यांच्या पॅलेस्टाईन लिबरेशन ऑर्गनायझेशन या संघटनेने घडवून आणली होती. त्याआधी अशाच युद्धखोरीसाठी ओळखले जाणारे हेन्री किसिंजर यांनाही शांतता पुरस्काराने गौरवण्यात आले होते. तसेच २००९ साली अमेरेकेचे अध्यक्ष बराक हुसेन ओबामा यांना दिलेला हा पुरस्कारदेखील अनेकांच्या टिंगलीचा विषय होता. हा पुरस्कार स्वीकारताना ओबामा यांनी केलेले भाषण हा युद्धांची अपरिहार्यता दाखवणारे आणि त्यांचे समर्थन करणारे होते. शांततेसाठीचा पुरस्कार त्यांना देणे किती गैर होते, तेच त्यातून दिसून आले. हे असे होते कारण हा पुरस्कार केवळ शांतता कार्याचा विचार करून दिला जात नाही, म्हणून. म्हणजेच शांततानिर्मितीखेरीज अन्य कारणेदेखील या पुरस्कारासाठी निवड करताना महत्त्वाची ठरतात. २००७ साली हा पुरस्कार अमेरिकेचे माजी उपाध्यक्ष अल गोर यांना दिला गेला तो त्यांच्या पर्यावरणीय चळवळीसाठी. तेव्हा सत्यार्थी आणि मलाला यांना हा पुरस्कार देताना राजकारण झाले नाही, असे मानणे दुधखुळेपणाचे ठरेल.

यासंदर्भात नोबेल निवड समितीचे निवेदन पुरेसे बोलके आहे. या निवेदनात सत्यार्थी आणि मलाला यांच्या अनुक्रमे हिंदू आणि मुसलमान धर्माचा उल्लेख जाणीवपूर्वक करण्यात आला असून, एकमेकांच्या शेजारील देशातील या दोघांचे हे कार्य शिक्षण आणि दहशतवादविरोधासाठी महत्त्वाचे असल्याचे नमूद करण्यात आले आहे. हा झाला उघडपणे नमूद करण्यात आलेला मुद्दा. परंतु यासंदर्भात नमूद न करण्यात आलेली कारणे अधिक महत्त्वाची आहेत. यातील सर्वांत महत्त्वाचे म्हणजे या दोन्ही देशांत...त्यातही विशेषतः भारतात... उजव्या शक्तींचा होत असलेला उदय आणि विजय. या दोन देशांत केवळ त्या देशांतील नागरिकांचेच नाही तर जगाचे हितसंबंध गुंतलेले आहेत. अण्वस्त्रसज्ज असलेल्या या दोन देशांतील तणावपूर्ण संबंध हे या

जागतिक हितसंबंधांसाठी धोक्याचे ठरतात. तेव्हा कोणकोणत्या मार्गाने हा तणाव कमी करता येईल याचा विचार जगात वेगवेगळ्या पातळ्यांवर होत असून तसा तो करणाऱ्यांना नरेंद्र मोदी आणि भाजपचा राष्ट्रीय उदय हा त्या प्रयत्नांतील मोठा अडथळा वाटतो, हे नाकारता येणार नाही. तेव्हा नरेंद्र मोदी भारताच्या पंतप्रधानपदी आरूढ झाल्यानंतर काही महिन्यांतच भारतीयास शांततेचा नोबेल पुरस्कार दिला जातो, यामागील योगायोग आपण समजून घ्यावयास हवा. त्यातही भारत आणि पाकिस्तान सीमेवर नव्याने तणाव आणि युद्धजन्म परिस्थिती तयार होत असताना या पुरस्काराची घोषणा होते, यासही काही योगायोग म्हणता येणार नाही. हे झाले भारताचे.

त्याचवेळी पाकिस्तानच्या बाबतही अशीच कारणे लागू पडतात. आज त्या देशात कधी नव्हे इतका अमेरिकेचा हस्तक्षेप आहे आणि तरीही त्या देशातील परिस्थिती हाताबाहेर जात आहे. यासंदर्भात अमेरिकेच्या भूमिकेबाबत अनेकांकडून प्रश्न निर्माण केले जात आहेत. इतकी वर्षे पाकिस्तानला पोसून अमेरिकेला काय मिळाले, हा त्यातील एक अत्यंत महत्त्वाचा प्रश्न. गतवर्षी देखील जेव्हा अमेरिकी राजकारण्यांकडून मलाला हिचे नाव नोबेल पुरस्कारासाठी पुढे केले जात होते त्यावेळी त्यावर टीका करणाऱ्यांनी हा मुद्दा उपस्थित केला होता आणि इतक्या वर्षांच्या पाक गुंतवणुकीस ही १६ वर्षांची तरुणी हेच काय ते फळ लागल्याचे नमूद केले होते. आज अमेरिकेस मलाला हीस डोक्यावर घ्यावे असे वाटते कारण पाकिस्तानातून इतक्या वर्षात दुसरे काहीही भरीव अमेरिकेच्या हाती लागलेले नाही, अशी सडेतोड आणि वास्तवदर्शी टीका भान असलेल्या अमेरिकी विचारवंतांनी केली होती. कृपया मलाला हिची शूर शोभेची बाहुली बनवू नका, असेही काहींनी माध्यमांना बजावले होते. नोबेल पुरस्कार मिळाल्याने या धोक्याच्या इशाऱ्याकडे दुर्लक्ष होण्याचीच शक्यता अधिक.

तेव्हा मलाला काय किंवा सत्यार्थी काय, त्यांना दिले गेलेले पुरस्कार हे व्यापक जागतिक राजकारणाचा भाग आहेत, हे आपण समजून घ्यावयास हवे. सत्यार्थी यांना नोबेल जाहीर झाल्यामुळे भारतात झोळणेवाले म्हणून संभावना होणाऱ्या सामाजिक कार्यकर्त्यांच्या कार्याकडे जगाचे लक्ष जाईल हे खरे असले तरी या गरीब, अनाथ मुलांसाठी कार्य करणाऱ्या सत्यार्थी यांचा नवी दिल्लीतील अतिश्रीमंत परिसरात स्वतःच्या मालकीचा तीनमजली इमला आहे, या सत्याकडे कसे दुर्लक्ष करणार? हेच सत्यार्थी काही वर्षांपूर्वी सोनिया गांधी यांच्या अध्यक्षतेखालील राष्ट्रीय सल्लागार समितीचे सदस्य होते. यापलीकडे आणखी एक भाग अत्यंत महत्त्वाचा. तो म्हणजे या शांतता पुरस्काराच्या निवड समितीत सर्वच्या सर्व जण हे नॉर्वे देशातील फक्त राजकारणी होते. पुरस्कारामागील सत्यार्थ समजून घेणे म्हणूनच महत्त्वाचे.

१३ ऑक्टोबर २०१४

९. अध्यक्षीय असहाय्यता

भारत असो वा अमेरिका वा अन्य कोणता देश. सामान्य जनतेस आपला नेता कणखर नसेल तर ते रुचत नाही. सहा महिन्यांपूर्वी भारतातेल निवडणुकांत झालेले मनमोहन पतन आणि मध्यावधी निवडणुकांत अमेरिकेत अध्यक्ष बराक ओबामा यांनी खाल्लेली आपटी यातूनच हाच निष्कर्ष निघतो. या मध्यावधी निवडणुकांत ओबामा यांच्या सत्ताधारी डेमोक्रॅट्स पक्षाचा पुरता धुव्वा उडाला. सत्ताधारी पक्षास पराभव पत्करावा लागेल अशी चिन्हे होतीच. परंतु जे झाले त्याचे वर्णन पराभव या एका शब्दात मावणारे नाही. ज्या मतदारसंघांत डेमॉक्रॅट्सची सहज सरशी होईल त्या मतदारसंघात देखील मतदारांनी सत्ताधारी पक्षीयांना धूळ चारत रिपब्लिकनांच्या पारड्यात आपले वजन टाकले. अमेरिकी व्यवस्थेत दर चार वर्षांनी येणाऱ्या अध्यक्षीय निवडणुका वगळता चक्राकार पद्धतीने ठराविक मुदतीने लोकप्रतिनिधी, विविध राज्यांचे गव्हर्नर्स निवडले जातात. आपल्याप्रमाणे अमेरिकेतही दोन प्रतिनिधिगृहे आहेत. एक सेनेट आणि दुसरी प्रतिनिधिसभा. या दोन्हीसाठी या निवडणुकांत मतदान झाले. सेनेटच्या १०० जागांपैकी ३६ जागांसाठी मतदान झाले तर प्रतिनिधिसभेच्या सर्व जागांसाठी निवडणूक झाली. अमेरिकेच्या एकूण ५० राज्यांपैकी ३६ राज्यांचे गव्हर्नर्सदेखील यावेळी निवडले गेले. या सगळ्या निवडणूक प्रकारांत सत्ताधारी पक्षाला मतदारांनी झिडकारले. अमेरिकी सत्तागृहाच्या दोन सभागृहांपैकी प्रतिनिधीसभेत याआधीच रिपब्लिकनांना बहुमत आहे. या निवडणुकीने ते सेनेटमध्येही दिले. सेनेटमध्ये रिपब्लिकन्स बहुमतापासून केवळ सहा जागांनी दूर होते. या निवडणुकीत त्यांना सात ठिकाणी यश मिळाले. याचा अर्थ बहुमतासाठी किमान गरजेपेक्षा एक जागा त्यांना अधिकच मिळाली. म्हणजेच अमेरिकेच्या दोन्ही सभागृहात आता सत्ताधारी डेमोक्रॅट्स बहुमत गमावून बसला असून परिणामी ओबामा यांना आपल्या अध्यक्षीय कारकिर्दीतील उर्वरित अडीच वर्षे रिपब्लिकनांच्या नाकदुऱ्या काढीत घालवावी लागणार. दोन्ही सभागृहांत सत्ताधारी पक्षाने बहुमत गमावलेले असल्याने ओबामा यांचे हात बांधले जाणार असून आपली धोरणे रिपब्लिकनांच्या पाठिंबा चौकटीत अडकवावी लागणार आहेत. या सर्वांचा अर्थ इतकाच की अमेरिकेच्या सर्व प्रांतातील मतदारांनी डेमॉक्रॅट्सना

घरचा रस्ता दाखवला. ही आणि इतकी सार्वत्रिक नाराजी ओबामा यांच्या पक्षाला धक्का देणारी आहे.

या निकालाचे अर्थ दुपेडी आहेत. एक म्हणजे मध्यावधी निवडणुकांचे निकाल सर्वसाधारणपणे सत्ताधाऱ्यांच्या विरोधात जातात असा इतिहास आहे. तेव्हा काही प्रमाणात डेमॉक्रॅट्सना फटका बसेल असे अंदाज वर्तवले जात होतेच. या निवडणुकांतील मतदान हे देशाचे भाग्यविधान ठरवण्यासाठी होत नाही. त्यामुळे मतदारांत तितकासा उत्साह नसतो. याची उणीव भरून काढण्यासाठी यावेळी उभय पक्षांनी मतदार संपर्काचा मोठा कार्यक्रम हाती घेतला होता. त्याचा परिणाम दिसला आणि मतदारांतील उदासीनता काही प्रमाणात कमी झाली. याचा फटका डेमोक्रॅट्सना बसला असण्याची शक्यता आहे. अधिक संख्येने मतदार आपले कर्तव्य पार पाडण्यासाठी बाहेर पडले आणि त्यांतील बहुसंख्यांनी डेमोक्रॅट्स पक्षाला झिडकारले. या निकालासंदर्भातील दुसरा मुद्दा अधिक महत्त्वाचा आहे. तो म्हणजे अध्यक्ष ओबामा यांच्या विरोधात व्यक्त झालेली सार्वत्रिक नाराजी. जी राज्ये वा प्रदेश हे पारंपरिक डेमोक्रॅट्सचे म्हणून ओळखले जातात, त्यांनीही यावेळी ओबामा यांच्या पक्षाची साथ सोडली. एक नेता म्हणून ओबामा यांनी दाखवलेली धरसोड वृत्ती आणि त्याचवेळी आर्थिक प्रगतीचा वेग वाढवण्यात त्यांना आलेले अपयश यामुळे मतदार त्यांच्यावर मोठ्या प्रमाणात नाराज आहेत. अमेरिकी जनतेस आपला देशप्रमुख हा धडाडीचा लागतो. ही धडाडी त्याच्याकडून जागतिक पातळीवर अपेक्षित असते. ओबामा यांनी ही जनतेला अभिप्रेत असलेली जागतिक धडाडी कधी दाखवलेली नाही, हे अमान्य करता येणार नाही. सीरिया आणि लीबिया या दोन देशांतील कारवाईच्या निमित्ताने ओबामा चांगलेच उघडे पडले. सीरियातील अत्याचारी राजवटीविरोधात कारवाई करण्याच्या गर्जना त्यांनी केल्या होत्या. त्या केवळ हवेत विरल्या. प्रत्यक्षात हे अत्याचार असेच सुरू आहेत. लीबियातून जेव्हा अध्यक्ष कर्नल मुअम्मर गडाफी यांच्याविरोधात कारवाई होऊन त्या राजवटीचे उच्चाटन झाले त्यावेळी अमेरिका हा सूत्रधाराच्या भूमिकेत दिसला नाही. या हल्ल्याची सूत्रे फ्रान्ससारख्या अमेरिकेशी तितकीशी दोस्ती नसलेल्या देशाच्या हाती होती, हे अनेक अमेरिकनांना रुचलेले नाही.

याच्या जोडीला अमेरिकनांचा ओबामा यांच्यावर खरा राग आहे तो अर्थव्यवस्थेच्या मंदगतीचा. ओबामा जेव्हा सत्तेवर आले त्याआधी काही महिनेच लेहमन ब्रदर्ससारखी बलाढ्य बँक बुडाली होती आणि अन्य बँकांच्या नाकातोंडात पाणी जाऊ लागले होते. त्यानंतर ढासळत्या अर्थव्यवस्थेचा डोलारा ओबामा यांनी उत्तमपणे सांभाळला. या त्यांच्या यशामुळेच अमेरिकनांनी त्यांना पुन्हा एकदा अध्यक्षपदी बसवले. परंतु ओबामा यांचा पहिल्या फेरीतील उत्साह दुसऱ्या खेपेस अध्यक्षपद

मिळाल्यानंतर झपाट्याने मावळत गेला. त्यामुळे अमेरिकी अर्थव्यवस्थेवरची मरगळ जेवढ्या गतीने झटकली जायला हवी होती, तितक्या गतीने ते काम झाले नाही. ही एका अर्थाने भारतीय राजकीय इतिहासाची अमेरिकी आवृत्ती म्हणावयास हवी. पहिल्या खेपेच्या पंतप्रधानकीचा झपाटा मनमोहन सिंग दुसऱ्या खेपेस घालवून बसले. अमेरिकेतही तेच झाले. त्यात रिपब्लिकनांनी प्रतिनिधी सभेतील आपल्या बहुमताच्या जोरावर ओबामा यांची चांगलीच कोंडी केली होती. अमेरिकी अर्थव्यवस्थेचा गाडा रुळावरून घसरतो की काय, अशी परिस्थिती या राजकीय संघर्षामुळे झाली होती. त्यास मूलत: रिपब्लिकनांचे कोते राजकारण जरी जबाबदार होते तरी त्यावर मात करण्यात ओबामा यांना आलेल्या अपयशाचाही मोठा वाटा होता, हे नाकारता येणार नाही. आरोग्य अनुदानाच्या प्रश्नावरही ओबामा यांनी जनतेचा रोष ओढवून घेतला होता. या सगळ्याची परिणती अखेर मध्यावधी निवडणुकांत डेमोक्रॅटिक पक्षाला पराभवास सामोरे जावे लागण्यात झाली. तशी ती होणारच होती. त्यामुळे त्याबाबत काही कोणास धक्का बसला आहे, असे नाही. पराभव नक्की होताच. प्रश्न होता त्या पराभवाच्या आकाराचा. तो जरा अपेक्षेपेक्षा अधिक निघाला इतकेच.

आता प्रश्न असणार आहे ओबामा यांच्या उर्वरित काळाविषयी. ओबामा यांच्या कारकिर्दीची आणखी दोन वर्षे शिल्लक आहेत आणि हा काळ त्यांना रिपब्लिकनांसमवेत घालवावा लागणार आहे. या वैधानिक अपंगत्वाच्या काळात दोन शक्यता संभवतात. एक म्हणजे ओबामा यांचा प्रत्येक धोरणात्मक निर्णय रिपब्लिकन यांच्याकडून हाणून पाडला जाईल. किंवा या दोघांकडून परस्परांना मान्य असेच धोरणात्मक निर्णय घेतले जातील. या अवस्थेमुळे ओबामा यांच्या अध्यक्षीय अवकाशावरही गदा येणार आहे. परिणामी, आपल्या उपलब्ध अधिकारांत विनासायास घेता येतील असेच निर्णय ओबामा यांच्याकडून घेतले जाण्याची शक्यता अधिक. अशा निर्णयांना प्रतिनिधिगृहांची मंजुरी लागत नाही. त्यामुळे रिपब्लिकनांचा पाठिंबा मागावयाची वेळ त्यांच्यावर येणार नाही.

काहीही असो. अमेरिकेस पुढील अध्यक्षीय निवडणुकांपर्यंत असहाय्य अध्यक्ष अनुभवावा लागेल अशी लक्षणे दिसतात. त्या देशात जे काही झाले तो आपणासही धडा आहे. नेतृत्व करणाऱ्याने धोरणांच्या अंमलबजावणीत हेलकावे खायचे नसतात, हाच यातील धडा.

७ नोव्हेंबर २०१४

राष्ट्रीय राजकारण

१०. आततायी अण्णा

आपल्या देशात सध्या भ्रष्टाचार शिगेला पोचलेला आहे, याबाबत कोणाचेही दुमत होणार नाही. सामान्य माणसाला सरकारी व्यवस्थेत कोणी वाली राहिलेला नाही, हेही शंभर टक्के खरे आहे. भ्रष्टाचाराबाबत सरकार फक्त बघ्याची भूमिका घेते आणि प्रत्यक्षात काहीही कारवाई होत नाही, हेही कोणी नाकारणार नाही. हेही सर्वांना पूर्ण मान्य होईल की, भ्रष्टाचाराच्या या भस्मासुराला आळा घालायचा तर सर्व संबंधितांवर अंकुश ठेवणारी एखादी यंत्रणा असायला हवी. ती कोणती असावी यावर मतभेद असतील. पण सरकारातले सर्व जण ज्याला उत्तरदायी असतील असे एखादे नियामक मंडळ असायला हवे, हे खरेच आहे. आपल्या देशात ही जबाबदारी केंद्रीय पातळीवर लोकपाल आणि राज्यस्तरावर लोकायुक्त यांच्याकडे सोपवली जावी, अशी व्यवस्था आहे. त्यानुसार जवळपास १८ राज्यांत लोकायुक्त यंत्रणा आहे. मतभेद आहेत ते केंद्राच्या पातळीवरील लोकपालाला काय आणि किती अधिकार असावेत याबद्दल. याबद्दलचे चर्चा परिसंवाद सुरू आहेत ते १९६९ पासून. त्यावर्षी पहिल्यांदा हे लोकपाल विधेयक लोकसभेत मांडले गेले. त्यानंतर आतापर्यंत तब्बल ९ वेळा हे विधेयक लोकसभेत मांडले गेले. परंतु ते अद्यापही मंजूर होऊ शकलेले नाही. सत्ताधीश, मग ते कोणत्याही पक्षाचे असोत, स्वतःवर निर्बंध घालून घेण्याबाबत उत्साही नसणे ओघानेच आले. त्यामुळे सरकारतर्फे लोकपाल विधेयकाचा जो काही मसुदा तयार करण्यात आला आहे; तो खूपच अशक्त आहे, असे आंदोलकांचे म्हणणे आहे. उच्च पदस्थांच्या भ्रष्टाचाराला रोखण्यात तो पुरेसा ठरणार नाही, या म्हणण्यात तथ्य आहे.

पण त्याचवेळी अण्णा हजारे आणि आंदोलकांच्या तर्फे जनलोकपाल विधेयक म्हणून जो काही मसुदा सादर करण्यात आलेला आहे, तो लोकशाहीचा गळा घोटणारा आहे. या व्यवस्थेचे म्हणून काही नियम असतात, चौकटी असतात. त्या पाळूनच समाजाला पुढे जावे लागते. भ्रष्टाचार रोखण्यात हे नियम नालायक ठरले म्हणून ते रद्दबातल करा, या चौकटींच्या पेक्षाही मोठी चौकट तयार करून त्यामार्फत सर्व यंत्रणा राबवा, ही मागणी कितीही रोमँटिक वाटली तरीही...धोकादायकच आहे. अण्णा

आणि आंदोलकांतर्फे जो काही जनलोकपाल विधेयकाचा मसुदा प्रसृत करण्यात आला आहे, त्याची रूपरेखा आम्ही आजच्या अंकात दिलीच आहे. ती वाचल्यास अण्णांनी सुरू केलेला खेळ किती घातक ठरू शकतो, याचा अंदाज येऊ शकेल. व्यवस्थेमध्ये जी काही सुधारणा करायची असते, बदल करायचे असतात ते व्यक्तिसापेक्ष असणे अयोग्य आहे. त्या बदलांनी ती व्यवस्था मजबूत व्हायला हवी; व्यक्ती नाही. अण्णांचे जनलोकपाल विधेयक या मुद्द्यांवर कमी पडते. अण्णांच्या म्हणण्यानुसार या नव्या जनलोकपाल विधेयकाने जी काही यंत्रणा जन्माला येईल तिला मुख्य दक्षता आयुक्त, केंद्रीय गुप्तचर यंत्रणा आणि काही प्रसंगी न्यायव्यवस्थाही नियंत्रित करू शकेल. म्हणजे नव्या लोकपालाने जर एखाद्यास भ्रष्ट ठरवले तर त्याला न्यायालयातही दाद मागण्याचा अधिकार राहणार नाही. या लोकपाल यंत्रणेस ज्यांना वाटेल त्याची चौकशी करण्याचा अधिकार असेल. अशा चौकशीस नकार देण्याचा अधिकार मात्र इतरांना नसेल. लोकपालास वाटेल त्याची भ्रष्टाचाराच्या आरोपाखाली चौकशी करता येऊ शकेल, त्यासाठी कोणाच्या तक्रारीची गरज नाही. या साऱ्या मागण्यांचा अर्थ इतकाच की जनलोकपालाद्वारे अमर्याद अधिकार असलेली अगडबंब यंत्रणा अस्तित्वात येईल आणि तिच्यावर कोणाचेही नियंत्रण नसेल. असलेच तर ते जनतेचे असेल. आता जनतेचे म्हणजे कोणाचे तर काही निवृत्त न्यायाधीश, समाजसेवक वगैरे मंडळी ही लोकपाल यंत्रणा चालवतील. पण ही मंडळी भ्रष्ट होऊ शकत नाहीत काय? त्यातही परत अण्णांची अट अशी की या यंत्रणेत दोन मॅगसेसे पुरस्कारविजेते असतील. याच्या इतका दुसरा बालीशपणा नाही. मॅगसेसेच काय नोबेल मिळालेल्यांनासुद्धा पुढच्या आयुष्यात भ्रष्टाचाराचा मोह होऊ शकतो आणि अमर्याद, अनंत कालासाठी जर अशा माणसांकडे सत्ता, अधिकार राहिली तर त्याच्या गैरवापराचे पातक त्यांच्याकडूनही होऊ शकते. बांगलादेशात नोबेलविजेते महंमद युनूस यांची जी घसरण सुरू आहे, त्याने हे दाखवून दिलेच आहे. याशिवाय अण्णापुरस्कृत जनलोकपाल विधेयकाची अतिधोकादायक बाब म्हणजे त्यातून जन्माला येणाऱ्या लोकपालास अधिकारांचे, कायद्याचे कसलेही बंधन नसेल. म्हणजे एखादे सरकारी धोरणच्या धोरण भ्रष्टाचारी ठरवायचा अधिकार अण्णापुरस्कृत लोकपालास मिळेल आणि त्याच्या दृष्टीने हे कथित भ्रष्टाचारी धोरण रद्दबातलही करता येईल. एखाद्या खात्यासाठी केलेली तरतूद ही अनावश्यक ठरवायचा अधिकारसुद्धा अण्णापुरस्कृत लोकपालास राहील. म्हणजे सरकारी धोरण आणि भ्रष्टाचारी कृती यात फरक करण्याची किमान आवश्यकतासुद्धा या नव्या लोकपालास आवश्यक ठरणार नाही. याच्या इतके धोकादायक दुसरे काही नाही. अशी जर महाशक्तिशाली यंत्रणा जन्माला घालायची असेल, तर मग संसदेची आवश्यकताच काय? इतिहासाने वारंवार दाखवून दिलेले

आहे की, अनिर्बंध अधिकारांतून अनिर्बंध भ्रष्टाचार जन्माला येतो. असे अधिकार ही हुकूमशाहीची सुरुवात असते. अण्णांना अशी हुकूमशाही हवी आहे काय? निवडून आलेले, सरकार चालवणारे सर्व नालायक आणि मी तेवढा योग्य अशा प्रकारच्या भूमिकेस टाळ्या पडतात. पण त्यामुळे व्यवस्था चालू शकत नाहीत.

याचा अर्थ असा नव्हे की अण्णांच्या मागणीत तथ्य नाही. ते तर आहेच. पण ती मान्य करून घेण्यासाठी त्यांनी जो मार्ग निवडलेला आहे तो मात्र नक्कीच अलोकशाही आहे. त्यांना इतक्या जणांचा पाठिंबा आहे, म्हणजे त्यांचे बरोबरच असे मानणारा एक वर्ग आपल्या समाजात आहे. पण कोणत्याही व्यवस्थेत रस्त्यावरील गर्दी ही काही एखाद्या निर्णयाचा आधार ठरू शकत नाही. अशा गर्दीत दोन प्रकारचे लोक सामील होतात. जे खरोखरच पिडलेले आहेत आणि ज्यांना सरकारी अनास्थेचे चटके सहन करावे लागलेले आहेत. या वर्गाच्या सरकार विरोधातल्या भावना तीव्र असतात आणि काहीही करून ही व्यवस्था बदलायला हवी असे त्यांना वाटत असते. अशांविषयी सर्वांनाच सहानुभूती वाटायला हवी आणि त्यांच्या समस्यांचे निराकरणही व्हायला हवे. पण अण्णांमागच्या गर्दीत एक असाही वर्ग असतो की ज्याचा आयुष्यात कधी सरकारशी संबंध आलेला नसतो आणि तसा तो येण्याची शक्यताही नसते. पण लोकप्रियतेचा वारा आपल्या शिडात भरून घेण्याच्या कलेत हा वर्ग वाकबगार असतो आणि प्रसारमाध्यमांशी लागेबांधे असल्याने या वर्गाला ऐकलेही खूप जाते. अण्णांच्या आंदोलनात याहीवेळी असा वर्ग मोठ्या प्रमाणावर आहे. काळा पैशाच्या आधारावर सेनेमे बनवायला या वर्गाला जराही लाज वाटत नाही. पण नंतर पुन्हा भ्रष्टाचार निपटून काढायला हवा, अशी मागणी करण्याचा निर्लज्जपणाही हा वर्ग दाखवू शकतो. या बोलघेवड्यांवर विसंबून काहीही साध्य होत नाही.

अण्णांच्या या आंदोलनामुळे विरोधी पक्षांची दिवाळखोरीही उघड झाली. अण्णांना शिवसेनाप्रमुख बाळ ठाकरे यांनीही पाठिंबा जाहीर केला. हे त्यांच्या बेभरवशाच्या राजकारणास साजेसेच झाले. काही वर्षांपूर्वी सेनानेत्यांवर भ्रष्टाचाराचे आरोप केल्यावर याच ठाकरे यांनी अण्णांवर अत्यंत अर्वाच्य भाषेत टीका केली होती. भाजपचेही तसेच. टीव्हीवर दिसण्याची एकही संधी न सोडण्याचा पण केलेले बिनबुडाचे प्रकाश जावडेकर अण्णांच्या बाजूला बसून त्यांना पाठिंबा देऊन आले. पण भाजपला ही व्यवस्था मान्य आहे काय? तसे असेल तर कर्नाटकाच्या लोकायुक्तांच्या शिफारशींवर भाजपने येडियुरप्पा यांच्यावर कारवाई करून चांगला पायंडा पाडून दाखववावा.

जनआंदोलनांची म्हणून एक नशा असते. आपल्यामागे हजारो लाखो जण उभे आहेत, आपल्या पाठिंब्यासाठी मेणबत्त्या घेऊन मोर्चा वगैरे काढत आहेत अशा

प्रकारच्या दृश्यांचा नाही म्हटले तरी आंदोलनाची हाक देणाऱ्या नेत्यावर एक प्रकारचा परिणाम होतच असतो. पण अन्य कोणत्याही नशेप्रमाणेच या नशेवरही नियंत्रण असावे लागते. अन्यथा ती घात करते. अण्णा हजारे यांनी आपल्या मागणीसाठी जी काही टोकाची भूमिका घेतली आहे ती पाहता त्यांना ही जाणीव करून देणे आवश्यक आहे.

८ एप्रिल २०११

११. हरपले श्रेय

बरोबर २० वर्षांपूर्वी जून महिन्यात आपल्या देशाची अर्थव्यवस्था रसातळाला गेली होती आणि आंतरराष्ट्रीय नाणेनिधी आणि जागतिक बँक यांच्याकडून बारमाही मदत लागणाऱ्या देशांच्या यादीत आपले नाव होते. आर्थिक परिस्थिती इतकी वाईट होती की याच काळात आपल्याला सोने गहाण ठेवावे लागले होते आणि परकीय चलनाची गंगाजळी जेमतेम १०० कोटी डॉलर्स इतकी होती. या पैशातून आठवडाभराचा खर्च फक्त चालला असता. या पार्श्वभूमीवर मनमोहन सिंग यांनी आपला पहिला अर्थसंकल्प मांडला आणि देशाला आर्थिक उदारीकरणाच्या मार्गावर आणून ठेवले. या बाबतच्या श्रेयनामावलीत डॉ. सिंग यांचे नाव अग्रभागी आहे. ते त्यावेळी अर्थमंत्री होते. पण अशा स्वरूपाच्या आमूलाग्र सुधारणांना राजकीय पाठिंब्याची गरज असते. डॉ. सिंग यांना तो निर्विवादपणे मिळाला तत्कालीन पंतप्रधान नरसिंह राव यांच्याकडून. सुधारणांची कृती जरी सिंग यांची असली तरी त्यामागची प्रेरणा निःसंशयपणे राव यांची होती. आज या सुधारणा विशीत असताना राव यांच्या कार्याला उजाळा न देणे कृतघ्नपणाचे ठरेल. स्वातंत्र्यानंतरच्या पहिल्या पन्नास वर्षांत मिश्र अर्थव्यवस्थेचा आपला प्रयोग सुरू असताना अर्थव्यवस्था त्या काळात वाढली ती सरासरी तीन ते साडेतीन टक्क्यांनी. एवढ्या मोठ्या आकाराच्या देशासाठी ही वाढ हा चेष्टेचा विषय झाली होती आणि त्यातूनच तिचे वर्णन 'हिंदू रेट ऑफ ग्रोथ' असे केले जात होते. मिश्र अर्थव्यवस्था या संकल्पनेतच मूलभूत घोळ असल्याने सरकार हॉटेल चालवण्यापासून ते शेळ्यामेंढ्या पाळण्यापर्यंत आणि घड्याळे तयार करण्यापासून मोटारी बनवण्यापर्यंत सगळ्याच उद्योगात होते. यातून ना धड सार्वजनिक उद्योग वाढले ना खासगी. कराल परमीट राजचा उदय झाला तो याच काळात. नंतर आणीबाणीच्या काळात तर हे प्रकार टिपेला पोचले आणि आयकरही ९९ टक्क्यांवर गेल्याने कर भरण्यापेक्षा चुकवण्याकडेच कल वाढला. या नंतरच्या राजकीय उलथा पालथीच्या तपशिलात जाणे येथे अप्रस्तुत ठरेल. पण लहान मोठ्या पक्षांचे फुटलेले पेव, त्यांचे एकमेकांशी तात्पुरते घरोबे, अयोध्येचे राममंदिर आंदोलन, व्ही. पी. सिंग यांनी त्याला उत्तर म्हणून पुढे आणलेला मंडलवाद आणि नंतर राजीव गांधी यांची

झालेली हत्या या पार्श्वभूमीवर देशाची सूत्रे राव यांच्याकडे आली. काँग्रेस पक्षाला गांधी घराण्याशिवाय कोणाला मुजरा करण्याची सवय नसल्याने राव यांच्याविषयी सुरुवातीपासूनच साशंकता होती. पण कारकिर्दीला सुरुवात करताना प्रतिमेचे ओझे नसण्याचे काही फायदे असतात. ते राव यांना मिळाले. त्यामुळे काही मूलगामी बदल करण्याचा धाडसी निर्णय घेऊन त्यांना तो राबवता आला. कोरी पाटी असलेल्या सिंग यांच्यासारख्याकडे अर्थखात्याची सूत्रे देणे हा यातील एक महत्त्वाचा निर्णय. सिंग यांना राव यांनी नुसते पद दिले असे नाही तर या महत्त्वाच्या खात्यासाठी आवश्यक असणारी उसंतही दिली. तशी उसंत नसेल तर काय होते हे पंतप्रधान म्हणून सिंग यांच्या सध्याच्या कामगिरीवरून कळू शकेल. पण राव यांचा मोठेपणा असा की त्यांनी सिंग यांच्या निर्णयप्रक्रियेला स्वतः पडद्यामागे राहून पाठिंबाच दिला. ज्या दिवशी सिंग आपला पहिला अर्थसंकल्प मांडणार होते त्या दिवशी सकाळी राव यांनी पत्रकार परिषद घेऊन औद्योगिक विस्तारासाठी जाचक असलेली परवाना पद्धत रद्द केली आणि मक्तेदारी प्रतिबंधक कायद्याच्या कालबाह्य तरतुदींना निरोप दिला. देशाच्या कुंथणाऱ्या औद्योगिक विकासाला ज्या निर्णयांमुळे खरी गती आली त्यात या निर्णयांचा समावेश होतो. पण त्याच दिवशी दुपारी अर्थसंकल्प सादर झाल्याने ही घोषणाही अर्थसंकल्पाचाच भाग म्हणून गणली गेली आणि राव यांच्या नावावर या निर्णयाची नोंद झाली नाही. अर्थात तशी ती व्हावी अशी राव यांचीच इच्छा नसणार. वास्तविक त्या संपूर्ण काळात अर्थमंत्र्याइतकीच महत्त्वाची भूमिका होती ती उद्योगमंत्र्यांची आणि हे खाते स्वतः पंतप्रधान राव यांच्याकडेच होते. पण या सगळ्या काळात राव यांनी स्वतः मागे राहून सिंग यांनाच पुढे केले आणि आज सिंग हे देशाच्या अर्थसुधारणांचे जनक मानले जात असताना राव यांची ओळख नव्याने करून द्यावी लागावी यापेक्षा अधिक राजकीय आणि आर्थिक करंटेपणा तो कोणता? राव यांच्या काळातच पहिल्यांदा देशाने विकासाचा हिंदु दर ओलांडून पाच साडेपाच टक्क्यांचा टप्पा गाठला. राव यांचे महत्त्व हे की या सुधारणा राबवताना त्यांनी देशातील प्रचलित अर्थगतीला जराही अडथळा आणला नाही. आज ग्रीस, स्पेन, पोर्तुगाल आदी देशांची अवस्था लक्षात घेता राव यांचे मोठेपण अधिकच जाणवणारे आहे. आर्थिक सुधारणा जबरदस्तीने आणल्यास त्याची प्रतिक्षिप्त क्रिया उमटते हे अनेक युरोपीय देशांनी सध्या दाखवून दिले आहे. निर्णयप्रक्रियेतील चुका सुधारताना त्याचा फटका नागरिकांना बसून चालत नाही. आम्ही इतके दिवस चुकलो म्हणून तुम्ही काटकसर करा, अशा विनंत्या जनतेला भावत नाहीत, हे आज ग्रीसमध्ये जे सुरू आहे त्यावरून दिसते. अशा वेळी असा कोणताही प्रकार न होता भारताने सहजपणे आर्थिक सुधारणांच्या युगात प्रवेश केला, हे कौतुकास्पद आहे आणि त्याचे श्रेय निर्विवादपणे एकट्या राव यांच्याकडेच

जाते. पुढे राजकीय समीकरणे बदलल्यावर आणि सोनिया गांधी यांच्या आगमनानंतर काँग्रेसजनांनी राव यांना विजनवासात ढकलले, हे प्रचलित संस्कृतीस धरूनच झाले. पण कसलेही वलय नसलेल्या राव यांना अडचणीच्या काळात तेव्हा जे जमले त्या इतिहासाची पुनरावृत्ती करणे गांधी, सिंग आणि कंपनीला नंतर साध्य झाले नाही. याचे कारण आपण कोणत्या मार्गाने जायचे याचाच विसर आज काँग्रेसजनांना पडलेला आहे. तसे नसते तर राव यांनी सुरू केलेल्या आर्थिक सुधारणा काँग्रेसजनांनी अर्ध्यावरच सोडल्या नसत्या. देशाचे दुर्दैव असे की त्यावेळी सुधारणांच्या आणि उदारीकरणाच्या केंद्रस्थानी असलेले डॉ. सिंग हे आज पंतप्रधान आहेत आणि राजकीय पाठिंब्याअभावी सुधारणांचे साचलेपण त्यांना पहावे लागत आहे. आज देशाच्या अर्थव्यवस्थेला भेडसावत असलेल्या समस्यांच्या मुळाशी आहे तो सुधारणांचा अर्धवटपणा. सिंग यांनी वीजक्षेत्र खासगी गुंतवणुकीसाठी खुले केले. पण त्यापाठोपाठ वीज सुधारणा न झाल्याने एन्रॉनकांड घडले. तीच गत दूरसंचार, घरबांधणी, बँका, रिटेल आणि विमानवाहतूक क्षेत्राची. सुधारणांचा फायदा त्या पूर्णपणे अमलात आल्यावरच मिळतो आणि त्यासाठी बाजारपेठीय उलाढालींवर नजर आणि वचक असणारा नियंत्रकही जन्माला घालावा लागतो. हे आपल्याकडे घडले नाही. परिणामी सुधारणांचा फायदा सर्वदूर पसरला नाही आणि त्याचमुळे महागाई, चलनवाढ आदी सध्या भेडसावणाऱ्या समस्यांचे पातक ९१ सालच्या उदारीकरणाच्या डोक्यावर फोडले जाते. हा अज्ञानी कृतघ्नपणा झाला. पण त्यास सत्ताधारी पक्ष जबाबदार आहे. कोणत्याही व्यवस्थेत जेव्हा प्रस्थापित यंत्रणेत आमूलाग्र बदल होत असतात आणि नियमचौकटींचे जाळे दूर केले जात असते तेव्हा अडचणी येतातच येतात. बऱ्याचदा त्यामागे प्रचलित चौकटीत हिंतसंबंध गुंतलेलेच असतात. अशा वेळी सुधारणा रोखणे हा मार्ग नसतो. अधिक सुधारणा हे या समस्येला उत्तर असते हे इतिहासाने दाखवून दिले आहे. त्याची दखल न घेता राज्यकर्त्यांनी हा सुधारणांचा मार्ग रोखला. त्याची किंमत आपण देत आहोत. राव यांचे मोठेपण अधोरेखित होते ते या पार्श्वभूमीवर. मंगळवारी राव यांचा जन्मदिवस. ते वलयांकित गांधी घराण्यातले नसल्याने तो साधेपणाने साजरा झाला आणि पक्षाने त्यांच्याकडे तसे दुर्लक्षच केले. देश आणि जग एका विचित्र आर्थिक संकटातून जात असताना राव यांना त्यांचे हरपलेले श्रेय देऊन आपला मोठेपणा सिद्ध करण्याची संधी काँग्रेसला होती. ती त्यांनी गमावली.

३० जून २०११

१२. अशक्त आणि आक्रस्ताळे

प्रत्येक राष्ट्राच्या इतिहासात एक काळ असा येतो की अविवेकी आणि आक्रस्ताळे यांच्या पुढे विवेकाचा आवाज क्षीण होतो आणि विचारी हतबल होतात. आपला देश सध्या या कालखंडातून जात असल्याचे दिसते. गेले दोन दिवस अण्णा हजारे आणि त्यांचा मेणबत्ती संप्रदाय यांचा सुरू असलेला धुडगूस आणि त्याला तोंड देताना समोर येत असलेली मनमोहन सिंग सरकारची दिशाहीनता हे दोन्ही विद्यमान नेतृत्वाविषयी गंभीर शंका निर्माण करणारे आहे, यात शंका नाही. अण्णा हजारे यांच्या पुढे शरणागती पत्करून त्यांना जर सोडायचेच होते, तर मग मुळात त्यांना अटक केलीच कशासाठी? अण्णांच्या अटकेनंतर निर्माण होणारी परिस्थिती हाताळणे आपल्याला झेपणार नाही, याचा अंदाज सरकारला नव्हता काय? की अण्णांना अटक करण्याचा निर्णय हा काँग्रेसच्या सर्वोच्च नेतृत्वाला, म्हणजे या क्षणी अर्थातच राहुल गांधी यांना, मान्य नव्हता आणि त्यामुळे अण्णांची मुक्तता करण्याचा निर्णय सरकारला घ्यावा लागला? काँग्रेसची परंपरा लक्षात घेता असेही घडले असेल की सरकारने कारवाई करायची आणि गांधीपुत्राने ती मागे घेऊन आपल्या प्रतिमेला बळकटी आणायची. एरवीही अनेकदा गांधी घराणे हे काँग्रेस सरकारपासून कसे वेगळे आहे, हे अनेकदा दाखवण्याचा काँग्रेसजनांचा प्रयत्न असतो. तेव्हा, हा प्रकार त्यातलाच नसेल, असे म्हणता येणार नाही. कारणे काहीही असोत. जे काही झाले त्यामुळे सरकारची उरलीसुरली अब्रूही रस्त्यावर आली. हे सरकार रुद्राक्षासारखे बहुमुखी आहे, हे अनेकदा जाणवले होते. पण त्याला इतकी तोंडे असतील, हे अण्णांच्या निमित्ताने समोर आले. गृहमंत्री चिदंबरम आणि दूरसंचारमंत्री कपिल सिब्बल हे आपली वकिली बुद्धिमत्ता दाखवून अण्णांवरील कारवाईचे समर्थन करून दोन तासही उलटले नसतील तोच या कारवाईच्या विरोधात त्यांच्याच सरकारने निर्णय घेतला आणि अण्णांना सोडून द्यायचे ठरवले. यामुळे काय साधले? अण्णांवरील कारवाईचा निर्णय हा पूर्णपणे पोलिसांचाच होता, असे गृहमंत्री चिदंबरम यांनी कितीही शहाजोगपणे सांगितले तरी त्यावर काँग्रेस कार्यकर्त्याचे शेंबडे पोरही विश्वास ठेवणार नाही. चिदंबरम यांची कार्यपद्धती लक्षात घेता त्यांच्या संमती अगर माहितीशिवाय इतकी मोठी कारवाई दिल्ली पोलिस करणे

अशक्य. यामुळे सरकारची दुहेरी कोंडी झाली. एका बाजूला कारवाई मागे घ्यावी लागली आणि त्यावर पुन्हा अण्णांनी तुरुंगातून बाहेर पडायलाच नकार देऊन आपण कसे सवाई राजकारणी आहोत, ते दाखवून दिले. सरकारच्या निर्णयानंतरही त्यांनी तुरुंग सोडला नाही. त्यामुळे सिंग सरकारला पुन्हा त्यांच्या नाकदुऱ्या काढाव्या लागल्या. तोपर्यंत इलेक्ट्रॉनिक माध्यमाच्या सौजन्याने मेणबत्ती संप्रदायाचे लोकनृत्याचे प्रयोग ठिकठिकाणी सुरू झाले होते आणि या बिनपैशाच्या तमाशाने जनतेचे भान हरपले होते. वास्तविक अण्णांसंदर्भातील निर्णयाचा धरसोडपणा सोडला तर सिंग सरकारची भूमिका योग्य आहे, हे कोणीही विचारी व्यक्ती मान्य करेल. प्रश्न निर्माण झाला तो सिंग हेच आपल्या भूमिकेविषयी ठाम आहेत किंवा नाही याविषयी संशय निर्माण झाल्याने. वास्तविक सरकार आणि कोणतीही व्यवस्था चालवण्याचे काही नियम असतात. एखाद्याने उपोषणाची धमकी दिली म्हणून ते बदलायचे काय, हा प्रश्न मेणबत्ती संप्रदायांस पडणे अपेक्षित नाही. पण बुद्धिवादी आणि विचारी म्हणवणाऱ्यांनी तरी याबाबत पुरेसे गांभीर्य दाखवायला नको काय? उद्या एखाद्या पदावर विशिष्ट व्यक्तीची नेमणूक व्हावी यासाठी, एखाद्याच्या बदलीसाठी किंवा अगदी अयोध्येत राममंदिरासाठी कोणी आमरण उपोषण करण्याचे ठरवले आणि यापेक्षा अधिक गर्दी जमवली तर त्याचे सरकारने ऐकायचे काय? १९७५ साली मोरारजी देसाई यांनी उपोषण केले म्हणून निवडून आलेले गुजरात सरकार बरखास्त करण्याचा गाढवपणा त्यावेळच्या सरकारने केला होता. आता सुरू असलेला प्रकार पाहिल्यास तेव्हापासून आजतागायत आपल्यात काहीच राजकीय प्रौढत्व आले नाही, असे नाइलाजाने म्हणावे लागते. आदोलनांची म्हणून एक मर्यादा असते आणि त्यापलीकडील प्रश्न हे आंदोलनांनी सोडवायचे नसतात. तशी प्रथा सुरू झाल्यास रस्त्यावरची गर्दीच साऱ्या प्रश्नांचे उत्तर ठरू लागेल. त्यानंतरची अवस्था असेल ती त्याची गर्दी विरुद्ध माझी गर्दी. म्हणजे अण्णांच्या विरोधात भूमिका असणाऱ्याने अधिक गर्दी जमवली आणि अधिक काळ उपोषण केले तर अण्णांनी घेतलेला निर्णय आपल्याला बदलावा लागेल. अशा व्यवस्थेला झुंडशाही म्हणतात. लोकशाही नव्हे. आपल्याला त्या दिशेने जायचे आहे काय, हा प्रश्न मेणबत्ती संप्रदायास या क्षणी विचारण्यात अर्थ नाही. अण्णा लोकप्रियतेच्या आनंदात आत्मानंदी टाळ्या वाजवण्यात मग्न आहेत. त्यामुळे त्यांनाही याचे भान असणार नाही. कारण सगळेच उन्मनी अवस्थेत आहेत. पण अन्यांनी तरी या प्रश्नाकडे गांभीर्याने पहायला हवे. कारण हा काही सिंग सरकार जाते की नाही, असा प्रश्न नाही. ते आपल्या कर्माने जाईल किंवा राहील. तो मुद्दा अगदीच गौण आहे. खरा प्रश्न आपण आपल्या देशात कोणती व्यवस्था आणणार, हा आहे. अण्णांनी उपस्थित केलेले मुद्दे कितीही न्याय्य असले तरी ते सोडवण्याचा वा

पदरात पाडून घेण्याचा हा मार्ग निःसंशय असू शकत नाही. कोणत्याही व्यवस्थेस नियमांचे अधिष्ठान नसेल तर ती कोसळून पडतेच पडते. आपल्या मार्गाने यश मिळत असल्याचा आनंद अण्णांना आता होत असला तरी उद्या त्यांच्याच विरोधात दुसरा एखादा अण्णा तयार होणार नाही, याची शाश्वती काय? किंवा अण्णांच्याच मेणबत्ती कळपातील एखादा उठला आणि अण्णांच्या विरोधात उपोषणाला बसला तर अण्णांची भूमिका काय असेल? तेव्हा कोणाचीही इच्छा, मग ती व्यक्ती कितीही चारित्र्यवान, दानशूर, एकपत्नी, एकवचनी वगैरे असली तरी, हाच कोणत्याही व्यवस्थेचा पाया असता कामा नये. दीर्घकालीन, शाश्वत उभी करायची झाल्यास मूल्याधारित नियमांची चौकट असावीच लागते.

असे असले तरी त्याचवेळी देशातील इतक्या साऱ्यांना या आदर्श व्यवस्थेपासून फारकत का घ्यावी लागते, या प्रश्नाचा विचार करणेही आवश्यक आहे. महिनाभरात बांधलेल्या रस्त्यावर खड्डे पडतात, पूल पडतात, शाळेत पैसे दिल्याशिवाय प्रवेश मिळत नाही, जन्मनोंदणी असो वा मर्तिकाचा दाखला असो वा रेशन कार्ड किंवा पासपोर्ट लाच दिल्याशिवाय कामे होत नाहीत, आजारी पडल्यास डॉक्टर बनावट निघतात, तो खरा असल्यास औषधाची शाश्वती नाही, आणीबाणीच्या काळात त्याच्यापर्यंत पोचायचे झाल्यास प्रवासाची सोय नाही, रिक्षावालाही नाडतो, त्याविरुद्ध तक्रार केल्यास दखल घेणारे कोणी नाही...असे पावलोपावली निराश व्हावे लागल्यास जनतेचा प्रचलित व्यवस्थेवरचा विश्वास उडतो. ज्या देशात शेकडोंनी बनावट वैमानिक तयार होतात आणि तरीही कोणालाही काहीही होत नाही, त्या देशातील जनतेने केवळ व्यवस्थेच्या चेहेऱ्याकडे पाहून समाधान मानावे काय? अशा पिचलेल्या जनतेस चित्रपटातील अमिताभ बच्चन जगण्यात हवा असतो. आता तर तो चित्रपटातही आढळत नाही. कारण तेथील नायक हेही खलनायकी व्यवस्थेचे भाग झाल्याचे त्यास आढळते. अशा नाराजांच्या फौजेने विवेक बाळगावा अशी अपेक्षादेखील करणे अमानुषपणाचे ठरेल. अशांना मग अण्णा जवळचे वाटतात आणि त्यांच्या निष्ठा अण्णांच्या चरणी वाहिल्या जातात. अण्णांनाही मग आपण चमत्कार करून दाखवू शकतो, असे वाटू लागते.

हे सर्व टाळायचे असल्यास व्यवस्था चालणे आवश्यक असते आणि जनतेच्या मनात त्याविषयी विश्वास निर्माण व्हावा लागतो. आता तसे होत आहे, असे म्हणणे धारिष्ट्याचे ठरावे. तरीही या समस्येस याच व्यवस्थेतून उत्तर तयार होण्यात देशाचे...आणि आजच्या उद्याच्याही अण्णांचे... भले आहे. आक्रस्ताळेपणा आकर्षित करतो. पण त्यातून हाती काही लागत नाही.

१७ ऑगस्ट २०११

१३. धोरणलकव्याला मुरड?

गेल्या तीन वर्षांच्या निष्क्रियतेनंतर मनमोहन सिंग सरकारला अखेर जाग आली आणि या सरकारच्या दुसऱ्या कारकिर्दीतील पहिला मोठा धोरणात्मक निर्णय गेल्या आठवड्याच्या अखेरीस घेतला गेला. सरकारने किरकोळ विक्रीच्या क्षेत्रात परदेशी कंपन्यांच्या गुंतवणुकीची मर्यादा ५१ टक्क्यांपर्यंत वाढवली. सिंगल ब्रँड रिटेलच्या बाबत ही मर्यादा ५१ टक्के होती. ती आता १०० टक्क्यांर्यंत वाढवण्याचा निर्णयही सरकारने घेतला. त्याचबरोबर गेली ५५ वर्षे जो कायदा सुधारण्याची नुसतीच इच्छा व्यक्त केली जात होती, तो कंपनी कायदाही बदलण्याचा निर्णय सिंग मंत्रिमंडळाने घेतला. त्याचे स्वागत करावयास हवे. परदेशी खासगी गुंतवणुकीबाबत सरकारने घेतलेला निर्णय सरसकटपणे अमलात येणार नाही. तूर्तास दहा लाख वा अधिक लोकसंख्या असलेल्या शहरांतच परदेशी खासगी किरकोळ विक्रेत्यांना आपली दुकाने थाटता येतील. अशी ५३ शहरे आजमितीला भारतात आहेत. याचा अर्थ ही ५३ शहरे सोडली तर देशात अन्यत्र परदेशी किरकोळ विक्रेते आपले मॉल्स स्थापन करू शकणार नाहीत. त्याचबरोबर दुसऱ्या अटीनुसार असा काही मॉल सुरू करायचा असल्यास या कंपन्यांना किमान १० कोटी डॉलर्सची गुंतवणूक करावी लागेल. म्हणजे साधारण ५०० कोटी रुपये. यातील निम्मीच रक्कम ही दर्शनी भागापेक्षा, म्हणजे मॉलसाठी जमीन, दुकानांची अद्यायावत उभारणी, अंतर्गत सजावट अणि सोयीसुविधा वगैरेसाठी खर्च करता येणार आहे. याचे कारण नवीन कायद्यात पन्नास टक्के रक्कम ही मॉलमधील सामान आणण्यासाठीची यंत्रणा विकसित करण्यासाठी खर्च करावी लागणार आहे. हा या संभाव्य कायद्यातील महत्त्वाचा भाग आहे. याचे कारण आजही मॉल्स येणार म्हटल्यावर स्थानिक किराणामालांच्या नावाने जी मंडळी गळा काढीत आहेत त्यांना हे विचारावयास हवे की प्रस्थापिन किराणामालविक्रेते या सोयीसुविधांसाठी काय करतात? सध्या आपल्या देशाला प्रचंड गरज आहे ती या सोयीसुविधांची. देशाचा आकार आणि वातानुकूलित वाहतूक सोयीसुविधांची मोठी वानवा लक्षात यामुळे हजारो टन भाजीपाला हा विद्यमान व्यवस्थेत शेतमळ्यातच वाया जातो. सरकारी आकडेवारीनुसार

पिकवलेल्या भाज्या वा फळे यांच्यातील ३५ टक्के भाजीपाला वा फळे हे ग्राहकांपर्यंत पोचूच शकत नाहीत. याचे कारण इतका सारा माल वहन करण्याची ताकदच आपल्या वाहतूक व्यवस्थेत नाही. शेतमाल हा नाशवंत असल्याने तो वाहून नेत असताना उत्तम दर्जाच्या शीतकरणाची गरज असते. ते नसेल तर गावोगाव वा जिल्ह्याजिल्ह्यात तो साठवून ठेवण्याची व्यवस्था असायला हवी. तेही नाही. हे फक्त भाज्या आणि फळे यांनाच लागू आहे, असे नाही. अन्नधान्याबाबतही तीच रड. जे काही धान्य आपल्याकडे पिकते ते पूर्ण साठवून ठेवण्याची व्यवस्था आपल्याकडे नाही. तयार झालेल्या अन्नधान्यापैकी तब्बल १० लाख टन धान्य हे उन्हापावसात सडत असते. कारण गोदामे नाहीत. म्हणजे शेतकऱ्याने घाम गाळून पिकवलेल्यास चांगले उत्पन्न मिळेल यासाठी पहिल्यांदा परमेश्वराची करुणा भाकायाची. नंतर अडते आणि दलाल यांच्याकडे याचना करायची. यातून सुटका होऊन हे सारे बाजारापर्यंत पोचलेच तर चांगला दर मिळण्याची आशा. किरकोळ विक्री क्षेत्र परदेशी खासगी उद्योगांसाठी खुले करताना या पायाभूत क्षेत्रात निम्मी गुंतवणूक करण्याची अट घालण्यात आली आहे. ते योग्यच म्हणायला हवे.

या निर्णयास भाजपसह, तृणमूल आणि डावे वगैरेंनी विरोध केला आहे. यातील दखल घेण्याजोगा विरोध आहे तो भाजपचा. सध्या यूपीए २ बाबत जी टीका केली जाते तीच टीका भाजपलाही तंतोतंत लागू पडते. धोरणात्मक दृष्टिकोनाचा अभाव आणि नेतृत्वातील विसंवाद याने भाजपस तो काय करीत आहे हेच कळेनासे झाले आहे. इंडिया शायनिंगचा डांगोरा एकेकाळी पिटणारा हा पक्ष सध्या पूर्णपणे दिशाहीन झाला आहे. आपण विरोधी पक्षात आहोत म्हणून आपण प्रत्येक मुद्द्यावर विरोधच करायला हवा, अशी निर्बुद्ध धारणा या पक्षाची झालेली दिसते. सरकारने किरकोळ विक्री क्षेत्रात जी काही खासगी गुंतवणूक करण्यास मुभा दिली आहे तिची अंमलबजावणी राज्यांनाच करावी लागणार आहे. केंद्र सरकार काही कोणत्या शहरात कोठे आणि किती आकाराचे दुकान उभारावे याचा परवाना देत नाही. ते काम राज्यस्तरावरच होते. तेव्हा या निर्णयास विरोध असल्यास अशी दुकाने काढू न देण्याची सोय भाजपचे सरकार ज्या राज्यांत आहे त्या राज्यांना आहेच. परंतु या पक्षाचे विद्यमान राजकारण पाहता हा सरकारी निर्णय मंजूर झाल्यास अशी खासगी दुकाने काढण्यात भाजपची राज्येच आघाडीवर असतील आणि ते योग्यही म्हणायला हवे. याचे साधे कारण असे की ज्यास राज्य करावयाचे आहे त्यास गुंतवणुकीचे, रोजगारनिर्मितीचे महत्त्व ठाऊक असते आणि ती वाढेल हे पाहणे राज्यकर्त्यांस गरजेचे असते. विद्यमान रचनेत खासगी किरकोळ विक्री क्षेत्राची उलाढाल सध्या २८०० कोटी डॉलर्सच्या आसपास आहे. आपल्या देशाचे आकारमान लक्षात घेता हे प्रमाण

फारच कमी झाले. परकीय खासगी कंपन्यांना गुंतवणुकीची मुभा दिल्यास हा उलाढालीचा आकडा २६,००० कोटी डॉलर्सवर पुढील काही वर्षांत जाऊन पोचेल. गुंतवणूक आली तरच रोजगार येतात. नवी मॉल्स, महादुकाने उभी राहिल्यास किमान तीस ते चाळीस लाख रोजगार तयार होतील. दिल्लीत सध्या बेकार आणि बेकाम बसलेल्या भाजपच्या नेत्यांना या रोजगारांची गरज नसेल. परंतु खेड्यापाड्यात आणि सतत फुगत्या शहरांतील हातांना काम कसे द्यावयाचे हा प्रश्न सर्वांनाच भेडसावत आहे. नव्या धोरणाने तो काही प्रमाणात सुटू शकेल. आजही ठिकठिकाणी उभ्या राहिलेल्या मॉल्समधून स्थानिक अर्धशिक्षित तरुण मोठ्या प्रमाणावर दिसतो. ही गरज आहे. भाजपच्या नेत्यांना ती दिसत नसल्यास ते साहजिकच म्हणायला हवे. रथयात्रा आदी कालबाह्य कार्यक्रमात अडकलेल्या या पक्षाच्या नेतृत्वानेच कालबाह्य होण्याचे ठरवलेले असल्यास आपला इलाज नाही. या पक्षाच्या दिव्य नेत्या साध्वी वगैरे उमा भारती यांनी परदेशी दुकाने आल्यास ती जाळून टाकण्याचे जाहीर केले आहे. त्यापुढे जाऊन सुषमा स्वराज यांनी वॉलमार्टच्या निषेधार्थ केशवपन करण्याचा इशारा दिल्यास आश्चर्य वाटायला नको. भाजपचे म्हणणे असे की नव्या धोरणाने किरकोळ किराणा विक्रेते देशोधडीस लागतील. रिलायन्स, बिर्ला वगैरेंच्या मॉल्समुळे हे किराणावाले देशाधडीस लागले नाहीत, पण वॉलमॉर्ट, टेस्कोमुळे लागणार याइतका मूर्ख युक्तिवाद दुसरा नाही. रामाच्या नावाने राज्य करू पाहणारे हे सध्या रावणाच्या दहा तोंडांपेक्षाही अधिक मुखांनी बोलत आहेत.

तृणमूलच्या सर्वेसर्वा आणि प. बंगालच्या मुख्यमंत्री ममता बॅनर्जी यांनीही या निर्णयास विरोध केला आहे. त्यांच्याकडून अधिक विवेकाची अपेक्षा करता येणार नाही. आपण आता विरोधी पक्षाच्या नेत्या नाही, मुख्यमंत्री आहोत याचे पूर्ण भान अजून ममता बॅनर्जी यांना आलेले नाही. सतत विरोधी मानसिकता आणि विधायक योजनांचा अभाव असल्यास यापेक्षा वेगळे काही होणार नाही. सत्ता हाती येऊन वर्षही पूर्ण व्हायच्या आत त्यांच्या राज्यकारभाराविषयी भ्रमनिरास होऊ लागलेल्यांची संख्या दिवसागणिक वाढत असून, त्यात त्यांच्या सहकाऱ्यांचाही समावेश आहे. तेव्हा त्यांनी सरकारच्या नव्या धोरणास विरोध करणे साहजिक मानायला हवे. रेल्वे खात्याचे मंत्रिपद अजून बॅनर्जी यांच्या पक्षाकडे आहे. त्या खात्याच्या कारभारात काहीही सुधारणा होण्याची लक्षणे नाहीत. बॅनर्जी यांनी आपल्या पक्षाकडील खात्याचा कारभार कसा सुधारेल हे पाहण्यासाठीही काही वेळ दिल्यास बरे होईल. प्रत्येक धोरणास विरोध करीत रहायचे आणि त्याचवेळी सत्ताही उपभोगायची हा दुटप्पीपणा झाला. ममता बॅनर्जी तेच करीत आहेत. त्यांच्या राज्यापुरत्याच मर्यादित असलेल्या डाव्या पक्षांनीही यास विरोध करावा हे ओघाने आलेच. वाळूत मान खुपसून बसलेल्या

शहामृगासारखी अवस्था डाव्यांची झाली आहे आणि त्यातून ते सुधारण्याची काहीही शक्यता नाही. त्यांची दखल घेण्याची गरज नाही.

या निमित्ताने गेल्या तीन वर्षांतील धोरणलकव्याला मनमोहन सिंग सरकारने मुरड घातली आणि आपली निर्णयक्षमता अजूनही शाबूत आहे, हे दाखवून दिले. पण हा लकवा पूर्णपणे गेला आहे असे एवढ्यात मानणे धार्ष्ट्याचे ठरेल.

२८ नोव्हेंबर २०११

१४. यांनाही घरी पाठवा..!

उच्चपदस्थ केवळ सभ्य आहेत म्हणून त्यांचा बोटचेपेपणा अक्षम्य ठरवता येत नाही. संरक्षणमंत्री ए. के. अँटनी यांचा तसा समज झाला असावा. अँटनी यांच्या राजकीय चारित्र्याविषयी कोणीही संशय घेणार नाहीत. परंतु या स्वच्छ चारित्र्याच्या आधारे त्यांनी नक्की काय साधले याचाही हिशेब मांडला जाणे आवश्यक आहे. तसा तो मांडला गेल्यास अँटनी यांना अनेक प्रश्नांची उत्तरे द्यावी लागतील. इंडियन एक्स्प्रेस वृत्तपत्राने आज जो वृत्तांत प्रकाशित केला आहे, तो पाहता अँटनी यांच्याकडे ही उत्तरे मागण्याची वेळ आली आहे, यात शंका नाही.

गेले काही महिने लष्कर आणि प्रशासन यांच्यात ताणतणावाचे प्रसंग निर्माण होत असून सध्या या दोघांतील संबंधांचा ताण अभूतपूर्व आहे. परंतु गणवेशधारी आणि नागरी अधिकारी यांच्यातील घर्षणाची ही काही पहिलीच वेळ नव्हे. राज्य पातळीवर पोलिस यंत्रणा आणि प्रशासकीय अधिकारी यांच्यातही संबंध फारच कमी वेळा सौहार्दाचे असतात. त्याचप्रमाणे सैन्य दलातील अधिकारी आणि त्यांचे मुलकी सहकारी यांच्यातही असेच तणाव असतात आणि त्यांना हाताबाहेर जाऊन न देणे हेच त्या त्या खात्याच्या मंत्र्यांचे काम असते. यासंदर्भात संरक्षणमंत्री अँटनी हे पूर्णपणे अपयशी ठरले आहेत. लष्कराचे प्रमुख व्ही. के. सिंग यांच्या वयाचा चव्हाट्यावर आलेला वाद हे याचे पहिले लक्षण होते. आपण नोंदल्या गेलेल्या तारखेपेक्षा उशिरा जन्मलो याचा साक्षात्कार बऱ्याच सरकारी कर्मचाऱ्यांना निवृत्ती जवळ आली की होतो आणि यात अनेकदा उचापत्या करून जन्मतारखेचा दाखला नव्याने मिळवला जातो. अत्यंत कनिष्ठ पातळीवरील कर्मचाऱ्याकडून असे घडल्यास एकवेळ क्षम्य म्हणता येईल. परंतु देशाच्या लष्करप्रमुख पदासारख्या सर्वोच्च पदावरील अधिकाऱ्याने हा वाद निर्माण केल्यास ते समर्थनीय ठरू शकत नाही. वादासाठी सिंग यांची जन्मतारीख चुकली होती असे जरी मान्य केले तरी हा प्रश्न ज्या पद्धतीने हाताळला गेला ते या पदास शोभा देणारे नक्कीच नव्हते. गेली दहा वर्षे सिंग या जन्मतारखेस अनुसरून सर्व कार्यालयीन व्यवहार पार पाडीत आहेत. तेव्हा ऐनवेळेस ही तारीख बदलावी अशी त्यांची मागणी केविलवाणी ठरते. इतक्या उंचीवर पोचलेला अधिकारी

इतक्या क्षुद्र पातळीवर उतरल्यास त्याचा परिणाम अन्यांवर होत असतो. असा कोणताही विचार न करता सिंग यांनी हा प्रश्न प्रतिष्ठेचा केला. त्यावेळी संरक्षणमंत्री या नात्याने अँटनी यांनी त्यांना बोलावून सज्जड समज देणे ही काळाची गरज होती. बऱ्याबोलाने नियमानुसार वागा अथवा चालते व्हा, इतक्या स्पष्ट शब्दांत अँटनी यांनी सिंग यांना खडसावले असते तर पुढचे अनेक लाजिरवाणे प्रसंग टळले असते. अँटनी यांनी ते केले नाही. त्यामुळे हा प्रश्न न्यायालयात गेला आणि सरकारी आणि लष्करी बाजूंची लक्तरे निघत गेली. अखेर सर्वोच्च न्यायालयानेच दणका दिल्यावर सिंग यांना ऐकावे लागले आणि हा जन्मतारखेचा वाद मिटला. त्यानुसार पुढील महिन्याच्या अखेरीस सिंग यांना निवृत्त व्हावे लागेल. अर्थात हा आदेश येऊनसुद्धा सिंग यांनी तो पूर्णपणे मानला असे झालेले नाही. काही साप्ताहिकांना दिलेल्या मुलाखतीत त्यांनी सर्वोच्च न्यायालयाच्या निर्णयावरही काही टीकाटिप्पणी केली. त्यावेळीही संरक्षणमंत्र्यांनी डोळे वटारणे आवश्यक होते; परंतु तेही झाले नाही.

त्यामुळेच एक्स्प्रेसने जे प्रकाशित केले आहे ते केवळ धक्कादायक नाही, तर सरकार चालवणाऱ्यांच्या क्षमतेविषयी गंभीर प्रश्न निर्माण करणारे आणि म्हणूनच काळजी वाटावे असे आहे. ज्या दिवशी सर्वोच्च न्यायालयात सिंग यांच्या वयाच्या विरोधातील याचिका सुनावणीस येणार होती, त्याच्या आदल्या रात्री लष्कराच्या तुकड्या दिल्लीकडे येताना प्रशासनास आढळल्या आणि त्यांच्या हालचालींवर त्यामुळे एकूणच संशय निर्माण झाला. दिल्लीकडे इतक्या मोठ्या प्रमाणावर लष्करी तुकड्या याआधी इंदिरा गांधी यांच्या हत्येनंतरच्या दंगली रोखण्यासाठीच फक्त आणल्या गेल्या होत्या. तेव्हा लष्कराच्या या हालचालींबाबत संशय निर्माण होणे नैसर्गिकच होते. याचे कारण असे की प्रचलित नियमांनुसार एवढ्या मोठ्या प्रमाणावार जेव्हा लष्कराची हलवाहलव करावयाची असते तेव्हा नागरी प्रशासनास त्याची पूर्वकल्पना देणे बंधनकारक असते. परंतु या बाबतीत हा नियम पाळला गेला नाही. त्यामुळे ही लष्करी हालचाल पाहून मुलकी प्रशासन हडबडले आणि या तुकड्यांची दिल्लीकडील कूच थांबवण्याची वेळ सरकारवर आली. यासंदर्भात संरक्षणमंत्रालयाने संबंधित अधिकाऱ्यांना बोलावून जाब विचारला. परिणामी, त्यास जबाबदार असणाऱ्यांची पदोन्नतीदेखील रोखण्यात आली. एक्स्प्रेसने हे वृत्त देताना खळबळ माजेल असे कोणतेही विधान केलेले नाही वा सनसनाटी निर्माण करणे हा या वृत्तांताचा उद्देशही नाही. परंतु हे जे काही घडले, त्याबद्दल प्रश्न उपस्थित करण्याचे वर्तमानपत्राचे मूलभूत कर्तव्य या वर्तमानपत्राने पार पाडले आहे आणि तसे करताना निर्माण झालेल्या प्रश्नांची उत्तरे सरकारला आज देता आलेली नाहीत. अशा प्रकारचा प्रसंग घडला हे नाकारले जाणार, हे उघडच आहे. कारण तसे न केल्यास वृत्तास दुजोरा दिला असे

होईल आणि तसा तो देणे म्हणजे पंतप्रधान मनमोहन सिंग यांच्यापासून सर्वांनाच ते अडचणीचे ठरेल. खेरीज, या प्रसंगात लष्कराच्या काही तुकड्यांत बंडाचा प्रयत्न झाला होता, हे मान्य करावे लागेल आणि त्यामुळे सरकारसमोरील अडचणींत अधिकच वाढ होईल. तेव्हा हे वृत्त खोडसाळपणाचे आहे, असे सरकारने म्हणणे अपेक्षित होते. त्या अपेक्षाभंगाचे दुःख आपल्याला करावे लागणार नाही. पंतप्रधान सिंग यांनी हा प्रसंग घडल्याचे नाकारताना लष्कराची प्रतिष्ठा अबाधित राहील असे सर्वांनी वागावे अशी अपेक्षा व्यक्त केली आहे. त्या बाबत कोणाचे दुमत असायचे काहीच कारण नाही. परंतु ही प्रतिष्ठा राखणे ही सगळ्यांप्रमाणेच खुद्द लष्कराचीही जबाबदारी आहे आणि ती पार पाडली जात नसेल तर लष्करी अधिकाऱ्यांचे कान उपटणे ही संरक्षणमंत्र्यांची जबाबदारी आहे, याचेही भान ठेवायला हवे. लष्कराच्या हेरगिरी यंत्रणेतील कर्मचारी खुद्द संरक्षणमंत्र्यांच्या कार्यालयात हेरगिरी करताना आढळल्यानंतरही हे संरक्षणमंत्री शांत राहत असतील तर या शांतचित्तवृत्तीचे कौतुक केले जावे, अशी सिंग यांची इच्छा आहे काय? तशी ती असली तरी पंतप्रधान ज्या पक्षाचे प्रतिनिधित्व करतात, त्या पक्षाची मात्र तशी इच्छा नसावी. कारण काँग्रेसनेच सभ्यतेची परिसीमा ओलांडण्यास लावू नका असा इशारा खुद्द लष्करप्रमुखांना गेल्याच आठवड्यात दिला. पंतप्रधानांच्या पक्षास तो द्यावा लागावा यात लष्कराचा गौरव झाला काय? नसेल तर पंतप्रधानांनी आपल्या पक्षास लष्कराविषयी जबाबदारीने वागायचा सल्ला दिला काय?

यातले काहीही घडलेले नाही आणि घडणारही नाही. याचे कारण असे की अँटनी यांच्यासारखे मंत्री हे आपला सभ्यपणा आणि चारित्र्य कुरवाळण्यातच मग्न आहेत. या चारित्र्यावर काहीही शिंतोडे उडू नयेत म्हणून लष्करासाठी साधनसामग्री खरेदीचे निर्णयही त्यांनी घेतलेले नाहीत. त्यामुळेच आपल्याला १४ कोटीं रुपयांची लाच देण्याचा प्रयत्न झाला, असे वादग्रस्त विधान खुद्द लष्करप्रमुखांनी करूनही संरक्षणमंत्र्यांनी काहीही केले नाही. या प्रकरणात तर लष्करप्रमुखांनी अप्रत्यक्षपणे संरक्षणमंत्र्यांकडेच बोट दाखवले आहे. व्यवस्थेस तडे जातील अशी वेळ आल्यानंतरही या मंडळींचा शांतपणा ढळत नसेल ते गंभीरच म्हणायला हवे. बेजबाबदार वर्तनाबद्दल लष्करप्रमुखांना घरी पाठवा, असे आम्ही गेल्या आठवड्यात म्हटले होते. परंतु त्यांना तसे आणि हवे तितके बेजबाबदार वागू दिल्याबद्दल संरक्षणमंत्र्यांनाही घरी पाठवण्याची हीच वेळ आहे.

५ एप्रिल २०१२

१५. वानप्रस्थींचा संसार

अर्थमंत्री प्रणब मुखर्जी यांनी गेल्या आठवड्यात संसदेत बोलताना रुपयाची, भांडवली बाजाराची अनिर्बंध घसरण आणि एकंदरच मंदीचे सावट यासाठी जागतिक अर्थव्यवस्थेस दोष दिला. त्याचप्रमाणे आपण काही कडक उपाय योजू इच्छितो याचेही सूतोवाच त्यांनी केले. रुग्णाच्या नाकापुढे धरेलेले सूत हलणे कधी बंद होईल याच्या प्रतीक्षेत मंडळी असताना त्या रुग्णास प्राथमिक आरोग्य केंद्रात नेण्याची तयारी घरच्यांनी करावी, तितके हास्यास्पद आणि करुण विधान अर्थमंत्र्यांनी केले आहे. सध्या देशाच्या अर्थव्यवस्थेची अवस्था अतिदक्षता विभागात दाखल करावी लागेल इतकी वाईट आहे. अशी परिस्थिती हाताळण्यासाठी जे गांभीर्य दाखवायचे असते आणि जी गती हवी असते त्याचा पूर्ण अभाव असलेले सरकार जुजबी उपायांची तयारी करीत असेल तर एकंदरच भविष्य अवघड आहे, हे समजण्यास हरकत नाही. या गंभीर आर्थिक अवस्थेसाठी अर्थमंत्र्यांनी परदेशाकडे बोट दाखवावे, हेही सरकारच्या सध्याच्या एकूण नाकर्तेपणास साजेसेच म्हणायला हवे. सत्तर आणि ऐशींच्या दशकात देशात काहीही घडल्यास परदेशी हाताविषयी संशय व्यक्त करण्याची प्रथा होती. त्याही काळात मुखर्जी मंत्रिमंडळात होते. ती परकीय हातास दोष देण्याची परंपरा पुन्हा सुरू करण्याचा त्यांचा इरादा दिसतो. न पेक्षा स्वतःच्या कर्मांने, किंबहुना आपले नियत कर्म न केल्यामुळे... ओढवलेल्या परिस्थितीसाठी मुखर्जी यांनी परदेशांना जबाबदार धरण्याचे काहीच कारण नाही. वास्तविक ज्या परदेशांकडे मुखर्जी यांचा रोख आहे ते देश स्वतः कठीण परिस्थितीतून जात असतानाही आपली औद्योगिक उत्पादनाची गती राखून आहेत. त्याचवेळी भारताचा त्या परिस्थितीशी काहीही थेट संबंध नसताना आपल्या अर्थव्यवस्थेने मात्र खांदे पाडले आहेत.

याचे साधे, पण महत्त्वाचे, कारण असे की विद्यमान पंतप्रधान मनमोहन सिंग यांचे सरकार खांदे पाडून आला दिवस ढकलत आहे. आपल्या गंभीर आर्थिक परिस्थितीची कारणे देशात आहेत, परदेशात नाही. सध्या रुपयाची जी वाताहत झालेली आहे त्याचा ग्रीस वा युरोपमधील घडामोडींशी काहीही संबंध नाही. जगाच्या बाजारात अनेकांचा आपल्या रुपयावरचा विश्वास उडालेला आहे. कारण अनेकांचा

आपल्या सरकारवरचाच उडालेला आहे. गेल्या तीन तिमाहींत रिझर्व्ह बँकेने सरकारला वित्तीय तूट कमी करण्यासंदर्भात इशारा दिला होता. त्याकडे सरकारने दुर्लक्ष केले. या आधी जागतिक चलन बाजारात रुपयाची किंमत नक्की करण्यात सरकारचा वाटा होता. त्यामुळे एक प्रकारे कृत्रिमरीत्या रुपयाची किंमत निश्चित केली जात होती. त्यानंतर कोणतीही घोषणा वा धोरणभाष्य न करता यापुढे रुपयाची किंमत ही बाजारपेठच ठरवेल, असा निर्णय सरकारने घेतला. पूर्वीच्या कृत्रिम दरनिश्चितीच्या तुलनेत तो केव्हाही योग्यच. पण त्या निर्णयाबाबतही सरकारची स्वतःची स्पष्टता नाही. कोणताही निर्णय घेतला की त्याचे चांगले वा वाईट परिणाम होतच असतात. निर्णय जर विचारपूर्वक, पूर्ण जाणिवेने घेतला गेला असेल तर संभाव्य परिणामांचाही विचार करणे आवश्यक असते आणि आर्थिक निर्णय हे असेच घेणे अपेक्षित असते. इतके केल्यानंतरही जे काही होईल त्यास तोंड द्यावेच लागते. निर्णयाचे चांगले परिणाम झाल्यास त्याचे श्रेय गांधी कुटुंबीयांच्या दूरदृष्टीस द्यायचे आणि एखादा निर्णय अंगाशी आल्यास त्याची जबाबदारी परिस्थितीवर वा अन्यांवर टाकायची, हे राजकारणात खपून जाते. अर्थकारणात नाही, हे अर्थातच मुखर्जी यांना माहीत असणार. तरीही सध्याच्या अगतिक आर्थिक परिस्थितीसाठी ते जागतिक संकटास बोल लावत असतील तर ते पटणारे नाही. सध्याचे मनमोहन सिंग सरकार हे गेल्या साठ वर्षांतील सर्वांत विकलांग सरकार असावे. या सरकारपुढे किमान १६ महत्त्वाची, आर्थिक बाबींशी संबंधित विधेयके पडून आहेत. ती मंजूर करून घेण्यात हे सरकार अपयशी ठरले आहे. यास युरोपीय देशांतील अर्थसंकट जबाबदार आहे काय? अर्थविषयक धोरणे मंजूर करवून घेण्यासाठी आपल्या आघाडीतील घटक पक्षांना बरोबर घ्यावे लागते. त्यांची संमती घडवून आणावी लागते. ते करणे या सरकारला जमलेले नाही, हे ग्रीसमधील परिस्थितीमुळे घडले काय? जगातील अत्यंत मागास सरकारच घेऊ शकेल असा पूर्वलक्ष्यी प्रभावाने गुंतवणुकीवरील करआकारणीचा निर्णय मनमोहन सिंग सरकारने घेतला, तो काय युरोपात मंदीची शक्यता आहे म्हणून की काय? देशात सर्वत्र समान विक्रीकर असावा यासाठी गेले कित्येक वर्षे देशात प्रयत्न सुरू आहेत. त्यानंतर त्याबाबत झालेला निर्णय यंदाच्या मे महिन्यापासून अमलात येणार होता. परंतु राजकीय मतैक्याअभावी तो पुढे ढकलावा लागला, त्यास स्पेनमधील गंभीर परिस्थिती जबाबदार आहे असे मानायचे काय? पोर्तुगालमध्ये काही महिन्यांपूर्वी वित्तसंकट होते आणि आता ते पुन्हा डोके वर काढू लागले आहे. जनरल अँटी अव्हॉयडन्स रूल, म्हणजे गार, बाबतचा निर्णय सरकारने एक वर्षाने पुढे ढकलला. त्यामागे पोर्तुगालमधील ही परिस्थिती हे कारण होते, असे मुखर्जी यांना म्हणावयाचे आहे काय?

अशी कित्येक उदाहरणे देता येतील की ज्यास केवळ मनमोहन सिंग सरकारचा नाकर्तेपणाच जबाबदार आहे. इतके दिवस या सरकारला धोरण लकव्याने ग्रासलेले होते. परंतु हा आजार आता अधिक बळावलेला दिसतो. सध्याची परिस्थिती लक्षात घेता त्यामुळे हे सरकार धोरणमृत असे जाहीर करायला हवे. कोणत्याही प्रश्नावर काहीही धोरण नसणे हे या सरकारचे सध्याचे लक्षण बनलेले आहे. परिणामी, लहानसहान बाबूंच्या हाती राज्य आणि प्रशासनाची दोरी गेलेली आहे आणि या सरकारचा पाळणा हलविण्याचे काम हे बाबूलोक करीत आहेत. परंतु या सरकारचे पालकत्व ज्यांच्याकडे असायला हवे त्या मनमोहन सिंग यांना याचे काहीच वैषम्य वाटत नसावे. ते पूर्वीपेक्षा अधिक निर्गुण आणि निराकार भासू लागले आहेत. अध्यात्माच्या क्षेत्रात या गुणास सर्वोच्च स्थान दिले जाते. परंतु भौतिक जगात वावरताना अध्यात्माच्या क्षेत्रातील गुण हे दोष ठरतात, याची जाण सिंग यांना नसावी. तसेच मौन हे सर्वार्थ साधण्यासाठी आवश्यक असले तरी तो सर्वार्थ साधल्यावरही मौनात राहणे हे संतांना शोभते. राज्यकर्त्यांस नाही. याचेही भान सिंग यांना नसावे, हे दुर्दैव. गेल्या कित्येक महिन्यात त्यांनी धोरणविषयक वा प्रशासनविषयक काहीही भाष्य केलेले नाही, यावरून हे लक्षात यावे. सिंग यांना याची वैयक्तिक पातळीवर आवश्यकता वाटत नसावी. परंतु पंतप्रधान म्हणून त्यांनी त्यांचे नियत कर्तव्य करणे हे देशासाठी आवश्यक आहे. हे होत नसल्याने सरकार नावाची काही चीज अस्तित्वात आहे की नाही, असा प्रश्न परदेशीयांनाच नव्हे तर देशवासीयांनाही आता पडू लागला आहे. मुखर्जी नक्की काय करू पाहत आहेत हे माहीत नाही, वाणिज्यमंत्री आनंद शर्मा यांचे तिसरेच काही सुरू आहे, गृहमंत्री पी. चिदंबरम आपल्यावरील आरोपांना थेट उत्तरे न देता माझ्या छातीत खंजीर खुपसा अशी नाटकी भाषा करीत आहेत, रेल्वेमंत्री मुकुल रॉय हे केंद्रीय मंत्रिमंडळात असूनही पंतप्रधानांपेक्षा पक्षाध्यक्षा ममता बॅनर्जी यांचेच आदेश घेण्यात मग्न आहेत. रेल्वेची ही तऱ्हा तर आकाशातल्या विमानांच्या क्षेत्रात नक्की काय सुरू आहे, याचा अंदाजच नाही. त्या क्षेत्रात नवे हवाई वाहतूकमंत्री अजित सिंग यांचे एकपात्री प्रयोग सुरू आहेत. रस्तेउभारणी खाते हाताळणारे सी. पी. जोशी हे देशातल्या रस्त्यांपेक्षा राजस्थानातील रस्तेच कसे ठीकठाक राहतील याच्या विवंचनेत आहेत. ही केवळ वानगी झाली.

ही अनागोंदी आहे कारण सरकारमधील दोन मध्यवर्ती व्यक्तिरेखांना सरकारात रस नाही. कारणे काहीही असोत सोनिया गांधी आणि मनमोहन सिंग यांचा सरकारातील जीव उडालेला आहे, हे निश्चित. त्यामुळे संयुक्त पुरोगामी आघाडी सरकारची अवस्था विरक्त वानप्रस्थींच्या संसारासारखी झाली आहे. तो पूर्ण मोडतही नाही आणि आता बहरण्याचीही काही शक्यता नाही.

२१ मे २०१२

१६. 'मर्यादा'पुरुषोत्तमांचा पक्ष

आपला पक्ष लोकांना विश्वासार्ह वाटत नाही, याची कबुली लालकृष्ण अडवाणी यांनाच द्यावीशी वाटली, हे चांगले झाले. मुंबईत पक्षाच्या राष्ट्रीय अधिवेशनात बोलताना अडवाणी यांनी पक्षाच्या अन्य कार्यकर्त्यांना, नेत्यांना मार्गदर्शन करताना गोष्टी सांगेन युक्तीच्या चार...अशी भूमिका घेतली. तशी भूमिका घेणारा तटस्थ असला तर त्याने सांगितलेल्या युक्तीच्या चार गोष्टींवर विश्वास ठेवला जातो. अडवाणींचे तसे नाही. वयाच्या विरोधात उभे राहून अजूनही सत्तासंसार मांडण्यास ते उत्सुक आहेत. वयोमानानुसार जे शारीरिक म्हातारपण येते ते त्यांना शिवलेले नाही, हे केव्हाही कौतुकास्पदच. त्या बाबतीत तर ते पक्षाध्यक्ष नितीन गडकरी यांच्यापेक्षाही तरुण असतील. परंतु तरीही वयाच्या एका विशिष्ट टप्प्यानंतर प्रत्येक जण कालबाह्य होत असतो. हा निसर्गनियम आहे आणि यास कोणीही अपवाद नाही. ही कालबाह्यता ओळखून आपापल्या भूमिकेत बदल करणे हे शहाणपणाचे असते. अडवाणींना दुर्दैवाने ते जमलेले नाही. पंतप्रधान म्हणून सत्तासोपानाची पायरी चढण्याची त्यांची आसक्ती अद्याप जागी आहे. तेव्हा त्यांनी स्वपक्ष विश्वासार्ह नाही, असे म्हटल्यास उलट प्रश्न निर्माण होतो. तो असा की अडवाणी हेच जर पक्षाच्या प्रमुखपदी असते तर त्यांना असे वाटले असते का? म्हणजे आपण नाही तर पक्षाची विश्वासार्हता नाही, असा त्यांच्या विधानाचा अर्थ निघू शकतो आणि तसे केल्यास ते अयोग्य नाही. तेव्हा असे खडे बोल सुनावण्याचा अधिकार आपण गमावलेला आहे का, असा प्रश्न अडवाणी यांनी स्वतःला विचारायला हवा.

भाजपची नेमकी ही समस्या आहे. पक्षाचा सर्वांत ज्येष्ठ नेता हा नैतिक अधिकार गमावून बसलेला आहे. आणि त्यांच्या पश्चात जे नेतृत्व करू पाहत आहेत, त्यांना तो नैतिक अधिकार अद्याप कमावता आलेला नाही. हे या अधिवेशनात वारंवार स्पष्ट झाले. भाजप ज्यांना पंतप्रधानपदाचे उमेदवार म्हणून पुढे करू पाहतो त्या गुजरातचे मुख्यमंत्री नरेंद्र मोदी यांच्या मर्यादाही या निमित्ताने पुन्हा एकदा समोर आल्या. शीर्षस्थ पदावरून ज्यास देशाचे नेतृत्व करावयाचे आहे त्याने क्षमाशीलता अंगी बाळगणे आवश्यक असते. मोदी यांच्यात या क्षमाशीलतेचा पूर्ण अभाव दिसतो.

ज्या संजय जोशी यांनी कधी काळी त्यांना तात्त्विक कारणांनी विरोध केला होता, ते संजय जोशी अजूनही मोदी यांच्या नकोशा यादीत अग्रस्थानी आहेत. राष्ट्रीय स्वयंसेवक संघाच्या कार्यकर्त्याने सत्तापद घेऊ नये, या भूमिकेतून संजय जोशी यांनी मोदी यांची वर्णी मुख्यमंत्रीपदी लावली जात असताना नाराजी व्यक्त केली होती. मोदी यांच्या मनात त्यामुळे जोशी यांच्याविषयी अजूनही राग आहे. याच जोशी यांच्या विरोधात २००५ साली भाजपच्या अधिवेशन काळातच सीडी प्रकरणाचे वादळ उभे राहिले होते. भाजपातील कोणा नरेंद्रास त्यावेळी जोशी यांच्या विरोधात चारित्र्याचे इतके भरते आले होते, त्याच्या सुरस कहाण्या आजही चर्चिल्या जात आहेत. मोदी यांच्याही कानावर त्या आल्या असतीलच. तेव्हा या जोशी यांना सरचिटणीसपदावरून घालवल्यानंतरच मोदी हे अधिवेशनस्थळी आले, यात मोदी यांचा जितका गंड दिसतो तितकीच दिसते नितीन गडकरी यांची असाह्यता. संघाच्या आशीर्वादामुळे नितीनभाऊंना पक्षाध्यक्षपदाची दुसरी खेप मिळविण्यात यश आले असेलही. परंतु ते काही खरे नाही. यास अनेक कारणे आहेत. एक म्हणजे गडकरी यांचा समज आहे तितका जनाधार त्यांना नाही. असा जनाधार प्रस्थापित करण्यासाठी जे करावे लागते ते गडकरी यांनी केलेले नाही. अलीकडच्या काळातील त्यांची ऊठबस हाही संशयाचा विषय आहे. देशात द्रुतगती मार्ग उभारणी सुरू करण्याचे श्रेय त्यांना नक्कीच जाते. पण त्याबदल्यात महामार्गाच्या मागून येणाऱ्या टोळधाडींना आश्रय देण्याचे काहीच कारण नाही. या टोल कंत्राटात प्रचंड भ्रष्टाचार आहे आणि त्यातील काही गणंग हे गडकरींच्या अतिनिकटच्या कंपूतील गणले जातात. त्यांच्यातील एकाला थेट राज्यसभा उमेदवारी देऊ करण्यापर्यंत त्यांची मजल गेली होती. तेव्हा जनतेत...केवळ माध्यमांत नाही... प्रभाव पडावे असे गडकरी यांच्याकडून घडलेले नाही. खेरीज त्यांना आव्हान असणार आहे ते विरोधकांपेक्षा स्वकियांचेच. भाजपातील या सगळ्याच स्वकियांच्या कर्तृत्वांचे भांडे थोड्याफार प्रमाणात एकाच आकाराचे आहे. यातील कोणाचाही, मोदी यांचा अपवाद वगळता, राज्यव्यापीदेखील प्रभाव नाही. देशपातळी गाठणे तर दूरच राहिले. अरुण जेटली यांना दिल्लीतील कसाबसा एक मतदारसंघ आणि इंग्रजी वृत्तवाहिन्या वगळता अन्यत्र स्थान नाही. राजनाथ सिंह हे सतत आपले ठाकूरपण मिरविण्यातच मग्न असतात. आपण साऱ्या उत्तर प्रदेशचे नेते आहोत, असाही त्यांचा भ्रम आहे. पण तो किती खोटा आहे, हे ताज्या निवडणुकांनी दाखवून दिलेले आहे. आपण या सगळ्यांच्या वरच्या आहोत आणि आपल्याला या सगळ्यांपेक्षा अधिक मान्यता आहे, असे श्रीमती सुषमा स्वराज यांना वाटते. पण एकंदरच कलकलाट करण्याच्या क्षमतेच्या पलीकडे त्यांचे नेतृत्वगुण गेलेले नाहीत. अरुण जेटली यांना पाण्यात पाहणे हा त्यांचा एककलमी कार्यक्रम असतो आणि तो राबविण्यात त्या मग्न असतात.

मनोहर पर्रीकर यांनी दोन वेळा गोवा जिंकून दाखविले आहे. परंतु मध्यंतरी थेट लालकृष्ण अडवाणी यांच्यावरच शरसंधान करून आपण लहान तोंडी किती मोठा घास घेऊ शकतो, हे त्यांनी कारकिर्दीच्या सुरुवातीलाच दाखवून दिले. मध्य प्रदेशचे मुख्यमंत्री शिवराज सिंह चौहान हे शांत आणि संयत आहेत. त्यांचे कामही उत्तम सुरू आहे. पण अद्याप तरी त्यांनी राज्याच्या मर्यादा ओलांडलेल्या नाहीत वा ओलांडण्याची इच्छाही प्रदर्शित केलेली नाही. छत्तीसगडचे डॉ. रमणसिंह यांनाही प्रादेशिक मर्यादा आहेत.

अशा परिस्थितीत भाजपत नेतृत्वाची पूर्ण वानवा दिसून येते. वास्तविक केंद्रात इतके अकार्यक्षम सरकार असताना विरोधी पक्षासाठी बाळसे धरण्यासाठी यापेक्षा अधिक चांगली परिस्थिती असू शकत नाही. परंतु ही संधी हातची घालवण्याचा चंगच भाजपने बांधलेला दिसतो. ज्या पद्धतीने सुषमा स्वराज आणि लालकृष्ण अडवाणी वागले, त्यावरून हे अधिकच स्पष्ट होते. पक्षाचे राष्ट्रीय अधिवेशन असताना राष्ट्रीय म्हणवून घेणाऱ्या कोणत्याही नेत्यास दुसरा कोणताही कार्यक्रम त्यापेक्षा अधिक महत्त्वाचा असू शकत नाही. परंतु आम्ही या अधिवेशनापेक्षाही अधिक मोठे आहोत असे दाखवीत श्रीमती स्वराज आणि अडवाणी हे अधिवेशन सोडून मध्येच निघून गेले. या दोघांनी कितीही खुलासा केला तरी तो पटणारा नाही आणि त्यांच्या या कृतीमागील कारणे लपणारी नाहीत. त्यांच्या जाण्यामुळे पक्षसभेचा फड गाजवण्यासाठी मोदी यांना खुले मैदान मिळाले आणि त्यांनी ती संधी दवडली नाही. सामान्य जनतेत लोकप्रियतेच्या बाबतीत आपण इतर नेत्यांपेक्षा कितीतरी पुढे आहोत, हे त्यांनी दाखवून दिले. समूहमानसिकतेत आक्रमक बोलणारा नेहमीच लोकप्रिय ठरतो. त्यामुळे मोदी हे अशा सभांसाठी आदर्श वक्ते आहेत. पण नेत्यास त्यापेक्षा अधिक काही असावे लागते. त्यातील सर्वांत महत्त्वाचा गुण म्हणजे अधिकाधिक घटकांकडून मान्यता मिळविणे. अटलबिहारी वाजपेयी आणि मोदी यांत फरक आहे तो हा. असहिष्णु वर्तनाने आपण अधिकाधिक अमान्य होत आहोत, याचे भान मोदी यांना नाही आणि तसे ते देणारा अन्य नेता भाजपात नाही. ज्या वेळी भाजप व्यापक प्रभावक्षेत्रासाठी अल्पसंख्यांक आदींबाबत अधिकाधिक सहिष्णुतेची भूमिका घेण्याची गरज व्यक्त करीत असताना मोदी यांचे कर्कशपण अधिकच खुपणारे ठरेल. ती मोदी यांची मर्यादा आहे.

तेव्हा भाजपच्या राष्ट्रीय अधिवेशनात पक्षाची ताकद समोर येण्याऐवजी दिसली ती नेतृत्वाची मर्यादा. भाजप नेत्यांना राम प्यारा असतो. त्या रामाचे मर्यादा पुरुषोत्तम हे वर्णन ही नेतेमंडळी दुसऱ्या अर्थाने सार्थ ठरवीत आहेत. त्या अर्थाने भाजप आज 'मर्यादा'पुरुषोत्तमांचा पक्ष बनलेला आहे.

२८ मे २०१२

१७. विनाशाच्या वाटेने

राजकीय आव्हान झेपेनासे झाले की आपल्याकडे सत्ताधाऱ्यांना दोन पर्याय असतात. एक राष्ट्रभावना चेतविली जाईल असे काही कृत्य करायचे. किंवा राखीव जागांसंदर्भात काही हालचाली करायच्या. पंतप्रधान मनमोहन सिंग सरकारने यातील दुसरा पर्याय निवडल्याचे दिसते. आकाशातून वाहणाऱ्या अदृश्य दूरसंचार लहरींपासून पाताळातील कोळशापर्यंत भ्रष्टाचारात बुडालेल्या सरकारने स्वतःच्या अकार्यक्षमतेवरील लक्ष विचलित व्हावे यासाठी आता सरकारी सेवेतील पदोन्नतींतही अनुसूचित जाती जमातींना राखीव जागांचे धोरण लागू करण्याचा प्रयत्न सुरू केला आहे. बाकी प्रत्येक आघाडीवर सपशेल अपयशी ठरलेल्या मनमोहन सिंग मंत्रिमंडळाने यासंदर्भात निर्णय मंजूरही केला आणि त्यासंबंधातील घटनादुरुस्तीचे विधेयक संसदेसमोर सादरही केले. मुळात इतक्या महत्त्वाच्या प्रश्नावर सरकारच्या समर्थक घटकांशी चर्चा करूनच निर्णय घेणे आवश्यक होते. ते झाले नाही. आपल्या घटक पक्षांना गृहीत धरण्याचा काँग्रेसचा पायंडा याहीवेळी कायम राहिला. तेव्हा उत्तर प्रदेशात सत्ता मिळाल्यापासून काँग्रेसच्या कळपात दाखल झालेल्या समाजवादी पक्षाने यास विरोध केला आणि तामिळनाडूतील द्रमुकनेही या प्रश्नावर काँग्रेसबरोबर न जाण्याचे संकेत दिले, हे साहजिकच म्हणायला हवे. या प्रश्नावर राजकीय पक्षांच्या भावना तीव्र आहेत. किती ते बुधवारी राज्यसभेत जे घडले त्यावरून कळू शकेल. मायावती यांच्या बहुजन समाज पक्षाचे खासदार अवतार सिंग आणि सपाचे नरेश अगरवाल यांच्यात या प्रश्नावरून हाणामारीच काय ते व्हायचे बाकी होते. पदोन्नतीत अनुसूचित जाती जमातींसाठी अशा राखीव जागा ठेवण्यास सपाचा विरोध आहे आणि अर्थातच मायावती त्याबाबत आग्रही आहेत. या दोघांच्या भूमिकांमागे त्या त्या पक्षांचे राजकारण दडलेले आहे. सपाचे म्हणणे असे की पदोन्नतीसाठी राखीव जागा फक्त अनुसूचित जाती जमातींनाच का? त्या पक्षास इतर मागास जातींसाठीही जागा राखीव ठेवलेल्या हव्या आहेत. परंतु सर्वोच्च न्यायालयाच्या निकालानुसार या राखीव जागा फक्त अनुसूचित जातींसाठीच असायला हव्यात, इतर मागास जातींसाठी नाही. हे सपास मान्य नाही. त्या पक्षाचा आग्रह असा की राखीव जागांसाठी घटनादुरुस्तीच जर करायची असेल तर त्यात इतर मागासांचाही

समावेश केला जावा. काँग्रेसने यावर सोयीस्कर मौन बाळगलेले आहे. परंतु त्या पक्षाच्या राजकारणाची दिशा लक्षात घेतल्यास यथावकाश ओबीसींचाही समावेश त्यात केला जाईल, यात शंका नाही. हे नुसतेच निषेधार्ह नाही, तर धोकादायकही आहे. हा निर्णय अमलात येण्यासाठी घटनादुरुस्तीची आवश्यकता आहे. याचा अर्थ असा की संसदेत दोन तृतीयांशांच्या पाठिंब्याने या संदर्भातील विधेयक मंजूर व्हायला हवे. हा विषय सर्वच राजकीय पक्षांना बोटचेपी भूमिका घेण्यास लावू शकणारा असल्याने हे विधेयक मंजूर होईलदेखील. घटनाकारांना अनुस्यूत असलेल्या सर्वच धोरणांना हरताळ फासण्याचे सर्वच पक्षांनी ठरवलेले असल्याने त्यामुळे एका नवीन अनिष्ट परंपरेची सुरुवात होईल.

डॉ. बाबासाहेब आंबेडकर यांच्यासारख्या द्रष्ट्या बुद्धिमंताने तयार केलेल्या घटनेतील ही ९८ वी दुरुस्ती असेल. स्वातंत्र्याच्या ६६ वर्षात या घटनादुरुस्त्या झाल्या. याचा अर्थ जवळपास दरवर्षी किमान एक या गतीने डॉ. बाबासाहेबांची घटना बदलण्यात आली. एरवी घटनाकारांनी जे करून ठेवले आहे, त्यात काहीही बदल होता कामा नये, अशी भूमिका अनेक जण घेतात. तेव्हा अशा विरोधकांना हे माहीत असायला हवे की ही घटना आतापर्यंत ९७ वेळा बदलण्यात आली आहे आणि ताजा बदल झाल्यानंतर घटनादुरुस्तीच्या शंभरीसाठी फक्त दोन बदलांची गरज लागेल. ताज्या घटनादुरुस्ती प्रस्तावाचे मूळ एप्रिल २०१२ मध्ये उत्तर प्रदेश ऊर्जा महामंडळाच्या प्रश्नावर सर्वोच्च न्यायालयाने दिलेल्या निकालात आहे. त्यावेळी एका कर्मचाऱ्याच्या प्रश्नावर निकाल देताना सर्वोच्च न्यायालयाने पदोन्नतीसाठी राखीव जागा ठेवायच्या असतील तर काही अटी मांडल्या. त्यानुसार सरकारला पदोन्नतीसाठी प्रदाम ज्याची शिफारस करावयाची आहे त्याचे मागासपण नक्की करावे लागेल, उच्च पदांत मागासांचे पुरेसे प्रतिनिधित्व नाही हे सिद्ध करावे लागेल आणि त्याहीपेक्षा महत्त्वाची बाब म्हणजे राखीव जागा या कार्यक्षमतेला पर्याय असणार नाहीत. उत्तर प्रदेश वीज मंडळाने पदोन्नतीसाठी राखीव जागांचे धोरण परस्पर अमलात आणताना या तीनही अटींना तीलांजली दिली. वास्तविक त्याआधी सर्वोच्च न्यायालयाने पदोन्नतीत राखीव जागांचे धोरण वेळोवेळी नाकारले आहे. त्याला वळसा घालण्यासाठी संसदेने तीन वेळा घटनादुरुस्ती केली. १९९५, २००० आणि २००२ अशा घटनादुरुस्तींच्या पार्श्वभूमीवर उत्तर प्रदेश वीज महामंडळासंदर्भात सर्वोच्च न्यायालयाचा निकाल आला आणि पदोन्नतीसाठी सरसकटपणे राखीव जागा ठेवण्यास न्यायालयाने अनुकूलता दर्शवली नाही. हे सगळेच गुंडाळून ठेवून राखीव जागा पदोन्नतीसाठी ठेवता याव्यात या उद्देशाने मनमोहन सिंग सरकारने हा ताजा घटनादुरुस्तीचा घाट घातला आहे. सरकारचा यामागील उद्देश मागासांच्या कल्याणाचा नाही.

सरकार क्षुद्र राजकीय गरजेच्या नजरेतूनच या प्रश्नाकडे पाहात असल्याने हे धोरण अमलात आल्यास समाजातील दुही कमी होण्याऐवजी वाढेलच, यात शंका नाही. समानतेच्या उद्दिष्टातून शिक्षण, रोजगार मिळेपर्यंत राखीव जागा ठेवण्यास कोणाचाच विरोध असणार नाही. दोन हजार वर्षांच्या अस्पृश्य इतिहासामुळे समाजातील मोठ्या घटकावर आपल्याकडे अन्याय झाला आणि तो दूर करायचा असेल तर काही काळ राखीव जागांचे धोरण राबविण्यास पर्याय नाही. तेव्हा शिक्षणाची आणि त्यानंतर रोजगाराची संधी वर्षानुवर्षे मागास राहिलेल्यांना अधिक समानतेने उपलब्ध करून दिली जावी, हे मान्य व्हायलाच हवे. परंतु एकदा सेवेत लागल्यानंतर बढती आणि पदोन्नतीसाठीही राखीव जागा ठेवणे हे इतरांवर अन्याय करणारे आहे. सेवेत लागल्यानंतरचा निकष हा फक्त कार्यक्षमताच असायला हवा. परंतु तसे न करता तेथेही आपण राखीव जागा ठेवणार असू, तर मुळात शून्यावर आलेला आपला सरकारी कामकाजाचा वेग उण्यातच जाईल. खेरीज या धोरणांमुळे अनुसूचित जाती जमातीतील कार्यक्षमांवरही अन्याय होईल त्याचे काय? तेव्हा हे धोरण आपल्यासाठी अत्यंत धोकादायक असणार आहे, यात शंका नाही.

गेल्या ६५ वर्षांतील राजकारणाने राखीव जागांच्या धोरणामागच्या उद्दिष्टास हरताळ फासण्यापलीकडे दुसरे काहीही केले नाही. मुळात मागासांना इतरांच्या बरोबरीने आणण्यासाठी संधी मिळावी या हेतूने घटनाकारांनी हे धोरण आखले. परंतु पुढील काळात राखीव जागांचे धोरण हे केवळ राजकीय अस्त्र म्हणूनच वापरले गेले आणि त्यात बदल होण्याची अजूनही चिन्हे नाहीत. १९६१ सालच्या जून महिन्यात तत्कालीन मुख्यमंत्र्यांना लिहिलेल्या पत्रात पहिले पंतप्रधान पंडित जवाहरलाल नेहरू यांनी आपली भूमिका पुरेशापणाने विषद केली होती. काही ऐतिहासिक कारणांमुळे अनुसूचित जाती जमातींसाठी आपल्याला राखीव जागांचे धोरण अंगिकारावे लागले आहे, असे नमूद करून पदोन्नतीतही राखीव जागा ठेवणे सुरू केल्यास काय होईल, याचा स्पष्ट इशारा पं. नेहरूंनी दिलेला आहे. असे करणे नुसतेच मूर्खपणाचे नाही, तर विनाशाकडे नेणारे आहे, असे प. नेहरूंना त्याहीवेळी वाटले होते.

पंडितजींचे...आणि देशाचेही...दुर्दैव हेच की आज त्यांचेच राजकीय वारस या धोरणाने विनाशाच्या वाटेने निघालेले आहेत.

७ सप्टेंबर २०१२

१८. गांधी आडवा येतो..!

राजस्थानातील हुडहुडी भरवणाऱ्या थंडीत काँग्रेसजनांना ऊब वाटेल अशी घटना अखेर एकदाची घडली. राहुल राजीव गांधी यांच्याकडे पक्षाच्या उपाध्यक्षपदाची जबाबदारी अधिकृतपणे देण्यात आली. त्यामुळे आपला आता उद्धार होणार याची खात्री वाटून चिंतन शिबिरास जमलेल्या समस्त काँग्रेसजनांनी सुटकेचा नि:श्वास सोडला. जयपूर येथे चिंतन शिबिरासाठी जमलेल्या काँग्रेसजनांची उत्तम सरबराई करण्यात येत आहे. पक्षासमोरील वाढत्या चिंताजनक आव्हानांस तोंड कसे द्यावे, यावर या शिबिरात चिंतन होत असून, सकाळच्या न्याहारीपासूनच त्याची सुरुवात होते. यात केवळ न्याहारीसाठी ८० पदार्थ आहेत तर भोजनात शंभराहून अधिक. वातावरणात चांगलीच थंडी आणि अशी व्यवस्था. त्यामुळे बऱ्याच काँग्रेसजनांना अपचनाने ग्रासले असून त्यामुळे या सामूहिक चिंतनात सहभागी न होता आपापल्या हॉटेलांतील बिछान्यात पडूनच अनेकांनी चिंतन करणे पसंत केले. हे सगळे सुस्तावलेले काँग्रेसजन एका घटनेने मात्र उत्साहित होत फटाक्यांच्या आतषबाजीत रंगून गेले. ही घटना होती अर्थातच राहुल गांधी यांच्या नियुक्तीची. गेली आठ वर्षे राहुल गांधी करावे की न करावे या गोंधळात होते. त्यांच्यावर पक्षाची महत्त्वाची जबाबदारी दिली जाणार अशा प्रकारच्या बातम्या वारंवार यायच्या. त्या बातम्या नाकारण्याचा कंटाळा म्हणून तरी राहुल गांधी काही जबाबदारी घेण्यास हो म्हणतील अशी काँग्रेसजनांना होती. त्यांनी ती जबाबदारी घ्यावी म्हणून अनेक काँग्रेसजन आपापले निधर्मी देव पाण्यात घालून बसले होते. त्या सगळ्यांच्या सेक्युलर प्रार्थना अखेर जयपुरात फळल्या. राहुलबाबा अखेर पक्षाचे उपाध्यक्षपद घेण्यास हो म्हणाले. राहुल गांधी यांनी आमचे नेतृत्व करण्याची वेळ आता आली आहे अशा आशयाचा ठराव संरक्षण मंत्री ए. के. अँटोनी यांनी मांडला आणि पक्षाचे सरचिटणीस जनार्दन द्विवेदी यांनी त्यास अनुमोदन दिले. मॅडम आम्ही तुमचे कायमच ऐकतो...पण आमचे तुम्ही एकदा तरी ऐका आणि राहुलला उपाध्यक्षपद घेऊ द्या, अशी गळ या द्विवेदी यांनी सोनिया गांधी यांना घातली आणि मी तुमच्याशी सहमत आहे असे एक वाक्य समोर लिहिलेले नसतानाही उच्चारून सोनिया गांधी यांनी राहुलोदयावर शिक्कामोर्तब केले. समस्त काँग्रेसजनांचा

जीव भांड्यात पडला. आता काँग्रेसजनांना चिंता आणि चिंतन दोन्हीही करण्याची गरज नाही.

आपण गेली आठ वर्षे संघटनेसाठी काम करीत असून, हा पक्ष फार महान आहे, असे उद्‌गार राहुलबाबांनी आपल्या निवडीवर प्रतिक्रिया व्यक्त करताना काढले. राहुल गांधी जे म्हणत आहेत त्यात तीळमात्र शंका नाही. या आठ वर्षांत राहुल गांधी यांनी ज्या ज्या मोहिमा हाती घेतल्या त्यात त्यांना सपाटून मार खावा लागला. बिहार असो की उत्तर प्रदेश, राहुल गांधी जेथे जेथे प्रयत्न करायला गेले त्या सर्व ठिकाणी काँग्रेसचे संख्याबळ होते त्यापेक्षा कमी झाले. उत्तर प्रदेशात काँग्रेस खालावली, गुजरातेत नेस्तनाबूत झाली आणि बिहारात तर तिची दखल घेण्यासाठी सूक्ष्मदर्शिकेचीच मदत घ्यावी लागेल, अशी परिस्थिती आहे. इतक्या पराभवानंतर अन्य कोणा पक्षात नेतृत्वाच्या क्षमतेवर प्रश्नचिन्ह निर्माण झाले असते. अपवाद अर्थातच फक्त काँग्रेसचा. इतका दणकून मार खाल्ल्यानंतरही नेत्यावर विश्वास ठेवणारा पक्ष फक्त काँग्रेसच असू शकतो. त्यामुळे त्या अर्थाने काँग्रेस महान आहे, यात काहीही शंका नाही. आता त्याच महान परंपरेस धरून पुढील निवडणुकांचे सारथ्य राहुल गांधी यांच्याकडे दिले जाणार की नाही यावरून या पक्षात खासगीत चर्चा होईल. खासगीत अशासाठी की आगामी निवडणुकीत काँग्रेसला विजयाची संधी असेल तर राहुल गांधी यांच्याकडे नेतृत्व येईल. तसे होण्याची शक्यता नसेल तर राहुल गांधी यांची पुंगी काँग्रेसजन वाजवणारच नाहीत. ती मोडून खाण्याची संधी विरोधकांना मिळू नये, हा त्यामागचा विचार. आपण आता पक्षाच्या पुनरुज्जीवनासाठी जोमाने प्रयत्न करणार असल्याचेही राहुल गांधी यांनी सांगितले. युवक काँग्रेसची धुरा हाती घेतल्यावरही त्यांनी असाच पक्षास नवी दिशा देण्याचा प्रयत्न केला होता. पक्षाचे लोकशाहीकरण करण्याची गरज त्यावेळी राहुल गांधी यांनी व्यक्त केली होती आणि त्यानंतर पक्षात मोठ्या प्रमाणावर नव्याने नियुक्त्या केल्या होत्या. त्यावेळी राहुल गांधी यांनी देशभर प्रवास केला आणि तरुणांना राजकारणात येण्याचे आवाहन केले होते. या तरुणांना नक्की संधी मिळेल असे त्यांचे आश्वासन होते. तेव्हा या आश्वासनांचे प्रतिबिंब त्यांनी ज्या काही नियुक्तया केल्या, त्यात दिसणे अपेक्षित होते. परंतु त्याहीवेळी राहुल गांधी यांनी नवनेतृत्वाची संधी ज्यांना ज्यांना दिली ती सर्व मंडळी काँग्रेसमधील प्रस्थापित नेत्यांची पोरेबाळेच निघाली. आता या चाळिशी पार केलेल्या पोराबाळांना घेऊन पक्षात नवी उभारी भरण्याचा त्यांचा संकल्प असावा. त्यामुळे काँग्रेसजन अर्थातच खुशीत असतील. एकदा का गांधी घराण्याच्या कोणी कोणताही संकल्प केला की तो तडीस नेण्यास काँग्रेसजनांचा श्री समर्थ असतोच. काँग्रेसजनांना काहीही करावे लागत नाही. त्यामुळेही राहुल गांधी यांच्या पदोन्नतीने या मंडळींना हायसे वाटले असणार.

याच शिबिरात बोलताना राहुलच्या मातोश्री सोनिया गांधी यांनी पक्ष मध्यमवर्गापासून दूर जात असल्याबद्दल खेद व्यक्त केला. सोनिया गांधी यांनी भ्रष्टाचाराच्या वाढत्या प्रकरणांवरही तीव्र चिंता व्यक्त केली. वास्तविक तो कमी करण्याची संधी आणि अधिकार सोनिया गांधी यांच्याच हाती आहेत. ते त्यांनी वापरावेत. त्याची सुरुवात त्यांनी आगामी निवडणुकीपासून करावी. या निवडणुकीत आपल्या पक्षाला कोणत्या उद्योगपतीने किती देणग्या दिल्या, कोणा नेत्याने कोणत्या राज्यातून किती पैसे कसे उभे केले, हे पैसे उभे करण्याच्या क्षमतेवर कोणास किती अधिक काळ सत्तेवर राहण्याची संधी दिली गेली आदी तपशील त्यांनी काँग्रेसच्या वतीने जाहीर करून भ्रष्टाचारमुक्त व्यवस्थानिर्मितीस सुरुवात करावी. या लढ्यात महत्त्वाची भूमिका बजावणारे पंतप्रधान मनमोहन सिंग हे त्यांच्यासमवेत नाहीतरी आहेतच. स्वत: पांढरे शुभ्र राहून आपल्या सहकाऱ्यांना हव्या त्या क्षेत्रात हात आणि तोंड काळे करू देण्याचे त्यांचे कौशल्य वादातीत आहेत. तेव्हा या दोघांनी मिळून स्वच्छता मोहीम हाती घ्यावी. जनता त्यांना नक्की साथ देईल. इंटरनेट आदी माध्यमांतून काँग्रेसची सतत बदनामीच सुरू असते या बद्दल नापसंती व्यक्त करीत सोनिया गांधी यांनी आपल्या पक्षसहकाऱ्यांना या माध्यमांशी मैत्री करण्याचा सल्ला दिला. हे चांगले झाले. त्यामुळे यापुढे ट्विटर वापरल्याबद्दल शशी थरूर यांना मंत्रिपद गमवावे लागणार नाही. या बैठकीत सोनिया गांधी यांनी भारताच्या बदलत्या प्रेरणांबद्दल बराच ऊहापोह केला. हा देश आता कसा तरुणांचा होत आहे आणि त्याची भाषा कशी बदलत आहे याचे सविस्तर विवेचन सोनिया गांधी यांच्या उद्घाटनाच्या भाषणात होते. अचानक या बदलांची जाणीव काँग्रेसाध्यक्षांना झाली याबद्दल अनेकांना आश्चर्य वाटले असेल. गेल्याच महिन्यात दिल्लीत जे काही घडले त्यानंतर आठवडाभर तरी प्रक्षुब्ध जनतेच्या भावनांची दखल घेण्याची गरज त्यावेळी काँग्रेसजनांना वाटली नाही. इंडिया गेट वा अन्य ठिकाणी निदर्शने करणाऱ्यांना सामोरे जावे असे एकाही काँग्रेसनेत्यास वाटले नाही. त्यावेळी राहुल गांधी काय करीत होते याचा जाब विचारावा असे सोनिया गांधी यांना वाटले नाही.

परंतु हे सगळे शहाणपण आताच सुचले याचे कारण सोनिया गांधी यांना राहुल गांधी यांच्या पदोन्नतीसाठी वातावरणनिर्मिती करायची होती. त्याप्रमाणे नेपथ्य आणि प्रकाशयोजना झाल्यावर राहुल गांधी यांचे रंगमंचावर नायकाच्या भूमिकेत आगमन झाले आहे. तरीही हा प्रयोग फसला तर काँग्रेसजन मनातल्या मनात तरी मान्य करतील. गांधी आडवा येतो.

२१ जानेवारी २०१३

१९. मर्त्य...अमर्त्य

गुजरातचे मुख्यमंत्री नरेंद्र मोदी यांच्या कर्तृत्वाचा फुगा प्रसारमाध्यमांनी फुगवला या विख्यात अर्थतज्ज्ञ अमर्त्य सेन यांच्या मतात तथ्य आहे. मोदी हे पंतप्रधान होता कामा नये कारण त्यांची निधर्मी प्रतिमा संशयास्पद आहे, असेही सेन म्हणाले. ताज्या मुलाखतीत सेन यांनी नरेंद्र मोदी आणि त्यांचा कथित पंतप्रधानपदाचा दावा याबाबत विस्तृत मतप्रदर्शन केले. तिची दखल घेणे गरजेचे आहे. मोदी यांच्या बाबतची हवा तापवली गेली, त्यास अर्थविषयक नियतकालिकांच्या गुंतवणूकस्नेही धोरणाचा भाग होता, हे नि:संशय. परंतु तसे होण्यामागे आणखीही एक कारण आहे. त्याचा किती विचार सेन यांनी केला, हे समजण्यास मार्ग नाही. मोदी यांच्या कामगिरीचा उदोउदो होण्यास सुरुवात झाली ती आसपासचे अन्य मुख्यमंत्री निकम्मे ठरू लागले म्हणून. या शून्य कारभाराच्या बाबत काँग्रेसच्या मुख्यमंत्र्यांशी स्पर्धा कोणी करू शकणार नाही. मग ते राजस्थानचे अशोक गेहलोत असोत किंवा महाराष्ट्राचे अशोक चव्हाण आदी अन्य मुख्यमंत्री असोत. या आणि अन्य राज्यांतील व्यापक अंधारामुळे मोदी यांची ठसठशीत चिमणी डोळे दिपवणारी ठरली, हे आपण मान्य करावयास हवे. तेव्हा मोदी यांची तुलना करण्यासाठी कार्यक्षम असा अन्य कोणी नसल्यामुळे अकार्यक्षमांच्या भाऊगर्दीत हा काही तरी करून दाखवणारा उजवा ठरला. ज्या काळात अन्य राज्यांत पाऊल टाकण्यास उद्योगपती धजावत नव्हते त्या काळात मोदी यांच्या गुजरातेत या मंडळींची रीघ लागत होती आणि गुंतवणुकीची स्पर्धाच सुरू होती. त्याचे अतिउदात्तीकरण झाले, हेही मान्य. मोदी यांच्या दौलतजादामुळे सरकारी सवलतींना चटावलेला आणि सरकारच्या पदराआडून आपले उद्योग सांभाळणारा मोठा वर्ग मोदी यांचे गुणगान करू लागला, हेही सत्यच आहे. या उद्योगपतींनी अनेक व्यावसायिक वृत्तवाहिन्या वा दूरचित्रवाणी वाहिन्यांत गुंतवणूक केलेली आहे. त्यामुळे तेथून मोदी यांची आरती सकाळ-संध्याकाळ सुरू राहिली आणि मोदी यांच्या भोवती कार्यक्षमतेचे मोठे वलय तयार झाले. अशा वेळी इतरांच्या भ्रष्ट आणि अकार्यक्षम कामगिरीस विटलेल्या जनतेस मोदी यांच्या रूपात पर्याय उभा राहताना दिसला. तेव्हा मोदी यांच्या उदात्तीकरणासाठी माध्यमांना दोष देताना त्याचवेळी अन्य अकार्यक्षमांचे

पापही तितक्याच पोटतिडिकीने त्यांच्या त्यांच्या पदरात घालावयास हवे. सेन ते करताना दिसत नाहीत. त्यामुळे केवळ माध्यमांना दोष देऊन त्यांना स्वतःच्या कर्तव्यच्युतीतून सुटका करून घेता येणार नाही. शिवाय, वेळच्या वेळी हवी तेव्हा वीज, मुलाबाळांना शिकण्यासाठी चांगल्या शाळा, त्या शाळेपर्यंत पोचवणारे चांगले आणि सुरक्षित रस्ते याच गरजा कोणत्याही नागरिकासाठी महत्त्वाच्या असतात. त्या जर पुरवल्या जात असतील तर त्या पुरवणारा नेता निधर्मी आहे किंवा काय याचा विचार नागरिक करीत नाहीत, हे वास्तव आहे. आणि हे आपल्याकडेच होते असे नाही. लोकशाही अगदी खोलवर मुरलेल्या अमेरिकेसारख्या देशातही जॉर्ज बुश यांच्यासारखा वैचारिकदृष्ट्या उनाड गृहस्थ एकदा नव्हे तर दोनदा अध्यक्षपदी विराजमान होऊ शकला तो अमेरिकी नागरिकांना दाखवण्यात आलेल्या सुखस्वप्नांमुळे. अमेरिकी नागरिकांच्या संपत्तीत वाढ करणे आणि त्यांचे कर कमी करणे या आश्वासनांवर बुश निवडून आले. तेथील जनतेसाठी हे जास्त महत्त्वाचे होते. त्यामुळे अध्यक्षपदी निवडून आल्यावर व्हाईट हाउसमध्ये बायबलचे धडे त्यांनी सुरू केले याबद्दल सर्वसामान्यास त्याचे काही सोयरसुतक नव्हते. अशा वेळी मोदी हे धर्मवादी आहेत की निधर्मी या चर्चेत रस असलाच तर तो आहे सेन यांच्यासारखे अर्थतज्ज्ञ आणि स्टुडिओविलसित विचारवंतांना. हे दुर्दैवी असले तरी वास्तव आहे हे नाकारण्यात अर्थ नाही.

तथापि सेन यांच्या विधानाचा समाचार घेण्याचे आणखी एक कारण आहे. काँग्रेसशासित सरकार, त्या सरकारचा गेल्या काही वर्षांचा धोरणलकवा आणि त्यातून जन्माला आलेले अनर्थकारण याच्याशी हे कारण संबंधित आहे. गेले काही महिने सेन हे मनमोहन सिंग सरकारच्या खाद्यान्य सुरक्षा योजनेचे कडवे समर्थक बनले आहेत. त्यांचे म्हणणे असे की नुसत्या आर्थिक विकासाने समाज पुढे जात नाही. त्या जोडीला गरिबांसाठीच्या सामाजिक योजनांचीही गरज असते. या विचारातून मोदी यांचे विकासाचे प्रारूप सेन यांना निरुपयोगी वाटते. जगदीश भगवती आदी समकालीन अर्थतज्ज्ञांनी सेन यांच्या या विधानाचा जाहीर प्रतिवाद करून त्यातील फोलपणा नुकताच उघड केला. स्वातंत्र्यपूर्व काळात गोपाळराव आगरकर आणि लोकमान्य टिळक यांच्यात सामाजिक सुधारणा आधी की राजकीय स्वातंत्र्य यांत जाहीर वाद होत. अर्थात सेन हे काही आगरकर नव्हेत आणि भगवती हेही टिळक नाहीत. परंतु या वादातून त्याहीवेळी फार काही हाती लागले नाही आणि आताही त्याचे काही फलित असेल असे सांगता येणार नाही. तरीही सेन यांच्या विधानाची दखल घ्यायला हवी याचे कारण त्यामागील सुप्त राजकारण. सेन यांच्या विधानात तथ्य आहे असे मान्य केले तरी मनमोहन सिंग यांच्या धोरणलकव्याचे समर्थन करणार कसे? सिंग यांच्या धोरणांमुळे आर्थिक विकास न होता अन्य आघाड्यांवर भरभराट झाली

असती तरी सेन यांचे म्हणणे विश्वासार्ह वाटले असते. परंतु आर्थिक विकासही नाही आणि सामाजिक प्रगतीदेखील नाही अशीच अवस्था असेल तर केवळ आर्थिक प्रगती का होईना पण ती देणारा नरेंद्र मोदी हा जनतेस अधिक विश्वासार्ह नेता वाटत असेल तर त्यात चूक काय? खेरीज, सिंग सरकारच्या कारभारामुळे प्रगतीस मोठ्या प्रमाणार खीळ बसली आहे हे काँग्रेसजनांनाही नाकारता येणार नाही. मग ते दूरसंचार क्षेत्र असो वा कोळसा खाणी. सगळ्या आघाड्यांवर विकासाच्या नावाने एक मृतवत शांतता आहे आणि त्यास या सरकारचे धोरणशून्य कामकाज जबाबदार आहे. परंतु अमर्त्य सेन यांनी याबाबत कधी टीकेचा आसूड पंतप्रधान सिंग वा संबंधितांवर ओढल्याचे स्मरत नाही. आताही ज्या अन्नसुरक्षा योजनेमुळे सेन यांना सिंग सरकारचे कौतुक करावे असे वाटते त्या योजनेबाबत हे सरकार गंभीर असते तर ती योजना कारकिर्दीच्या अखेरच्या टप्प्यात आणण्याचे निवडणुकीय चातुर्य काँग्रेसने दाखवले नसते. त्याही आधी आपल्या पहिल्याच खेपेत अशी योजना आणून ती यशस्वी करून दाखवण्याची संधी सिंग यांना होती. परंतु त्यांनी तसे केले नाही. कारण या योजनेत काँग्रेससहित सर्वच पक्षांचे फक्त राजकीय हितसंबंध आहेत. अन्न सुरक्षा योजना लागू झाली तर ती आम्ही आणली म्हणून श्रेय घ्यायचे आणि ती लागू न झाल्यास विरोधकांच्या माथी ते फोडायचे हादेखील राजकीय हिशेब त्यामागे आहे. त्यात सेन यांना दिसतो तसा समाजाचे भले करण्याचा वगैरे कोणताही विचार नाही. तसा तो असता तर विद्यमान स्वस्त धान्य दुकान योजनेत जे तब्बल ४० टक्के इतके धान्य गायब होते ते रोखण्याचा प्रयत्न सिंग यांनी केला असता. तशी इच्छादेखील त्यांनी कधी व्यक्त केली नाही. तेव्हा काँग्रेसच्या मनातही जे नाही ते त्या पक्षाच्या योजनेत शोधण्याची उठाठेव अमर्त्य सेन यांनी करायची काहीच गरज नाही.

लोकांस पाहायचा आदर, तेथे याचा अनादर । लोक सर्वकाळ तत्पर, तेथे याची अनिच्छा...असे खऱ्या निःस्पृहाचे वर्णन समर्थ रामदासांनी केले आहे. तेव्हा सेन यांनी उभय बाजूकडील न्यून मांडावे. केवळ एकाचेच, तेही सर्वांना ज्ञात असलेले दोषच ते दाखवत राहिले तर ते विद्वत्तेचा आव आणणाऱ्या अन्य सुमारांसारखेच अमर्त्य सेन हे मर्त्य वाटू लागतील.

२४ जुलै २०१३

२०. मनमोहन सिंगांचा दौलतजादा

पूर्वी राजे-महाराजे आपल्या जन्मदिनाच्या पूर्वसंध्येला सेवकांना भरघोस बक्षिशी जाहीर करीत. राज्याचा खजिना भरलेला आहे वा रिकामा या वास्तवाचे भान राजांना नसे. त्या राजामहाराजांची तुलना मनमोहन सिंग यांच्याशी करणे पंतप्रधानांवर अन्याय होईल. परंतु तरीही सरकारी कर्मचाऱ्यांसाठी सातवा वेतन आयोग नेमण्याची त्यांची घोषणा ही राजेशाही थाटाचीच म्हणावी लागेल. आज पंतप्रधान सिंग यांचा वाढदिवस. त्या पार्श्वभूमीवर त्यांच्या सरकारने काल सायंकाळी सरकारी कर्मचाऱ्यांसाठी नवीन वेतन आयोग जाहीर केला. तेव्हा खजिना रिकामा असताना बक्षिशी जाहीर करणाऱ्या राजामहाराजांची आठवण यानिमित्ताने येणे तसे साहजिकच. अशी घोषणा अर्थशास्त्राशी ज्याचा काही दुरान्वयानेदेखील संबंध आलेला नाही आणि जो उधळपट्टीसाठी ओळखला जातो अशा एखाद्या राजकारण्याने केली असती तर ते एकवेळ समजण्यासारखे होते. परंतु आर्थिक सुधारणा, जबाबदार वित्तीय व्यवस्थापन आदींचे मार्गदर्शन करण्यासाठी जे विख्यात आहेत त्या मनमोहन सिंग यांनीच हा आर्थिकदृष्ट्या अत्यंत बेजबाबदार निर्णय घेणे हे अधिक धक्कादायक आहे. त्यावरून दिसते ते हेच की राजकारणापुढे आर्थिक शहाणपणास महत्त्व नसते. हे तत्त्व मनमोहन सिंग यांनीदेखील मान्य केल्याचा निष्कर्ष त्यांच्या सरकारने घेतलेल्या वेगवेगळ्या तीन निर्णयांवरून नक्कीच काढता येईल आणि ते अयोग्य म्हणता येणार नाही. तेव्हा मनमोहन सिंग यांच्या राजकीयीकरणाची प्रक्रिया पूर्णत्वास आली असे समजण्यास काँग्रेसजनांचा प्रत्यवाय नसावा. निवडणुकीच्या तोंडावर आर्थिकदृष्ट्या बेजबाबदार असा आणखी एक निर्णय घेऊन सिंग सरकारने हेच सिद्ध केले आहे. सरकारी कर्मचाऱ्यांसाठी सातवा आयोग नेमण्याचा निर्णय केवळ आर्थिकच नव्हे तर नैतिक निकषांवरही चुकीचा ठरतो. त्याची काही प्रमुख कारणे आहेत.

पहिले म्हणजे दोन वेतन आयोगांमध्ये जे काही सरासरी अंतर आतापर्यंत होते, ते या निर्णयामुळे बदलले जाणार आहे. देशात पहिला वेतन आयोग १९४६ साली नेमला गेला. दुसरा १९५७ साली आणि तिसऱ्याची स्थापना १९७० साली झाली. चवथा, पाचवा आणि सहावा वेतन आयोग अनुक्रमे १९८३, १९९४ आणि

२००८ या वर्षी नियुक्त केला गेला. या तपशीलाकडे नजर टाकली तरी सहज जाणवणारी बाब म्हणजे दोन वेतन आयोगांत किमान १० ते १३ वर्षांचे अंतर राखले जाईल याची खबरदारी संबंधित सरकारांनी घेतलेली आहे. यासंदर्भात आपले सरकार अपवाद ठरावे अशी मनमोहन सिंग यांची इच्छा दिसते. सिंग सरकार दयावान झाल्यामुळे सहाव्या आणि सातव्या वेतन आयोगातील दरी फक्त सात वर्षांचीच असेल. आगामी काळात पाच राज्यांत होऊ घातलेल्या विधानसभा निवडणुका आणि पाठोपाठच्या लोकसभा निवडणुका नसत्या तर सरकारी कर्मचाऱ्यांवर इतका दौलतजादा करावा असे सिंग सरकारला वाटले असते काय, हा प्रश्न आहे. काँग्रेसच्या आणि त्यातही सिंग यांच्या भाटांकडून यासंदर्भात कारण आणि स्पष्टीकरण पुढे केले जाते तेही हास्यास्पद म्हणावयास हवे. या वेतन आयोगाच्या नियुक्तीमागे राजकीय हेतूंचा अंशदेखील नाही आणि याबाबतच्या आताच्या परंपरेमुळे तो याच वर्षी स्थापन करणे आवश्यक होते, असे त्यांचे म्हणणे. २०१३ साली वेतन आयोग नेमणे हे कोणत्याही कायद्याने वा नियमाने सरकारवर बंधनकारक नव्हते. यासंदर्भात माजी पंतप्रधान अटलबिहारी बाजपेयी यांनी काय केले त्याचा संदर्भ येणे क्रमप्राप्त ठरते. पंतप्रधानपदी मनमोहन सिंग यांचे आरोहण होण्यापूर्वी सत्तेवर असलेले बाजपेयी यांच्या कार्यकाळातही वेतन आयोग नेमला जाणे आवश्यक होते. परंतु त्यावेळी येऊ घातलेल्या सार्वत्रिक निवडणुका आणि आर्थिक आव्हान यांचा विचार करून पंतप्रधान बाजपेयी यांनी सहाव्या वेतन आयोगाची स्थापना पुढे ढकलली आणि पाचव्यानंतरचा सहावा वेतन आयोग थेट २००८ सालीच नेमला गेला. निवडणुकांच्या आधी वेतन आयोग नेमला गेला तर त्याच्या आर्थिक अंमलबजावणीची जबाबदारी पुढील सरकारवर पडते. तेव्हा ते योग्य नाही, असा विचार पंतप्रधान बाजपेयी यांनी केला. बहुधा ते अर्थतज्ज्ञ नसल्यामुळे इतका सुज्ञपणा दाखवणे त्यांना योग्य वाटले असावे. परंतु विद्यमान पंतप्रधान सिंग सरकारने मात्र पुढील सरकार आणि देशाची अर्थस्थिती यांचा कोणताही विचार न करता वेतन आयोगाची घोषणा करून टाकली. सहाव्या वेतन आयोगाने एकट्या केंद्रावर तब्बल २२ हजार कोटी रुपयांचा अतिरिक्त बोजा पडला. एकदा का केंद्राने वेतन आयोग मंजूर केला की त्याची अंमलबजावणी करण्याची मागणी राज्य सरकारी कर्मचाऱ्यांकडूनही येते आणि त्यास त्या त्या सरकारांना बळी पडावे लागते. सहाव्या वेतन आयोगाबाबतही असेच घडले. त्या वेतन आयोगाच्या शिफारशींची अंमलबजावणी करताना अनेक राज्य सरकारे जायबंदी झाली असून, त्या जखमांच्या खुणा अद्यापही भरून आलेल्या नाहीत. त्या वेतन आयोगाच्या शिफारशींमुळे राज्यांचा वेतनावरचा खर्च अतोनात वाढला. यास महाराष्ट्र सरकारचाही अपवाद नाही. राज्याच्या एकूण उत्पन्नापैकी जवळपास ६० टक्क्यांहून अधिक प्रचंड रक्कम राज्य सरकारास फक्त

कर्मचाऱ्यांच्या वेतन आणि निवृत्तिवेतनावर खर्च करावी लागली. त्यामुळे महाराष्ट्रासारख्या राज्यास या वेतन आयोगाच्या खड्ड्यातून बाहेर येण्यास तीन वर्षे संघर्ष करावा लागला. अन्य राज्य सरकारांचेही असेच झाले. त्या वेतन आघातातून ही राज्ये पुरती सावरायच्या आतच आणखी एका खड्ड्याची तयारी केंद्राने चालवलेली दिसते. या नव्या आयोगाने एकट्या केंद्र सरकारवर वर्षाला ५० हजार कोटी रुपयांचा अतिरिक्त बोजा पडणार असून सर्व राज्यांची वाढीव खर्चाची रक्कम एक लाख कोटी रुपयांच्या घरात जाते. वित्तीय आणि महसुली तुटीमुळे केंद्र सरकारच्या तिजोरीत ठणठणाट आहे. पैशाअभावी अनेक योजना रखडलेल्या आहेत आणि नवीन गुंतवणूक होत नसल्याने सरकारचा महसूलही वाढताना दिसत नाही. अशा वेळी वर्षाला तब्बल एक लाख कोटी रुपये खर्च ओढवून घेणे हे कोणत्याही अर्थाने शहाणपणाचे आहे, असे म्हणता येणार नाही. त्याबाबतचाही विरोधाभास हा की नियोजन मंडळांच्या वार्षिक आराखडा बैठकीत माँटेकसिंग अहलुवालिया वा तत्सम राज्यांना वेतनावरील खर्च कमी करण्याचा सल्ला देणार आणि दुसरीकडे याच नियोजन आयोगाचे प्रमुख असलेले पंतप्रधान मनमोहन सिंग वेतन आयोगाच्या नेमणुकीस अनुमती देणार. हे सर्वच अर्तक्य म्हणावयास हवे.

आर्थिकदृष्ट्या बेजबाबदारपणाच करावयाचा असा पण केल्यासारखे या सरकारचे वर्तन म्हणावयास हवे. अन्नसुरक्षा कायदा, जमीन हस्तांतर कायदा आणि आता हा वेतन आयोग. गेल्या काही महिन्यांतील पंतप्रधान सिंग यांचे हे निर्णय आर्थिक जबाबदारीची जाणीव असल्याचे दाखवत नाहीत, हे वास्तव आहे. अन्नसुरक्षा विधेयकाने देशातील तब्बल ६२ कोटी जनतेला एक ते पाच रुपये प्रति किलोच्या दरात अन्नधान्य पुरवण्याचा सरकारचा निर्धार आहे. जमीन सुधारणा कायद्यामुळे उद्योगांच्या कटकटींत वाढच होणार आहे. त्याचा परिणाम म्हणून त्यांची उद्योगांतील गुंतवणूक कमीच होणार आहे. म्हणजे पुन्हा सरकारच्या महसुलात घट होणारच. आणि हे सर्व आर्थिक विकासाचा दर ५ टक्के इतकाही राहणार नाही, हे स्पष्ट असताना. अशा वेळी या निर्णयाची संभावना मनमोहन सिंग यांचा दौलतजादा अशीच करावी लागेल.

२७ सप्टेंबर २०१३

२१. अगदीच आम

देशातील राजकारणी हे सर्वच्या सर्व गुंड आहेत आणि अण्णा हजारे, अरविंद केजरीवालआदी नरपुंगवांमुळे या गुंडांचा नायनाट होऊन या महान देशाची मुक्तता होणार असल्याचा भ्रम मध्यंतरी या देशातील मध्यमवर्गीयांस...जे मूलतः निष्क्रिय आहेत...झालेला होता. त्यामुळे अण्णा वा त्यांच्या संप्रदायातील कोणाच्या मागे जाऊन एखादी मेणबत्ती लावली की आपले कार्य संपले आणि सामाजिक बांधिलकी सिद्ध झाली असे समजून गावोगाव हा मेणबत्ती संप्रदाय जन्मून मोठ्या प्रमाणावर फोफावला. यांच्यातीलच केजरीवाल आदींनी या मेणबत्ती संप्रदायास डोळ्यांपुढे ठेवून राजकीय पक्ष काढला. दिल्ली विधानसभा निवडणुकीत हा पक्ष जोमाने मैदानात उतरलेला आहे. वास्तविक या पक्षाच्या राजकारण प्रवेशामुळे समस्त मेणबत्ती संप्रदायाने एकजुटीने त्यांच्या मागे उभे राहणे अपेक्षित होते. परंतु तसे झाले नाही. सर्वप्रथम या संप्रदायाचे अध्वर्यू मा. अण्णा हजारे यांनी आपल्या अनुयायांना वाऱ्यावर सोडले. तेवढ्यावरच ते थांबले नाहीत. केजरीवाल यांच्यामुळे आपल्या कार्याचा निधी कसा वाया गेला ते आपल्या चेल्यांना सांगितल्याची खासगी बातमी बाहेर आल्याने केजरीवाल आणखीनच उघडे पडले. साथी किरण बेदी याही केजरीवाल यांच्या निवडणूक प्रचाराच्या राष्ट्रकार्यात सहभागी झालेल्या दिसत नाहीत. बहुधा खासगी संस्थांकडून गलेलठ्ठ मानधन घेऊन राष्ट्रउभारणीचे सल्ले देण्याच्या व्याख्यान कार्यक्रमात त्या व्यस्त असाव्यात. अन्यथा केजरीवाल निवडणुकीच्या रिंगणात घाम काढत असताना त्यांना सहानुभूती देण्यासाठी, जनरेट्याचा भार कमी करण्यासाठी त्यांनी प्रयत्न केले नाहीत असे झाले नसते. या सगळ्यामुळे केजरीवाल यांना निवडणुकीच्या रणांगणातील सहकार्यासाठी एकटे प्रशांत भूषणच राहिले. या पार्श्वभूमीवर या बहुचर्चित आम आदमीचा जाहीरनामा प्रसृत झाला असून तो पाहिल्यास तो अन्य राजकीय पक्षांच्या जाहीरनाम्याइतकाच आम वाटू शकेल. हा देश कसा बदलायला हवा याचे सल्ले देणाऱ्या आणि तो बदलण्यासाठी जादूची कांडी जणू आपल्याकडे आहे अशा आविर्भावात वागणाऱ्या मंडळींचा हाच का तो विचार असे हा जाहीरनामा वाचून कोणास वाटल्यास आश्चर्याचे कारण नाही.

या जाहीरनाम्यात घरटी दररोज ७०० लिटर पाणी मोफत देण्याचे आणि विजेचे दर निम्म्याने कमी करण्याचे आश्वासन देण्यात आलेले आहे. ज्यांना या देशातील शहरे वा महापालिका व्यवस्थापनाचा अंदाज आहे त्यांना यातील खोच आणि खोट लक्षात यावी. ती अशी की केजरीवाल म्हणतात प्रति मीटर ७०० लिटर्स पाणी मोफत दिले जाईल. परंतु प्रश्न आहे तो मीटरशिवाय ज्यांना पाणी मिळते किंवा मिळवले जाते त्यांचे काय करायचे हा. ज्यांच्याकडे पाण्याचे मीटर्स आहेत, ते अर्थातच सुनियोजित निवासी वसाहतींतून रहातात हे उघड आहे. त्यांच्याकडून त्यामुळे पाण्याची बिले वसूल होतच असणार. तेव्हा या वर्गाच्या परिस्थितीत पाण्याचे दर निम्मे करून असा कितीसा फरक पडणार? दुसरे असे की मुदलात आपल्याकडे सर्वत्रच पाण्याचे दर अत्यंत कमी आहेत आणि त्याचमुळे त्याचा मोठ्या प्रमाणावर अपव्यय होत आहे. तेव्हा अशा परिस्थितीत आहेत ते दर कमी करून नक्की भले होणार ते कोणाचे आणि कोणतेही दरपत्रक लागू नसलेल्या वर्गाला होणाऱ्या पाणीपुरवठ्याचे काय? त्याचे उत्तर केजरीवाल यांच्याकडे नाही. तीच गत वीजपुरवठ्याची. देशात गेल्या काही वर्षांत मोठ्या प्रमाणावर वीजेचा तुटवडा निर्माण झाला आहे आणि त्याचमुळे विविध राज्य वीज मंडळांवर दैनंदिन वीजखरेदीची वेळ आली आहे. वीज ही जीवनावश्यक अशी उपभोग्य वस्तू बनल्यामुळे त्याची एक बाजारपेठ तयार झाली असून, तेथे विविध ग्राहकांकडून बोली लावून वीज नोंदली जाते. याचा अर्थ ज्याची बोली जास्त रकमेची त्यास वीज मिळण्याची संधी अधिक. तेव्हा विजेस जास्त रक्कम मोजावयाची असेल तर ती मुळात मिळवण्याची व्यवस्था असावयास हवी. याचा अर्थ वीज वापरणाऱ्यांकडून अधिक रक्कम वसूल करणे, यास पर्याय नाही. परंतु केजरीवाल यांचे आश्वासन असे की वीज दरात ५० टक्क्यांची सवलत द्यावयाची. म्हणजे दिल्ली वीज मंडळास अधिक तोटा सहन करावा लागणार. तो खड्डा कसा भरून काढणार याचेही उत्तर देण्याची तसदी केजरीवाल यांनी घेतलेली नाही. हा खड्डा दोन मार्गांनी भरून निघतो. एक म्हणजे राज्य सरकारने अर्थसंकल्पात तरतूद करून हा खर्च भरून काढावयाचा. किंवा दुसरा पर्याय हा की केंद्राने त्यासाठी मदत द्यावयाची. यातील दुसरा पर्याय हा केंद्रातही केजरीवाल यांच्या पक्षाचे सरकार आले तरच संभव. कारण देशाने केजरीवाल यांच्या स्वस्त विजेचा भार का सहन करावा? तेव्हा पहिल्या पर्यायाचा स्वीकार करण्याखेरीज केजरीवाल यांना गत्यंतर नाही. तसे ते करतील असेही एकवेळ मानता येईल. परंतु याच जाहीरनाम्यात पुढे केजरीवाल यांच्याकडून पायाभूत सोयीसुविधांत मोठी गुंतवणूक करण्याचे, आरोग्य, शिक्षण आणि सुरक्षा यासाठी भरीव तरतूद करण्याचे आश्वासन देण्यात आलेले आहे. यातील विरोधाभास असा की ही गुंतवणूक मोठ्या प्रमाणावर सरकार करेल असे ते सांगतात. म्हणजे

सरकारचा व्याप आणि आवाका वाढावा अशी त्यांच्या पक्षाची इच्छा आहे. हे फारच हास्यास्पद. कारण सरकार बाहेर असताना हेच केजरीवाल सरकारचा हस्तक्षेप किती किती क्षेत्रात वाढत चाललाय आणि तो कसा कसा कमी करायला हवा हे सांगणार आणि स्वतःचे सरकार आल्यावर मात्र सरकारचे क्षेत्र वाढवत नेणार, हे कसे? अन्य कोणा राजकारण्याने हे केल्यास त्यास लबाड म्हणता येते. आम आदमीचे प्रवर्तक केजरीवाल यांनाही तसे म्हणावे काय? त्यांच्या जाहीरनाम्यातील उद्दिष्ट कितीही उदात्त असले तरी त्यासाठी निधी येणार कोठून? करही कमी करावयाचे आणि खर्च वाढवायचा असा शेखचिल्ली उद्योग अमेरिकेचे अध्यक्ष जॉर्ज बुश यांना परवडू शकतो. केजरीवाल यांना नाही. कारण नोटा छापण्याचा अधिकार दिल्ली सरकारला नाही. दुसरीकडे केजरीवाल हे त्यांचे सरकार आल्यास महिलांच्या सुरक्षेसाठी स्थानिक पातळीवर मोहल्ला समित्या स्थापन करण्याचे आश्वासन देतात. म्हणजे आपापल्या परिसरातील महिलांची सुरक्षा त्या त्या परिसरातील मोहल्ला समित्यांनी घ्यावयाची. ते ठीक. पण त्या मोहल्ल्याच्या बाहेर गेल्यावर काय? म्हणजे एका परिसरातील महिलेस दुसऱ्या परिसरातील काहींकडून असुरक्षित वाटल्यास काय? की दोन मोहल्ल्यांतील सुरक्षा समित्यांनी आपापसात लढून हा प्रश्न मिटवायचा? तेव्हा केजरीवाल यांचा हाही उपाय तितकाच भंपक म्हणावयास हवा. दिल्ली आणि परिसरात अलीकडे मोठ्या प्रमाणावर झोपडपट्ट्या तयार झाल्या आहेत. झोपडपट्ट्यांतील नागरिकांना सुसज्ज घरे पुरवण्याचे आश्वासनही त्यांच्या जाहीनाम्यात आहे. ही घरे बांधण्यासाठी सरकार निधी आणणार कोठून, हा एक भाग. आणि ज्या क्षणी दिल्लीतील झोपडपट्टीवासीयांना मोफत घरे मिळणार हे जाहीर होईल त्या क्षणापासून दिल्लीतील झोपड्यांची संख्या काय गतीने वाढेल याचा अंदाज केजरीवाल यांना आहे काय? नसल्यास त्यांनी मुंबई महापालिकेकडून ही माहिती घ्यावी.

वास्तविक जनतेच्या मनात इतक्या आशाआकांक्षा तयार करणाऱ्या आम आदमी पक्षाकडून आपल्या पहिल्या वहिल्या जाहीरनाम्यात अधिक काही भरीव अपेक्षित होते. परंतु पक्षाचा हा प्रयत्न अगदीच आम आहे, असे म्हणावयास हवे. तो पाहिल्यावर केजरीवाल आणि कंपूकडून आशा बाळगणाऱ्यांना आपल्या मताविषयी पश्चात्तापच होईल.

२२ नोव्हेंबर २०१३

२२. कुडमुडे कुडतोजी

अरविंद केजरीवाल हे अत्यंत भंपक गृहस्थ आहेत हे आमचे मत याआधीही होते. याबाबत त्यांनी त्यांचे गुरू अण्णा हजारे यांनाही निश्चितच मागे टाकले असे म्हणता येईल. केजरीवाल यांच्या आम आदमी पक्षाचे पहिलेवहिले मंत्रिमंडळ सत्तेवर आल्यापासूनच कधीही पडेल अशाच अवस्थेत होते. कारण सरकार चालवावे ही केजरीवाल आणि कंपनीची मानसिकताच नव्हती आणि त्यात बदल व्हावा अशी त्यांची इच्छाही नाही. ही मंडळी कायम विरोधकाच्या मानसिकतेतच आहेत. अशा विरोधी पक्षीय मानसिकतेचा एक फायदा असतो. तो म्हणजे प्रस्थापितांच्या नावे सतत बोटे मोडता येतात आणि काहीच सिद्ध करून दाखववावयाचे नसल्यामुळे सर्व व्यवस्थाच कशी भ्रष्ट आहे हे तुणतुणे अव्याहत वाजवता येते. त्यात कर्जे न फेडता आल्याने खड्ड्यात गेलेले काही उद्योगपती, कलावंत, लेखक चेतन भगत आदींसारख्या वर्तमानपत्रांच्या तृतीयपानी अर्धवटरावांनी या मंडळींना सुरुवातीला झाडावर चढवले. त्यामुळे आम आदमी पक्ष आणि तो चालवणारे जणू संतमहंतांचे अवतार आहेत आणि भारताच्या पुनरुत्थानासाठीच जणू या भूतलावर अवतरले आहेत, असेच चित्र निर्माण झाले. परिणामी आम आदमीयांना अधिकच चेव आला. अशांच्या मानसिकतेस चटकन लोकप्रियता मिळते. कारण आपल्यासारख्या निमसाक्षर समाजव्यवस्थेत प्रत्येकास आपण सोडून सर्वच भ्रष्ट आहेत आणि आपली जी काही अवस्था आहे ती सत्ताधारी बदमाशांमुळे आहे ही कहाणी गळी उतरवणे सोपे जाते. एकदा का सर्व व्यवस्थाच भ्रष्ट ठरवली की आपण व्यवस्थेचा भाग बनून बदल घडवून दाखवण्याची गरजच उरत नाही. म्हणजे स्वतः व्यवस्था होऊन काही करून दाखवायचे नाही आणि व्यवस्थेच्या नावे मात्र बोटे मोडत रहावयाचे हा खेळ खेळता येतो. त्यात आचरट आरोप करणाऱ्यांच्या आणि तितकीच आचरट आश्वासने देणाऱ्यांच्या मागे आपल्याकडे काही काळ का होईना जनता जाते. त्या आश्वासनांची व्यवहार्यता तपासून पाहण्याइतके शहाणपण आपल्या समाजात अद्याप यावयाचे आहे. आम आदमी पक्षाच्या बाबतीत हेच झाले. स्विस बँकांत दडवून ठेवलेला काळा पैसा आम्ही परत आणू असे सांगणारे भगवे वस्त्रांकित बाबा रामदेव आणि आर्थिक आघाडीवर भरमसाट घोषणा करणारे मफलरांकित

केजरीवाल या दोघांत वस्तुत: फरक नाही. त्यातल्या त्यात बाबा रामदेव यांना शहाणपणाचे दोन गुण अधिक देता येतील. कारण ते व्यवस्था चालवण्याच्या फंदात पडले नाहीत. केजरीवाल यांनी तो प्रयत्न करून पाहिला. परंतु आपल्या आणि त्यांच्याही दुर्दैवाने त्यांच्या आम आदमी पक्षास दिल्ली विधानसभा निवडणुकीत पूर्ण बहुमत मिळाले नाही. त्यामुळे त्यांना त्यांच्या सर्व अडचणींसाठी काँग्रेस वा भारतीय जनता पक्षास दोष देण्याची सोय उपलब्ध राहिली. खरे तर आम आदमी पक्षास स्पष्ट बहुमत मिळाले नाही याबद्दल केजरीवाल कंपूने दिल्लीतील जनतेचे आभार मानावयास हवेत. कारण पूर्ण बहुमत मिळाले असते तर केजरीवाल यांच्या स्वप्नाळू राजकारणाचा आणि मागास अर्थकारणाचा फुगा लवकर...आणि कायमचाही...फुटला असता. तसे न झाल्यामुळे आगामी काही काळ या पक्षाचे शेपूट वळवळत राहील.

भिकार आणि मागास अर्थकारणाच्या जोडीस केजरीवालीय कंपूस नैतिकतेचा दंभ होता. या दंभाची बाधा झालेले समाजासाठी नेहमीच मोठा उपद्रव ठरत असतात. आम्ही नैतिकदृट्या सरस आहोत, त्यामुळे आम्हास कोणतेही नीतिनियम लागू होत नाहीत असा त्यांचा सूर असतो. ही मंडळी व्यवस्थाही पाळत नाहीत. कारण ही व्यवस्था अनैतिकांनीच बनवलेली असल्यामुळे ती न पाळणे हेच आमचे कर्तव्य आहे असे त्यांचे म्हणणे असते. केजरीवाल आणि त्यांच्या मंत्र्यांचे गेल्या ४८ दिवसांतील वर्तन हे या मानसिकतेतून आले होते. मग त्या शाळांवर घातलेल्या धाडी असोत वा परदेशी महिलांवर देहविक्रयाचा आरोप करणे असो. केजरीवाल यांचे सर्वच मंत्री असे बेफाम झाले होते. स्वतःस नैतिकदृष्ट्या श्रेष्ठ म्हणवणारे ज्या पद्धतीने परदेशी महिलांशी वागले ते पाहता कोणाही सभ्याचा संतापच होईल. युगांडा या देशाच्या दिल्लीतील काही महिला देहविक्रय करीत असल्याचा संशय होता. म्हणून केजरीवाल यांच्या मंत्रिमंडळातील स्वतःच धाडी घातल्या आणि या महिलांना रात्रभर त्यांच्या वाहनांतच डांबून ठेवले. या कारवाईचा तपशील प्रसिद्ध झाला असून त्यावरून केजरीवाल आणि साथीदारांची मानसिकता लक्षात यावी. या महिलांना केजरीवाल सहकाऱ्याने नैसर्गिक विधीपुरतेही मुक्त केले नाही आणि परिणामी त्यांनी भर रस्त्यात कार्यभाग उरकावा लागला. ही यांची नैतिकता. जे काही झाले त्याबद्दल दिलगिरी व्यक्त करण्याचे सौजन्यही या मंडळींनी कधी दाखवले नाही. खुद्द केजरीवाल यांच्या वागण्यातून आपण एका लोकशाहीप्रधान देशातील महत्त्वाच्या प्रदेशाचे जबाबदार मुख्यमंत्री आहोत अशी जाणीव कधीही दिसली नाही. मुख्यमंत्री स्वतःच रस्त्यावर उतरून निदर्शने करीत असेल तर कोणी कोणास दोष द्यावा? त्यामुळे केजरीवाल आणि त्यांचे मंत्री हे नि:संशय एकाच माळेचे मणी होते. लोकशाही व्यवस्थेत एखाद्या कायद्याबद्दल दुमत असेल तर तो बदलण्यासाठी स्वत: कायदा मोडण्याचा पर्याय मुख्यमंत्रिपदावरील

व्यक्तींना तरी निदान उपलब्ध नाही, याचे त्यांना भान नव्हते. त्यामुळे मुख्यमंत्री म्हणून आपण अपयशी ठरू याची पूर्ण खात्री पटलेल्या केजरीवाल यांनी आपले सरकार कसे हुतात्मा होईल यासाठी प्रयत्न चालवले होते. मुकेश अंबानी आणि त्यांच्या रिलायन्स पेट्रोलियमविरोधात नैसर्गिक वायुदराबाबत केजरीवाल यांची कारवाई ही याच प्रयत्नांचा भाग होती. उत्तरलक्ष्यी प्रभावाने अंबानी यांच्या कंपनीच्या फायद्यासाठी दामदुप्पट इंधन दर करण्याचे सौजन्य सरकारने दाखवण्याची काहीही गरज नव्हती, हे मान्य. सरकारच्या या लबाडीचे विश्लेषण आम्हीही केले. खासदार गुरुदेव दासगुप्ता यांनीही सरकारच्या रिलायन्स धार्जिण्या दरवाढीस सर्वोच्च न्यायालयात आव्हान दिले आहे. असला कोणताही संसदीय मार्ग न चोखाळता केजरीवाल यांनी मुकेश अंबानी आणि तेलमंत्री वीरप्पा मोईली यांच्याच विरोधात गुन्हे दाखल केले. अशा कृत्यांमुळे निःसंशय लोकप्रियता मिळत असली तरी भरीव काही हाती लागत नाही.

तेव्हा अशा वेळी केजरीवाल सरकारचे बारा वाजणार हे उघड होते. त्यातही त्यांचे चातुर्य हे की अकार्यक्षमतेच्या कारणावरून सरकार पडले असते तर त्याचा राजकीय लाभ हवा तितका आम आदमी पक्षास झाला नसता. त्यामुळे केजरीवाल यांनी जनलोकपालाच्या मुद्द्यांवर हे सरकार पडेल अशी स्वतःच व्यवस्था केली. या प्रश्नावर ताठर भूमिका घेण्यात त्यांचा दोन्ही बाजूंनी फायदा होता. हे विधेयक मंजूर झाले असते तर त्याचे श्रेय घेता आले असते आणि मांडले गेले नसते तर पहा! भ्रष्टाचारी पक्ष हे करू देत नाहीत, असे रडगाणे गाण्याची सोय त्यांना होती. यातील दुसरा पर्याय त्यांनी स्वीकारला आणि आगामी लोकसभा निवडणुकांवर डोळा ठेवून स्वतःच्या हातानेच आपल्या सरकारची मुंडी त्यांनी पिरगाळली. आता लोकसभा निवडणुकांत नव्या दमाने अधिक बेताल आणि बेजबाबदार आरोप करायला ते पुन्हा तयार.

राजकारण असो वा समाजकारण. बदल करावयाचा असेल तर अशा माथेफिरू पद्धतीने तो घडत नाही. त्यासाठी सातत्य आणि समजूतदारपणा लागतो. हजारोंच्या छावणीवर सात सैनिकांना घेऊन आत्मघाती हल्ला करू पाहणाऱ्या कुडतोजी गुजरांच्या वेडात निघाले वीर दौडले सात...छाप कृत्याने काहीही साध्य होत नाही. हौतात्म्य तेवढे येते. साडेतीनशे वर्षांपूर्वी असे कृत्य करणाऱ्या कुडतोजी गुजर यांना शिवाजी महाराजांनी प्रतापराव अशा नामकरणाने गौरवले. अरविंद केजरीवाल मात्र आधुनिक राजकारणातील कुडमुडे कुडतोजीच राहतील.

१७ फेब्रुवारी २०१४

२३. गोल भोक... चौकोनी खुंटी

इतिहास आपले मूल्यमापन अधिक सहृदयतेने करेल अशा प्रकारची भावना पंतप्रधान मनमोहन सिंग यांनी काही दिवसांपूर्वी व्यक्त केली होती. ती संधी त्यांना काँग्रेसने नाकारली. त्यामुळे मनमोहन सिंग हे लक्षात राहतील ते एक केवळ योगायोगी पंतप्रधान या नात्यानेच. हे कटू असले तरी वास्तव आहे आणि ते दुर्दैवी आहे. मनमोहन सिंग यांच्या कारकिर्दीतला झळाळता अध्याय लिहिला गेला तो १९९१ साली. ते अर्थमंत्री होते तेव्हा. भारत जागा होत आहे, हे जगाला आता सांगायची वेळ आली आहे, असे आश्वासक शब्द उच्चारत त्यांनी आपला पहिला वहिला अर्थसंकल्प सादर केला आणि सोने गहाण ठेवण्याची वेळ आलेल्या भारतीय अर्थव्यवस्थेस पुन्हा पालवी फुटली. त्यांचे त्यावेळचे पंतप्रधान होते नरसिंह राव. वास्तविक सिंग यांच्याप्रमाणेच तेही दुर्दैवी योगायोगामुळे त्या पदापर्यंत पोचलेले. राजीव गांधी यांची हत्या आणि प्रणब मुखर्जी यांच्यावरील अविश्वास यातून तडजोडीचा उमेदवार म्हणून राव यांच्याकडे पंतप्रधानपदाची सूत्रे गेली. मनमोहन सिंग यांचेही तसेच. सोनिया गांधी यांना पंतप्रधानपद मिळणे अशक्य आणि काँग्रेस घराण्याचे कुलदैवत असलेल्या गांधी घराण्यातील पुढच्या पिढीचा राहुल अपरिपक्व. अशा परिस्थितीत अन्य कोणाकडे पंतप्रधानपद द्यावे तर हात दाखवून अवलक्षण होण्याची शक्यताच अधिक. अशा वेळी तडजोडीचा सुरक्षित पर्याय म्हणून मनमोहन सिंग यांचे नाव पुढे आले आणि एक साधा, सरळमार्गी गृहस्थ देशाच्या सर्वोच्च पदावर विराजमान झाला. राव आणि सिंग यांच्यातील हे साम्य येथेच संपते. पंतप्रधानपद हाती आल्यावर राव हे पंतप्रधानासारखे वागले तर सिंग यांच्यातील नोकरशहा जागा झाला. राव यांनी पक्षातील आणि पक्षाबाहेरील विरोधकांचे पंतप्रधानपदाबरोबर येणारी अस्त्रे वापरून पद्धतशीर खच्चीकरण केले, तर सिंग यांनी अभावितपणे असेल, वा आळस म्हणून, ही अस्त्रे पक्षाध्यक्षा सोनिया गांधी यांच्या पदरात घातली. सिंग हेदेखील राव यांच्या प्रमाणे जनप्रिय नेते नव्हते. परंतु अप्रत्यक्षपणे का असेना पण नेतृत्व करण्याची राव यांच्याकडे असलेली आस आणि ऊर्जा सिंग यांच्याकडे नव्हती. सिंग यांच्या अवमूल्यनास सुरुवात झाली ती त्या क्षणापासून. याचे साधे कारण असे की

पंतप्रधानपदासारख्या शीर्षस्थ पदावरील व्यक्ती केवळ सज्जनपणाच्या इंधनावर त्या पदाचा गाडा हाकू शकत नाही. पंतप्रधानपद मुळात राजकीय आहे. पण सिंग यांना ते मिळाले तेच मुळी ते राजकारणी नाहीत म्हणून. म्हणजे किमान आवश्यक गुणवत्तेशिवाय एखाद्यास महत्त्वाचे पद दिले गेल्यास त्याचे जे होईल तेच सिंग यांचे झाले. काँग्रेसने ते केले कारण पंतप्रधानपदामागील राजकारण सोनिया गांधी यांना करावयाचे होते आणि राहिलेली फाईली निपटण्याची प्रशासकीय गरज पूर्ण करण्यासाठी त्यांना सुरक्षित व्यक्ती हवी होती. ती गरज मनमोहन सिंग यांनी पूर्ण केली. त्यांनी जे केले...वा करावे लागले... तो काँग्रेसमधील अंतर्गत व्यवस्थेचा भाग होता हे जरी खरे असले तरी सर्वोच्च पदावरील व्यक्तीने इतका अधिकारसंकोच करून घेणे धोक्याचे असते. याची जाणीव सिंग यांना त्यावेळी झाली नसावी. आता मात्र ती त्यांना नक्कीच टोचत असेल. या अधिकारसंकोचामुळेच सिंग हे केवळ नामधारी प्रधान राहिले आणि खरे पंतपद सोनिया गांधी यांच्याकडेच गेले. त्यामुळे दूरसंचार घोटाळ्यातील ए. राजा असोत वा राष्ट्रकुलदीपक सुरेश कलमाडी. यांच्यावर काहीही कारवाई करण्याचा अधिकार पंतप्रधान सिंग यांना नव्हता. कारवाईचा अधिकार नाही आणि राजकारण जमत नाही. अशा दोन्ही आघाड्यांवर सिंग यांची कोंडी होत गेली. कारकिर्दीच्या वेगवेगळ्या स्तरांवर अनेकांना या अवस्थेस सामोरे जावे लागते. परंतु अशा वेळी तोंड दाबून होणारा हा बुक्क्यांचा मार सहन करायचा की नाही, या प्रश्नाचे उत्तर ज्याने त्याने शोधवयाचे असते. सिंग यांनीही ते शोधले आणि मुकाटपणे सर्व काही सहन करण्याचा निर्णय घेतला. आज जे मनमोहन सिंग करुण वाटतात ते या निर्णयामुळे.

या कारुण्यामागे एक वास्तव आहे. ते म्हणजे पंतप्रधानपद सांभाळण्याइतकी अर्हता सिंग यांच्याकडे कधीच नव्हती. ते आयुष्यभर प्रशासकीय अधिकारीच होते आणि केवळ प्रशासकीय कामे केलेल्याची गुणवत्ता निर्णयांच्या अंमलबजावणीवरून मोजावयाची असते. उत्तम प्रशासकीय अधिकारी हा पडद्यामागे राहून काम करीत असतो. पडद्यासमोर असणाऱ्याने घेतलेले निर्णय राबवणे हे त्याचे प्राथमिक कर्तव्य असते. सिंग हे असे अधिकारी होते. अर्थमंत्री म्हणून ते उत्कृष्ठ ठरले कारण धाडसी निर्णय घेणारे पंतप्रधान त्यांना लाभले म्हणून. परंतु जेव्हा पंतप्रधानपदच घ्यायची वेळ त्यांच्यावर आली तेव्हा ते उत्तरोत्तर निष्प्रभ होत गेले आणि शेवटी शेवटी तर ते विझलेच. आपल्यातील निर्णयक्षमतेचा प्रत्यय त्यांनी दिला तो एकदाच. अमेरिकेबरोबरच्या अणुकराराच्या निमित्ताने सिंग यांनी आपले सरकार पणाला लावले आणि स्वतःला हवे ते करवून घेतले. परंतु असे करण्यात फारच ऊर्जा लागते हे लक्षात आल्यावर त्यांनी आपली शस्त्रे म्यान केली आणि सर्व निर्णयांचे सर्वाधिकार सोनिया गांधी यांच्याकडे सुपूर्द करून आला दिवस साजरा करणेच पसंत केले. असे

करणे हा सिंग यांचा मोठा ऱ्हास होता. पण तो मार्ग त्यांनी निवडला होता. त्यामुळे कानामागून आलेला कालचा पोर राहुल गांधी याने जाहीर पाणउतारा केला तरी सिंग यांची शांतता ढळली नाही आणि पदाला चिकटून राहणेच त्यांनी पसंत केले. सिंग यांना राजकीय अभिलाषा नव्हती आणि नाहीही. तरीही त्यांनी हे असले जगणे का सहन केले हे अनाकलनीय गूढ म्हणावे लागेल. सिंग यांच्या संयत व्यक्तिमत्त्वास या गुढाने घेरले आणि अखेर त्यानेच त्यांच्या कर्तृत्वाचा घास घेतला. तेव्हा सिंग हे ओळखले जातील एक केविलवाणे, असहाय्य आणि अर्थातच अपयशी पंतप्रधान म्हणूनच. कारण कोणाही व्यक्तीच्या कार्याचे मोजमाप हे शेवटच्या पदावरील यशापयशाच्या आधारे होत असते. त्या व्यक्तीची इतिहासातील पुण्याईपुंजी कितीही वजनदार असली तरी वर्तमानातील जमाखर्चच श्रेयाची श्रीशिल्लक ठरवीत असतो. हे सिंग यांना अर्थातच जाणवत असेल. त्यामुळे पंतप्रधानपदावरून पायउतार होताना त्यांच्या मनात हर्ष खेद ते मावळले...अशी उदात्त भावना असण्याची शक्यता कमीच. त्यांच्या मनात निश्चित असेल ती खंत आणि एक वेदना.

पाकिस्तानातील फाळणीने उद्ध्वस्त झालेले बालपण घेऊन भारतात आलेला एक गरीब मुलगा मुळातील अभ्यासू वृत्ती, चिकाटी आणि सचोटी या गुणांवर देशाच्या पंतप्रधानपदापर्यंत पोचतो ही खरे तर सर्वार्थाने गौरवगाथाच. परंतु नंतर मात्र ती तशी राहिली नाही. शौर्य आणि तडफेने गायल्या जाणाऱ्या समरगीताचे बघता बघता शोकगीतात रूपांतर व्हावे तसे मनमोहन सिंग यांच्या कारकिर्दीचे झाले आणि तब्बल दहा वर्षे चाललेली ही सहनगाथा बुधवारी एका केविलवाण्या सुरावटीवर संपुष्टात आली. राजकारणाच्या सबगोलंकार छिद्रात सारली गेलेली चौकोनी खुंटी अशीच सिंग यांची नोंद इतिहास करेल.

१६ मे २०१४

२४. ना-लायकांचे निर्दालन

हे होणारच होते. सत्तासातत्यामुळे येणाऱ्या सुस्तीत मश्गूल राहून जनतेच्या आशाआकांक्षांकडे पूर्णपणे कानाडोळा करणारी काँग्रेस आणि तिचे सुमार समर्थक यांच्यावरील संताप मतदारांनी या निवडणुकीत खणखणीतपणे व्यक्त केला असून जनरोषाचे हे रौद्ररूप अभूतपूर्वच म्हणावे लागेल. मतपेटीतील या उद्रेकाचे वर्णन केवळ काँग्रेसचा नेत्रदीपक पराभव वा नरेंद दामोदरदास मोदी यांचा भव्य विजय इतक्याच मर्यादित परिघातून करणे अयोग्य ठरेल. याचे कारण हे की एखाद्या व्यक्तीस स्वतःचे रूपांतर जनरोषाच्या प्रतिकात करण्यात यश येत असेल तर त्या यशामागील कारणे केवळ राजकीय नसतात. त्यास आर्थिक आणि सामाजिक परिमाण असते. असे परिमाण मोदी यांनी स्वतःस मिळवून दिले होते आणि त्या अर्थाने ते एकमेव या निवडणुकीचे नायक ठरतात. मोदी यांचा हा विजय देशातील राजकारणास आतापर्यंत कधीही न मिळालेले वळण देणारा असून, या विजयामुळे राजकीय समीकरणांची परिमाणेच पूर्णपणे बदलली जाणार आहेत. तशी ती बदलणे मोदी यांना शक्य झाले त्याची प्रमुख कारणे दोन.

यातील एक व्यक्तिगत आहे तर दुसरे सामाजिक. व्यक्तिगत कारण म्हणजे आपण स्वतः, निदान मुख्यमंत्रिपदाच्या सुरुवातीच्या काळात तरी, व्यवस्थेकडून नाडल्या आणि नागवले जाणाऱ्यांतील एक आहोत, असे दाखवून देण्यात मोदी यशस्वी झाले. भारतीय मानसिकतेत कोणीही 'बिचारा' ठरल्यास पुढील काळात तो मोठे यश मिळवतो. मोदी यांनी स्वतःचे रूपांतर अशा बिचाऱ्यांत करून घेतले होते. या विधानाचा संदर्भ अर्थातच आहे तो २००२ साली गोध्रा आणि त्यानंतर गुजरातेत जे काही झाले त्याच्याशी. जे झाले ते मानवतेला काळिमा फासणारे होते आणि कोणाही सुज्ञ व्यक्तीची मान त्यामुळे खालीच जाईल यात शंका नाही. गोध्रा आणि त्यानंतरच्या दंगलकांडात मोठ्या प्रमाणावर अल्पसंख्याकांचे शिरकाण झाले आणि मोदी यांच्या कारकिर्दीवरील तो काळा डाग आहे, हे अमान्य करता येणार नाही. त्या दंगलींचा ठपका त्यानंतर सतत मोदी यांच्यावर ठेवण्याचा प्रयत्न झाला आणि राजकारणाच्या मर्यादित चौकटीत त्यात काही गैर होते असे म्हणता येणार नाही. परंतु

नंतर सातत्यपूर्ण प्रयत्नांनंतरही मोदी यांना कायद्याच्या कचाट्यात अडकवणे त्यांच्या राजकीय आणि सामाजिक विरोधकांना शक्य झाले नाही. तेव्हा मग देशातील कुडमुडे निधर्मीवादी पुढे सरसावले आणि आपल्या माध्यमी पांडित्याच्या आधारावर मोदी यांचे हात कसे रक्ताळलेले आहेत, हे सांगू लागले. येथपर्यंतही हे सर्व दुर्लक्ष करावे असे होते. परंतु पुढे या कुडमुड्या निधर्मीवाद्यांचा तोल सुटला आणि यांना मते देणारा प्रत्येक जण हिंदू आणि प्रत्येक हिंदू हा धर्मांध असे ठरवण्यापर्यंत त्यांची मजल जाऊ लागली. वादासाठी ते जरी खरे मानले तरी या विधानाचा व्यत्यास...प्रत्येक अहिंदू हा निधर्मी... हादेखील तितकाच खरा मानावा असा आग्रह या मंडळींकडून धरला जाऊ लागला. मोदी यांच्या ताकदीचा गुणाकार व्हायला प्रारंभ झाला तो तेव्हापासून. बरे, हे निधर्मीवादी प्रामाणिक आहेत, असे म्हणावे तर तेही नाही. १९८४ साली इंदिरा गांधी यांच्या हत्येनंतर शीखांची हत्या होणे हे नैसर्गिक आहे असे निर्लज्जपणे म्हणून या कांडाचे प्रत्यक्ष समर्थन करणारे केवळ काँग्रेसी आहेत म्हणून निधर्मी आणि २००२ साली दंगलींना अप्रत्यक्ष पाठिंबा दिल्याचा वहीम असणारे बिगर काँग्रेसी म्हणून धर्मांध, अशी ही सोयीस्कर मांडणी होती. या अशा सोयीस्कर संतात ज्ञानपीठ मिळवणारे अनंत मूर्ती यांचादेखील समावेश होतो. काँग्रेस जे काही करते ते सर्व निधर्मी आणि काँग्रेसला विरोध करणारे सर्व जात्यंध आणि धर्मांध इतकी निर्बुद्ध मांडणी या कुडमुड्या निधर्मीवाद्यांकडून केली जात होती आणि आपल्या माध्यमपांडित्याच्या आधारे ती सर्वांच्या गळी उतरवण्याचा त्यांचा प्रयत्न होता. तो आधी गुजरातने तीन वेळा अपयशी ठरवला. आज त्यावर राष्ट्रीय शिक्कामोर्तब झाले. हे मोदी यांना शक्य झाले कारण कुडमुड्या निधर्मीवाद्यांचा विरोध म्हणजे एका लोकहितैषी नेत्यावरील अन्याय असे रूप देण्यात त्यांना यश आले. माझा प्रयास जनहिताचा आहे पण विरोधकांना मात्र मला जातीयवादी ठरवून त्यात खीळ घालण्यात रस आहे, अशा स्वरूपाची कांगावखोर भूमिका मोदी यांनी घेतली आणि आपल्या मुख्यमंत्रिपदाच्या कामातून ती जनतेच्या गळी उतरवली. हे मोदी यांना सहजसाध्य झाले कारण त्यांना विरोध करणाऱ्या काँग्रेस वा अन्यांच्या जमा रकान्यात काहीही नोंद नव्हती म्हणून. म्हणजे मोदी हे धर्मांध आहेत हे सिद्ध करताना विरोधकांना देशात अन्यत्र निधर्मीवादाचा एखादा सद्गुणी पुतळा दाखवता आला असता तर मोदी यांच्या मर्यादा अधोरेखित करता आल्या असत्या. परंतु आमच्याकडे काहीही सुयोग्य पर्याय नाही पण तरी तुमचा पर्याय मात्र अयोग्य असे विरोधकांचे म्हणणे होते. ते जनतेस अमान्य होते परंतु याची कोणतीही चाड कुडमुड्या निधर्मीवाद्यांना नव्हती. त्याचमुळे सत्ताधीश असूनही मोदी यांनी स्वतःचे रूपांतर यशस्वीपणे बळीमध्ये केले आणि त्याचे उत्तम भांडवल करून विरोधकांचा डाव उलटवला.

त्यात त्यांना यश सहज मिळाले कारण सत्ताधाऱ्यांची अकार्यक्षमता. हे मोदी यांच्या यशामागील दुसरे कारण. सत्तेची कवचकुंडले आपणास जणू जन्मजात मिळलेली असून आपण कितीही बेजबाबदार वर्तन केले तरी ती कोणी काढून घेऊ शकत नाहीत असे काँग्रेसजनांचे वर्तन होते. त्यातही विशेषत: दखल घ्यावी इतके बेमुर्वतखोर होते ते राहुल गांधी. बाराच्या भावात निघालेल्या गावच्या जमीनदाराच्या पोराने मिशीवर पालथी मूठ फिरवत गावात फुशारक्या माराव्यात असेच ते वागत होते. वास्तविक त्यांच्या कौटुंबिक सुभेदारीच्या रक्षणासाठी मनमोहन सिंग यांच्यासारखा इमानी आणि सालस पंतप्रधान असतानादेखील त्यांच्यावर डाफरायला राहुल गांधी यांनी कमी केले नाही. वास्तविक त्याच वेळी आपले सरदारत्व जागवत मनमोहन सिंग यांनी अरे बाळा, तुझी औकात काय...असे प्रत्युत्तर राहुलबाबास दिले असते तर ते कदाचित भानावर आले असते आणि आज जी काही वाताहत त्या पक्षाची झाली आहे, ती झाली नसती. बिहार असो वा उत्तर प्रदेश वा अन्य. या राहुलाने ज्यास हात घातला तेथे पक्षासाठी पराभवाची निश्चिती करून दिली. तरीही त्याचे डोके ताळ्यावर आले नाही आणि ते यावे म्हणून एरवी पंतोजीपणा करणाऱ्या मनमोहन सिंग यांनी प्रयत्न केले नाहीत. स्वतःच्या पंतप्रधानास हे असे असहाय्य करणे अखेर काँग्रेसच्या अंगाशी आले आणि आता स्वतःच्या गळ्यास नख लावून घ्यायची वेळ पक्षावर आली. राहुल गांधी यांना ताळ्यावर आणू न शकणारी मनमोहन सिंग यांची असाहाय्यता ए. राजा, सुरेश कलमाडी यांनाही मोकळे रान देत गेली आणि त्यातील प्रत्येक गैरव्यवहारातून पक्षाच्या पराजयाचे एकेक बीज पेरले जाऊ लागले. परंतु याची कोणतीही जाणीव पक्षनेतृत्वास नव्हती. त्यामुळे आर्थिक असो वा राजकीय, काँग्रेस सरकार प्रत्येक आघाडीवर अधिकाधीक आणि उत्तरोत्तर अपयशी ठरत गेले. आज अखेर ते गेलेच. होते तोपर्यंत या सरकारात अडीच व्यक्ती निर्णय घेत. पंतप्रधान मनमोहन सिंग, सोनिया गांधी आणि पावपाव सरकारी आणि विरोधक अशा भूमिका एकाचवेळी बजावणारे राहुल गांधी. शेवटची दोन वर्षे या अडिचांतून पंतप्रधान सिंग कमी झाले आणि हे सरकार दीड पायांवर चालणारे ठरले. त्या क्षणीच त्याचे पडणे अटळ होते. दरबारी राजकारणात मुरलेल्या काँग्रेसला जनतेकडून मायबाप असे म्हणवून घेण्याची सवय. सामान्य जनतेचे हे मायबाप सरकार बघता बघता मायलेकाचे सरकार बनले. तेव्हा अशा सरकारचा पराभव होणे ही काळाची गरज होती. प्रशासकीय पातळीवरचा धोरणलकवा अधिकाधिक गंभीर होत चाललेला आणि या सगळ्याची सूत्रे हाती असलेले पंतप्रधान स्थितप्रज्ञावस्थेकडे निघालेले. अशा वेळी कोणत्याही पक्षाच्या भल्याबुऱ्यापेक्षा देशाच्या हितासाठी या मंडळींचा पराभव होणे गरजेचे होते. तेव्हा तो होणार ही काळ्या दगडावरचीच रेघ होती.

परंतु तो इतका खोल आणि गंभीर असेल असे मात्र विरोधकांनादेखील वाटले नव्हते. पराभवाच्या या व्याप्तीवरून जनतेच्या उद्वेगाचा अंदाज यावा. भारतीय जनता पक्षाला फक्त उत्तर प्रदेशात जितक्या जागांवर विजय मिळालेला आहे तितकी काँग्रेसच्या देशभरातील विजयी उमेदवारांची संख्या आहे, यावरून या पराभवाचा घाव किती खोल आहे, ते कळावे. पराभव जेव्हा इतका दारुण असतो तेव्हा तो मूलभूत चुकांचा निदर्शक असतो. मग तो महाराष्ट्रातील दिग्गजांचा असो वा दिल्ली वा अन्यत्र केंद्रीय मंत्र्यांचा असो. सर्व निष्क्रिय, मुजोर आणि मस्तवालांना मतदारांनी सार्वत्रिकपणे घरी पाठवले. महाराष्ट्रापुरता विचार करावयाचा झाल्यास भाजपच्या या दिल्ली दिग्विजयाने महाराष्ट्र नवनिर्माण सेना आणि राज ठाकरे यांची झाकलेली मूठ जशी उघडी पाडली आहे तशीच शिवसेनेच्या कळपातही धडकी भरवली आहे, यात शंका नाही. सेना नेत्यांच्या लपाछपीच्या राजकारणास यापुढे भाजप काडीचीही किंमत देणार नाही, असाच या विजयाचा अर्थ आहे.

आम आदमी पक्ष आणि तिसऱ्या आघाडीतील भुरटे यांचे पानिपत हेदेखील यामुळे महत्त्वाचे ठरते. माध्यमांनी फुगवलेला आपचा आचरट फुगा या निवडणुकीने निर्णायकरीत्या फोडला, हे बरे झाले. आपण म्हणजे कोणी हरिश्चंद्राचा अवतार आहोत, अशा थाटात वाह्यात बडबड करीत हिंडणारे अरविंद केजरीवाल आणि त्यांची अन्य पिलावळ यांना रोखणे गरजेचे होते. ते काम मतदारांनी चोख केले. त्याचप्रमाणे मुलायम, लालू वा मायावती, जयललिता आणि ममता अशा अनेक गणंगांनाही मतदारांनी चांगलाच हिसका दाखवला. भारतीय लोकशाही प्रौढ होत असल्याचे हे लक्षण म्हणावयास हवे. या सर्व भुरट्या नेत्यांनी आपापली राज्ये म्हणजे खासगी जहागिऱ्या करून टाकल्या होत्या. या सर्वांच्या भडभुंजी राजकारणावर नाचायची वेळ मोदी यांच्यावर आता येणार नाही.

बाकी या निवडणुकीचा सरळ अर्थ आहे तो काम करा अथवा घरी जा, हा. मतदारांना आता राजकीय पक्षांची वैचारिक गाठोडी वाहण्यात वा नेत्यांच्या कौटुंबिक त्यागाच्या कहाण्या वागवण्यात काडीचाही रस नाही. भारतीय लोकशाही वयात येत असेल तर तरुण मतदारांना रस आहे तो सकारात्मक काही घडण्यात. आपण ते घडवू असे मोदी यांचे अभिवचन होते आणि त्यांची गुजरातेतील कामगिरी त्या वचनाचा आधार होती. त्यामुळे मतदारांनी त्यांना एकहाती कारभार करण्याइतके मताधिक्य दिले. अकार्यक्षमतेस कोणतेही कारण यापुढे त्यांना देता येणार नाही, याचीच सोय मतदारांनी केली आहे. ना-लायकांचे निर्दालन हा या निकालाचा अर्थ आहे. तो ध्यानात ठेवतच मोदी यांना आपली पावले टाकावी लागतील.

१७ मे २०१४

२५. मोदी अँड कं. लि.

भारतीय जनता पक्षाचे अभिनंदन करावयास हवे. खून, खंडणीखोरी, अपहरण आणि तत्संबंधी अन्य पाच जबरी गुन्हे दाखल असलेल्या सन्माननीय अमित शहा यांची पक्षाध्यक्षपदी नेमणूक करण्याचे धैर्य दाखवणे हे तसे काही सोपे नव्हते. परंतु भाजपने ते करून दाखवले. हे कृत्य अतुलनीयच. याचे कारण हे सर्व वा यातील एक जरी गुन्हा असलेल्या व्यक्तीच्या हाती पक्षाची सूत्रे देण्याचे औद्धत्य अन्य कोणा पक्षाने दाखवले असते तर भाजप आणि त्या पक्षाचे कुलदैवत राष्ट्रीय स्वयंसेवक संघ यांनी कोण गहजब केला असता. ही अशी नेमणूक करणारा पक्ष जणू देश बुडवण्यास निघालेला आहे, त्या पक्षास नैतिकतेची कोणतीही चाड नाही आणि असा पक्ष लोकशाही व्यवस्थेस घातक आहे अशा स्वरूपाचा गदारोळ भाजपने केला असता आणि आपण म्हणजे जणू मूर्तिमंत नैतिकता असा सतिसावित्री पदर डोक्यावर घेऊन तो पक्ष वावरला असता. पण या आपल्या पूर्वेतिहासाकडे दुर्लक्ष करीत, गंभीर आरोपांच्या प्रभावळीसह मा. शहा यांची पक्षाध्यक्षपदी प्राणप्रतिष्ठा करण्याचा निर्णय भाजपने घेतला. त्या पक्षाचे आतापर्यंतचे राजकारण हे असे दुतोंडीच राहिलेले आहे. इतरांनी खाल्ले तर ते शेण आणि आपल्यावर खायची वेळ आली तर मात्र ती श्रावणी असा वरून कीर्तन आतून तमाशा-छापाचा आव भाजप आणीत आलेला आहे. आतापर्यंत तो अनेकवेळा उघड झाला आणि या अशा लटक्या नैतिकतेमुळे भाजपचे तोंड अनेकदा काळे झाले. परंतु आज अमित शहा यांना पक्षाध्यक्षपदी नेमून भाजपने स्वतःचे मुखकमल स्वहस्तेच काळे केले आहे. याबाबत विरोधकांना करण्यासारखे काही त्या पक्षाने ठेवलेले नाही. आत्मनिंदेचा हा भाजपचा स्वदेशी प्रयोग पाहिल्यावर अनेक प्रश्न निर्माण होतात. सत्ता मिळालेली असल्यामुळे या प्रश्नांचे उत्तर देण्यात भाजपस स्वारस्य असणार नाही, हे उघडच आहे. परंतु तरीही या प्रश्नांचा ऊहापोह व्हायला हवा. कारण लोकशाहीसाठी ते महत्त्वाचे आहेत.

यातील सर्वांत महत्त्वाची बाब ही की इतके दिवस भाजप ज्या साध्यसाधन-शुचितेच्या गप्पा मारत होता त्या साधनशुचितेचा विसर त्या पक्षास नेमका शहा यांच्या निवडप्रसंगीच कसा काय पडला? निवडणुकीच्या राजकारणात जय महत्त्वाचा,

साध्यसाधनविवेकास तितकेसे महत्त्व नाही, असे यासंदर्भात भाजपस वाटते काय? म्हणजे येनकेन प्रकार निवडून येणे महत्त्वाचे, कोणत्या मार्गाने जय मिळतो ही बाब दुय्यम असे त्या पक्षाचे मत आहे काय? वास्तविक विद्यमान राजकीय वातावरणात तसे असण्यात काहीही गैर नाही. गैर असलेच तर हे आहे की साध्यसाधनविवेक महत्त्वाचा असे मानायचे आणि त्या विवेकाच्या आधारे निर्णय घ्यावयाची वेळ आल्यास मात्र या विवेकास खड्यासारखे बाजूला करायचे. हा दुटप्पीपणा झाला. एक राजकीय पक्ष म्हणून तोही एकवेळ क्षम्य मानता येईल. परंतु आम्ही इतरांसारखे नाही असा दावा करावयाचा आणि आणि प्रत्यक्षात वागणूक अन्य कोणत्याही राजकीय पक्षासारखीच, हे कसे? इतर राजकीय पक्ष म्हणजे संधीसाधू आणि आमचा भाजप मात्र संतसज्जनांचा मेळा, असा आव आता त्या पक्षास कसा काय आणता येईल? बरे निवडणूक जिंकणे हा राजकारणाचा एकमेव स्वारस्य बिंदू असेच जर भाजपचेदेखील मत असेल तर असेच मत असणारे लालूप्रसाद यादव वा मायावती वा मुलायम सिंग वा अबू अझीम आझमी हे मा. शहा यांच्या पेक्षा कमी आदरणीय कसे? राजकारण हे दुय्यम आहे, आम्हास समाज घडवायचा आहे असे एक टाळ्याखाऊ बौद्धिकी विधान करावयास सर्व संघीयांना आवडते. ते खरे आहे असे मानले तर मा. शहा यांची निवड संघास अभिप्रेत असलेल्या समाजकारणास कशी काय उपयुक्त ठरते? खोट्या चकमकीत हत्या, महिलेवर गुप्त पाळत आणि अपहरण हे गुन्हे चारा घोटाळा वा ताज महामार्ग भ्रष्टाचार प्रकरण यापेक्षा कमी गंभीर आहेत, असे संघास वाटते काय? यातील एकही गुन्हा सिद्ध झालेला नाही, सबब केवळ आरोपांवरून एखाद्यास शिक्षा करणे योग्य नाही अशा प्रकारचा प्रतिवाद भाजप वा संघाकडून या संदर्भात केला जाईल. मग मुद्दा असा की बोफोर्स असो कै. हर्षद मेहता याने दिलेली कथित लाच असो, यातील कोणते आरोप कधी सिद्ध झाले? ते सिद्ध झाले नाहीत म्हणून भाजप विरोधकांवर आरोप करावयाचे थांबला काय? ही आरोप मालिका भाजपकडून आजतागायत केली जात असून त्याचे समर्थन कसे करणार? या नेमणुकीमुळे संघास आणखी एका टीकेस तोंड द्यावे लागेल. ती म्हणजे व्यक्तिपूजा. संघात, आणि म्हणून भाजपत, व्यक्तिमहात्म्य नाही असे आतापर्यंत अनेकदा सांगितले गेले. हा दावा खरा मानावयाचा तर केवळ एका व्यक्तीच्या इच्छेपोटी कोणास थेट पक्षाध्यक्षपद कसे काय दिले जाते? कोणास अध्यक्ष करावे हा म्हटले तर भाजपचा अंतर्गत मामला आहे. अन्य कोणास त्यात पडावयाचे कारण नाही. परंतु या नेमणुकीची दखल घ्यावी लागते ती केवळ भाजपच्या आतापर्यंतच्या सोवळ्या भूमिकेमुळे. मोदी सरकार सत्तेवर आल्यावर हे नीतिमत्तेचे सोवळे खुंटीवर टांगणे कितपत योग्य?

यातील एकाही प्रश्नाचे उत्तर भाजप वा संघाच्या मुखंडाकडून दिले जाणार

नाही. याचे कारण अन्य कोणत्याही राजकीय पक्षाप्रमाणेच केवळ सत्ताकारण हेच भाजपचेही लक्ष्य असून ते साध्य करण्यासाठी मिळेल त्या आयुधांचा वापर करण्यास त्या पक्षास अन्य कोणत्याही पक्षाप्रमाणे कमीपणा वाटत नाही. मा. शहा यांच्या राजकीय कौशल्याबाबत कोणाचेही दुमत असावयाचे कारण नाही. गुजरातेतून काँग्रेस नेस्तनाबूत करून नरेंद्र मोदी यांची पकड मजबूत करण्याचे श्रेय हे शहा यांचेच. गुजरातेतील सहकार चळवळीवर काँग्रेसचा पगडा होता. २००२ साली नरेंद्र मोदी यांच्याकडे सरकारची सूत्रे आल्यानंतर या सहकार चळवळीतून त्यांनी काँग्रेसचे पद्धतशीरपणे उच्चाटन केले. यात त्यांना साथ लाभली ती शहा यांची. तेव्हापासून शहा आणि मोदी हे समीकरण अधिक दृढ झाले. त्याचमुळे पंतप्रधानपदाचा वेध घेण्याचे मोदी यांनी निश्चित केल्यानंतर त्यांनी सर्वप्रथम हाताशी धरले ते शहा यांना. मोदी यांच्या या हनुमानाने नरेंद्ररामास निराश केले नाही. उत्तर प्रदेशाचा ८० खासदारांना निवडणारा मेरूपर्वत त्यांनी एकहाती मोदी यांच्यासमोर आणून सादर केला. शहा यांनी उत्तर प्रदेशात जे काही केले ते त्यांची राजकारणावरची पकड दर्शवते. परंतु त्यांना उत्तर प्रदेशात का जावे लागले, या प्रश्नाचे उत्तर महत्त्वाचे आहे. काही गंभीर गुन्ह्यांच्या प्रकरणांत न्यायालयाने त्यांच्यावर गुजरात प्रवेशबंदी केल्यामुळे त्यांना उत्तर प्रदेशात पाठवण्याची वेळ भाजपवर आली. गुजरातचे गृहमंत्रिपद भूषवणाऱ्या मंत्र्यावर प्रवेशबंदी लादली जावी, हे काही खचितच भूषणास्पद म्हणता येणार नाही. अन्य सर्वसामान्य गुन्हेगारास अशा शिक्षेस सामोरे जावे लागले तर त्यास तडीपारी असे म्हणतात. या प्रकरणात शिक्षा झालेली व्यक्ती ही बडी राजकारणी असल्यामुळे प्रवेशबंदी म्हणायचे इतकेच.

या सर्व मुद्द्यांवर दशांगुळे एक मुद्दा पुरून उरतो. तो म्हणजे भाजपचे झालेले मोदीकरण. नरेंद्र मोदी यांनी सर्व धोके आणि आव्हाने पत्करत भाजपस निवडणुकीत यश मिळवून दिले, ही बाब त्यांच्यासाठी निश्चितच अभिमानास्पद म्हणावयास हवी. परंतु पक्ष म्हणून भाजपचे काय, हा प्रश्न उरतो. संजय जोशी यांच्यासारख्या साध्या प्रचारकाच्या नियुक्तीचा मुद्दा असेल किंवा ज्येष्ठ नेत्यांचे खातेवाटप. भाजप हा पूर्णपणे नरेंद्र मोदी शरण झाला असून या पक्षातील अन्य कोणत्याही नेत्यास मम म्हणत मोदी यांच्या हाताला हात लावण्याखेरीज काडीचीही किंमत राहिलेली नाही. विजयासारखे अन्य काही नसते, हे मान्य. पण म्हणून विजय मिळवून देणाऱ्याच्या पायाशी इतकी लोळण घेणे व्यक्तीपेक्षा व्यवस्था मोठी अशी शिकवण देणाऱ्या पक्षास शोभत नाही. हे असेच चालू राहिले तर भाजपचे नामांतर मोदी आणि कंपनी लिमिटेड असेच करावे लागेल.

१० जुलै २०१४

२६. राजमान्य रिकामटेकडे

राजकारणात निरुपयोगी ठरलेल्या वा निरुपयोगी ठरवावयाच्या व्यक्तींचे जनतेच्या पैशातून पुनर्वसन करण्याचा सोपा मार्ग म्हणजे त्यांना राज्यपाल करणे. ही राज्यपाल नावाची व्यवस्था किती तकलादू आहे हे महाराष्ट्राचे राज्यपाल के. शंकर नारायण यांच्या बदलीवरून दिसून येईल. नरेंद्र मोदी सरकारने शनिवारी मध्यरात्री त्यांच्या बदलीचा आदेश काढला. मुंबईतून ते आता थेट मिझोराममध्ये जातील. मुंबईत असताना त्यांनी काही मोठे दिवे लावले असे नाही आणि त्यामुळे तिकडे पूर्वांचलात जाऊन ते काही तसे करतील अशी शक्यता नाही. तेव्हा त्यांच्या बदलीचे दुःख करण्याचे काहीही कारण नाही. परंतु त्यांची ही बदली कशी अन्यायकारक आहे, मोदी सरकार कसे हुकूमशाही आहे वगैरे मुद्द्यांवर आता काँग्रेस गळा काढेल. परंतु ते अगदीच बेगडी असेल. कारण काँग्रेसने काही यापेक्षा वेगळे केले होते असे नाही. २००४ साली सत्तेवर आल्यावर त्यांनी त्याआधीच्या अटलबिहारी बाजपेयी सरकारने नेमलेल्या काही राज्यपालांना नारळ दिलाच होता. त्याआधी १९७७ साली जनता पक्षाच्या पहिल्या वहिल्या सरकारचे पंतप्रधान झाल्यावर मोरारजी देसाई यांनी घाऊक प्रमाणावर राजभवनाची साफसफाई करून काँग्रेस नियुक्त राज्यपालांना निरोप दिला होता. तेव्हा हे असेच चालत आले आहे. तेव्हा नरेंद्र मोदी सरकार हे काँग्रेसने मळलेल्या वाटेनेच जात असेल तर हे सर्व रीतीनुसारच झाले असे म्हणावयास हवे. हे असे होते कारण राज्यपाल या व्यवस्थेच्या रचनेत आहे. त्यासाठी यासंदर्भातील हास्यास्पद विरोधाभास समजून घ्यायला हवा.

कागदोपत्री राज्यपालपद हे घटनात्मक आहे. परंतु त्यास कोणतेही घटनात्मक अधिकार नाहीत. कागदोपत्री राज्यपाल हा त्या त्या राज्याचा प्रमुख असतो. परंतु तो काहीही प्रशासकीय निर्णय घेऊ शकत नाही. ते सर्व अधिकार असतात मुख्यमंत्र्याकडे. तेव्हा लोकनियुक्त मुख्यमंत्र्याच्या अधिकाराखालील सरकार जे काही निर्णय घेईल त्यास संमती देत मम म्हणणे हेच त्याचे काम. म्हणजेच त्या पदाच्या घटनात्मक अधिकारांस काहीही अर्थ नाही. परंतु यातील विरोधाभास क्रमांक दोन हा की या घटनात्मक पदावरील व्यक्ती उचापत्या करते त्या मात्र

राजकीय असतात. या उचापती त्यांना करता येतात कारण त्या करण्यासाठीच त्यांची नियुक्ती असते. आपल्या विरोधात असलेल्या वा आपल्या नियंत्रणाबाहेर जाऊ शकणाऱ्या मुख्यमंत्र्यावर वचक ठेवणे हे या व्यक्तीचे मुख्य काम असते, हे वास्तव आहे. याचे इतिहासात अनेक दाखले देता येतील. वर्तमानापुरता विचार करावयाचा झाल्यास महाराष्ट्राच्या राज्यपालपदावरून नारायण यांनी केलेल्या उद्योगांचा आढावा पुरेसा ठरेल. महाराष्ट्रात काँग्रेस आणि राष्ट्रवादी काँग्रेसचे संयुक्त सरकार असले तरी दोन्ही पक्ष एकमेकांना पाण्यात पाहतात. एकमेकांना कोणत्या मुद्द्यांवर चाप लावता येईल हा या उभय पक्षांचा एककलमी कार्यक्रम असतो. या उद्योगात काँग्रेसला साथ मिळाली ती राज्यपाल नारायण यांची. राष्ट्रवादी काँग्रेसची राजकीय पुण्याई जी काही आहे ती पश्चिम महाराष्ट्रात. त्यातही साखर कारखाने आणि पाटबंधारे योजनांत. ती अधिकाधी साचावी असाच त्या पक्षाचा प्रयत्न असतो. पाटबंधारे आणि अर्थ ही खाती राष्ट्रवादीकडे असल्यामुळे राज्याच्या अन्य प्रातांतील पाटबंधारे निधी सर्रास प. महाराष्ट्राकडे वळवला जात असे. राज्यपालांनी आपला घटनात्मक अधिकार वापरून राष्ट्रवादीच्या या निधी फिरवा योजनेला चाप लावला. त्याचप्रमाणे महाराष्ट्रात प्रांतीय असमतोल दूर करण्यासाठी विविध स्वायत्त महामंडळे आहेत. ही महामंडळे थेट राज्यपालाच्या नियंत्रणाखाली येतात. पद्धत ही की या महामंडळाना दरवर्षी अर्थसंकल्पात १०० कोटी रुपयांची खिरापत वाटली जात असे. या खिरापतीचा उपयोग त्या त्या महामंडळांच्या पदाधिकाऱ्यांचा निधी अनुशेष दूर करण्यासाठी होत असे. नारायण यांनी यास पायबंद घातला. आता या त्यांच्या न्यायबुद्धीचे कौतुक करावे तर याच नारायण यांनी माजी मुख्यमंत्री अशोक चव्हाण यांच्या विरोधात आदर्श चौकशी करण्याची अनुमती नाकारली. अशोक चव्हाण यांच्या पुण्यकर्मांचे रक्षण करणे हे जणू आपले कर्तव्यच आहे, असा त्यांचा समज होता. हे त्यांनी केले कारण ज्या पक्षाने त्यांना राज्यपाल केले त्या काँग्रसचे पांग फेडायचे होते, म्हणून. याआधीचे महाराष्ट्राचे राज्यपाल एस. एम. कृष्णा हे राज्यपालपदावरून उतरले आणि केंद्रात मंत्री झाले. कृष्णा यांची नियुक्तीच मुळात झाली होती ती मुख्यमंत्री विलासराव देशमुख यांना कह्यात ठेवण्यासाठी. त्याआधी आपला नोकरशाही रुबाब मिरवणारे पीसी अलेक्झांडर यांनी महाराष्ट्राचे राज्यपालपद दहा वर्षे भूषविले. इतकी वर्षे इतके उच्च सत्तापद भूषवून निवृत्त होताना त्यांना अवदसा आठवली आणि राष्ट्रवादी काँग्रेसच्या मदतीने ते राज्यसभेत एक किरकोळ खासदार बनले. ही सर्व उदाहरणे दर्शवतात ते हेच की राज्यपाल हा सामान्य व्यक्तीइतकाच ज्याची खावी पोळी, त्याची वाजवावी टाळी, असे मानणाराच असतो. तेव्हा ते पद घटनात्मक आहे वगैरे म्हणणे हा शुद्ध बकवास आहे.

याचा अर्थ इतकाच दिल्लीत सरकार बदलले की त्याप्रमाणे राज्यपालांच्या नियुक्त्या वा बदल्या केल्या गेल्या आणि त्यास वेळोवेळी न्यायालयीन आव्हानही दिले गेले. २०१० साली यासंदर्भात सर्वोच्च न्यायालयात बी. पी. सिंघल विरुद्ध केंद्र सरकार या प्रकरणात राज्यपालांच्या बदल्या हा मुद्दा धसास लागला. त्यावर निर्णय देताना न्यायालयाने आपल्या परीने या गोंधळात भरच घातली. त्या प्रकरणात पाच न्यायाधीशांच्या खंडपीठाने राज्यपाल हे केवळ केंद्र सरकारशी राजकीय मतैक्य असलेले नाहीत, म्हणून बदलता येणार नाहीत, असे म्हटले खरे. पण त्याचबरोबर राज्यपालांच्या बदलीसाठी कोणतेही कारण देणे केंद्रावर बंधनकारक नाही, असेही नमूद केले. वास्तविक ही दोन्हे मते परस्परविरोधी आहेत आणि सरकारला सोयीस्कररीत्या त्याचा अर्थ लावता येत असल्याने विद्यमान घोळ अधिक जोमाने सुरू आहे. खरे तर या प्रश्नावर सर्वोच्च न्यायालय हा उपाय असूच शकत नाही. तो करणे म्हणजे आग रामेश्वरी आणि बंब सोमेश्वरी असाच प्रकार आहे. याचे साधे कारण असे की मुळात हा विषय राजकीय आहे, त्याचे उत्तर राजकीय व्यवस्थेतूनच मिळावयास हवे. राजकीय प्रक्रियेतील विकृतीस न्यायालयीन मार्गाने उतारा असू शकत नाही. परंतु अनेकांना ते मान्य नसावे. उदाहरणार्थ उत्तराखंडचे राज्यपाल कुरेश. ते पुन्हा एकदा या प्रश्नावर न्यायालयीन तोडगा काढू इच्छितात. मोदी सरकारने राज्यपालपदावरून केलेल्या बदलीस त्यांनी सर्वोच्च न्यायालयात आव्हान दिले असून, त्यांची याचिकाच यासंदर्भातील फोलपणा सिद्ध करणारी आहे. राष्ट्रपती वा आपला पक्षाध्यक्षच या पदावरून आपणास काढू शकतात असे या राज्यपाल महोदयांचे म्हणणे आहे. राज्यपालपद हे जर घटनात्मक असेल तर कोणा एका पक्षप्रमुखाचा अधिकार त्या पदावरील नियुक्ती वा बदलीत कसा काय चालेल? आपल्याकडे एकंदरच समाजजीवनात जो काही भोंगळ आणि दांभिकपणा आहे, त्याचेच राज्यपालपद हे प्रतीक आहे. अन्य कोणत्याही राजकारण्याइतकाच राज्यपाल हा क्षुद्र आणि लघुबुद्धीचा असू शकतो. गोपालसिंग हे गोव्याच्या नायब राज्यपालपदावरून उतरताना तेथील राजभवनातील अनेक दुर्मिळ चित्रे गायब झाली होती, तर काही राज्यपालांच्या निकटवर्तीयांनी राजभवन परिसरातील नारळ विक्रीचा उद्योग केला होता. गंमत ही की हे असे होऊ शकते हे समजण्याची दूरदृष्टी आपल्या पूर्वसुरींना होती.

१९४७ साली जेव्हा देश स्वतंत्र झाला तेव्हा देशातील १३ प्रातांत ११ ब्रिटीश राज्यपाल होते. त्यातील ९ हे निवृत्त ज्येष्ठ प्रशासकीय अधिकारी होते, २ निवृत्त लष्करी अधिकारी होते तर १ ब्रिटिश संसद सदस्य होता. सत्तांतरानंतर या सर्वांना राजीनामा द्यावा लागला. अशांतील एक ह्युज डौ या बिहारच्या राज्यपालाने आपल्या उत्तराधिकाऱ्यासमोर या पदासमोरील धोके नमूद करून ठेवले. क्षुद्र राजकीय

स्वार्थ हा त्यापैकी एक धोका या डौसाहेबांना वाटला. त्यांचे म्हणणे किती अचूक होते याची प्रचिती स्वतंत्र भारतात वारंवार आली. तेव्हा ही ब्रिटिशकालीन परंपरा विद्यमान व्यवस्थेत कालबाह्य आहे हे म्हणण्याइतका प्रामाणिकपणा मोदी सरकारने दाखवावा. त्यामुळे भाजपतील काही रिकामटेकड्यांचे पुनर्वसन त्यांना करता येणार नाही कदाचित. एका राजमान्य पण निरुपयोगी आणि तरीही महागड्या परंपरेस तीलांजली दिल्याचे पुण्य त्यांच्या नावावर नोंदले जाईल. गंगाशुद्धीकरणाइतकेच तेही महत्त्वाचे.

२५ ऑगस्ट २०१४

महाराष्ट्रातील राजकारण

२७. वडापावांचे वारस

महान व्यक्तींना दोनदा मरण असते. एकदा प्राण जातो त्यावेळी आणि नंतर त्या व्यक्तीचे अनुयायी जे काही करतात तेव्हा. त्या अर्थाने छत्रपती शिवाजी महाराजांच्या मरणांना अंत नाही, असे म्हणायला हवे. एक वडापाव तो काय; पण त्याच्या नावाने छत्रपतींच्या नावाची जी काही ओढाताण सुरू आहे ती राज्यातील राजकारणाचा दर्जा दाखवणारी आहे. या असल्या बालिश उद्योगांत रमणाऱ्यांची राजकारणातली इयत्ता कोणती, हे कळल्यावर महाराष्ट्राच्या भविष्याची काळजीच वाटावी. आपल्या या पोरकट चाळ्यांनी आपण कोणाच्या मोठ्या नावाला बट्टा लावत आहोत, याचे भान या मंडळींना जसे नाही तसेच त्यांच्या मागच्या मोठ्यांनाही नाही. ही बाब अधिक गंभीर आहे.

शिवसेनेचे अर्थकारण फक्त वडापावभोवतीच फिरले. अन्य कोणताही भव्य आर्थिक विचार त्या पक्षाच्या राजकारणातून दिसलेला नाही. दीर्घकालीन राजकारणासाठी अर्थकारणाचे भान असावे लागते. काँग्रेसजनांनी महाराष्ट्रात सहकाराचे राजकारण केले. धनंजयराव गाडगीळ, वैकुंठभाई मेहता यांनी या सहकाराची अर्थव्यवस्था महाराष्ट्राला समजावून दिली आणि त्याची राजकीय उपयुक्तता काँग्रेसजनांना लगेचच कळली. त्यातूनच राज्यभरात सहकारी संस्थांचे जाळे उभे राहिले. दुधसंस्था, कुक्कुटपालन, बँका, पतपेढ्या आदींच्या माध्यमातून या सगळ्याची साखळीच तयार झाली. त्याचा फायदा काँग्रेसच्या विस्तारात झाला. राज्यातील जिल्हा सहकारी बँकाही आज बव्हंशी काँग्रेस वा राष्ट्रवादी काँग्रेसच्या ताब्यात आहेत. इतक्या काळानंतर राजकीय पडझडीनंतरही काँग्रेसचा...आणि तिच्या पोटातून आलेल्या राष्ट्रवादी काँग्रेसचा पाया मजबूत आहे याचे कारण त्यांच्या राजकारणात नाही. ते आहे खोलवर मुरलेल्या अर्थसंस्थांच्या जाळ्यात. या जाळ्यामुळे राज्यातील ग्रामीण भागाचा चेहेराच बदलला हे मान्य करायला हवे. ज्या भागांत हे जाळे अधिक घट्ट तो भाग अधिक प्रगतिशील, हे महाराष्ट्राचे चित्र आहे. तीच बाब संघ परिवाराची. राज्यातील फायद्यात चालणाऱ्या बहुतेक सर्व नागरी सहकारी बँका या संघ वा परिवाराच्या ताब्यात आहेत. या बँकांनी पतपुरवठ्याच्या मार्गाने मध्यमवर्गाला

आपलेसे केले. शहरी भागात आपले पंख पसरवण्यासाठी याचा फायदा भाजपला झाला. राजकीय पक्षांना त्यांचे जाळे राजकारणाव्यतिरिक्त अनेक कारणांसाठी असणे जरुरीचे असते. ज्यांना प्रत्यक्ष राजकारणात काम करायचे नाही पण राजकीय भूमिका आहे अशा अनेकांना आपल्या कामात राजकीय पक्षांना अशा स्वरूपाच्या कार्यक्रमांमुळे गुंतवता येते. पक्षाचा आर्थिक विचार जेवढा मोठा आणि खोल तेवढे त्याचे आयुष्य आणि परिणामकारकता अधिक, असे हे साधे समीकरण आहे.

या पार्श्वभूमीवर या वडापावाच्या वारसांची दखल घ्यायला हवी. मुंबईत नाक्यानाक्यावर उभ्या असलेल्या...त्याही बऱ्याचदा अनधिकृत...वडापावाच्या गाड्या ही निःसंशय सेनेची देणगी आहे. त्यामुळे शिवाजी महाराजांच्या नावाप्रमाणे या वडापावावरही आपली मालकी आहे, असा सेनेचा समज असावा. मुंबईत ऐंशीच्या दशकातल्या कुख्यात गिरणी संपानंतर हजारो कामगारांच्या नोकऱ्या गेल्या. त्यांच्या तरुण मुलांना रोजगाराच्या संधीही या संपामुळे कमी झाल्या. या काळात एक कुटिरोद्योग म्हणून हा वडापाव जन्माला आला. चौकाचौकात सेनेचे बुरुजांचे कार्यालय, तेही बहुधा अनधिकृत आणि या वडापावच्या गाड्या हे मुंबईच्या कामगार वस्तीचे प्रातिनिधिक चित्र बनले. या गाड्यांच्या भोवती गराडा करून असणारा टपोरी तरुण वर्ग त्यामुळे आपसूकच सेनेशी जोडला गेला. सेना तरुणांचा पक्ष बनली त्यामागे वडापाव आहे तो असा. वास्तविक या वडापावच्या गाड्यात दीर्घकालीन अर्थकारण नव्हते आणि नाही. त्याचा मोठ्या प्रमाणावर उद्योग व्हावा अशी ना सेना नेत्यांची इच्छा होती ना होते त्या गाड्या चालवणाऱ्यांचे स्वप्न. त्यामुळे हा वडापाव अमेरिकेच्या मॅकडोनल्डसारखा वाढू शकला नाही. तसे होऊ शकले नाही कारण त्याच्या मागच्या अर्थकारणाचा विचार त्या वेळच्या नेत्यांना शिवलादेखील नाही. या वड्याच्या निर्मितीबाबत काही प्रमाणीकरण होऊ शकले असते, अन्य घटकांच्या दर्जाविषयी काही किमान समान निकष वापरले गेले असते तर वडापावाला उद्योगाचे स्वरूप देता आले असते. तसे ते न झाल्याने वडापाव हा गल्लीच्या टोकावरच राहिला. खरेतर याच काळात अर्थव्यवस्था आणि त्या अनुषंगाने अर्थसंस्कृती बदलत होती आणि हॉटेलात खाणे हे प्रतिष्ठेचे बनत होते. त्याचवेळी या वडापावला उंचीवर नेऊन ठेवण्याची संधी होती. पण ते झाले नाही. त्यामुळे आजही वडापाव हा सांस्कृतिकदृष्ट्या गावकुसाबाहेरचाच राहिला. एरवी चांगलेचुंगले खाऊन जिभेवर शेवाळे आले की ते घालवण्यासाठी त्यातल्या त्यात सुरक्षित पदार्थ म्हणून उच्चभ्रूकडून या वडापावकडे पाहिले जाते. त्याच्या पेक्षा अधिक मोठा दर्जा त्यास कधी मिळाला नाही.

तेव्हा इतके दिवस असे अंग चोरून गल्लीकडेस विकल्या जाणाऱ्या या वडापावाचे ब्रँडिंग करावे असे शिवसेनेस वाटले आणि त्यामुळे त्यांनी त्याचे 'शिववडा' असे नामकरण करून त्या विक्रेत्यांची साखळी उभारायचे ठरवले. हे नामकरण मुळातच हास्यास्पद होते आणि त्यातील व्यंग स्वतः व्यंगचित्रकार असलेल्या सेनाप्रमुखांना कसे दिसले नाही, हा प्रश्नच आहे. जेवणाची ऐपत नसल्याने वा भुकेची वेळ मारून नेण्यासाठी हा पदार्थ खाऊ इच्छिणाऱ्याने शिववडा खाऊ या, असे म्हणणे सेना नेत्यांस अपेक्षित होते की काय, हे कळण्यास मार्ग नाही. त्यामुळे या वडापावाच्या मागे शिव लावायच्या प्रयत्नाला फारसे काही यश आले नाही. आता सेनेच्या या अपयशापासून स्फूर्ती घेऊन पूर्वाश्रमीचे सेनानेते नारायण राणे यांच्या चिरंजिवांनी छत्रपती वडा सुरू करण्याचा घाट घातला आहे. राणे हे सध्या काँग्रेसचे नेते आहेत आणि त्यांच्या चिरंजिवांची स्वाभिमान नावाची संघटना आहे. सेनेचे मिळेल तेथे नाक कापणे हा या संघटनेचा महत्त्वाचा कार्यक्रम आहे. छत्रपती वडा हा त्याच कार्यक्रमाचा भाग. तो आता या संघटनेतर्फे स्वाभिमानाने चालविला जाणार आहे. म्हणजे आता गल्लोगल्ली वडापावांच्या गाड्या (की गाद्या?) लागणार आणि हे विक्रेते शिव किंवा छत्रपती नावाने आपापला वडा विकणार. महाराष्ट्र असा त्यामुळे वडा आणि पावांनी फुलून गेल्यास आश्चर्य मानण्याचे कारण नाही. या दोघांची पुढे समजा हातमिळवणी झालीच...कारण राजकारणात काहीही होऊ शकते...तर त्या संकरातून शिव छत्रपती वडापाव जन्मू शकतो. या दोघांचे हे हास्यास्पद प्रकार कमी म्हणून की काय, काँग्रेसने त्यात कांदे पोह्यांच्या नावाने शिंगे मोडून वासरांत शिरायचे ठरवले आहे. आता ते सोनियाकांदे राहुलपोहे असा काही प्रकार करणार की राहुल...प्रियांका कांदेपोहे अशी डिश आणणार हे लवकरच कळेल. असे झाल्यास नारायण राणे यांच्यापुढे भलताच प्रश्न निर्माण होऊ शकेल. चिरंजिवाचा छत्रपती वडा खायचा की काँग्रेसचे पोहे खायचे, हे त्यांना ठरवावे लागेल. दोन्ही खावे असा पर्याय असल्यास आधी काय, घरचा वडा की पक्षाचे पोहे, या प्रश्नास त्यांना सामोरे जावे लागणारच नाही असे नाही. आणि समजा त्यांनी वड्यास प्राधान्य दिले तर काँग्रेस कार्यकर्ते श्रेष्ठींकडे पक्षाची उपेक्षा केल्याबद्दल तक्रार करणारच नाहीत, याची हमी काय? राज्यातील सध्याच्या काँग्रेस नेतृत्वाचा दर्जा लक्षात घेतल्यास असा प्रकार अतिशयोक्तीचा मानण्याचे कारण नाही. असो. सेना नेत्यांनी राज्यात सत्ता असताना झुणका भाकरीचा प्रयोग केला होता. त्याचे काय झाले, याची आठवण यानिमित्ताने करून देणे आवश्यक आहे. या झुणका भाकरीच्या निमित्ताने अनेकांना सवलतीत गाळे दिले गेले. त्यांचे काय झाले, याची माहितीही मिळायला हवी. जगात काय चालले आहे, देशाचे वा राज्याचे प्रश्न

काय आहेत, पुढच्या काळात आपापल्या पक्षांची ध्येयधोरणे काय असायला हवीत याचे कसलेही भान नसलेली पोरकट मंडळी राजकारण कसे हास्यास्पद पातळीवर नेऊन ठेवतात, याचे हे उदाहरण आहे.

प्रत्येक काळाची अशी एक राजकीय संस्कृती असते आणि त्या काळातील राजकारणी त्या त्या संस्कृतीनुसार ओळखले जातात. त्यानुसार सध्याच्या काळातील महाराष्ट्राच्या या राजकारण्यांना वडापाव संस्कृतीचे वारस म्हणून ओळखले जायला हरकत नसावी.

४ जुलै २०११

२८. दमलेल्या 'बाबाची' कहाणी

परिस्थितीने गांजलेल्या व्यक्तीची चिडचीड होते आणि त्यातून आलेल्या करवादलेपणातून तो खरे बोलून जातो. मुख्यमंत्री पृथ्वीराज चव्हाण यांचे हे असे झाले आहे. राष्ट्रवादीबरोबर आघाडींच्या सरकारात गृह आणि अर्थ ही खाती काँग्रेसने आपल्याकडेच ठेवायला हवी होती, असे आता मुख्यमंत्री चव्हाण यांना वाटू लागले आहे. ते एका अर्थाने साहजिकच म्हणायला हवे. अर्थात नंतर त्यांनी खुलासा करून सारवासारव केली. पण ते काही जमले नाही. आदर्श घोटाळ्यामुळे त्यांचे ज्येष्ठ पक्षबंधू अशोक चव्हाण यांना मुख्यमंत्रिपदावरून जावे लागले आणि या चव्हाण यांना घोड्यावर बसावे लागले. तेव्हापासून त्यांना उसंत नाही. याआधी इतके दिवस दिल्लीत पी. चिदंबरम, प्रणब मुखर्जी, खुद्द मनमोहन सिंग आणि असेच उच्चविद्याविभूषित यांच्या सहवासात वेळ घालवल्यानंतर पृथ्वीराज 'बाबा' चव्हाण यांच्यावर एकदम नारायण राणे, अजित पवार, पतंगराव कदम...अशा एकापेक्षा एक नामांकित मंडळींच्या सहवासात रहायची वेळ आली आहे. हे मोठे आव्हान म्हणायला हवे. ही सर्व मंडळी एकमेकांचे हितसंबंध सांभाळत मधल्या काळात राज्य कारभार करीत असतात. त्यामुळे वरकरणी एकमेकांच्या विरोधात हे सर्व भासत असले तरी जलपर्णीप्रमाणे यांची मुळे एकमेकांना लागूनच असतात. बाबांचे तसे नाही. त्यांची मुळे एकतर राज्यातील राजकारणात नाहीत. त्यात वैयक्तिक हितसंबंध नसल्याने या मंडळींच्या मुळात ती गुंतलेली आहेत, असेही नाही. त्यामुळे आणखीनच पंचाईत. अशा वातावरणात काम करताना एकटेपणा येतो. तो मुख्यमंत्र्यांच्या वाट्याला आता आलेला आहे. शासकीय पातळीवरची अनास्था, बेपवाई अणि नोकरशाहीची बजबजपुरी यांत महाराष्ट्राचे प्रशासन अडकेलेले आहे. सध्याच्या राज्यकर्त्यांपैकी एकालाही राज्याच्या पुढच्या पिढीसाठी काही भव्यदिव्य करायची आस नाही. जे काही आहे ते आज आणि आत्ता आणि मी आणि माझ्या कुटुंबासाठी. अशा परिस्थितीत स्वतःच्या अंगावर डाग न पाडू देता पुढे जाणे आणि उत्तम प्रशासन देत राज्यासाठी काही भरीव करणे हे आव्हान असते. मुख्यमंत्र्यांना ते पेलायचे आहे. अशा वेळी काँगेसकडे गृहमंत्रिपद असायला हवे होते हे विधान राजकीयदृष्ट्या सुखावणारे असले तरी

अनावश्यक ठरते. याचे कारण असे की कोणालाही काम करण्यासाठी आदर्श म्हणता येईल अशी परिस्थिती कधीच नसते. आहे त्या परिस्थितीतून मार्ग काढीत पुढे जाणे आणि नवे काही करून दाखवणे हेच नेत्याचे वेगळेपण असते. देशाची आर्थिक परिस्थिती रसातळाला गेलेली असताना, बाबरी मशिदीच्या रूपाने जातीय, धार्मिक हिंसाचाराचा आगडोंब उसळलेला असताना देशाला नवी आर्थिक दिशा देण्याचे काम चव्हाण यांचे पूर्वसुरी नरसिंह राव यांनी केले तेव्हा त्यांच्यासाठी काही आदर्श परिस्थिती नव्हती. त्याच्याही आधी आपल्याकडे अनेकांनी आव्हानात्मक परिस्थितीत काम करून दाखवले आहे. १९९३चे बॉंबस्फोट आणि नंतर उद्भवलेल्या परिस्थितीत शरद पवार यांनी महाराष्ट्रात ज्याप्रमाणे काम करून दाखविले तेव्हाही राजकीय परिस्थिती आदर्श होती असे नाही. गोध्रा आणि त्यानंतरच्या कांडानंतर कायदा आणि वेगवेगळ्या स्वयंसेवी म्हणवून घेणाऱ्या संस्था हात धुऊन मागे लागलेल्या असतानाही नरेंद्र मोदी यांनी ज्या परिस्थतीत गुजरातला दिशा दिली ती परिस्थिती राज्य करण्यासाठी उत्तम आणि आदर्श होती, असे म्हणता येणार नाही. आताही दिल्लीत देश चालवण्यासाठी मनमोहन सिंग यांच्यासाठी सोयीची परिस्थिती आहे, असे म्हणता येणार नाही. यूपीएच्या पहिल्या अवतारात डोक्यावर बसलेले डावे आणि उजवीकडे स्वपक्षीय असे असताना त्यांनी पाच वर्षे यशस्वी संसार केला. पुन्हा सत्ता हाती आल्यावर कॉंग्रेसने एकट्याने सगळे काही करावे अशी राजकीय परिस्थिती पुढे नव्हती. तरीही दुसऱ्यांदा पंतप्रधानपदाच्या बोहल्यावर चढायला सिंग नाही म्हणाले नाहीत. तेव्हा प्रतिकूल परिस्थितीचे आव्हान पेलणे हेच नेत्याचे लक्षण असते. तेव्हा असे असते तर मी तसे केले असते ही किरकिर सामान्य माणसाच्या तोंडी ठीक. पण मुख्यमंत्र्यास शोभणारी नाही. शिवाय चव्हाण यांनी सत्ता हाती घेतली तेव्हा त्यांना आपल्याला कोणाबरोबर नांदायचे आहे, याची जाणीव असणारच. तेव्हा गृहमंत्रिपद कॉंग्रेसकडे हवे होते हे आता म्हणण्यात काय हशील? अशा स्वरूपाच्या विधानाने दिसलीच तर उलट हताशाच दिसते. दुसऱ्या बाजूला या विधानामुळे कॉंग्रेसकडील खात्यांबाबतही प्रश्न निर्माण होऊ शकतात. म्हणजे राष्ट्रवादीकडील अर्थ आणि गृह खात्याच्या कामगिरीबाबत संशय व्यक्त होत असताना मुख्यमंत्र्यांना कॉंग्रेसकडील खात्यांचे उत्तम चालले आहे, असे म्हणायचे आहे काय? उद्योग, महसूल, वने, पर्यावरण आदी काही मोलाची खाती कॉंग्रेसकडे आहेत. या खात्याच्या मंत्र्यांनी काय दिवे लावले आहेत, याचाही तपास पृथ्वीराज चव्हाण यांनी करायला हवा. तेव्हा आपल्या पक्षाचे मंत्री उत्तम काम करीत आहेत आणि राष्ट्रवादीचे मात्र नाहीत, असे त्यांना वाटत असल्यास त्यांच्याकडील खात्यांवर दावा करणे योग्य. शिवाय दुसरे असे की मुख्यमंत्री हा सगळ्या मंत्रिमंडळाचा प्रमुख असतो. अंतिम जबाबदारी त्याची असते. तेव्हा आपल्या सहकाऱ्यांचे अपयश

हे आपलेही अपयश आहे, असे त्यांना मान्य करावे लागेल. सध्याचा मुख्यमंत्र्यांचा जो उद्वेग आहे तो गृहखात्याची अनेक कामे केंद्राकडून मंजूर होऊनही पडून आहेत, याबद्दल. ते समजण्यासारखे आहे. मुंबईसाठी मंजूर होऊनही शहरभर कॅमेरे न लावणे, पोलिसांसाठी चिलखते खरेदी न करणे आदींसाठी निःसंशय गृहखात्याला जबाबदार धरायला हवे. पण त्या खात्याकडून निर्णयात दिरंगाई होते आहे असे लक्षात आल्यावर त्यात हस्तक्षेप करण्यास मुख्यमंत्र्यांना कोणी मनाई केली होती काय? प्रचलित व्यवस्थेत मुख्यमंत्री हा कोणत्याही खात्यात लक्ष घालू शकतो. तेव्हा चव्हाण हे गृहखात्यात का डोकावले नाहीत?

वास्तविक ही आघाडीची कारणे जनतेला चीड आणणारी आहेत. दूरसंचार घोटाळा होतो कारण आघाडींचे सरकार आहे. ममता बॅनर्जी यांना त्यांच्या रुळावरील पापांसाठी काहीही करता येत नाही. कारण आघाडींचे सरकार आहे, असे म्हणणे लाजिरवाणे आहे. जनतेला सरकार आघाडीचे आहे की एकपक्षीय यात काहीही रस नाही. आणि अशा बिघाडीच्या परिस्थितीत राज्य करा, यासाठी जनता काही या मंडळीच्या मागे लागली नाही. या विसंवादी सुरात राज्य करायला नकार द्यायचा अधिकार त्यांना होता. तो त्यांनी बजावला नाही. आणि आता हे आघाडीच्या व्यवस्थेविषयी नाराजी व्यक्त करीत आहेत. या मंडळींना सत्तेत तर रहायचे आहे आणि कार्यक्षमतेबाबत काही प्रश्न निर्माण केल्यास आघाडीच्या बुरख्याआड लपायचे, हे राजकीयदृष्ट्या सोयीचे असेल. पण शोभणारे नाही. देशाचा यापुढील काळ हा आघाडीच्या राजकारणाचाच असणारा आहे. दुसऱ्या बाजूला सेना-भाजप युतीमध्येही आनंदच आहे. राज्यातील जनतेच्या दृष्टीने काँग्रेस राष्ट्रवादीस झाकावे आणि सेनाभाजपस काढावे, अशीच परिस्थिती आहे. चव्हाण यांना अभिप्रेत असलेली राजकीय उसंत १९९५ नंतर महाराष्ट्राच्या वाट्याला आलेली नाही. यापुढेही कोणा एकास राज्य करण्यास संधी मिळेल, अशी परिस्थिती नाही. हे आघाडीचे वास्तव स्वीकारणे यात शहाणपण आहे आणि त्याच परिस्थितीतून मार्ग काढीत काही भरीव करून दाखवणे यात राजकीय पुरुषार्थ आहे. तो मुख्यमंत्र्यांनी दाखवावा. कारकिर्दीच्या सुरुवातीलाच पृथ्वीराज बाबांचे हे दमलेले विधान राज्याला परवडणारे नाही.

१८ जुलै २०११

२९. आश्चर्यचकितांचे आनंदवन..!

आदर्श प्रकरणाने आ वासल्यापासून आश्चर्यचकित होताना आमचे उघडलेले तोंड अद्यापही बंद झालेले नाही. याप्रकरणी बुधवारी प्रत्यक्ष आरोपपत्र दाखल केल्याचे पाहिल्यानंतर मुख्य आरोपी अशोक चव्हाण, त्यांचे उत्तराधिकारी दुसऱ्या अर्थाने आदर्श होऊ पाहणारे मुख्यमंत्री पृथ्वीराज चव्हाण यांनी आपल्याला यामुळे आश्चर्य वाटल्याची भावना व्यक्त केली. या महनीय मंडळींना इतके आश्चर्यचकित झाल्याचे पाहून आम्ही आश्चर्यचकित न होता राहणे शक्यच नव्हते. तेव्हा असे आश्चर्यचकित झाल्यानंतर त्यामागील कारणांचा शोध आम्ही घेतला असता अनेक आश्चर्यकारक चीजा हाती लागल्या. त्या आमच्या वाचकांसमोर मांडणे हे आम्ही आमचे कर्तव्य समजतो.

आमच्या आश्चर्याचा आ हा आता अधिकच मोठा झालेला आहे. त्यास अनेक कारणे आहेत. त्यातील सर्वांत पहिल्या क्रमांकाचे कारण हे की या प्रकरणाची चौकशी करणारी केंद्रीय गुप्तचर यंत्रणा नामे जी व्यवस्था आहे ती कोणत्याही प्रकरणाचा तपास आरोपपत्राच्या पातळीपर्यंत नेऊ शकते हे एक मोठेच आश्चर्य होय. आदर्श प्रकरणात कोणताही विरोधी पक्षनेता नाही. तरीही या केंद्रीय गुप्तचर खात्याने तपास केला आणि आरोपपत्र दाखल करण्यापर्यंत दम धरला यामुळे कोणाही भारतीय नागरिकास अभिमान वाटल्यावाचून राहणार नाही. या अभिमानाने भारतीयांची छाती भरून आल्यास त्यामुळे आश्चर्य वाटण्याचे कारण नाही. याप्रकरणी महाराष्ट्राचे माजी मुख्यमंत्री अशोक चव्हाण यांच्यावरच थेट आरोपपत्र दाखल झाले आहे. आपल्याच राज्याचे माजी मुख्यमंत्री प्रतिभा सिमेंटकांडाचे मुख्य प्रवर्तक जनाब अब्दुल रहेमान अंतुले यांच्यानंतर आरोपपत्रापर्यंत मजल मारलेले अशोक चव्हाण हे दुसरे मुख्यमंत्री. दोघांच्या प्रकरणातील साम्यही आश्चर्याने थक्क करणारेच. जनाब अंतुले साहेबांनी इमारतींसाठी लागणारे सिमेंट विकून येणारा फायदा आपल्या खासगी न्यासाकडे वळविला, तर मा. अशोक चव्हाण यांनी त्या सिमेंटमधून उभी राहिलेल्या इमारतीतील एक घरच आपल्या सासूच्या नावे वळते केले. त्या अर्थाने अशोक चव्हाण हे जनाब अंतुले यांच्या पुढे एक पाऊल गेले असे म्हटल्यास त्या दोघांनाही आश्चर्य वाटणार नाही. प्रगती प्रगती म्हणतात ती बहुधा हीच असावी. वास्तविक अशोक चव्हाण

यांना जेवढे आश्चर्य वाटले त्याच्या कित्येक पट आश्चर्य त्यांच्या दिवंगत तीर्थरूप माजी मुख्यमंत्री शंकरराव चव्हाण यांच्या आत्म्यालाही वाटले असणार. कै. शंकरराव यांची हयात काँग्रेसी राजकारणात गेली. केंद्रीय गृहमंत्री ते महाराष्ट्राचे मुख्यमंत्री एवढा मोठा त्यांचा प्रवास झाला. महाराष्ट्रात शरद पवार यांच्या विरोधात राजकारण करीत असूनही शंकरराव कोणत्याही प्रकरणात कधीही अडकले नाहीत वा त्यांच्यावर कसलेही आरोप झाले नाहीत. पक्षालाही त्यांचा कोण अभिमान! पक्षासाठी त्यांनी माजी नेते कै. संजय गांधी यांचे जोडे उचलण्यासदेखील मागेपुढे पाहिले नाही. शंकरराव करड्या शिस्तीचे भोक्ते. तेव्हा अशा शिस्तप्रिय नेत्याच्या मुलाने आदर्शसारखे प्रकरण करावे, केले तरी त्यात अडकावे आणि अडकले तरी त्यास त्यातून सुटता येऊ नये...हे सारेच आश्चर्यचकित करणारे, यात शंका नाही. आमच्या मते अशोक चव्हाण यांना आरोपपत्र दाखल झाल्यावर जे आश्चर्य वाटले त्यामागे आणखी एक कारण जरूर असावे. ते म्हणजे आम्ही काहीही केले तरी आरोपपात्र कसे काय दाखल होऊ शकते, ही भावना. नेत्यांनी काहीही उद्योग करावेत आणि त्याचा त्यांना जाब द्यावा लागावा, अशी आपली परंपरा नाही. याला छेद दिला तो दूरसंचारमंत्री ए. राजा यांच्यापासून. म्हणजे माजी मंत्रीही तुरुंगात जाऊ शकतो, असा...बहुधा अशोक चव्हाण यांच्या मते...वाईट पायंडा तेव्हापासून पडला. शिवाय, यातील सूक्ष्म भेद असा की राजा हे सत्ताधारी काँग्रेस पक्षाचे नाहीत. त्यामुळे त्यांच्यावर कारवाई होणे हे तसे समजून घेता येण्यासारखे. परंतु आपण साक्षात काँग्रेसचे. त्यातही संभाव्य भावी पंतप्रधान राहुल गांधी यांनीच निवडलेले. तेव्हा अशा आपल्यासारख्या नेत्यावर केंद्रीय गुप्तचर यंत्रणा आरोपपत्र दाखल करण्याची जुर्रत कशी काय करू शकते असा रास्त सवाल अशोकरावांच्या मनी आला असल्यास ते न्याय्यच समजायला हवे. खेरीज, त्यांना आश्चर्य वाटण्यासाठी आणखी एक कारण आहेच. जगत्गुरू, परमेश्वराचा एकविसाव्या शतकातील (केसाळ अवतार) श्रीमद सत्य साईबाबा यांनी आशीर्वाद देऊनही आपल्यामागे हे शुक्लकाष्ट कसे लागले, असे अशोकरावांना वाटतच नसेल, असे नाही. अशोकरावांचे प्रादेशिक बंधू मा. रा. रा. विलासराव देशमुख असोत वा अर्थमंत्री ते ग्रामविकासमंत्री असा प्रवास करणारे सांगलीभूषण जयंतराव पाटील असोत, हे दोघेही याच सत्यसाईबाबांचे भक्त. तेसुद्धा मंत्री झाल्यावर बाबांचे आशीर्वाद घेण्यासाठी पुट्टपार्थी येथे जात. परंतु अशोकरावांसारखे थेट सत्य साईबाबांचे चरण शासकीय निवासस्थानास लावण्याचे पुण्यकर्म त्यांनीही केले नाही. अशोकरावांना वर्षा या मुख्यमंत्री निवासस्थानी स्वतः राहण्यास जाण्याआधी साक्षात सत्य साईबाबा यांच्या हस्ते वास्तुशांत करविली. तरीही आदर्श प्रकरणात आपण अडकलो आणि बाबांचे आशीर्वाद कामी आले नाहीत, यामुळेही अशोकरावांना आश्चर्य वाटले असण्याची शक्यता नाकारता येत नाही.

तसे एरवी आपल्या देशात मुख्यमंत्री आदी महनीय मंडळींना आश्चर्य वाटावे असे प्रसंग फार येत नाहीत. असे आश्चर्य वाटून हतोत्साहित होण्याचे प्राक्तन मतदानाच्या दिवसापुरते राजा म्हणवून घेणाऱ्या सामान्य माणसाचे. तेव्हा या महनीय मंडळींना आश्चर्यचकित होताना पाहून सामान्य जनांनाही आश्चर्यचकित व्हावे लागले. एरवी आपल्या घरात सरकारी परवानगी न घेता एक वीतभर जरी बदल केला तरी कारवाईचा बडगा खाणाऱ्या या सामान्य जनास आदर्श इमारतीचे मजलेच्या मजले वाढवण्यास कशी परवानगी मिळाली, याने आश्चर्य वाटले आहे. सरकारी यंत्रणा अन्यथा निवृत्तांच्या सहकारी संस्थेत एखाद्या बिगर निवृत्ताचे घर आल्यास त्यास बाहेर काढते. परंतु येथे तर लष्कराची सहकारी संस्था असूनही त्यात बिगर लष्करी मंडळींनी सहज घरे घेतली, यानेही सामान्य माणसास आश्चर्य वाटले असणारच. महाराष्ट्र राज्यास अनेक सनदी अधिकाऱ्यांची उच्च परंपरा लाभलेली आहे. त्याच प्रभावळीतील जयराज फाटक वा प्रदीप व्यास हेही या प्रकरणातील भागीदार, हेही आश्चर्य करणारेच. परंतु त्याच बरोबरीने या प्रकरणातील सूत्रधारांच्या त्यागवृत्तीनेही अनेक जण थक्क झाले असतील. बऱ्याच खासगी कामास सरकारी परवानगीची गरज असते. येथे तर एवढी मोठी अवाढव्य इमारत. त्यामुळे अधिक सरकारी अधिकाऱ्यांची मदत ती उभारताना घ्यावी लागली असणार. परंतु या इमारतीच्या सूत्रधारांचा सेवाभाव इतका की ही मदत दिली म्हणून त्या त्या सरकारी अधिकाऱ्यांना त्यांनी आदर्शमध्ये एकेक फ्लॅटच देऊन टाकला. इतके औदार्य आजच्या काळात दिसणे, दुर्मिळच. या औदार्याचा वारा व्यास आणि फाटक यांनाही लागला. त्यामुळे त्यांनी आपल्याला दिलेली घरे आपली नाहीतच असे समजून आपल्या पत्नी आणि मुलाच्या नावावर केली. हल्लीच्या काळात बघायला मिळते का कोठे इतकी सन्यस्तवृत्ती. त्यामुळेही अनेकांचे डोळे दिपले असणार. इतके सगळे बघायची सवय नसलेल्या बाबा पृथ्वीराज चव्हाण यांनाही याचे आश्चर्य वाटणे साहजिकच होते. ते इतके दिवस केंद्रात होते. तेथे याहूनही मोठे उपद्व्याप करणाऱ्या आणि सहीसलामत निसटणाऱ्या अनेक महानुभावांशी त्यांचा संपर्क आलेला असणार. तेव्हा एका छोट्याशा इमारतीच्या निमित्ताने इतकी भवती न भवती कशासाठी होते, या प्रश्नाने त्यांना आश्चर्य वाटले असणार.

तेव्हा अशा तऱ्हेने हे प्रगतिशील राज्य आश्चर्यचकितांचे आनंदवन झाल्याचे पाहून समस्त मराठी जनांना आश्चर्य वाटल्याखेरीज राहणार नाही. तथापि, या आनंदवनातील नागरिक होण्याचे भाग्य मिळाल्याबद्दल आपण नियतीचे आभारच मानायला हवेत, यात तीळमात्र शंका नाही.

६ जुलै २०१२

३०. दादा, काका आणि बाबा

एका दगडात अनेक पक्षी मारण्याची कला अजितदादा पवार यांना थेट सख्खे काका शरद पवार यांच्याकडून घरच्या घरीच शिकायला मिळाली असणार. मंगळवारी आकस्मिकपणे राजीनामा सादर करून त्यांनी आपण या कलेत किती नैपुण्य मिळवले आहे, हे जेव्हा सिद्ध केले तेव्हा अनेकांना थोरल्या पवार यांनी १९७८ मधे तत्कालीन मुख्यमंत्री वसंतदादा पाटील यांच्या पाठीत खुपसलेल्या खंजिराची आठवण आली. फरक इतकाच की त्यावेळी शरद पवार यांनी फक्त वसंतदादांच्याच पाठीत खंजीर खुपसला असे बोलले गेले. परंतु त्यानंतर ३४ वर्षांनी त्याच कृतीची पुनरावृत्ती करताना धाकट्या पवारांनी दोन पाठी निवडल्या. एक दस्तुरखुद्द सख्खे काका शरद पवार आणि दुसरे महाराष्ट्राचे मुख्यमंत्री पृथ्वीराज चव्हाण.

गेले काही दिवस दादा यांना किती एकटे एकटे वाटत होते याच्या कथा राष्ट्रवादी वर्तुळात चर्चिल्या जात होत्या. विशेषतः दिल्लीत गेल्या आठवड्यात शरद पवार यांनी आयोजित केलेल्या बैठकीला जाऊन आल्यापासून दादांनी स्वतःला इतरांपासून वेगळे पाडले होते. कोणत्याही कार्यक्रमात ते गेले नाहीत. इतकेच काय केंद्रीय मंत्र्यांच्या संबंधित विषयांच्या बैठकीपासूनही ते लांब राहिले. वस्तुतः अजित पवार यांचा राग समजून घ्यायला हवा. एक म्हणजे त्यांना उपमुख्यमंत्रिपद स्वतःच्याच पक्षात झगडून मिळवावे लागले. पक्षाध्यक्ष काकांना या पदासाठी छगन भुजबळ हे योग्य वाटत होते तर अजित पवार यांना स्वतः. काका भुजबळांच्याकडे झुकत असल्याचे पाहून अजित पवार यांना स्वतःचे घोडे दामटण्यासाठी जवळपास बंडच करावे लागले होते. त्यावेळी अचानक गायब झालेल्या अजित पवार यांचा पवित्रा पाहून काकांचे मन द्रवले आणि अखेर उपमुख्यमंत्रिपद अजितदादांना देण्याचा निर्णय झाला. तेव्हापासून सतत अजितदादा आणि मुख्यमंत्री पृथ्वीराज चव्हाण यांच्यात एकप्रकारचे शीतयुद्ध सुरू आहे. एखाद्या विषयावर मुख्यमंत्र्यांनी प्रतिक्रिया दिल्यावरही मत देणे, अधिकाऱ्यांच्या स्वतंत्रपणे बैठका बोलावणे आदी उद्योग अजितदादांकडून सुरूच राहिले. परंतु या सर्व दबावाच्या राजकारणास भीक न घालता मुख्यमंत्री चव्हाण यांनी राज्यातील सहकारी चळवळीस चेपण्याचे काम अव्याहत सुरूच ठेवले.

एकेकाळी काँग्रेसच्या आणि आता पवार यांच्या चरणी निष्ठा वाहिलेली राज्यातील सहकार चळवळ आवळली तर पवार यांच्या साम्राज्यास वेसण घालता येईल या साध्या आणि सोप्या विचाराने मुख्यमंत्र्यांनी सहकार सम्राटांच्या मुसक्या अप्रत्यक्षपणे का होईना आवळायला सुरुवात केली. स्वतःच्या मागे साधी सहकारी दुग्धसंस्थाही नसलेल्या मुख्यमंत्री चव्हाण यांनी सहकार खात्याला पहिला धक्का दिला तो महाराष्ट्रातील मध्यवर्ती सहकारी बँकेचे संचालक मंडळ बरखास्त करून. आपापसातच कर्जवाटप करण्यात रममाण झालेली ही बँक डबघाईला आली नसती तरच नवल. गेली कित्येक दशके या बँकेवर पवार कुटुंबीयांचा अधिकार आहे आणि अलीकडच्या काही वर्षांत अजित पवार यांना मानणाऱ्यांकडे या बँकेची सूत्रे आहेत. या बँकेचे संचालक मंडळ बरखास्त करून चव्हाण यांनी पवार आणि कंपनीस चांगलेच कोंडीत पकडले. लवासा या वादग्रस्त प्रकल्पाचा मुद्दाही मुख्यमंत्री चव्हाण यांनी लावून धरला. परंतु अजित पवार आणि कंपू खऱ्या अर्थाने अस्वस्थ झाला तो एकामागोमाग एक अशी पाटबंधारे खात्यातील जुनी प्रकरणे पुन्हा नव्याने बाहेर येऊ लागल्यावर. म्हणजे एका बाजूला स्वच्छतेचा आग्रह धरणारे मुख्यमंत्री वेगवेगळ्या प्रकरणांत चाप लावणार आणि दुसरीकडे वर परत जुनी प्रकरणे उकरून काढणार. यामुळे राष्ट्रवादीचे, त्यातही अजित पवार गटाचे, अनेक जण मेटाकुटीला आले होते. या सगळ्यांचा आग्रह असा की थोरल्या पवार साहेबांनी मुख्यमंत्र्यांस वेसण घालावे. सुरुवातीला काँग्रेस श्रेष्ठींनी मुख्यमंत्र्यांना तसे वेसण घालत असल्याचा आभास निर्माण केला. परंतु ते तेवढेच. दरम्यानच्या काळात पृथ्वीराज चव्हाण यांनीही शरद पवार यांच्याशी जुळवून घेतल्याची भूमिका पसरल्यामुळे अजित पवार आणि कंपू अधिकच अस्वस्थ झाला. त्यातूनच आपल्या काकांचा मुख्यमंत्री चव्हाण यांना छुपा पाठिंबाच आहे अशी वदंता पसरली आणि त्यामुळे अजित पवार आणि मंडळी अधिकच अस्वस्थ झाली. त्यांच्या इच्छेप्रमाणे थोरले साहेब पृथ्वीराज साहेबांना वेसण घालण्यात उत्सुक नाहीत, असे चित्र त्यामुळे निर्माण झाले. थोरल्या साहेबांना नुसते महाराष्ट्राचेच बघायचे नसते. दिल्ली सांभाळायची असते. झालेच तर क्रिकेट वगैरेही उद्योग असतात. त्यामुळे धाकल्या साहेबांप्रमाणे ते ऊठसूट काँग्रेसला दमात घेऊ शकत नाहीत. परंतु याची जाण धाकल्या साहेबांना नाही. अखेर या विसंवादातून व्हायचे तेच झाले. त्याचा शेवट अजित पवार यांनी मंगळवारी राजीनामा देण्यात झाला.

त्यांच्या राजीनाम्याच्या दगडाने दोघे जायबंदी होतील, अशी चिन्हे आहेत. एक गंभीर आणि दुसरा किरकोळ. हा राजीनामा घाव खरा वर्मी बसला आहे तो शरद पवार यांच्या. नपेक्षा राष्ट्रवादीत माझाच शब्द अंतिम असतो, असे सांगण्याची वेळ त्यांच्यावर येते ना. ज्याप्रमाणे काँग्रेसमध्ये सोनिया गांधी यांच्या निर्णयाला आव्हान

देता येत नाही, हे सांगायची गरज नसते त्याचप्रमाणे राष्ट्रवादीत पवार यांच्याबाबतही हे सांगायची गरज नाही. परंतु हे सांगण्याची वेळ पवार यांच्यावर आली. त्यानंतर आज बुधवारी जे घडले तेही राष्ट्रवादीच्या नेतृत्वाविषयी आश्वासक चित्र निर्माण करणारे होते असे म्हणता येणार नाही. दिल्लीत पवार यांचे दूत प्रफुल्ल पटेल हे अजित पवार यांचा राजीनामा स्वीकारला जावा असे मत व्यक्त करीत होते आणि त्यासाठी कोणत्याही बैठकीची गरज नाही असे सांगत होते. तर त्याचवेळी मुंबईत अजितदादांचे अनुयायी बैठक घेऊन त्यांना राजीनामा मागे घेण्याचे आवाहन करीत होते. यातूनच अजित पवार यांच्या अनुयायांनी पक्षाच्या केंद्रीय नेतृत्वाला एक प्रकारचे आव्हान दिल्याचे चित्र निर्माण झाले आणि ते अवास्तव नाही. काँग्रेसबरोबर पडती भूमिका घेत आहे तो संसार टिकवायचा, की ही मिळमिळितावस्था सोडून देत स्वतंत्र चूल मांडायची या विचारप्रवाहांतील हा संघर्ष आहे. राष्ट्रवादीतील नवी पिढी ही आक्रमक असून या मंडळींना थोरले पवार हे आता नेमस्त वाटू लागले आहेत. या आक्रमकतेमुळेच आपण कोणाच्या संगतीत आहोत याचेही भान अजितदादांकडून सुटल्याचे दिसते. आक्रमकता अकाली असेल तर ती आकर्षक ठरत नाही याची जाणीव या नवनेतृत्वास नाही. तेव्हा अशा अकाली आक्रमकांचाच आधार अजितदादा घेणार असतील तर चित्र काही फारसे आश्वासक आहे, असे म्हणता येणार नाही.

त्याचवेळी केवळ राष्ट्रवादी काँग्रेसची मागणी आहे म्हणून काँग्रेसतर्फे महाराष्ट्रात नेतृत्वबदल केला जाईल, असेही नाही. किंबहुना तो केला जाणारच नाही. त्यामुळे अजितदादा आणि त्यांचे काका यांच्या संघर्षात मुख्यमंत्री पृथ्वीराजबाबा यांचे दोन घटका मनोरंजन होऊ शकेल इतकेच.

दि. २७ सप्टेंबर २०१२

३१. सूर्याची पिल्ले

निसर्गनियम कोणास चुकत नाही. शिवसेनाप्रमुख बाळासाहेब ठाकरे यांचा याच निसर्गनियमाप्रमाणे देहांत झाला. गेले काही दिवस ज्या गतीने त्यांची व्याधी वाढत होती, ती पाहता हे अटळ होते असे म्हणावयास हवे. त्यामुळे जे अटळ आहे त्यास धीरोदात्तपणे सामोरे जाणे हे त्यांच्या उत्तराधिकाऱ्यांचे कर्तव्य होते. ते त्यांनी उत्तमपणे पार पाडले असे म्हणता येणार नाही. एक नेता म्हणून बाळासाहेब हे अद्वितीय होते यात शंका नाही. तेव्हा त्यांच्या अद्वितीय तेजाच्या परावर्तित झोतात जमेल तितके आपणही प्रकाशून घ्यावे असे त्यांच्या उत्तराधिकाऱ्यांना वाटत असल्यास ते साहजिक म्हणावयास हवे. परंतु या इच्छेचा अतिरेक स्वतःच्या क्षमतेविषयी शंका निर्माण करणारा ठरेल याची जाणीव बाळासाहेबांच्या उत्तराधिकाऱ्यांनी ठेवली असे खचितच म्हणता येणार नाही. बाळासाहेबांची प्रकृती किती नाजूक आहे, ते सेनेच्या दसरा मेळाव्यातील त्यांच्या भाषणातच जाणवले. तेव्हाच खरेतर अनेकांच्या मनात शंकेची पाल चुकचुकली. बाळासाहेबांचे हे भाषण हे त्यांच्या आतापर्यंतच्या प्रकृतिधर्मास जराही शोभणार नाही, इतके भावनिक होते. आयुष्यभर त्यांनी कधी मला सांभाळून घ्या, अशी याचना केली नाही. ते आपल्याच मस्तीत असायचे आणि ही मस्ती हीच बाळासाहेबांची शान होती. तेव्हा तेच बाळासाहेब माझ्या मुलानातवांना सांभाळून घ्या असे हृदयाला हात वगैरे घालणारे विधान करतील, हेच मुळात अनेकांना कृत्रिम वाटले. सर्वसाधारण परिस्थितीत बाळासाहेबांनी असे विधान कधीचे केले नसते. तो त्यांचा स्वभाव नव्हता आणि पिंडही नव्हता. तेव्हा त्यांना असे विधान का करावेसे वाटले वा लागले हा प्रश्न आहे आणि त्याचे उत्तर त्यांच्या गादीवर बसू पाहणाऱ्यांना द्यावे लागणार आहे. विजयादशमीनंतर त्यांची प्रकृती ढासळत गेली. दीपावलीच्या मंगलमयी सणाचे आगमन दर्शवणारे आकाशकंदील उजळू लागलेले असताना महाराष्ट्राच्या या स्वयंप्रकाशी नेत्याचे तेज विझू लागले होते. उपलब्ध माहितीवरून असे दिसते की बाळासाहेबांना बलिप्रतिपदेच्या दिवशीच रात्री हृदयविकाराचा झटका आला आणि तो जीवघेणाच ठरतो की काय, अशी परिस्थिती निर्माण झाली. डॉक्टरांनी शर्थीचे प्रयत्न करून या दिव्याचे विझणे लांबवले खरे परंतु तरीही ते पूर्ण बरे होतील

याची शाश्वती आधुनिक वैद्यकशास्त्रही देऊ शकणार नाही, अशी परिस्थिती होती. अशा वेळी सेना नेत्यांनी अधिक जबाबदारीने वागत जनतेस खरी माहिती देत राहणे आवश्यक होते. अफाट लोकप्रियतेमुळे बाळासाहेबांच्या विषयी काळजी वाटणारा प्रचंड जनसमुदाय ठिकठिकाणी जमलेला. परिस्थितीची दखल घेत पोलिसांनी अनवस्था प्रसंग उद्‌भवू नये म्हणून अतिरिक्त पोलिस बल तैनात केलेले, सर्व पोलिसांच्या रजा रद्द झाल्याची घोषणा झालेली आणि तरीही याचे कसलेही भान नसलेले सेनानेतृत्व बाळासाहेबांच्या प्रकृतीविषयी कोणतीही माहिती देण्यास तयार नाही, असे निर्नायकी चित्र महाराष्ट्रात जवळपास दोन दिवसांहून अधिक काळ राहिले, हे दुर्दैवी होते. बाळासाहेबांचे जाणे जितके दुर्दैवी आहे त्यापेक्षाही अधिक दुर्दैवी म्हणावे लागेल सेनानेत्यांचे या काळातील वागणे. या काळात जो कोणी सेनानेता त्यांच्या निवासस्थानी जाऊन बाहेर आल्यावर हवे तसे बोलत होता. हपापलेल्या माध्यमांना ते हवेच होते. सगळेच बोलू लागल्यावर अनागोंदी निर्माण होते. तशीच ती झाली. वास्तविक अशा वेळी कोणी कधी आणि किती माहिती द्यायची याचे ठाम नियोजन करणे आवश्यक होते. परंतु या काळात सेनेत पक्षीय पातळीवर कमालीची अनागोंदी दिसून आली. तेवढेच ज्ञानप्रकाशात याप्रमाणे पक्षप्रमुखांच्या आजारपणातही कॅमेऱ्यासमोर जाण्याचा मोह न टाळू शकणाऱ्या वाचाळ नेत्यांना आवरण्याची व्यवस्था असायलाच हवी होती. ते झाले नाही. उद्धव ठाकरे यांना गेल्या महिन्यात हृदयाची तपासणी करण्यासाठी जेव्हा रुग्णालयात दाखल व्हावे लागले होते, तेव्हाही हेच झाले होते. त्यावेळी एका मागोमाग एक सेना नेता उद्धव ठाकरे यांच्यावरील अँजियोग्राफी यशस्वी झाले असे माध्यमांसमोर सांगत आपले अज्ञान पाजळून गेले. अँजियोग्राफी यशस्वी झाली म्हणजे काय? उद्या एखाद्या अवयवात काय बिघाड आहे ते पाहण्यासाठी क्ष किरण छायाचित्र काढावे लागल्यास एक्स रे यशस्वी झाला असे कोणी सांगितल्यास ते जेवढे हास्यास्पद ठरेल तेवढेच अँजियोग्राफी यशस्वी झाली असे म्हणणे केवळ मूर्खपणाचे होते. परंतु तरीही सेनानेत्यांना आवरणारे कोणी नव्हते आणि त्या वेळच्या चुकांचा धडा सेनानेते पक्षप्रमुखांच्या आजारापर्यंत शिकू शकले नाहीत. बाळासाहेबांवर उपचार करणाऱ्या वैद्यकीय तज्ज्ञांचे निवेदन या काळात ठराविक अंतराने प्रसृत करण्याची व्यवस्था जरी सेनानेत्यांनी केली असती तरी पुढचा गोंधळ टळला असता. ही साधी गोष्ट करणे सेनानेत्यांना सुचले नाही वा सुचूनही त्यांनी ते केले नाही. लोकसभेच्या सभापतिपदापर्यंत पोचलेल्या मनोहर जोशी यांच्या सारख्या नेत्यासदेखील याचे भान राहिले नाही, तेव्हा इतरांचे काय? सेनेचे प्रवक्ते खासदार संजय राऊत यांनी तर या काळात कहरच केला. बाळासाहेबांविषयी डॉक्टर का निवेदन करीत नाहीत असे विचारता डॉक्टरांच्या निवेदनाची गरजच काय, असा प्रतिप्रश्न त्यांनी केला आणि डॉक्टर आमच्यापेक्षा वेगळे काय

सांगणार, असे सांगत त्यांनी ती सूचनाच धुडकावून लावली. येथपर्यंत एकवेळ ठीक म्हणता येईल. परंतु लवकरच खुद्द बाळासाहेबच तुमच्या समोर येऊन निवेदन करतील, अशी अतिरंजित आशा सेना प्रवक्त्याने दाखवली. हे धोक्याचे होते. याचे कारण असे की बाळासाहेबांवर अतोनात प्रेम करणारा प्रचंड मोठा वर्ग गर्दी करून होता आणि त्यांच्या भावभावनांचे व्यवस्थापन अधिक शहाणपणाने करणे गरजेचे होते. समुदायाच्या भावना अनावर झाल्या की काय होते याची जाणीव सेनानेत्यांना नसण्याची काहीही शक्यता नाही. तरीही सेनानेते जे काही करीत होते ती आत्मवंचना होती आणि ती आवरण्याचे प्रयत्नदेखील कोणी केले नाहीत. परिणामी सेनानेत्यांतच बाळासाहेबांच्या प्रकृतीविषयी अतिरंजित विधाने करण्याची जणू स्पर्धाच सुरू झाली. त्यातून बाहेर वातावरणात कमालीचा गोंधळ आणि अस्वस्थता निर्माण होत गेली. या अस्वस्थतेस अनुचित वळण लागले नाही, हे जनतेचे सुदैव. परंतु याची कोणतीही जाणीव सेनानेत्यांना नव्हती. बाळासाहेबांची प्रकृती इतकी झपाट्याने सुधारत आहे तर वेगवेगळ्या क्षेत्रांतील मान्यवरांना, तारेतारकांना भेटून जाण्याचे निमंत्रण का दिले जात आहे हे याच वेळेस अनेकांना उमगत नव्हते. म्हणजे एका बाजूला बाळासाहेब उत्तम आहेत, चमत्कार वाटावा इतक्या झपाट्याने सुधारत आहे असे सांगणारे सेनेचे सुभाष देसाई वा तत्सम कोणी नेते आणि दुसरीकडे तरीही त्यांचे क्षेमकुशल विचारणाऱ्यांची लागणारी रांग, हा विरोधाभास होता आणि आत्मवंचना करीत राहिलेल्या सेनानेत्यांस त्याची चाड नव्हती.

बाळासाहेबांसारखे नेतृत्व जेव्हा क्षितिजाआड जाते तेव्हा ते वास्तव स्वीकारणे अनेकांना...आणि त्यातही शिवसेनेस... जड जाणार हे ओघानेच आले. त्यांच्याइतकी नेतृत्वाची चमक कदाचित उत्तराधिकाऱ्यांना दाखवता येणार नाही, हेही समजण्यासारखे आहे. परंतु तरीही विवेकाचा इतका अभाव असणे हे बाळासाहेबोत्तर सेनेविषयी आश्वासक वातावरण तयार करणारे नाही. तेव्हा आपण अगदीच त्या नेतृत्वसूर्याची पिल्ले नाही, हे सिद्ध करण्याची जबाबदारी आता सेनाप्रमुखांच्या उत्तराधिकाऱ्यांवर आहे.

१९ नोव्हेंबर २०१२

३२. बोंब महाराष्ट्र

औद्योगिक दृष्टिकोनाचा आणि धोरण सातत्याचा अभाव हे महाराष्ट्राच्या औद्योगिक धोरणांचे गेली काही वर्षे व्यवच्छेदक लक्षण राहिलेले आहे. विद्यमान उद्योगमंत्री नारायण राणे यांनी जाहीर केलेले ताजे धोरण या दृष्टिकोनहीनतेचा कळसाध्याय ठरू शकेल इतके पोकळ आहे. उद्योगांनी येथे येऊन काही भरीव करावे यापेक्षा त्यांनी घरबांधणीच करावी असा विचार या कथित धोरणामागे दिसतो. याचे कारण साधे कारण म्हणजे बिल्डर आणि राजकारणी हे महाराष्ट्रात एकाच नाण्याच्या एकाच बाजूस आहेत आणि त्यामुळे सत्ताधाऱ्यांच्या प्रत्येक शासकीय कृतीत बिल्डरांच्या हिताचाचा विचार असतो. हे ताजे धोरण त्यास अपवाद नाही. वास्तविक महाराष्ट्रातील राजकारण्यांना जमिनीखेरीज दुसरे काही दिसत नाही, यात आता नवीन काही नाही. गुजरात वा अन्य राज्यांच्या तुलनेत महाराष्ट्र मागे पडत असेल तर त्यापैकी अनेक कारणांमधील एक कारण हे राजकारण्यांचे जमीनप्रेम आहे. पाणीधोरण असो वा कृषी, या मंडळींचे विचार भूखंडापाशीच येऊन थांबतात. ताजे धोरणही तेथेच अडकले आहे. तेव्हा उद्योगमंत्री यांच्याकडे नाही तरी निदान पृथ्वीराज चव्हाण यांच्यामुळे तरी राज्यातून बाहेर चाललेल्या उद्योगपतींना या कथित धोरणामुळे येथे थांबावेसे वाटेल असे काही असेल अशी अपेक्षा होती. ती अगदीच फोल ठरली. गेली काही वर्षे अनेक बडे उद्योगपती महाराष्ट्रावर नाराज आहेत. पृथ्वीराजांचे पूर्वसुरी कै. विलासराव देशमुख आणि आदर्शवादी अशोक चव्हाण यांच्या काळात उद्योगांना धोरणात जाहीर केलेल्या करसवलती देण्यास अक्षम्य विलंब झाला. पृथ्वीराज चव्हाण यांनी कारभार हाती घेतल्यानंतर तरी त्यात सुधारणा होईल अशी वेडी आशा उद्योगक्षेत्रास होती. परंतु चव्हाण वर्षावासी होऊन बराच काळ लोटल्यानंतरही उद्योगपतींना त्यांना देय असलेली रक्कम मिळाली नाही. अनेक उद्योगपतींना त्याबाबत जाहीर नाराजी व्यक्त करावीशी वाटली यातच काय ते आले. परंतु निर्ढावलेल्या उद्योगखात्याने त्याची दखलही घेतली नाही. पृथ्वीराज चव्हाण यांनी सत्तासूत्रे हाती घेऊन दोन वर्षे होऊन गेली. या काळात उद्योगपतींच्या एकाही शिष्टमंडळास भेटावे वा त्यांच्या अडचणी जाणून घ्याव्यात असे त्यांना वाटले नाही. सीआयआय, फिकी वा तत्सम कोण्या संघटनेच्या

व्यासपीठावरून महाराष्ट्र अद्यापही गुजरातच्या पुढे कसा आहे याची खोटी शेखी मिरवण्याव्यतिरिक्त राज्य नेतृत्वाने या काळात काहीही केलेले नाही. राज्यात उद्योगक्षेत्राचा थोडा काही विश्वास राज्य सरकारवर टिकून राहिला असेल तर तो आपल्यामुळे, उद्योगमंत्र्यांमुळे नाही याची जाणीव खरे तर पृथ्वीराज चव्हाण यांना असणे गरजेचे होते. तशी ती असती तर नगरविकास, पाटबंधारे आदी खात्यांतील अनागोंदी खणून काढण्यासाठी जे काही उपाय पृथ्वीराज चव्हाण यांनी उचलले त्याच्या निम्मे तरी प्रयत्न त्यांनी उद्योग खात्याबाबत केले असते. तसे झाले असते तर उद्योगबाबत इतके निराशाजनक दिसते ना. हे खाते स्वपक्षीयाकडेच असल्याने त्यांनी त्याकडे दुर्लक्ष केले असावे. स्वकियांच्या उद्योगांत लक्ष घालण्यापेक्षा राष्ट्रवादीचे पाटबंधारे अडवणे हे अधिक मोठे राजकीय कर्तव्य असल्याने त्याकडे त्यांनी आधी लक्ष दिले हे राजकीयदृष्ट्या एकवेळ क्षम्य आहे. परंतु म्हणून त्यांनी उद्योग खात्यास इतके वाऱ्यावर सोडणे क्षम्य म्हणता येणार नाही. त्याचमुळे राणे यांच्या कालच्या घोषणेस धोरण म्हणावे असे काय आहे, हा प्रश्न पडावा. पंधराशे कोटी वा अधिक गुंतवणूक करणाऱ्या उद्योगांना सवलत देण्यात येणार असल्याचे राणे म्हणाले. त्यात नवीन ते काय? सवलतींचा आकडा वाढवण्यापलीकडे या धोरणाने अधिक काय केले? इतके दिवस महाराष्ट्रात महाऔद्योगिक धोरण होते. ते आता महामहा झाले? पण म्हणजे काय झाले? खेरीज, याआधीच्या सवलतींची किती अंमलबजावणी झाली हेदेखील नव्या सवलती जाहीर करीत असताना उद्योगमंत्र्यांनी सांगितले असते तर जनतेच्या ज्ञानात भर पडली असती. महाराष्ट्रात पाच लाख कोटी रुपयांची गुंतवणूक होणार असल्याची वल्गनाही त्यांनी केली. ती किती काळात होणार? कोण करणार हे प्रश्न तूर्त तरी निरुत्तरितच असून ती का करावी या प्रश्नाचे उत्तर उद्योग खात्याने आधी द्यायला हवे. कोकणातील समुद्रात पूर्वी चाचे व्यापारी जहाजांना लुटायचे. शिवाजी महाराजांनी त्यांचा बंदोबस्त केला. आता असे उद्योगांना लुटणारे चाचे जमिनीवरही असून त्यांनी आपापसात राज्याची वाटणी करून टाकली आहे. उद्योगपतींनी त्यांना खंडणी दिल्याशिवाय कोणत्याही प्रांतात कोणताही उद्योग उभा राहू शकत नाही. त्यास आळा घालण्याची हिंमत पृथ्वीराज यांनी अद्याप तरी दाखवलेली नाही. तेव्हा राज्यात गुंतवणूक येणार कशी? या संभाव्य उद्योगांतून २० लाख संभाव्य रोजगार तयार होणार आहेत. हे सगळेच थोतांड आहे असे आतापर्यंतच्या अशा घोषणांचे संकलन केले असता आढळून येईल.

या धोरणात सर्वांत आक्षेपार्ह आहे तो औद्योगिक जमिनीचा गृहबांधणीसाठी वापर करू देण्याचा मुद्दा. विशेष आर्थिक क्षेत्राचा भुलभुलैया दाखवून महाराष्ट्र सरकारने गेल्या काही वर्षांत हजारो हेक्टर्स जमीन हस्तगत केली. त्यावेळीही गुंतवणूक आणि

संभाव्य रोजगारनिर्मिती यांचे असेच भव्य आकडे तोंडावर फेकण्यात आले होते. स्वतः राणे हे त्यावेळी या विशेष आर्थिक क्षेत्रांचे कट्टर समर्थक होते. त्यावेळी सरकार विशिष्ट उद्योगसमूहासाठीच काम करीत असल्याचे चित्र निर्माण झाले होते आणि महसूलमंत्री म्हणून तेव्हाची राणे यांची भूमिका अनेक प्रश्नांना जन्म देणारी होती. त्याहीवेळी ही विशेष आर्थिक क्षेत्रे म्हणजे सरकारच्या आधारे जमीन बळकाव उद्योग असल्याची टीका झाली होती. पुढे सुदैवाने ही विशेष आर्थिक क्षेत्रे बारगळली. परंतु तेव्हाचे उद्योगांचे राहिलेले कार्य पूर्ण करण्याचा वसा राणे यांनी उद्योगमंत्री म्हणून पुढे चालू ठेवला आहे असे दिसते. मुळात खासगी उद्योगांसाठी जमीन व्यवहारांचे दलाल म्हणून सरकारने काम करणे अत्यंत अयोग्य होते. त्या चुकीची उतराई आता सरकार दुसऱ्या चुकीने करीत आहे. ज्या कारणांसाठी शेतकऱ्यांच्या जमिनी घेतल्या ते औद्योगिक स्वप्न साकार होत नसेल तर त्या उद्योगपतीच्या हिताचा विचार करण्याची जबाबदारी सरकारची नाही. नव्या आर्थिक धोरणात तसे दिसते. नव्या आर्थिक व्यवस्थेत विशेष आर्थिक क्षेत्रांना तितकीशी फायदेशीर राहिली नाहीत म्हणून उद्योगांची जमिनीतील गुंतवणूक अडकून राहिली. त्यातील ४० टक्के इतकी जमीन त्यांना घरबांधणीसाठी उपलब्ध करून त्या उद्योगांच्या...आणि त्यातही काही विशिष्ट उद्योगसमूहांच्या...ऋणातून उतराई होण्याचा प्रयत्न सरकारने या धोरणाद्वारे चालवला आहे. त्याची गरज नाही.

उद्योगमंत्री म्हणून इतका मोठा विचार नारायण राणे यांनी केला नसेल तर ते समजण्यासारखे आहे. ते त्यांच्या आतापर्यंतच्या राजकारणास साजेसेच झाले. परंतु पृथ्वीराज चव्हाण यांचे काय? इतक्या धडधडीत बिल्डरधार्जिण्या उचापतींस औद्योगिक धोरण असे म्हणण्यासाठी पृथ्वीराजांवर दिल्लीहून दबाव आला असे म्हणतात. ते काहीही असो. महाराष्ट्राचे हित आणि स्वतःची स्वच्छ प्रतिमा यांचा तरी विचार पृथ्वीराज चव्हाण यांनी या धोरणास मान्यता देताना करणे गरजेचे होते. चव्हाण हे आपल्या प्रतिमेस फार जपतात असे म्हटले जाते. ते खरे असल्यास राणे यांना साथ दिल्याने आपली प्रतिमा अधिक सुधारेल असे त्यांना वाटते काय? मॅग्नेटिक महाराष्ट्र, ब्रँड महाराष्ट्र असे नव्या औद्योगिक धोरणाचे घोषवाक्य आहे. पण हे धोरण आहे तसेच राबवले गेल्यास बोंब महाराष्ट्र असे म्हणायची वेळ येईल, यात शंका नाही.

४ जानेवारी २०१३

३३. आत्मक्लेशाची तुरतुरी

अजितदादा पवार यांनी लंघन करणे ही काळाची गरज होती. उपास केल्याने प्रकृती सुधारते. अर्थात ही सुधारणा राजकीय प्रकृतीत होते किंवा काय हे कळावयास मार्ग नाही. यासंदर्भात अजितदादा यांना अधिक माहिती पवार कुटुंबीयांचे राजगुरू, गर्भसंस्कारकार बालाजी तांबे यांनी दिली असेलच. उपवासाचे साम मार्ग असा एखादा तासही त्यांनी घेतला असण्याची शक्यता नाकारता येत नाही. तेव्हा हे सर्व सामदाम विचार करूनच दादांनी उपास केला असणार यात शंका नाही. उपोषणाने पचनसंस्थाही सुधारते. नेमकी याचीच तर गरज राजकारणाच्या गदारोळात अजितदादांना वाटली असणार. दादांकडे बरेच दिवस पाटबंधारे खाते होते. या खात्यात कंत्राटदारांनी बरेच पैसे खाल्ले असा आरोप होतो. महागाईचा आगडोंब वाढल्यापासून सर्वसामान्यास साधे जेवण मिळणे आणि मिळाले तर पचणे अवघड झाले आहे. तेव्हा अशा काळात ज्यांना अधिक पैसे कमावण्यासाठी अधिक कष्ट पडले त्यांना ते पचनासाठीही अधिक कष्ट पडणारच. ते पचन अधिक सुलभपणे व्हावे असाही विचार दादांच्या उपोषणामागे नाही, असे कसे म्हणता येईल? वास्तविक या उपोषणाच्या काळात दादांनी भुकेबरोबर तहानेवरपण नियंत्रण ठेवले होते काय, हे स्पष्ट झालेले नाही. याचे कारण असे की दादांनी ज्या कारणासाठी उपोषण केले त्या कारणाचा संबंध खाण्याशी नसून पिण्याशी आहे. यंदा राज्यात पाणी इतके दुर्लभ झाले आहे की सामान्य माणसास ते पिण्यासाठीही उपलब्ध होऊ शकत नाही. तेव्हा शेतकऱ्यांना जमिनीसाठी ते कसे मिळणार? तेव्हा याच कोरड्या ठक्क जमिनीची दया येऊन दादांनी ती (म्हणजे जमीन) ओली करण्याचा एक मार्ग सुचवला होता. परंतु कार्यबाहुल्यामुळे त्यांच्या हे लक्षात आले नाही की पायाखालची का होईना जमीन ओली करायची असेल तरी त्यासाठी पाणीच लागते. हे पाणीच मुळात पोटात गेले नाही तर जमीन ओली करण्यासाठी त्याचे उत्सर्जन कसे करणार, हा दादांचा रास्त सवाल होता. त्यात इतरांना संताप येण्यासारखे खरेतर काहीच नव्हते. राजकीय श्लीलतेचा दाखला देण्याची जबाबदारी आपल्याकडेच आहे असे ज्या भाजपला वाटते त्या भाजपने या प्रश्नावर उगाचच शंखतीर्थ घेतले असे आमचे म्हणणे आहे. भाजप हा आपल्याला संतमहंतांचा आशीर्वाद असल्याची

वातावरणनिर्मिती करतो. परंतु या संतमहंतांनी जी भाषा वापरली ती पाहता दादांनी काहीच पाप केले नाही असे भाजपवालेच म्हणतील.

जरी भक्षिता मिष्ठान्न, काही विष्ठा काही वमन
भगीरथीचे घेता जीवन, त्याची होये लघुशंका...

असे प्रमाणपत्र खुद्द समर्थ रामदास यांनीच दिले आहे. तेव्हा अजितदादांचा निषेध करण्याआधी भाजपने समर्थ रामदासांचा निषेध करावयास हवा. त्यातही रामदासांनी गंगा, भगीरथी अशा पुण्यदायी नद्यांचे जलतीर्थ प्राशन केले तरी त्याचे काय होते या शंकेचे निरसन केले आहे. हे तर अधिकच अपमानास्पद. तेव्हा भाजपने रामदासांना निषेधावाचून सोडले आणि अजितदादांना धरले हे काही योग्य केले नाही. आता ते काम संभाजी ब्रिगेड वा मराठा महासंघास करावे लागेल. ते असो. परंतु मुद्दा हा की वैश्विक शास्त्रीय सत्याचा उद्गारच वास्तविक अजितदादांच्या मुखातून बाहेर पडला होता. तेव्हा त्याविरोधात इतका गहजब करण्याचे कारण ना भाजपला होते ना शिवसेना आणि मनसेला. भाषा आणि तिची अश्लीलता हा ठाकरे यांच्या काळजीचा विषय होता असे कधी ऐकल्याचे स्मरत नाही. तरी हे पक्षदेखील अजितदादांच्या मागे हात धुऊन लागले. हे फारच होते आहे हे लक्षात आल्यावर अजितदादांच्या हळव्या मनास नक्कीच त्याचा त्रास झाला असणार. तेव्हा या पापाचे क्षालन करण्यासाठी (तेही अर्थातच बिनपाण्याने) आपण उपोषण केले असा दादांचा दावा आहे. परंतु तो साफ चुकीचा आणि असत्य आहे.

अजितदादांना क्लेश झाला हे नक्की. तोदेखील वक्तव्याने, हेही मान्य. परंतु हे वक्तव्य त्यांचे नाही. तर त्यांचे काका रा. रा. शरदचंद्रावजी गोविंदराव पवार यांचे. त्यासाठी संपूर्ण घटनाक्रम ध्यानी घ्यावा लागेल. राजीनामा देण्याच्या मागणीवर ज्या आमदारांनी आपणास निवडून दिले त्यांच्याशी बोलूनच निर्णय केला जाईल, किंबहुना ते आमदारच आपण राजीनामा द्यायचा की नाही हे ठरवतील अशा प्रकारचे वक्तव्य अजितदादा यांनी केले होते. त्यावर यथावकाश प्रतिक्रिया देताना रा. रा. पवार (थोरले) यांनी ते खोडून काढले आणि राजीनाम्याच्या प्रश्नाचा निर्णय आमदार नाही तर पक्ष घेईल असे ठणकावून सांगितले. तूर्त तरी राष्ट्रवादी म्हणजे रा. रा. पवार (थोरले) असेच समीकरण असल्याने त्यांच्या विधानाचा अर्थ असा की अजितदादांच्या राजीनाम्याचा निर्णय पक्ष (पक्षी : आपण स्वत:) घेऊ असे काकांनी ठणकावले आहे. याआधी काही महिन्यांपूर्वी अजितदादांनी पाटबंधारे खात्यातील कथित भ्रष्टाचारप्रकरणी कथित राजीनामा दिला असता आपण काय निर्णय घेऊ शकतो याची चुणूक रा. रा. पवार (थोरले) यांनी दिलीच आहे. तेव्हा पुन्हा एकदा हा प्रश्न उपस्थित झाला तर त्या

वेळीदेखील त्याबाबतचा निर्णय आपणच घेऊ असा रा. रा. पवार (थोरले) यांच्या प्रतिपादनाचा अर्थ.

तेव्हा अजितदादांना आत्मक्लेश झालाच असेल तर तो काकांच्या या विधानामुळे. स्वत:च्या विधानाचा नाही. आपण राजीनामा दिला तर आपल्या काकांकडूनच तो मंजूर केला जाईल, आपणास राजीनाम्यापासून परावृत्त करण्याचे काहीही प्रयत्न केले जाणार नाहीत हे कोणत्या पुतण्यास आवडेल? तेव्हा यामुळे दादांना आत्मक्लेश झाला असेल तर त्यांचे दु:ख आपण समजून घ्यायला हवे.

वास्तविक काकाने आपल्या पुतण्यास इतका क्लेश देणे हा महाराष्ट्राचा इतिहास आहे. तो अजितदादांनी वाचला असण्याची शक्यता नाही. तसा तो त्यांनी वाचला असता तर उपोषणाच्या संकटातून ते वाचले असते. खरेतर अजितदादांचे बरेच वास्तव्य पुण्यात असते. तेव्हा वेळात वेळ काढून त्यांनी शनिवार वाड्यास भेट देण्याचे कष्ट एकदा तरी घेतले असते तरी त्यांना काका मला वाचवा... ही नारायणराव पेशव्यांची किंकाळी कानी आली असती. एवढे इतिहासात मागे जायचे नसेल तर अजितदादांनी आपले परम मित्र आणि मराठी भाषा सुहृद राज ठाकरे आणि त्यांचे काका कै. रा. रा. बाळासाहेब ठाकरे यांचे उदाहरण तरी डोळ्यांपुढे आणावयास हवे होते. गेला बाजार गोपीनाथ मुंडे आणि त्यांचा पुतण्या धनंजय यांचे वर्तमान तरी आठवण्यास हरकत नव्हती.

हे काहीही न केल्यामुळेच त्यांना आत्मक्लेश झाला. तेव्हा उपोषणाचे खरे कारण हे आहे. इतक्या मोठ्या काकांनी त्रास दिला तर मौन पाळण्याखेरीज पुतण्याच्या हाती काय राहते? हे समजून घेऊन त्यांनी प्रीतिसंगमावर मौन पाळले. ती जागाही सूचक. कराडची भूमी महाराष्ट्राचा मंगलकलश ज्यांनी आणला त्या यशवंतराव चव्हाण यांच्या वास्तव्याने पुनित झालेली. रा. रा. पवार (थोरले) हे त्या यशवंतरावांचे पट्टशिष्य. परंतु या पट्टशिष्याने आपल्या गुरूला अंधारात ठेवून राजकीय खंजीरबाजी केल्याचा आरोप पुढच्या काळात झाला.

आत्मक्लेशाच्या या प्रीतिसंगमी काळात या उदात्त घटनेपासून स्फूर्ती घेण्याचा अजितदादांचा प्रयत्न नव्हता असे छातीठोकपणे कोणीच सांगू शकणार नाही. राजकारण हे समोर वाहणाऱ्या नद्यांसारखे प्रवाही असायला हवे, आत्मक्लेशाच्या तुरतुरीने या प्रवाहावर काहीही परिणाम होत नाही, याची जाणीव दादांना या काळात नक्कीच झाली असणार.

१६ एप्रिल २०१३

३४. उसाचे कोल्हे...

राज्यातील अभूतपूर्व अशा दुष्काळी परिस्थितीत भर घालणारी आणखी एक बातमी सगळ्यांच्या तोंडचे पाणी पळवणारी आहे. राज्यातील पीकपद्धत बदलून कमी पाणी लागणाऱ्या पिकांवर भर देण्याचे धोरण स्वीकारण्याची गरज सगळे शेतीतज्ज्ञ आणि शेतकरी नेते व्यक्त करत असताना, पुन्हा सर्वांत अधिक पाणी पिणाऱ्या उसालाच प्राधान्य देण्याच्या राज्य शासनाच्या निर्णयामुळे या राज्यात फक्त साखरेलाच न्याय मिळतो, असे बोलले जात होते. पाण्याअभावी दुष्काळी बनलेल्या प्रदेशांतच अधिक २० साखर कारखान्यांना परवानगी देऊन राज्यातील दुष्काळग्रस्त भागात नव्याने वीसहून अधिक साखर कारखाने उभारण्यास साखर आयुक्तालयाने मंजुरी देऊन त्यावर शिक्कामोर्तब केले आहे. म्हणजे ज्या जिल्ह्यांमध्ये दुष्काळाशी सामना करण्यात सरकार लढत आहे, त्याच भागात हे नवे कारखाने उभारले जाणार. शेतकरी नेते शरद जोशी यांनी गेल्याच आठवड्यात राज्यातील भीषण दुष्काळाला उसाचे पीक जबाबदार असल्याची टीका केली होती. सर्वाधिक पाणी पिणाऱ्या या पिकामुळे हे संकट अधिक तीव्र बनले आहे, असे मत व्यक्त करताना, त्यांनी उसाला पर्याय देऊ शकणाऱ्या पिकाच्या लागवडीला प्रोत्साहन देण्याची गरज व्यक्त केली होती. 'लोकसत्ता' ने 'पाणी' या विषयावर नुकत्याच आयोजित केलेल्या विशेष चर्चेत सहभागी झालेल्या सर्व तज्ज्ञांनीही नेमक्या याच स्थितीवर बोट ठेवले होते. ज्यातील एकूण साठ लाख शेतकऱ्यांपैकी फक्त दहा लाख शेतकरी उसाशी संबंधित आहेत. पण ते उरलेल्या पन्नास लाख शेतकऱ्यांच्या तोंडचे कसे पाणी पळवतात हे त्यात अनेकांनी अधोरेखित केले. परंतु तरीही राज्यातील शासन उसाखाली जास्तीत जास्त जमीन आणण्याचे ठरवते, हा केवळ मूर्खपणा नाही, तर त्यामागे राजकीय 'शहाणपणा'चा पक्का पाया आहे, हे लक्षात घेतले पाहिजे. राज्यातील लहान-मोठ्या धरणांमध्ये पाणी साठवण्याची एकूण क्षमता ३५ अब्ज घनमीटर एवढी आहे आणि प्रवाही सिंचन पद्धतीने राज्यातील फक्त उसाचे पीकही तेवढेच पाणी वापरत आहे. याचा अर्थ सगळी धरणे फक्त उसासाठीच बांधली आहेत, असा होतो.

कमी कष्टात जास्त उत्पन्न मिळवून देणारे उसाचे पीक घेणे शेतकऱ्यांसाठी किफायतशीर असेलही. त्यासाठी आवश्यक असणारे पाणी देण्यासाठी शासन ज्या उत्साहाने काम करते, तो उत्साह इतर पिकांबाबतही दाखवला असता, तर राज्याचे चित्र एव्हाना बदलले असते. महाराष्ट्राच्या निर्मितीनंतर कारखानदारीला शहरी भागात प्रोत्साहन देण्यात आले आणि रोजगारनिर्मितीचे कारण दाखवून सगळी साखर कारखानदारी पाण्याची तूट असलेल्या क्षेत्रात वळवण्यात आली. डोळे उघडे ठेवून आंधळेपणाचे सोंग घ्यायचे ठरवले, की ढळढळीत सत्यही दिसेनासे होते, तसे नव्या साखर कारखान्यांना परवाने देताना घडले आहे. हे परवाने देताना साखर आयुक्तालयाने अगदी निवडून निवडून दुष्काळी भागच निवडला आणि मराठवाड्यातील औरंगाबाद, जालना, बीड आणि उस्मानाबाद, तसेच सोलापूर जिल्ह्यांमध्ये नव्याने कारखाने उभे करण्यास परवानगी दिली आहे. या परिसरात निर्माण झालेल्या दुष्काळावर मात करण्यासाठी गेल्या पन्नास वर्षांत कोणतीही योजना अमलात आणता आलेली नाही. आता तुटपुंज्या पाण्यात आणखी ऊस पिकवण्यास प्रोत्साहन देण्याच्या या निर्णयामुळे सरकारचे निव्वळ हसे होते आहे. मराठवाड्यातील धरणांमधील पाणी ९ टक्क्यांपर्यंत कमी झाले आहे. सुमारे तेराशे टँकर्सद्वारे तेथे पाणीपुरवठा केला जात आहे. त्यातही जालना जिल्ह्यात पाण्याचे कमालीचे दुर्भिक्ष निर्माण झाले आहे. सोलापूर जिल्ह्यात सर्वाधिक टँकर जनतेची तहान भागवण्याच्या प्रयत्नात आहेत, त्याच सोलापूर जिल्ह्यात आणखी एका नव्या खासगी साखर कारखान्याची भर पडणार आहे. माजी गृहराज्यमंत्री सिद्धराम म्हेत्रे यांना ही परवानगी देताना साखर आयुक्तालयाला तेथील दुष्काळाच्या तीव्रतेची जराही जाणीव झालेली नाही, हे उघड आहे. इकडे जनता पाण्यावाचून तडफडते आहे आणि तिकडे नव्याने साखर कारखान्याच्या उभारणीचे तोरण बांधले जात आहे, ही स्थिती राज्यकर्त्यांच्या लबाडीची निदर्शक आहे. राज्यात सर्वांत जास्त म्हणजे १.३७ लाख मेट्रिक टन एवढे उसाचे उत्पादन याच जिल्ह्यात होते आणि सर्वाधिक टँकरही तेथेच कार्यरत आहेत. राज्यकर्त्यांना राज्यातील दुष्काळ कायमचा संपवण्यात कसा रस नाही, याचे हे उत्तम उदाहरण आहे.

या पार्श्वभूमीवर खुद्द सहकारमंत्री हर्षवर्धन पाटील यांच्या पत्नीच्या नावे असलेल्या सोलापूर जिल्ह्यातील कारखान्याच्या उभारणीला उच्च न्यायालयाने स्थगिती दिली. त्यातून कोणताही बोध घ्यावा असे सरकारला वाटले नाही. त्याचवेळी जलतज्ज्ञ माधवराव चितळे समितीने यापुढील काळात फक्त कोकण आणि पूर्व विदर्भात साखर कारखान्यांना परवानगी द्यावी, अशी केलेली सूचना वाचण्याची तसदीही घेतली नाही. या आंधळ्या ऊसप्रेमामुळेच दुष्काळी पट्ट्याला आणखी गर्तेत लोटणारा निर्णय साखर आयुक्तालय घेऊ शकते. महाराष्ट्राचे यापरते दुर्दैव ते कोणते? उसाच्या एकरी

उत्पादनासाठी १.८ कोटी लिटर पाणी लागते आणि साखर कारखान्याला एक हजार मेट्रिक टन उस गाळण्यासाठी ३५४ घनमीटर एवढे पाणी लागते. पण उसाचे एकरी उत्पादन वीस टनांवरून ८० टनांपर्यंत नेण्यासाठी ठिबक सिंचनासारखी यंत्रणा उपयोगी ठरते हे कळायलाही सरकारला खूपच वर्षे लागली. इतकी वर्षे पाण्याचा अतिरेकी वापर होऊन राज्यात भीषण दुष्काळ पडल्यानंतर आता साखर कारखानदारी हा जिव्हाळ्याचा विषय असलेले केंद्रीय कृषिमंत्री शरद पवार ठिबक सिंचनाचा सल्ला देऊ लागले आहेत. एकरी उत्पादन वाढवण्यावर भर देण्याऐवजी अधिक क्षेत्र उसाखाली आणण्यातच धन्यता मानणाऱ्या शासनाला दुष्काळाने काहीही धडा शिकवला नाही, हेच यावरून सिद्ध होते.

साखर कारखानदारी आणि राजकारण हे समीकरण गेल्या काही वर्षांत इतके घट्ट झाले आहे, की आमदार होताच पहिल्यांदा ज्या काही गोष्टी करायच्या असतात, त्यात साखर कारखान्याची मागणी अग्रक्रमाने असते. ऊस आहे की नाही, त्यासाठी पुरेसे पाणी आहे की नाही याचा कोणताही विचार न करता कारखाना लवकरात लवकर कसा उभा राहील, याकडेच लक्ष दिले जाते. त्यातही खासगी कारखान्यांचे पेव फुटल्याने सहकारी कारखान्याचे संचालकच खासगी कारखानाही उभारतात. शेतकऱ्यांना 'खासगी'त ऊस टाकायला भाग पाडतात. सहकारी कारखाना गाळात जातो आणि खासगीची चांदी होते. तरीही गाळात रुतलेल्या सहकारी कारखान्यांसाठी आर्थिक मदतीचा रतीब दरसाल सुरूच राहतो. ज्या उस्मानाबाद जिल्ह्यात आठ नवे कारखाने सुरू होणार आहेत, तेथील भूजल पातळी बारा मीटर इतकी खाली गेली आहे. ही केवळ चिंतेची नव्हे, तर भीषण संकटाची जाणीव करून देणारी बाब आहे. मराठवाड्यातील या जिल्ह्यांमधील जमिनींना भोके पाडून त्याची पार चाळणी झाली तरीही नव्या कारखान्याची हौस काही फिटत नाही, हे चित्र दारुण म्हणावे इतके भयावह आहे. पाण्याचा वापर पिण्यासाठी, शेतीसाठी आणि नंतर उद्योगासाठी करण्याचे धोरण आखणारे सरकार प्रत्यक्षात शेती आणि उद्योगांसाठीच पाण्याचा अधिक वापर करण्यास मुभा देते. त्यामुळे औरंगाबादमध्ये पाणी टंचाई असतानाही बिअरचे उत्पादन घटत नाही आणि साखर कारखानेही पाण्याअभावी बंद पडत नाहीत. माणसे आणि मुकी जनावरे घरदार सोडून देशोधडीला लागली, तरी त्यांची कसलीही चिंता आपल्या राज्यकर्त्यांना नाही. हे सर्व राज्याच्या साधनसंपत्तीच्या उसाला लागलेले कोल्हे असून त्यांना तातडीने दूर केले नाही, तर महाराष्ट्र हे महावाळवंट झाल्याशिवाय राहणार नाही.

२९ एप्रिल २०१३

३५. या चव्हाणे त्या चव्हाणास...

आपल्या अहवालाला केराची टोपली दाखवली जाईल याची कल्पना होतीच अशी प्रतिक्रिया आदर्श गैरव्यवहाराची चौकशी करणाऱ्या न्या. जे. ए. पाटील यांनी व्यक्त केली यावरून काँग्रेस-राष्ट्रवादी सरकारची विश्वासार्हता किती तळाला गेली आहे, हे कळेल. गेल्या काही वर्षांत महाराष्ट्र सरकारचे रूपांतर हे बिल्डरांनी बिल्डरांसाठी चालवलेल्या राज्यात झाले आहे. आदर्श हे त्याचे आदर्श प्रतीक. स्वत: राज्याचे मुख्यमंत्री ते आमदार ते नोकरशहा ते दलाल अशा सगळ्यांच्या अभद्र युतीने राज्यास ग्रासलेले आहे. त्यामुळे नवनवीन घोटाळे उजेडात येत असून नव्याने बाहेर आलेला घोटाळा पाहिला की कालचा घोटाळा बरा होता, असे वाटावे. अनेक व्यवहारांवर सरकारी नियंत्रण असताना ते उठवण्यासाठी एकेकाळी भ्रष्टाचार होत असे. अब्दुल रहमान अंतुले यांच्या काळात झालेला सिमेंट घोटाळा हे त्याचे उदाहरण. त्यावेळी सिमेंट पुरवठ्यावर सरकारी नियंत्रण असे. तेव्हा गरजूंना सिमेंट मंजूर करण्याच्या बदल्यात अंतुले यांनी सवलती उकळल्या आणि चांगलीच माया केली. त्याबाबत गहजब झाल्यावर अंतुले यांना राजीनामा द्यावा लागला. न्या. बख्तावर लेंटिन यांनी याप्रकरणीच्या खटल्यात निकाल देताना सरकारची कृती आणि त्या बदल्यात मिळालेले फायदे यांचा परस्परसंबंध (क्विड प्रो क्वो) उलगडून दाखवला. त्यानंतर मंत्रालय आणि सत्तादलाल यांच्यातील अदृश्य पुलाखालून बरेच पाणी वाहून गेले असून अलीकडच्या काळात आता या परस्परसंबंधांची गरजही लागत नाही, अशी परिस्थिती आहे. कारण फायदा उकळणारे आणि या फायद्याचा अधिकार असणारे हे आता एकच झाले असून, महाराष्ट्रातील सर्वोच्च सत्ताधाऱ्यांनी आदर्श प्रकरणात ज्या काही उचापती केल्या त्यावरून ही घनिष्टता लक्षात यावी. सामान्य नागरिकास त्याच्या किमान कामांसाठी सरकारी मंजुरीसाठी रक्त आटवावे लागत असताना मंत्रालयातील हे टिकोजीराव मात्र सर्व नियम आणि कायदे बाजूस सारून स्वत:साठी वाटेल ते करू शकतात, हे यातून पुन्हा एकदा दिसून आले आणि ही यातील सर्वांत चीड आणणारी बाब. मुळात आदर्श इमारतीस ३६ मजल्यांची परवानगीच नव्हती. परंतु मंत्रालयातील मुखंडांनी नियम वाटेल तसे धाब्यावर बसवले आणि इमारतीला वाटेल तसे वाढू दिले.

यात झालेला घोटाळा उघडकीस आल्यावर मुख्यमंत्र्यांचेच हात या घाणीच्या भ्रष्टाचारात बरबटल्याचे उघड झाले. मुंबईत एखाददुसऱ्या सदनिकेसाठी दहा कोटींच्या राज्याचा मुख्यमंत्री किती क्षुद्र पातळीवर उतरू शकतो, याचेच हे उदाहरण. मुख्यमंत्री अशोक चव्हाण हे राहुल गांधींच्या खास मर्जीतले. त्यांच्या निवडीमुळे राहुल गांधी यांच्या निर्णयक्षमतेचा आवाकाही दिसून आला. या घोटाळ्याचे आणखी एक वैशिष्ट्य म्हणजे त्याची सर्वपक्षीयता. अशोक चव्हाण, सुशीलकुमार शिंदे, शिवाजीराव निलंगेकर, विलासराव देशमुख अशा एकापेक्षा एक काँग्रेसी तालेवारांच्या जोडीला सुनील तटकरे, राजेश टोपे अशा उदयोन्मुख राष्ट्रवादींनी या घोटाळ्यातला आपला वाटा उचलून आपण योग्य मार्गावर असल्याचे दाखवून दिले.

यातील दुसरी अधिक गंभीर बाब म्हणजे या सर्व व्यवहारांत नोकरशहांनी बजावलेली भूमिका. मंत्रिपदावरील व्यक्ती राजकारणामागील अर्थकारणाच्या रेट्यात वाहून जात असेल तर त्या त्या खात्यांच्या नोकरशहांनी त्यांना आवर घालणे अपेक्षित असते. परंतु गेल्या काही वर्षांत सर्व व्यवस्थांचेच जे भजे झाले त्यात नोकरशहा आणि पत्रकारांनीही कमरेचे सोडून डोक्याला बांधायला सुरुवात केली. त्यामुळे व्यवस्थेला भ्रष्ट करण्यात राजकारण्यांच्या खांद्याला खांदा लावून हे अन्य दोन गटही आपला वाटा उचलताना दिसतात. आदर्श घोटाळ्यात डझनभर उच्चपदस्थांनी व्यवस्थेवर जो काही हात मारला त्यावरून हे पुन्हा एकदा दिसून येते. वेगवेगळ्या शैक्षणिक पातळ्यांवर उच्च गुणवत्ता सिद्ध केलेले जयराज फाटक यांच्यापासून ते कांगावखोर उत्तम खोब्रागडे यांच्यापर्यंत सर्वांनीच या आदर्श लुटीत आपला हिस्सा वसूल केला. अमेरिकेने आपल्या कन्येस अपमानास्पद वागणूक दिली या बद्दल सात्त्विक संताप व्यक्त करून उपोषणाचा इशारा देणाऱ्या खोब्रागडे यांनी आदर्श घोटाळ्यात खोटी माहिती देताना आपली सात्त्विकता कोठे गेली होती, तेही एकदा स्पष्ट करावे. रामानंद तिवारी हे प्रत्येक मुख्यमंत्र्यास नगर विकास खात्यात हवे असत. मग ते मनोहर जोशी असोत की विलासराव देशमुख. जमीनजुमल्याच्या व्यवहारांत नियम वाकवण्यात तिवारी यांच्याइतके कुशल अन्य कोणी खचितच असेल. मुंबईचे जिल्हाधिकारी असलेले प्रदीप व्यास असोत की देशमुख. या बेकायदा इमारतीतील सदनिकेचा मोह कोणालाच आवरला नाही. सामान्य जनतेशी वागताना हे अधिकारी आपले सनदीपण दाखवून देत असतात. परंतु हे अधिकारी नव्या युगातील सुभेदार असून, इतिहासातील जुलमी सुभेदारांपेक्षा बरे आहेत, असे मानणे दुधखुळेपणाचे ठरावे. या इमारतींतील निम्म्यापेक्षा अधिक सदनिका या बेनामी आहेत. कोणी एक भाजीविक्रेता ६५ लाखांचे कर्ज घेतो आणि त्याला या इमारतीत घर मिळते किंवा एखादा निवृत्त प्राध्यापक वयाच्या ८६ व्या वर्षी आदर्श घरासाठी निधी उभा करतो, हे सगळेच अतर्क्य आणि लाजिरवाणे आहे.

अशा वेळी हा घोटाळा बाहेर आल्यामुळे सार्वत्रिक सफाईची संधी सरकारसमोर होती. पृथ्वीराज चव्हाण यांच्या सरकारने ती वाया घालवली. काँग्रेस आणि त्या पक्षाचे भावी पंतप्रधान राहुल गांधी नाक वर करून साधनशुचितेच्या गप्पा मारत असतात. परंतु हा त्यांचा शहाणपणा काँग्रेस शिबिरातील भाडोत्री कार्यकर्त्यांपुढे मांडण्यापुरताच. कारण कोणत्याही भ्रष्टाचारासाठी त्यांनी काही ठोस भूमिका घेतल्याचा पुरावा इतिहासात नाही. अर्थात या प्रकरणात राहुल गांधी यांच्या असाह्यताही लक्षात घ्यावयास हवी. अशोक चव्हाण यांच्यावर कारवाई होऊ दिली असती तर उद्या न जाणो आपला मेहुणा रॉबर्ट वडेरा याचे काय, असा प्रश्न राहुल गांधी यांच्यासमोर उभा ठाकला असता. तेव्हा अशोक चव्हाणांना झाकावे आणि वडेरा यांना काढावे अशी परिस्थिती असल्याने चव्हाण यांना वाचवण्याखेरीज अन्य पर्याय त्यांच्या समोर नसावा. या दोघांना वाचवण्याची अनिवार्यता इतकी की हरयाणा आणि महाराष्ट्रातील भिन्न परिस्थितीचेही भान त्यांना राहिले नाही. हरयाणात मुख्यमंत्री भूपिंदरसिंग हुडा यांनी राहुल गांधी यांचा मेहुणा इतपतच पात्रता असलेल्या रॉबर्ट वडेरा यांच्यासमोर पायघड्या घालून त्यांना हव्या तितक्या जागेची खिरापत वाटली तर महाराष्ट्रात मुख्यमंत्री अशोक चव्हाण यांनी ती ओरबाडून घेतली. गैरव्यवहार या अर्थाने दोन्ही गैरव्यवहारांत गुणात्मक फरक नसला तरी चव्हाण यांचे उत्तराधिकारी असलेल्या पृथ्वीराज चव्हाण यांची मात्र यामुळे चांगलीच अडचण होणार आहे.

महाराष्ट्रात काँग्रेस पक्षाच्या जमा खात्यात दाखवण्यासाठी पृथ्वीराज चव्हाण यांच्याखेरीज घसघशीत असे काही नाही. गेली काही वर्षे या पक्षाची राज्यातील कामगिरी वर्णन करण्यासाठी सुमार हे विशेषणही वजनदार वाटावे अशी परिस्थिती आहे. अशा वेळी आदर्शच्या निमित्ताने आपले स्वच्छता प्रेम काँग्रेसने दाखवले असते तर आतापर्यंतच्या पापातून काही प्रमाणात तरी तो पक्ष मुक्त होऊ शकला असता. चार राज्यांतील निवडणुकांत जे काही झाले ते पाहता असा शहाणपणा काँग्रेस दाखवेल, अशी अपेक्षा होती. ती अगदीच फोल ठरली. तेव्हा महाराष्ट्रात चव्हाणाच्या पानिपतासाठी चव्हाणाचाच हातभार लागल्यास आश्चर्य वाटावयास नको.

२३ डिसेंबर २०१३

३६. ठाकरे हरले, ठाकरे जिंकले!

स्वतः मेल्याशिवाय स्वर्ग दिसत नाही ही म्हण राजकारणासही लागू पडते. समस्त ठाकरे परिवारास याचा विसर पडला होता वा ते मान्य नव्हते. त्यामुळे अन्यांनी मरावे आणि आपल्यासाठी मातोश्रीवर स्वर्ग निर्माण करून द्यावा असेच त्यांचे राजकारण राहिले. सेनापती मैदानात नसेल आणि वातानुकूलित दिवाणखान्यातून सैन्याचे नियंत्रण करू पहात असेल तर सैनिकांचा त्याचा युद्धकौशल्यावरील विश्वास उडतो. सेनेचे असे झाले होते. त्यामुळे ऐन जोशात असतानाही सेनेला एकहाती कधीही सत्ता मिळवता आली नाही. अन्य अनेक राज्यांत प्रादेशिक पक्षांचे नेते सत्तासामर्थ्य लढून सिद्ध करीत असताना सेनेचे कथित रणवीर आणि रणरागिण्यांची तितकीच कथित रणगर्जना गल्लीबोळापुरतीच राहिली. त्याचे कारण हे आहे. एकीकडे लोकशाहीवर विश्वास नाही असे म्हणायचे आणि तरीही स्वतःच्या पक्षास सत्तेची सावली मिळून आपल्या डोक्यावरील छप्पर अबाधित रहावे यासाठी आपल्या उमेदवारांना निवडणुकीच्या रिंगणात उतरवायचे हा दुटप्पीपणा होता आणि तो सेनानेतृत्वाने आयुष्यभर केला. खरे तर याबाबत सेनानेतृत्वापेक्षा नक्षलवादी प्रामाणिक म्हणावयास हवेत. लोकशाही त्यांनाही मान्य नाही. म्हणून ते निवडणुकाही लढवत नाही. सेनानेतृत्व मात्र उक्ती आणि कृती याबाबत जन्मापासूनच विसंगती दाखवत आले आहे. आपण म्हणजे कोणी सेनापती आहोत आणि सैनिक मावळे, असा या नेतृत्वाचा आव होता. या मावळ्यांनी मुलुखगिरी(?) करावी आणि आपल्यासाठी शिध्याची व्यवस्था करावी असे ते राजकारण होते. ज्यांच्या नावे ही मंडळी राजकारण करीत होती त्या शिवछत्रपतींनी स्वतः रायगडाच्या सुरक्षित उबेत राहून आपल्या सैन्यालाच फक्त मैदानात ढकलले असे केले नाही. तर स्वतः आघाडीवर राहून त्या सैन्याचे नेतृत्व केले. असे झाले तरच सैनिकांचा आपापल्या नेतृत्वावर विश्वास राहतो, याची जाण सेनेला कधीही आली नाही. आपल्या हाती रिमोट आहे आणि आपला मुख्यमंत्री ऊठ म्हटला की उठतो आणि बस म्हटले की बसतो, अशी वल्गना बाळासाहेब ठाकरे करीत. वास्तविक रिमोट कंट्रोलमुळे दूरचित्रवाणीच्या वाहिन्या बदलण्याव्यतिरिक्त काहीही होत नाही, हे ठाकरे यांनी लक्षात घेतले नाही. आपल्या हातातील रिमोटवर त्यांनी जरुरीपेक्षा जास्त

विश्वास ठेवला. त्यामुळे हाती सत्ता येऊनही राज्यभर कोहिनुरी कमळे तेवढी उमलली. सेना मात्र होती तेथेच राहिली. याचा अर्थच हा की रिमोट चालतात. पण ते प्रत्यक्ष रणमैदानात उतरणाऱ्या हातांत असले तर आणि तरच. व्यवस्थेच्या बाहेर राहून रिमोटद्वारे राजकारणावर यशस्वी नियंत्रण ठेवले गेल्याचे भारतीय राजकारणात एकमेव उदाहरण आहे.

ते म्हणजे फक्त महात्मा गांधी. मोहनदास करमचंद गांधी यांनी कधीही सत्तापद घेतले नाही. पण ते काही या व्यवस्थेवर विश्वास नाही म्हणून नाही. तर त्यांना स्वतःतील आंतरिक शक्तीची जाणीव होती आणि या ताकदीच्या जोरावर राजकारणाचे नियंत्रण करण्याची त्यांची क्षमता होती म्हणून. पण ते त्यांना जमले ते केवळ नैतिक ताकदीच्या बळावर. परंतु तरीही आयुष्याच्या अखेरीस आपल्या रिमोटची ताकद कमी होत असल्याची जाणीव त्यांना झाली होती. इतिहास हेच दाखवतो की काही प्रमाणात गांधी यांचा अपवाद वगळता अन्य प्रत्येकास रणमैदानात उतरावेच लागले. मग ते पंडित जवाहरलाल नेहरू असोत राम मनोहर लोहिया वा श्यामाप्रसाद मुखर्जी असोत वा अलीकडच्या काळातील एम. जी. रामचंद्रन असोत वा एन. टी. रामाराव. प्रत्येकाने प्रत्यक्ष प्रक्रियेत भाग घेतला आणि मगच आपल्या हाती रिमोट राहील याची खबरदारी घेतली. अशांच्या मालिकेतील ताजे यशस्वी आणि अपयशी उदाहरण म्हणजे अनुक्रमे नरेंद्र मोदी आणि सोनिया गांधी. या क्षणाला केवळ गुजरात वा केंद्रातीलच नव्हे तर भारतीय जनता पक्षाचा देशव्यापी रिमोट त्यांच्या हाती आहे. एवढ्या मोठ्या भूप्रदेशावर तो चालतो याचे एकमेव कारण म्हणजे ते आघाडीवर येऊन लढले. हातातील रिमोटमध्ये ताकद येते ती त्यामुळे. सोनिया आणि राहुल गांधी हे मायलेक हे याचे उलट उदाहरण. काँग्रेस कार्यकर्त्यांनी आणि नंतर मतदारांनीही हाय खाल्ली ती काही काँग्रेसवरील प्रेम वा सहानुभूती आटल्यामुळे नव्हे. तर या रिमोटवरील रागामुळे. सत्ता हवी असेल तर मैदानात या आणि मगच रिमोट हाती धरण्याची मनीषा बाळगा हा साधासोपा संदेश त्यांना समजला नाही. पडद्याआड राहून मनमोहन सिंग सरकारचे नियंत्रण करणे त्यांच्या अंगाशी आले. अशा पद्धतीने लाकडी कठपुतळ्या तेवढ्या चालवता येतात. राजकारण असे नसते. ते रासवट, रसरशीत आणि जिवंत असते. ते चालवायची इच्छा असेल तर आघाडीवर उतरावे लागते. नॉन प्लेइंग कॅप्टन कोणत्याच संघाला आवडत नाही. मग ते टेनिस असो वा राजकारण. तेव्हा या रिमोट कंट्रोली भ्रमातून बाहेर येण्याइतके वास्तवाचे भान राज ठाकरे यांनी दाखवले, याबद्दल ते अभिनंदनास पात्र ठरतात.

त्यांच्या या कृतीने आसपासच्या सर्वच पक्षांना महाराष्ट्राच्या राजकारण रांगोळीतील ठिपके नव्याने मांडावे लागतील हे उघड आहे. यातला महत्त्वाचा मोठा

घटक असेल तो म्हणजे अर्थातच शिवसेना. परिणामी राज यांचे ज्येष्ठ बंधू उद्धव यांना पहिल्यांदा कट्टीबट्टीचे राजकारण सोडून मोठे झाल्याची जाणीव द्यावी लागेल. सध्या तो पक्ष आणि त्याचे नेते लोकसभा निवडणुकीतल विजयाच्या जल्लोषी वातावरणात मश्गुल आहेत. या जल्लोषाच्या भुईनळ्याची वात तुमची असली तरी त्यातील दारू शिवसेनी नाही असे सांगून त्यांचा तो आनंद छिनावून घेण्याचे कारण नाही. त्यासाठी नरेंद्र मोदी समर्थ आहेत. त्याचप्रमाणे भारतीय जनता पक्षासदेखील गोपीनाथ मुंडे की नितीन गडकरी की देवेंद्र फडणवीस याचा एकदा काय तो निकाल लावावा लागेल. निवडणुकांच्या आधीच नेता जाहीर करण्याची परंपरा त्यांनी सुरू केली आहे. ती त्यांना आता खंडित करता येणार नाही. लोकसभेला एक नियम आणि विधानसभेला दुसरा असे त्यांनी केल्यास त्यातून राज्य भाजपचा अशक्तपणाच काय तो दिसेल. मोदी डोक्यावर असताना तसा तो दिसणे त्यांना परवडणारे नाही. दुसरीकडे जवळपास पंधरा वर्षे सत्ता भोगलेल्या राष्ट्रवादी आणि काँग्रेसलाही आपल्यात आतापर्यंत दडलेला असा एखादा हिरा शोधून काढावा लागेल की ज्याच्या केवळ दर्शनानेच मतदारांचे डोळे दिपतील. तेच ते अजित पवार आणि तेच ते पाटील किंवा आणखी कोणी यांना जनता कंटाळली आहे. त्याचवेळी काँग्रेसला पृथ्वीराज चव्हाण यांचे काय करायचे ते कळेनासे झालेले दिसते. नैतिक स्वच्छता आणि टापटीप यासाठी पृथ्वीराजांचे कौतुक करावे की राजकीय क्षमतेअभावी दुसरा पर्याय शोधावा या प्रश्नाचे उत्तर शोधेपर्यंत बहुधा निवडणुका जाहीर होतील. त्यानंतर या प्रश्नाचे उत्तर शोधण्याचे कष्ट काँग्रेसला घ्यावेच लागणार नाहीत.

तेव्हा अशा परिस्थितीत पहिली खेळी करून राज ठाकरे यांनी इतरांना गाफिल पकडले आहे. यानिमित्ताने एकतरी ठाकरे मैदानात आले, ते बरे झाले. मैदानात आले की सत्ता ते संपत्ती सर्व काही मतदारांच्या मोजमाप टप्प्यात येते. त्यास सामोरे जाण्याचे धैर्य एका तरी ठाकरेंनी दाखवले. लोकशाहीवर विश्वास नाही असे म्हणणाऱ्या ठाकऱ्यांपासून निवडणुका लढणाऱ्या ठाकऱ्यांपर्यंत झालेला हा बदल लोकशाहीचे सामर्थ्य दाखवतो. म्हणूनच त्याचे वर्णन ठाकरे हरले, ठाकरे जिंकले असेच करावे लागेल.

२ जून २०१४

३७. दादा झालासे कळस...

महाराष्ट्राचे पाटबंधारे खाते हे बिनबुडाचे भांडे असून त्यात कितीही निधी ओतला तरी ते भरत नाही आणि महाराष्ट्र सरकार हे जनतेच्या हितासाठी नसून कंत्राटदारांच्या भल्यासाठीच चालवले जाते या आमच्या निष्कर्षांवर महालेखापरीक्षक आणि माधवराव चितळे या दोघांच्या स्वतंत्र अहवालांनी शिक्कामोर्तब केले आहे. गेली दोन दशके हे असेच सुरू आहे. त्यातील १५ वर्षे कॉंग्रेस आणि राष्ट्रवादी या पक्षांचे सरकार आहे तर त्याआधी भाजप सेनेची सत्ता होती. भाजप सेना काळात कृष्णा खोरे विकासाच्या महत्त्वाकांक्षी प्रकल्पातून ही कंत्राटदार जमात वाढीस लागली. त्या सरकारने आणि नंतर कॉंग्रेस राष्ट्रवादीने या कंत्राटदार जमातीस चांगलेच खतपाणी घातले. त्यातून या बिनभांडवली व्यवसायातून अनेक कंत्राटदारांनी अविनाशी संपत्ती जमा केली आणि आता याच कंत्राटदारांच्या मगरमिठीमुळे राज्याची अर्थव्यवस्था गुदमरू लागली आहे. ही कंत्राटदारांची जमात जोमाने फोफावली याचे आणखी एक कारण म्हणजे या सर्वांचे कार्यक्षेत्र ग्रामीण महाराष्ट्र होते आणि त्याचमुळे त्यांच्याकडे माध्यमांचे लक्ष नव्हते. शहरी भागातील विकासकामे रखडली वा त्यांच्या कामाची गती मंद झाली तर माध्यमे आगपाखड सुरू करतात. परंतु एखादे धरण वा कालव्याचे काम प्रलंबित राहिल्यास त्याचा फारसा बभ्रा होत नाही. माध्यमांचा प्रेक्षक शहरी असतो आणि जाहिरातदारांनाही तोच हवा असल्याने ग्रामीण समस्यांकडे दुर्लक्ष होते. याचा फायदा राज्यकर्त्यांनी उठवला. त्यामुळे शहरांतील विकासकामांवर हात मारण्यात मर्यादा येत असताना आपले उखळ पांढरे करण्याचा विकासाचा सोपा मार्ग त्यांनी ग्रामीण भागाकडे वळवला. एखादा पाटबंधारे प्रकल्प मंजूर करावयाचा, तो वर्षानुवर्षे रखडवायचा आणि त्यातून प्रकल्पाचा खर्च वाढवीत आपले आणि आपल्या मर्जीतील कंत्राटदारांचे हित साधायचे असे हे विकासाचे सुलभ त्रैराशिक आहे. महालेखापरीक्षक आणि चितळे या दोघांच्या अहवालातून हेच सिद्ध होते. या अहवालांवर वरवर नजर टाकली तरी राज्यात नक्की काय लायकीचे शासन आहे याचा अंदाज यावा. राज्यातील ६०१ सिंचन प्रकल्पातले तब्बल २२५ प्रकल्प १५ वर्षे झाली तरी अजूनही अपूर्णच आहेत आणि कहर म्हणजे अन्य ७७ प्रकल्प ३० वर्षांनंतरही पूर्ण होऊ शकलेले

नाहीत. कोणताही प्रकल्प पूर्ण होण्यासाठी तीस तीस वर्षांचा कालावधी लागत असेल तर त्यातून नक्की कोणाचे हित साधले जात आहे, याचा अंदाज बांधणे अवघड नाही. यातील निवडक शंभर प्रकल्पांचा मूळ खर्च फक्त ८३८९ कोटी रुपये इतकाच होता. पण त्यांच्या या अखंड अपूर्णावस्थेमुळे तो वाढून ६८ हजार ६५५ कोटींवर गेला असल्याचे हा अहवाल सांगतो. याचा अर्थ सरकारच्या नाकर्तेपणामुळे आणि नालायक धोरणांमुळे राज्याने तब्बल ६० हजार कोटी रुपये इतकी प्रचंड रक्कम फक्त विलंबामुळे वाया घालवली. बरे, इतक्या उधळपट्टीनंतरही सिंचनाखालील जमिनीत लक्षणीय फरक पडला असता तरी ते एकवेळ क्षम्य म्हणता आले असते. पण त्या बाबतही महाराष्ट्राची महाबोंबच आहे. मध्यप्रदेशासारखे तुलनेने मागास राज्य कृषी उत्पादनात २६ टक्के इतकी प्रचंड गती प्राप्त करीत असताना महाराष्ट्राचा शेती विकास हा शून्याखाली गेला आहे आणि ही अधोगती रोखली जाण्याची चिन्हे नाहीत. हे सगळे असेच अव्याहत सुरूच राहिले असते. परंतु अखेर माध्यमांनाच आपली चूक कळली आणि ग्रामीण भागांतील गैरव्यवहारदेखील बातम्यांचे विषय होऊ शकतात हे भान आले. परिणामी माध्यमांनीच हा प्रश्न धसास लावला. जवळपास ७२ हजार कोटी रुपये खर्च होऊनही राज्यातील ओलिताखालच्या जमिनीत अगदी नगण्य वाढ होत असेल तर इतका सारा पैसा गेला कोठे हा प्रश्न त्यामुळेच उपस्थित झाला. तेव्हा लाजेकाजेस्तव सरकारला चौकशीचा देखावा करणे भाग पडले. त्या देखाव्याचा अहवाल अखेर शनिवारी प्रसृत झाला. राज्य सरकारच्या उपद्व्यापास देखावा अशासाठी म्हणावयाचे की त्याचवेळी महालेखापरीक्षकांचाही नैमित्तिक अहवाल प्रसिद्ध झाला आणि चितळे समितीची झालेली मुस्कटदाबी महालेखापरीक्षकांच्या अहवालात उघड झाली.

अधिकाराशिवाय प्रकल्प मंजूर करणे, जे प्रकल्प राबवणार आहेत त्याच कंत्राटदारांना प्रकल्पाच्या आरेखनाचेही काम देणे आणि वेळोवेळी या प्रकल्पांचा वाढीव खर्च अधिकार नसतानाही मंजूर करणे हे राज्य सरकारच्या पाटबंधारे खात्याने सर्रासपणे केले. नियम असा की प्रकल्पांचा वाढीव खर्च मंजूर करावयाचा तर तसे प्रस्ताव रीतसर अर्थखात्याकडे पाठवले जाणे आवश्यक. परंतु या प्रकरणांत कंत्राटदारधार्जिण्या पाटबंधारे खात्यास इतकाही दम धरवला नाही. त्या खात्याने हे वाढीव खर्च स्वत:च मंजूर केले. अर्थात, विद्यमान व्यवस्थेत अर्थखात्याकडे हे प्रस्ताव पाठवणे हा उपचारच ठरला असता. कारण पाटबंधारे खाते हे राष्ट्रवादीकडे आणि अर्थखातेही राष्ट्रवादीकडेच. म्हणजेच त्यांनी तसे केले असते तरी वाटीतले ताटात इतकाच काय तो फरक झाला असता. तेव्हा वाटीही आपली आणि ताटही आपले असा विचार करीत संबंधितांना हा उपचार पाळण्याचीदेखील गरज वाटली नाही. वास्तविक जे काही झाले त्यास गैरव्यवहार न ठरवणे अवघड आहे. त्याच्या

चौकशीसाठी नेमलेल्या माधवराव चितळे यांनी तसे थेट म्हणणे अपेक्षित होते. परंतु नेमस्त माधवरावांना तसे म्हणता येणार नाही अशीच व्यवस्था त्यांच्या चौकशी समितीला नियममर्यादांत अडकवून सरकारने केली. त्यामुळे गैरव्यवहार तर नाकारता येत नाही. परंतु तसे म्हणावयाचे मात्र नाही, असे काहीसे त्यांच्या समितीचे झाले आहे. त्यातही कहर म्हणजे या गैरव्यवहारांस सर्वतोपरी अधिकाऱ्यांनाच जबाबदार धरण्यात आले आहे. इतकी प्रचंड खर्चवाढ अधिकाऱ्यांना केवळ आपल्याच पातळीवर करता येणे केवळ अशक्य आहे. या अधिकाऱ्यांमागे सत्ताधारी राजकारणी हात असल्याखेरीज इतका मोठा प्रमाद घडणेच अशक्य आहे. खरे तर याचीही चौकशी माधवरावांना करता येणे अशक्य नव्हते. परंतु त्यांच्या कार्यकक्षांची मर्यादाच इतकी कमी ठेवली गेली की त्यांच्या चौकशी समितीस काहीही करता येणे दुरापास्त ठरले. हे असे झाले तो काही अर्थातच योगायोग नाही. मुळात माधवराव चितळे हे सौम्य प्रकृतीचे. वादविवादात त्यांना रस नाही. तेव्हा जे काही आपल्या मर्यादांत करणे शक्य आहे ते त्यांनी केले आणि जे शक्य नव्हते, त्याच्या अधिक चौकशीची शिफारस केली. परंतु राज्य सरकारचे सोकावलेपण हे की या अधिक चौकशीच्या शिफारशीकडे अधिकृत दुर्लक्ष केले गेले आणि जे काही झाले ते अधिकाऱ्यांमुळे हा ठपका तेवढा मान्य केला गेला. जे झाले ते एका अर्थाने अधिकाऱ्यांसाठीही धडाच म्हणावा लागेल.

तो अशासाठी की अलीकडच्या काळात सत्त्वहीन, लाचार अधिकाऱ्यांची पैदास मोठ्या प्रमाणावर होताना दिसत असून राजकीय व्यवस्थेच्या तालावर नाचत त्यांच्या मलिद्यातले चारदोन कण आपल्यालाही कसे मिळवता येतील याकडेच त्यांचे लक्ष असते. आदर्श प्रकरणात हे दिसून आले आणि पाटबंधारे खात्यातील या घोटाळ्यातही ते स्पष्ट झाले. आदर्शकार मुख्यमंत्री अशोक चव्हाण घोटाळ्यानंतरही नामानिराळेच राहिले. आपले संस्कृती पांडित्य मिरवणाऱ्या जयराज फाटक आदी अधिकाऱ्यांना त्या प्रकरणात तुरुंगाची हवा खाली लागली. सिंचन घोटाळ्याची अधिक चौकशी झाल्यासदेखील हेच होईल. धनदांडगे कंत्राटदार आणि त्यांचे राजकीय संरक्षक पांढऱ्या शुभ्र वस्त्रांत मिरवत आपले काळे उद्योग लपवत राहतील आणि त्यांच्या कच्छपि लागलेल्या अधिकाऱ्यांना गजाआड जावे लागेल.

या आणि अशा घोटाळ्यांस राजकारणी जितके जबाबदार आहेत तितके, वा त्यांहून अधिक, हे कणाहीन नोकरशहा जबाबदार आहेत. आज काल गावोगाव भाई, दादा वा अन्य असे माजले आहेत, ते त्यामुळेच. हे दादा केवळ कळस आहेत. त्या घोटाळ्यांची इमारत अशा अधिकाऱ्यांच्या नाकर्तेपणावर उभी आहे.

१६ जून २०१४

३८. अफझलखानाचे भूत

महाराष्ट्र विधानसभेच्या निवडणुकीत यावेळी काँग्रेस आणि राष्ट्रवादी हे शर्यतीत कधीच नव्हते. त्यांचे उद्दिष्ट होते किमान लज्जारक्षण. ते त्यांनी काही प्रमाणात का होईना साध्य केले, असे म्हणावे लागेल. ही निवडणूक मुख्यतः दोन पक्षांबाबत होती. भाजप आणि शिवसेना. यातील भाजपला या निवडणुकीने बरेच काही दिले आणि शिवसेनेकडून बरेच काही काढून घेतले. तेव्हा या दोन पक्षांच्या यशापयशाचा जमाखर्च मांडत असताना अन्यांचे या निवडणुकीत काय झाले, याचा आढावा घेणे यानिमित्ताने आवश्यक ठरते.

या निवडणुकीत भाजपसाठी केवळ सत्ता आणणे हेच महत्त्वाचे नव्हते. ही निवडणूक राष्ट्रीय स्तरावर जे काही करू पाहात आहे, त्यासाठी लक्षणीय होती. भाजप देशपातळीवर एक केंद्र पक्ष म्हणून उदयास येऊ इच्छितो. काँग्रेसच्या ऱ्हासामुळे नाहीसे झालेले हे मध्यवर्ती स्थान मिळवणे हे भाजपचे लक्ष्य होते. पंजाबातील अकाली, हरयाणातील हरयाणा विकास पक्ष आदी बांडगुळांना भाजप अंगाखांद्यावर वाढवत असल्यामुळे त्यांना दूर करणे हे भाजपचे उद्दिष्ट होते. या प्रादेशिक पक्षांशी हातमिळवणी केल्यामुळे भाजपचा प्रभाव पसरण्यास मदत झाली हे खरे असले तरी हे प्रादेशिक पक्ष भाजपच्या गळ्यातील धोंड बनून गेले होते. यासंदर्भात काँग्रेसचे जे झाले ते आपले होऊ नये, असा भाजपचा विचार होता. एकेकाळी सोयीच्या राजकारणाचा भाग म्हणून काँग्रेसने या प्रादेशिक पक्षांना खतपाणी घातले होते. पुढच्या काळात अखेर याच प्रादेशिक पक्षांचा फास गळ्याला बसून काँग्रेसचे अस्तित्व अनेक राज्यांतून संपुष्टात आले. भाजप ही चूक टाळू पाहत होता. तसे करण्याच्या मार्गातील सर्वांत मोठा अडथळा होता तो म्हणजे शिवसेना. नव्वदीच्या दशकात हिंदुत्वाची भगवी कफनी चढवल्यापासून शिवसेना ही भाजपच्या मार्गातील मोठा अडथळा ठरत होती. सेनाप्रमुख बाळासाहेब ठाकरे हे जोपर्यंत हयात होते, तोपर्यंत सेनेची अडचण भाजपने सहन केली. कारण तोपर्यंत मूठभर का असेना आमदार खासदार निवडून आणण्याची क्षमता शिवसेनेत होती. त्यांच्या निधनाबरोबर सेनेच्या या ताकदीचाही ऱ्हास झाला. परंतु ती शक्ती राजकीय पदाबरोबर आपल्याला वारसा

हक्काने मिळाली असल्याचा भास बाळासाहेबांच्या उत्तराधिकाऱ्यांना झाला. त्यात गेल्या निवडणुकीतील नरेंद्र मोदी लाटेत शिवसेनेचेही दीड डझनभर खासदार निवडून आले. त्यामुळे ती शक्ती आपलीच, असे सेनेस वाटू लागले. त्यातूनच भाजपशी विधानसभा निवडणुकीत युतीची चर्चा करताना मुख्यमंत्रीपद आणि १५० जागांवर सेना अडून बसली. परिणामी काँग्रेस आणि राष्ट्रवादीच्या विरोधात सेना भाजपची युती होऊ शकली नाही. या निवडणुकीत शिवसेना सत्तेवर येणार म्हणजे येणार आणि सेनेचाच मुख्यमंत्री होणार म्हणजे होणार अशा बाळासाहेबी थाटाच्या अनेक घोषणा सेनेतर्फे दिल्या गेल्या. लोकांनी त्याला किती किंमत दिली हे आजच्या निकालाने दिसून आले. या निवडणुकीत धडा शिकायची वेळ एकट्या सेनेवरच आली असे नाही.

मतदारांनी भाजपलादेखील या निवडणुकीतून मात्रेचे वळसे चाटवले. एका बाजूला हा पक्ष पंतप्रधान नरेंद्र मोदी यांची विकासाभिमुख धोरणे, त्यांचा सकारात्मक दृष्टिकोन आणि एकूणच विकासाचे राजकारण याचे भांडवल करत होता. काही प्रमाणात ते खरेही होते. परंतु आपल्याच पक्षाच्या कार्यक्रमाच्या अगदी विरुद्ध स्थानिक भाजप नेत्यांचे वागणे होते. लोकांसमोर जाताना भाषा विकासाची करायची आणि त्याचवेळी बबनराव पाचपुते आदी पन्नासभर गणंगांना राष्ट्रवादी वा काँग्रेसमधून आपल्या पक्षात घ्यायचे असे भाजपचे दुटप्पी धोरण होते. त्याचमुळे ज्यांना हातभर लांब ठेवायला हवे अशा अनेक भुक्कड नेत्यांना भाजपने निवडणुकीच्या तोंडावर दत्तक घेतले. अशा अनेक मान्यवरांना मतदारांनी घरी पाठवले, ही एक समाधानाची बाब. भाजपचे एकनाथ खडसे वा नव्या नवलाईच्या पंकजा मुंडे हे जणू आपले सरकार आलेच, अशा थाटात वावरत होते. मतदारांनी त्यांनाही भानावर आणले.

गेल्या काही वर्षांत महाराष्ट्राचे मोठ्या प्रमाणावर बिहारीकरण होऊ लागले होते. राज्यातील अनेक प्रांत हे वेगवेगळ्या नेत्यांना आंदण दिल्यासारखी परिस्थिती होती. त्यातूनच महाराष्ट्रात एक प्रकारची सुभेदारी तयार झाली होती. राज्यातील अनेक मतदारसंघातून या सुभेदारांना मतदारांनी लाथाडले. नारायण राणे, गणेश नाईक, हर्षवर्धन पाटील, राजेंद्र दर्डा, सचिन अहिर आदी अनेकांना दणकून पराभव पत्करावा लागला. हे उत्तम झाले. याचे कारण असे की ही नवी सुभेदारी राज्याच्या विकासास मोठीच अडथळा ठरू लागली होती. एखादा मोठा उद्योग असो की सरकारी योजना. या नव्या सुभेदारांना आपल्या बाजूला घेतल्याखेरीज कार्य करणे ना उद्योगांना शक्य होत असे ना खुद्द सरकारला. हे सुभेदार अनेक ठिकाणी अनेकांना डोईजड होऊ लागले होते. त्यांना मतदारांनीच झटका दिला ते बरे झाले.

असा सणसणीत झटका महाराष्ट्रवादी नवनिर्माण सेनेलाही बसला. गेल्या विधानसभा निवडणुकीत १३ आमदार निवडून आल्यापासून या पक्षाचे आणि त्यातही

विशेषत: राज ठाकरे यांच्या रथाचे चाक जमिनीपासून चार बोटे वर होते. या निवडणुकीच्या निकालामुळे ते चार बोटे जमिनीत रुतले. मनसेचा वैधानिक चेहरा असलेले नितीन सरदेसाई, बाळा नांदगावकर आदींना मतदारांनी मनसेच्या बालेकिल्ल्यातच धूळ चारली. परिणामी होते त्याच्या जेमतेम एक तृतीयांश इतकेच संख्याबळ मनसेचे असेल. या पक्षाला आता महाराष्ट्राच्या विकासाची ब्लू प्रिंट बाजूला ठेउन स्वतःचे अस्तित्व कसे जिवंत ठेवायचे याची ब्लू प्रिंट तयार करावी लागेल. या पक्षावर ही अवस्था आली कारण राज ठाकरे यांनी आपल्या कार्यकर्त्यांना, पक्षाला कोणताही कार्यक्रम दिला नाही. सुरुवातीला हाती घेतलेला मराठी अस्मितेचा मुद्दादेखील मनसे राखू शकली नाही. टोलच्या धोरणाबाबतही तेच झाले. आपले आंदोलन टोल रद्द झाल्याशिवाय मागे घेतले जाणार नाही, असा सुरुवातीला त्यांचा आवेश होता. त्याचीही हवा गेली आणि राज्यातील टोलवसुलीही चालूच राहिली. तेव्हा एक गंभीर राजकीय पक्ष म्हणून उदयास यावयाचे असेल तर हा धोरणसातत्याचा अभाव मनसेस सोडावाच लागेल. अन्यथा जितक्या वेगात त्या पक्षाची वाढ झाली, त्याच्या दुप्पट वेगात तो प्रभावहीन होईल.

हे असे सर्वच पक्ष वा नेत्यांना जागा दाखवून देणे हे या निवडणुकीचे वैशिष्ट्य म्हणता येईल. काँग्रेस असो वा राष्ट्रवादी वा भाजप वा सेना आणि मनसे. मतदारांनी समप्रमाणात सर्वांनाच धडा शिकवला. दोनपाच जागांसाठी टिनपाट नेत्यांना आयात करणाऱ्या भाजपला मतदारांनी चपराक लगावली. पृथ्वीराज चव्हाण यांना निवडून देताना नारायणे राणे वा राजेंद्र दर्डा वा कृपाशंकर या तद्दन अकार्यक्षमांना घरी पाठवून मतदारांनी त्यांनाही दणका दिला, राष्ट्रवादीचा वारू रोखला, मनसेला साफ केले आणि शिवसेनेचे पंख कापले. अशा तऱ्हेने मतदारांच्या रेट्यामुळे सगळेच जमिनीवर आले.

राजकारण असो वा समाजकारण, या क्षेत्रात वावरताना संवाद तुटेल असे काही करायचे नसते. तोच तुटला तर पुढे अनावस्था प्रसंग ओढवतो. मतभेद झाले तरी पुढे कधी तरी मनोमिलनाची गरज भासेल ही शक्यता नाकारायची नसते. त्यामुळे पुढे जाताना मागचे सगळेच दोर कापायचे नसतात. या निवडणुकीत अनेकांना हे भान राहिले नाही आणि मतभिन्नता आणि शत्रुत्व यातील सीमारेषा पुसली गेली. त्यातूनच ज्यांच्याबरोबर इतकी वर्षे संसार केला आणि पुढेही करावा लागेल अशांचे वर्णन अफझलखानाची फौज आदी भडकपणे केले गेले. आता त्याच अफझलखानाचे भूत अनेकांना आपल्या मानगुटीवर वहावे लागणार आहे.

२० ऑक्टोबर २०१४

३९. पन्नाशीचे बडबडगीत

शिवसेनेस पन्नासाव्या वर्षात पदार्पणाच्या शुभेच्छा. वयाच्या पन्नाशीच्या टप्प्यावर व्यक्ती वा संघटना वा राजकीय पक्ष यांनी मागे वळून आपल्या कर्तृत्वाचा हिशेब जसा करणे अपेक्षित असते तसेच या हिशेबाच्या श्रीशिलकीच्या आधारे पुढचा मार्ग आखणेदेखील आवश्यक असते. राजकीय पक्षांनी असे करणे अधिक गरजेचे. कारण त्यांना दुहेरी रेट्यांस तोंड द्यावे लागते. एक रेटा कालानुरूप असतो. त्यामुळे आसपास घडत जाणाऱ्या घटनांच्या अनुषंगाने राजकीय पक्षांना आपापल्या मार्गांची आखणी करावी लागते. याचा अर्थ हा मार्ग निश्चित करणे त्यांच्या हातात नसते. परंतु दीर्घकालीन स्वप्ने पाहणाऱ्या राजकीय पक्षासाठी दुसरा रेटा अधिक महत्त्वाचा असतो. तो स्वनियंत्रित असावा लागतो आणि काही निश्चित ध्येयधोरणांचा आधार त्यासाठी आवश्यक असतो. काळावर आपल्या कर्तृत्वाच्या पाऊलखुणा सोडून जाणारे दुसऱ्या घटकास अधिक प्राधान्य देतात. वयाच्या पन्नाशीच्या मुहूर्तावर प्रामाणिक आत्मपरीक्षण केल्यास शिवसेनेस आपल्यामध्ये या दुसऱ्या घटकाची उणीव जाणवू शकेल. याचे कारण शिवसेनेचा जन्म ते आतापर्यंतच्या वाटचालीस थंड डोक्याने, शांत चित्ताने आखलेल्या धोरणांपेक्षा काळाचा रेटाच अधिक कारणीभूत होता. त्यामुळे आपल्या काळास आकार देत त्यावर आरूढ होण्याचे धाडस दाखवण्याऐवजी शिवसेनेने काळाच्या आहारी जाणे पसंत केले. हे कसे वा का झाले हे समजून घेण्यासाठी सेनेच्या इतिहासावर दृष्टिक्षेप टाकावा लागेल.

संयुक्त महाराष्ट्र समिती फुटल्यानंतर सेनेचा जन्म झाला. राज्यस्थापनेला सहा वर्षे झालेली असताना, अन्य भाषकांकडून महाराष्ट्रावर होणारा अन्याय हे चलनी नाणे होते. सेनेने ते आपल्या मस्तकी धारण केले. त्या वेळी सेनेस तो विषय महत्त्वाचा वाटला आणि त्यास पाठिंबाही मिळाला. यामागचे कारण म्हणजे मराठी माणसाच्या मनातील न्यूनगंड. कोणी तरी आपल्या मुळावर उठले आहे आणि आपणास स्थानभ्रष्ट करू पाहत आहे, असा समज बाळगणे हा मराठी माणसाचा आवडता छंद. टपाल खात्यातील कारकुनापासून ते खासगी क्षेत्रातील वरिष्ठापर्यंत मराठी माणूस कोठेही असला तरी असा समज करून घेणे त्यास आवडते. त्यामुळे मराठी माणसाच्या मनात

एक कायमस्वरूपी अन्यायग्रस्तता वास करीत असते. शिवसेनेने याचाच फायदा उठवला. मराठी माणसाचा जाज्वल्य अभिमान, मर्द मराठ्यांचा हुंकार, रणरागिण्या आदी शब्दांच्या फुलबाज्या उडवत आपण म्हणजे जणू काही मराठी माणसाच्या उद्धारासाठीच जन्माला आलो आहोत, असा सेनेचा आविर्भाव होता. नोकरीचाकरीचीच अपेक्षा असणारा मुंबईकर मराठी माणूस त्यास फसला. पण म्हणून सेनेमुळे त्याचे काही मोठ्या प्रमाणावर भले झाले असे नाही. दोनपाच मोठ्या आस्थापनांतील कामगार संघटना, काही पुंड आणि नाक्यानाक्यावर शाखांच्या आश्रयाने उभ्या राहिलेल्या वडापावच्या गाड्या यांचे तेवढे सेनेमुळे रक्षण झाले. त्यातच त्या पक्षाने समाधान मानले. या समाधानात एकाच वेळी गिरणीमालक आणि मराठी गिरणी कामगार या दोन्ही परस्परविरोधी घटकांना सेना नेतृत्वाने झुलवले. आपली कथित ताकद त्या पक्षाने गिरणीमालकांसाठी डाव्या संघटनांचे कंबरडे मोडण्यासाठी सहज वापरू दिली. गिरणी संप त्यातूनच चिघळला. परिणामी मुंबईतून मराठी माणसाचे सर्वांत मोठे स्थलांतर सेनेच्या नाकाखालीच झाले. मुंबईत तोवर दक्षिण भारतीयांचा प्रभाव होता. पण ते बहुतांशी नोकरीपेशात होते. गिरणी संपानंतर मुंबईत उत्तर भारतीयांचा पगडा वाढला आणि ते प्राधान्याने व्यावसायिक होते. या दोहोंतील फरक हा सेनेच्या यशापयशाचे निदान करणारा आहे. तेव्हा मुंबईवर आज दिसणारा उत्तर भारतीय प्रभाव हा सेनेच्याच चुकीच्या धोरणांचा परिणाम आहे, हे नाकारता येणार नाही. सेनेच्या तोंडी भाषा होती मराठी माणसाच्या हिताची. परंतु त्यांच्याकडून राजकारण होत होते ते अमराठींची धन करण्याचेच. मराठी मनाचा मानबिंदू वगैरे असणाऱ्या सेनेकडून राज्यसभेवर पाठवल्या गेलेल्या व्यक्तींची नावे जरी पाहिली तरी त्यावरून याचा अंदाज यावा. चंद्रिका केनिया ते मुकेश पटेल ते प्रीतीश नंदी अशी अनेक सेना खासदारांची उदाहरणे देता येतील. यांची राज्यसभा खासदारकी अर्थातच मराठीच्या प्रेमापोटी होती असे म्हणता येणार नाही. यांना खासदारकी देऊन सेना नेत्यांस काय मिळाले, याची चर्चा न केलेलीच बरी.

तेव्हा अशा तऱ्हेने सेना नेत्यांनी आपल्या हातानेच आपला मराठीचा कार्यक्रम बुडवण्यास मदत केली. एव्हाना देशात हिंदुत्वाचे वारे वाहू लागले होते. सेनेने ते आपल्या शिडात भरून घेतले. वास्तविक त्याआधी सेनेस हिंदुत्वाचे प्रेम होते असे नाही. परंतु तोपर्यंत मराठीचा टक्का घसरल्यामुळे सेनेस नव्या चलनी नाण्याची गरज होती. ते हिंदुत्वाने पुरवले. परंतु सेनेने जे मराठीचे केले तेच हिंदुत्वाचेही. त्यात या हिंदुत्वाच्या मुद्द्यावर त्या पक्षास आद्य हिंदुत्ववादी भाजपची स्पर्धा होती. परिणामी मराठी की हिंदुत्ववादी या दोन डगरींवर या पक्षाचे पाय राहिले. आता पंचाईत ही की मुंबईतूनच मराठी माणूस बाहेर गेलेला असल्याने मुंबईत मराठीच्या नाण्यास तितकीच

किंमत नाही. आणि पूर्ण हिंदुत्ववादी म्हणावे तर त्या बुरुजावर आधीच भाजप जाऊन बसलेला. तेव्हा या पार्श्वभूमीवर शिवसेनेस आपल्या धोरणांची आखणी नव्याने करावी लागेल. ती करावयाची असेल तर काही चुका सुधाराव्या लागतील.

त्यातील एक म्हणजे त्या पक्षाकडून बुद्धिजीवींचा होणारा अपमान. आईमाईचा उद्धार करीत चार दगड फेकण्याची दांडगाई करणारे टपोरीच सेनेच्या आश्रयास गेले. त्यामुळे बहुसंख्य पांढरपेशा, बुद्धिजीवी वर्ग सेनेपासून दुरावला. त्या वेळी तर असे असणे हा सेनेच्या टिंगलीचा विषय होता. लेखक, साहित्यिकांना ज्या तऱ्हेने सेना नेत्यांकडून वागणूक मिळत होती, त्यावरून हे दिसत होते. त्यामुळे मराठी संस्कृतीशी नाळ जुळलेला चांगला वर्ग सेनेने हातून गमावला. या वर्गाला सेनेचे दुटप्पी राजकारण कळत होते. कोणताही सकारात्मक कार्यक्रम या पक्षाकडे नाही, तोडफोडीखेरीज करण्यासारखे दुसरे काही त्या पक्षाकडे नाही आणि बरे, मराठीसाठी तरी काही संस्थात्मक उभारणी त्या पक्षाने केली असे म्हणावे तर तेही नाही. तेव्हा पुढे वाढावयाचे असेल तर या वर्गाचा गमावलेला विश्वास कमावण्यासाठी सेनेस खास प्रयत्न करावे लागतील. त्याचबरोबरीने आपल्या प्रादेशिक निष्ठा प्रामाणिक आहेत हे सेना नेत्यांना दाखवून द्यावे लागेल. सध्या त्याचा अभाव आहे. त्यामुळे द्रमुक, अण्णा द्रमुक किंवा इतकेच काय अगदी अलीकडचा तृणमूल काँग्रेस या पक्षांइतकी सबळ प्रादेशिकता सेना कधीही कमावू शकली नाही, हे त्या पक्षाच्या अप्रामाणिक निष्ठांचे द्योतक आहे. या मुद्द्यांच्या जोडीला आणखी एक गंभीर आव्हान सेनेसमोर आहे.

ते भूमिकेचे. एकाच वेळी केंद्रात आणि राज्यात सत्तेत सहभागी व्हायचे आणि तरीही आम्ही हे होऊ देणार नाही वगैरे विरोधी पक्षाची भाषा बोलायची, हा उद्योग सेनेस बंद करावा लागेल. सत्तेत असणाऱ्यांनी सत्तेचा आब राखावयाचा असतो. तो राखता येत नसेल तर सरळ विरोधी बाकांवर बसण्याची हिंमत दाखवावी. सत्तेतही वाटा हवा आणि वर विरोधी पक्ष म्हणूनही दांडगाई करायची हे मर्दुमकीची भाषा करणाऱ्यांना शोभत नाही. पन्नाशीच्या टप्प्यावर सेनेने जरूर याचा विचार करावा. ही पन्नाशीची आठवण करून द्यायचे आणखी एक कारण म्हणजे व्यक्ती असो वा राजकीय पक्ष. वयाप्रमाणे त्यांची भाषाही बदलावी लागते. बडबडगीते मोहकच असतात. पण त्यांचेही एक वय असते. पन्नाशीच्या टप्प्यावर तरी सेनानेतृत्वाचा बडबडगीतांचा मोह सुटेल अशी अपेक्षा मराठी माणूस बाळगून आहे.

१९ जून २०१५

अर्थकारण

४०. काही काळे काही बेरे

राजकीय पक्षांना देणग्या देणाऱ्या कंपन्यांचा तपशील जाहीर झाला आहे. तो वाचून अनेकांचे डोळे विस्फारल्याशिवाय राहणार नाहीत. राजकारणी आणि राजकीय पक्ष यांचा सध्याचा लौकिक लक्षात घेता यामधून देवाणघेवाणीचे अनेक अर्थ काढले जातील आणि त्या सर्वांनाच चूक ठरवता येणार नाही. राजकीय पक्ष आणि राजकारण हे सध्या फक्त पैसा कमाविण्याचे साधन झालेले आहे, अशी जनतेत एक सर्वसाधारण धारणा आहे आणि या दोघांचेही वर्तन त्यास पुष्टी देणारेच राहिलेले आहे. त्या पार्श्वभूमीवर निवडणूक सुधारणांसंदर्भात कार्य करणाऱ्या स्वयंसेवी संस्थेने केलेल्या प्रयत्नामुळे हा देणग्यांचा तपशील उघड झाला. त्यात अपेक्षेप्रमाणे काँग्रेस आघाडीवर आहे. सत्ताधारी काँग्रेसच्या तुलनेत प्रमुख विरोधी पक्ष असणाऱ्या भारतीय जनता पक्षास निम्म्याहून कमी देणग्या मिळाल्या आहेत. त्यामुळे भाजप दुसऱ्या क्रमांकावर आहे. या दोन्हींच्या तपशीलात आश्चर्य वाटावे असे काहीही नाही. काही ना काही रूपात जो परतफेड करू शकतो त्यालाच काही ना काही दिले जाते, हे सत्य आहे. व्यक्तिगत तसेच संस्थात्मक पातळीवरही ते लागू होते. या सर्व देणग्यांत गेल्या निवडणुकीच्या तोंडावर मोठी वाढ झाली, असेही हा तपशील सांगतो. राजकीय पक्षांचा महत्त्वाचा खर्च हा निवडणुकाच असतो. आपल्याकडे दांभिकपणा हा राष्ट्रीय गुण असल्यामुळे निवडणूक खर्चाची मर्यादा अनाकलनीयरीत्या कमी राखण्यात आली आहे. इतक्या कमी खर्चात निवडणूक लढता येणे कितीही सेवाभावी उमेदवार असला तरी त्यास शक्य होणार नाही. तेव्हा निवडणूक खर्चापासूनच या यंत्रणेतील खोटेपणास सुरुवात होते आणि तो पद आणि प्रतिष्ठेबरोबर उत्तरोत्तर वाढतच जातो. त्यात पुन्हा गंमत अशी की निवडणुकीसाठी उमेदवाराच्या खर्चावर मर्यादा आहे, पण राजकीय पक्षांच्या खर्चावर नाही. परिणामी, अनेक उमेदवार आपल्या खर्चाचे घोंगडे पक्षाच्या गळ्यात टाकतात आणि स्वतः नामानिराळे राहतात. तेव्हा निवडणुकीच्या आडातच काळ्या पैशाचे मूळ असल्यामुळे तो पोहऱ्यात उतरला तर नवल नव्हे. तसा तो उतरतो आणि एकंदर सर्व प्रक्रियाच भ्रष्ट म्हणून ओळखली जाऊ लागते. वर्षानुवर्षे हेच होत असल्यामुळे काल जाहीर झालेल्या निवडणूक देणग्यांच्या आकडेवारीकडे पाहून

अनेकांची प्रतिक्रिया...राजकीय पक्षांच्या भ्रष्टाचाराचा हा घ्या पुरावा...अशी झाल्यास त्यांना दोष देता येणार नाही.

परंतु ताज्या आकडेवारीसंदर्भातील वस्तुस्थिती तशी नाही. हा जो देणग्यांचा तपशील जाहीर झालेला आहे तो कंपन्यांनी राजकीय पक्षांना अधिकृतपणे दिलेल्या देणग्यांबाबत आहे. या सर्व देणग्या धनादेशांद्वारे देण्यात आल्या आणि अर्थव्यवहारात त्या पैशाचा पूर्ण माग काढता येऊ शकतो. बिर्ला, टाटा आदी उद्योगसमूहांचे राजकीय पक्षांसाठीचे स्वतंत्र न्यास आहेत. कोणत्याही राजकीय पक्षाला देणगी दिली जाताना या कंपनीकडून त्या न्यासामार्फतच दिली जाते. खेरीज अशा अधिकृतपणे दिल्या गेलेल्या देणग्या कंपन्यांच्या ताळेबंदातही दाखवल्या जातात आणि त्या त्या उद्योगसमूहाच्या खर्चाच्या रकान्यात त्याची नोंद केली जाते. कंपन्यांच्या वार्षिक ताळेबंदात वा भांडवली बाजार नियंत्रकास किंवा कंपनी नोंदणी कार्यालयातही त्याचा तपशील दरवर्षी सादर केला जात असतो. तेव्हा या स्वयंसेवी संस्थेने जी आकडेवारी सादर केली ती पाहून जितं मया...च्या थाटात एकमेकांना टाळ्या देत कसा भ्रष्टाचार उघड झाला असा आनंद साजरा करण्याचे काहीही कारण नाही. याचे साधे कारण असे की यात भ्रष्टाचार नाही.

तो असतो दांभिक भांडवलशाहीच्या अंमलबजावणीत. ती आपल्याकडे पुरेपूर आहे. भांडवलशाही आणि आर्थिक उदारीकरण या दोन्ही प्रक्रिया हातात हात घालून जात असल्या तरी या व्यवस्थेत प्रत्येक टप्प्यावर घटनादत्त नियंत्रक यंत्रणेची आवश्यकता असते. ज्या ज्या देशांनी स्वायत्त नियंत्रण यंत्रणा विकसित केली त्या देशांनाच आर्थिक उदारीकरणाचा पुरेपूर फायदा घेता आला आणि त्या देशातील जनतेसही अर्थविकासाची फळे चाखता आली. आपल्याकडे नेमके हेच झालेले नाही. उदारीकरण झाले परंतु नियंत्रक यंत्रणाच पूर्णांशाने विकसित झाली नाही. याचा अर्थ आपण खेळ सुरू केला, परंतु खेळाचे नियम नक्की केले नाहीत. याचे अनेक दाखले देता येतील. १९९१ च्या उदारीकरणानंतर वीजनिर्मिती क्षेत्र परदेशी खासगी कंपन्यांसाठी खुले करण्यात आले परंतु ते करताना गुंतवणूकदारांनी किती फायदा कमवावा आणि ग्राहकांना काय दराने वीज द्यावी याचे कसलेही कोष्टक तयार केले गेले नाही. ९१ साली गुंतवणूक सुरू झाली आणि तिच्या नियमनाची चौकट आखण्याची सुरुवात झाली ९८ साली. वरातीमागून घोडे हाकण्याचा प्रकार फक्त याच क्षेत्रात घडलेला आहे असे नाही. या अर्धवटावस्थेचा फटका दुहेरी होता. ग्राहक आणि सरकार हे दोघेही या व्यवस्थेत नाडले गेले. कंपन्यांनी ग्राहकांना किती लुटावे यास धरबंद राहिला नाही आणि असे लुटू दिल्याबद्दल सत्ताधाऱ्यांनी कंपन्यांना किती सवलती द्याव्यात यावरही नियंत्रण राहिले नाही. यातील अनेक मोठे गैरव्यवहार हे नैसर्गिक

साधनसंपत्तीच्या क्षेत्रात दिसून आले. मग ते भूगर्भातून काढावयाचे तेल असो, नैसर्गिक वायू वा कोळसा. यावर कंपन्या आणि राजकारणी या दोघांनीही संयुक्तपणे हात मारले. खनिज तेल वा वायुउत्खननातील अनेक कंपन्यांनी आपापल्या समभागांचा भांडवली बाजारातील दर वाढावा म्हणून आपल्याला प्रचंड तेल आणि वायुसाठे मिळाल्याचे दावे केले. ते किती खरे होते हे आता देशासमोर येत आहे. त्यांच्या खोट्या दाव्यांनी देशाचे काय व्हायचे ते नुकसान झालेच. परंतु त्या दाव्यांवर विश्वास ठेवून ज्यांनी त्या कंपन्यांच्या समभागांत आपली कष्टाची गुंतवणूक घातली, त्यांच्या झालेल्या नुकसानीचे काय? यातील योगायोगाचा भाग असा की अशा उद्योगांत गुंतलेल्या एकाही कंपनीचा तपशील सोमवारी जाहीर झालेल्या यादीत नाही.

याचे साधे कारण असे की अशा कंपन्या देणग्यांचे व्यवहार रोखीने करतात आणि त्या बदल्यात स्वतःला सोयीचे असे नियम करून घेतात वा प्रकल्प मंजूर करून घेतात. याची कसलीही नोंद सरकार दरबारी असू शकत नाही. ताज्या जाहीर झालेल्या कोळसा खाण घोटाळ्याने हेच सिद्ध केले आहे. राजकीय लागेबांधे आणि टेबलाखालून होणारे व्यवहार याच्याच आधारे कोळसा उत्खननाचे परवाने अनेक कंपन्यांना देण्यात आले. अनेक दर्डावलेल्या राजकारण्यांचे आणि निर्ढावलेल्या कंपन्यांचे त्यामुळे उखळ पांढरे झाले. गेल्या वर्षी उघडकीस आलेल्या दूरसंचार घोटाळ्यातही हेच झाले. तत्कालीन दूरसंचारमंत्री ए. राजा यांनी आपल्या मर्जीतील कंपन्यांना वा ज्यांच्याकडून काही घबाड मिळू शकेल अशाच कंपन्यांना दूरसंचार परवाने वितरित केले. यातील एकही कंपनी वा संस्थेचे नाव राजकीय पक्षांच्या देणगीदार यादीत सापडणार नाही. याचा अर्थ अर्थातच या कंपन्यांनी कोणत्याच राजकीय पक्षाला काही दिले नाही, असा होत नाही.

तेव्हा या जाहीर झालेल्या यादीत सर्वच काळेबेरे आहे असे मानून चालणार नाही. जे काळे आहे ते समूळ नष्ट होण्यासाठी सर्वच यंत्रणांत पारदर्शीपणा यावा लागेल आणि आर्थिक सुधारणांच्या मागून अपेक्षित असलेल्या प्रशासकीय सुधारणाही व्हाव्या लागतील. ते होत नाही तोपर्यंत अशा यादीत फक्त वृत्तमूल्यच राहणार.

१२ सप्टेंबर २०१२

४१. संपसंस्कृती संपली?

वाढती भ्रष्टाचार प्रकरणे, त्याहीपेक्षा अधिक वेगाने वाढणारी महागाई आणि एकूणच आर्थिक आघाडीवर असणारा सावळागोंधळ या सगळ्याचा निषेध करण्यासाठी देशभरातील तब्बल ३४ कामगार संघटनांनी दोन दिवस देशव्यापी संपाची हाक दिली होती. त्या संपाचा आजचा दुसरा दिवस. या संपाला डाव्या पक्षांची राज्ये वगळता अन्यत्र काहीच प्रतिसाद मिळाला नाही. डावे पक्ष जेथे सत्तेवर असतात तेथे स्वतःच बंद पाळतात. त्यामुळे तो शंभर टक्के यशस्वी होतो. तेव्हा त्याची गणना आंदोलनांच्या यशात करण्याची गरज नाही. या संपाला भाजपचाही पाठिंबा होता. परंतु त्यामुळे भाजपप्रणीत सरकारे असलेल्या राज्यांत या संपास प्रतिसाद मिळाला असे झालेले नाही. महाराष्ट्रात शिवसेनेने या संपास पाठिंबा दिला. बारावीच्या परीक्षांत व्यत्यय नको म्हणून त्या पक्षाने मुंबईत रास्ता रोको वगैरे न करण्याचा निर्णय घेतला. ये योग्यच झाले. एका परीने त्यांची झाकली मूठ सव्वा लाखाचीच राहिली आणि परत विद्यार्थ्यांना अडथळा न आणण्याची कथित प्रगल्भताही दिसली. या संपाच्या तयारीसाठी आणि पाठिंब्यासाठी कम्युनिस्ट नेते गुरुदेव दासगुप्ता यांनी उद्धव ठाकरे यांची भेट घेतली आणि सेना कार्याध्यक्षांनी त्यांना सहकार्याचे आश्वासनही दिले. परंतु त्यामुळे सेनेच्या भूमिकेतील वैचारिक गोंधळ सुरूच असल्याचे दिसले. एका बाजूला त्या पक्षाने संपात सहभाग घेतला आणि दुसरीकडे त्याच पक्षाच्या कामगार सेनेने संपास विरोध करून कामकाज सुरू ठेवले. म्हणजे संपाला पाठिंबा दिला म्हणून सेनेवर डावे खुश आणि पाठिंबा देऊनही बंद पाळला नाही म्हणून संप विरोधकही खुश. असा हा सेनेचा खुशीचा मामला यामुळे दिसून आला. त्याखेरीजही एकंदर वातावरण संपास पोषक नव्हते असे म्हणावयास हवे. एकेकाळी महागाई वा भ्रष्टाचार हे जनतेस भावणारे विषय होते. कोणत्याही राजकीय पक्षाने ते छेडण्याचाच अवकाश, जनतेचा उत्स्फूर्त पाठिंबा त्यास मिळत असे. आता तसे होताना दिसत नाही. याचा अर्थ या प्रश्नांची तीव्रता कमी झाली आहे असा काढता येणार नाही. उलट महागाई वा भ्रष्टाचाराची व्याप्ती महाप्रचंड प्रमाणात वाढतानाच दिसते. परंतु तरीही एरवी महागाईवर तावातावाने बोलणारा मध्यमवर्ग या संपास तितका उत्सुक नव्हता, हे मात्र खरे.

याची कारणे अनेक असू शकतात. परंतु त्यातील अत्यंत महत्त्वाचे हे की महागाई वा तत्सम विषयांवर पोटतिडकीने बोलघेवडेगिरी करणारा जो वर्ग होता त्याची इयत्ता आता बदलली असून तो वरच्या वर्गात गेला आहे, हे मान्य करावयास हवे. आणीबाणी आणि त्या काळात मृणाल गोरे वा अहिल्या रांगणेकर यांच्या लाटणे मोर्च्यात आनंदाने सहभागी होणाऱ्या मध्यमवर्गाची गणना आजच्या काळात सुखवस्तू वर्गात होते. १९९१ च्या आर्थिक सुधारणांचा सगळ्यात जास्त फायदा याच वर्गाला झालेला आहे आणि घरच्या वातानुकूल हवेत त्याची फळे खाण्यात हा वर्ग मश्गूल आहे. या वर्गात घरटी किमान एक तरी तरुण वा तरुणी परदेशात आहे आणि त्या वर्गाला डॉलर्स वा पौंडाचे प्रेम भुलवू लागले आहे. एरवी सायकल वा गेलाबाजार व्हेस्पा किंवा बजाजची स्कूटर या पलीकडे न गेलेली त्याच्या चाकांची हाव आता मारुती ८०० चा टप्पा ओलांडून कधीच पुढे गेली आहे. परंतु तरीही महागाईच्या नावाने रडण्याचे संस्कार या वर्गाच्या रक्तात मुरलेले असल्याने चांगला खर्च करण्याची क्षमता असलेला आणि सप्ताहाअंती मौजेसाठी स्वत:चे वेगळे घर घेऊ पाहणारा हा वर्ग वाढत्या खर्चाच्या नावाने मध्येमध्ये रडगाणे गातो. पण ते तेवढ्यापुरतेच. त्या रडण्यात आग नाही. त्यामुळे आपल्या जुन्या मूल्यांच्या शोधात असणारा हा वर्ग ती मिळाल्याच्या नादात अण्णा हजारे वा बाबा रामदेव यांच्यामागे जाणाऱ्या मेणबत्ती संप्रदायाचा भाग होतो. परंतु संपात सामील होणे त्यास आता अनावश्यक वाटते. समाज एकदा का सुखवस्तू झाला की मोर्चा वा संपाच्या घोषणांत आपली ऊर्जा जाळणे त्यास कमीपणाचे वाटते.

परंतु याच मुद्द्यास दुसरी बाजूदेखील आहे आणि तीदेखील तितकीच महत्त्वाची आहे. या आर्थिक सुधारणांमुळे पूर्वाश्रमीचा मध्यमवर्ग आता उच्चमध्यमवर्गीयात ढकलला गेला असला तरी त्याच वेळी पूर्वीचा गरीब हा अतिगरीब झाला आहे, हेही नाकारण्यात अर्थ नाही. सोयीस्कररीत्या अर्धवट राबवल्या गेलेल्या आर्थिक सुधारणांचा फटका या गरीब वर्गास प्रचंड प्रमाणावर बसला असून, त्याचे कंबरडेच मोडले आहे. हा वर्ग प्रसारमाध्यमांच्या पाणलोट क्षेत्रात येत नाही. याचे साधे कारण असे की त्या वर्गाकडे क्रयशक्ती नाही आणि ती नसल्यामुळे कोणत्याच उत्पादनांची खरेदी त्याच्याकडून होणार नसल्याने माध्यमे त्याची दखल घेत नाहीत. परिणामी, त्या वर्गाची आर्थिक दु:खे आणि जगण्याच्या हालअपेष्टा यांचे चित्रण कोठेच येत नाही. या वर्गास महागाई विरोधातील संप वा आंदोलनात सहभागी होऊन व्यवस्थेवरचा संताप व्यक्त करणे आवडले असते. परंतु तसे केल्याने त्या दिवसाची रोजीरोटी बुडते आणि ते त्यास परवडणारे नसते. त्यामुळे तो वर्गदेखील आर्थिक कारणांमुळे संप आदी आंदोलनांपासून दूरच राहू पाहतो.

भारतातील समाजजीवन सध्या या कोंडीत सापडलेले दिसते. आर्थिक सुधारणांचा फायदा ठराविक वर्गालाच मिळाल्याने आणि माध्यमांना त्याच वर्गाची फिकीर असल्याने दोघेही परस्पर हिताचे उद्योग करण्यात समाधान मानतात. वास्तविक सधन आणि निर्धन यांच्यातील वाढती दरी हा खरा चिंतेचा विषय आहे. प्रदेश असो वा व्यक्ती. गरीब आणि श्रीमंत यांच्यातील हा फरक पूर्वीही होता असे मानले तरी राज्याराज्यांतील तफावत ही देखील भयावह म्हणता येईल अशा गतीने वाढत असून, त्यामुळे आर्थिक अस्थिरता कधी नव्हे इतकी मोठ्या प्रमाणावर साचताना दिसते. एकट्या महाराष्ट्राचे जरी उदाहरण घेतले तरी चंद्रपूर वा गडचिरोली या जिल्ह्यांतील जनतेचे दरडोई उत्पन्न आणि मुंबईपुण्यातील श्रीमंत प्रदेशांतील जनतेचे दरडोई उत्पन्न यांत आताच तब्बल चारशे टक्क्यांइतकी तफावत आहे आणि ती लगेच भरून येईल अशी सुतराम शक्यता नाही. किंबहुना ते भरून यावे यासाठी राज्यकर्ते काही प्रयत्नांत आहेत असेही दिसत नाही. व्यवस्थेचे सर्व लक्ष हे आहे त्या वर्गालाच अधिक कसे मिळेल यावरच असल्याने नाही रे वर्गाचे रूपांतर आहे रे वर्गात होण्यासाठीचा काळ सध्याच्या वातावरणात अधिकच वाढलेला आहे. तेव्हा अशा वातावरणात वास्तविक आर्थिक असंतोष अधिक व्यापक स्वरूपात बाहेर पडायला हवा. परंतु राजकीय आंदोलनांच्या मार्गाने तो बाहेर पडू देण्यातील फोलपणा जनतेच्या लक्षात आला असावा आणि त्यामुळेही बंद वा संप अशा आंदोलनात सहभागी होण्याचा उत्साह कमी झाला असण्याची शक्यता नाकारता येणार नाही.

कारणे काहीही असोत. एकंदर वातावरणात संपसंस्कृतीबाबत उदासीनता आहे हे खरे. हे एका अर्थाने चांगले म्हणावयास हवे. परंतु समृद्धीनंतर उदासीनता आली तर तिचे एकवेळ स्वागत करता येईल. परंतु आताची उदासीनता ही नैराश्यापोटी जन्माला आली असून, ती निराशेलाच जन्म देणारी आहे. हे अधिक धोकादायक आहे.

२२ फेब्रुवारी २०१३

४२. गुरुपुष्याचे बळी!

अमेरिकी फेडरल रिझर्व्हचे, म्हणजे त्या देशाच्या रिझर्व्ह बँकेचे, प्रमुख बेन बर्नांके ही जागतिक वित्तीय व्यवस्थापनाच्या अनुषंगाने एक अति महत्त्वाची व्यक्ती. डॉलर हे अमेरिकेचे राष्ट्रीय चलन असले तरी ते जागतिक चलनही आहे आणि फेडच्या प्रमुखकडे या जागतिक चलनाच्या व्यवस्थापनाची सूत्रे असतात हे लक्षात घेता बर्नांके यांचा अधिकार लक्षात यावा. अशा अत्यंत महत्त्वाच्या पदावरील व्यक्तीस नुकतेच सोन्याच्या घसरत्या दराबद्दल विचारण्यात आले. मुद्दा असा होता की अमेरिका हा जगातील सर्वांत मोठा सोन्याचा साठेदार देश आहे आणि तरीही अजूनही आहे ते सोने कमी करावे असे त्या देशास का वाटत नाही? टेक्सास येथील रिपब्लिकन लोकप्रतिनिधी काँग्रेसमन रॉन पॉल यांनी नेमका हाच प्रश्न बर्नांके यांना विचारला. निमित्त होते ते सोन्याच्या दरातील घसरणीचे. अशा वेळी अमेरिकी सरकारने आपल्याकडील अतिरिक्त सोने साठा बाजारात विकून चार पैसे कमावण्याची गरज होती. पण ते झाले नाही. त्यासंदर्भातच फेड प्रमुख बर्नांके यांना प्रश्न विचारण्यात आला. त्यास त्यांनी एका शब्दांत उत्तर दिले. ते म्हणजे परंपरा. सोने खरेदी करीत रहावे आणि साठवून ठेवावे असे काहीही विशेष कारण नाही. तरीही ते केले जाते याचे कारण म्हणजे फक्त परंपरा, असे बर्नांके म्हणाले. फक्त सोन्याच्याच बाबतीत ही परंपरा तयार का झाली यामागेही महत्त्वाचे कारण आहे. ते असे की सोन्यास जवळपास ४ हजार वर्षांचा इतिहास आहे आणि या काळात सोन्याने कधीही धक्के दिलेले नाहीत. सोने कधीही प्रचंड प्रमाणात उपलब्ध झाले नाही वा सोन्याची प्रचंड टंचाईही कधी निर्माण झाली नाही. सोन्याने बाजारपेठीय उपलब्धता-अनुपलब्धता या खेळात कधीही सहभाग घेतलेला नाही आणि त्यामुळे सोन्यास कायमच एक आदरयुक्त पाठिंबा सातत्याने राहिलेला आहे.

त्याचमुळे बेन बर्नांके यांचे हे उत्तर विद्यमान वातावरणात आपल्याकडेही चपखल लागू व्हावे. अमेरिका आज जगातील सर्वांत मोठा साठेदार असून, त्या देशाकडे तब्बल ८१३३ टन इतके सोने आहे. आजमितीला याची किंमत जवळपास ३२,७०० कोटी डॉलर्स इतकी होते. परंतु अर्थव्यवस्था ओढग्रस्त आहे म्हणून सोने

विकून चार पैसे गाठीला बाळगावेत असे त्या देशास वाटले नाही. अमेरिकेच्या खालोखाल सर्वाधिक सोने साठा, ३७४५ टन इतका, जर्मनीकडे आहे. यातील बराचसा अमेरिकेतच ठेवून देण्यात आला असून त्याचे कारण दुसऱ्या महायुद्धातोत्तर शीतयुद्धात आहे. त्यावेळी सोव्हिएत रशियाच्या आक्रमणाची फिकीर असल्याने जर्मनीने आपला मोठा सोनेसाठा हा अमेरिकेत ठेवून दिला. हेतू हा की रशियाचे आक्रमण झालेच तर हे सोने शत्रुपक्षाच्या हाती लागू नये. युरोपीय खंडाच्या आर्थिक तंगीतील काही दिवस जर्मनी या देशासही कठीण गेले. परंतु त्या देशानेही सोने विकून पैसे उभे करण्याचा प्रयत्न केला नाही. त्याचेही कारण बर्नांके यांनी दिले तेच आहे. परंतु आता सोन्याच्या दरात घसरण सुरू झाली ती हे दोन देश सोनेसाठा विक्रीस काढणार असल्याच्या वृत्तामुळेच. तसे अर्थातच झाले नाही. पण परिणाम व्हायचा तो झालाच. अमेरिका वा जर्मनीबाबत ही अफवा उठली याचे कारण सायप्रस. युरोपीय खंडात आर्थिक विवंचनेने काहूर उठलेले असून त्यास जबाबदार असणाऱ्या अनेक देशांमध्ये सायप्रस या किंचित देशाचा मोठा समावेश आहे. या देशाचे कर्ज त्याच्या राष्ट्रीय उत्पन्नापेक्षा कैक पटींनी वाढलेले असून ते कसे फेडले जाणार हा जागतिक चिंतेचा विषय झालेला आहे. या दिवाळखोरीतून बाहेर पडण्यासाठी युरोपीय बँकेने सायप्रससाठी मदत योजना जाहीर केली. अशी मदत ही कडक अटी घेऊन येते. सायप्रस या देशास त्या अटी जाचक वाटतात. तेव्हा त्यास पर्याय म्हणून स्वतःच्या मालकीचे सोने विकावयाचे आणि पैसे उभे करायचे असा पर्याय या देशाने निवडल्याची वार्ता सर्वत्र पसरली आणि त्यामुळे सोन्याच्या भावात मोठ्या प्रमाणावर घसरण सुरू झाली. वास्तवात यात नवीन काही नाही. अशाच आर्थिक संकटात सापडलेल्या स्पेनने २००० सालापासून आपल्या मालकीचा सोन्याचा साठा जवळपास निम्म्याने कमी केला. तेव्हापासून ४६ टक्के सोन्याची विक्री या देशाने केलेली आहे. परंतु स्पेनने हे टप्प्याटप्प्याने केले. त्यामुळे जागतिक सुवर्ण बाजारावर त्याचा तितका परिणाम झाला नाही. परंतु सायप्रसचा झाला. कारण सायप्रस एकगठ्ठा सोने विक्री करू पाहत होता.

या काळात अर्थातच अन्य देश सोन्याची खरेदी करीत राहिले. त्याचेही कारण अर्थातच बर्नांके म्हणतात त्याप्रमाणे परंपरा हेच आहे. भारतासारख्या वातावरणात तर ते कारण अधिकच लागू पडते. गेल्या दोन वर्षांतील आकडेवारी हे कारण अधोरेखित करते. २००८ साली ६७९ टन इतके सोने भारताने आयात केले होते तर २०११ साली हेच प्रमाण ९७५ टनांवर गेले. या सोने आयातीत महत्त्वाचे परकीय चलन जळत असल्याने त्याचा परिणाम अखेर आपल्या चालू खात्यातील तुटीवर झाला आणि अखेर सोनेखरेदीवर अधिक शुल्क आकारण्याची वेळ केंद्र सरकारवर आली.

परंतु आता जागतिक बाजारातच सोन्याचे भाव गडगडल्याने भारतीयांच्या सुवर्णहव्यासाने अचानक उसळी घेतली आणि देशभरात गेल्या काही दिवसात हजारो किलो सोन्याची विक्री झाली. पुढील महिन्यात अक्षय्य तृतीया आणि लग्नसराईचा हंगाम लक्षात घेता यात आणखी काही हजार किलोंनी वाढ होईल, यात शंका नाही.

हे असे होते याचे साधे कारण म्हणजे सर्वसामान्यास अजूनही सोन्यातील गुंतवणूक सुरक्षित वाटते. परंतु या सर्वमान्य गृहितकाचाच फेरविचार करण्याची वेळ आली आहे, असे या क्षेत्रातील तज्ज्ञांचे मत आहे. सोन्याच्या किमती कायम फक्त वर वरच जातात असे मानण्याचा प्रघात आहे आणि त्यामुळे अडीअडचणीच्या वेळेसाठी असावे म्हणून अनेक घरांत जमेल तसतसे सोने साठवले जाते. परंतु सोने हे फक्त गुंतवणुकीचे साधन आहे आणि अन्य गुंतवणुकींप्रमाणे त्याच्याही दरात चढउतार होऊ शकतो असे अनेक अर्थतज्ज्ञांना वाटू लागले असून त्यामुळे सोन्याचा विचार पारंपरिक प्रघातांपलीकडे जाऊन करावयास हवा, असा त्यांचा सल्ला आहे. अर्थात आपल्याकडे या प्रघातास तितक्याच सबळ प्रघाताचा छेद जातो. त्यानुसार कितीही संकट आले तरी सोने विकून पैसा उभा करणे हे आपल्याकडे अशुभ मानले जाते. या शुभाशुभाच्या धुवट कल्पनांमुळे ज्या उद्दिष्टांसाठी सोन्यात गुंतवणूक केली जाते ते उद्दिष्टच फसते आणि सोने हे केवळ हे बँकेतील लॉकर्सची भर करण्यापुरतेच उरते.

हे वास्तव आहे. तेव्हा या सोन्यात किती अडकायचे याचा बुद्धिनिष्ठ विचार रुजवण्याची आपल्याकडे गरज आहे. नपेक्षा केवळ मुहूर्तासाठी रांगा लावून सोने खरेदी करणारे गुरुपुष्याचे बळी वाढतच जातील.

१९ एप्रिल २०१३

४३. 'मूर्ती'भंजन!

माहिती तंत्रज्ञान क्षेत्राने भारतात संपत्तीचे लोकशाहीकरण केले. या क्षेत्राच्या उदयाआधी भारतात संपत्तीनिर्मितीचे अधिकार काही उद्योग घराण्यांपुरतेच मर्यादित होते आणि त्यांच्या त्याच्यातील रोटीबेटी व्यवहाराने लक्ष्मी त्यांच्या त्यांच्यातच फिरत होती. माहिती तंत्रज्ञान क्षेत्राचा उदय झाला आणि अनेक नवनवीन उद्योग आकारास आले. एचसीएल, कॉग्निझंट आदी अनेक कंपन्यांनी अर्थविकासाच्या नवनव्या वाटा दाखवल्या. यातील सर्वांत मोठे नाव म्हणजे इन्फोसिस. नारायण मूर्ती, नंदन निलेकणी, गोपालकृष्णन आदी तरुणांनी पुण्यात रावलेले हे रोपटे पुढे सर्वार्थाने गगनावर गेले आणि भारतीय उद्योग जगताचा डंका त्यामुळे जगभर पिटला गेला. त्यात या कंपनीचे प्रवर्तक नारायण मूर्ती यांचे सात्त्विक वागणे हे पारंपरिक उद्योगपतींच्या बनेलपणावर उठून दिसले आणि आपल्यातलाच एक इतका मोठा उद्योगपती होऊ शकला यामुळे मध्यमवर्गीयांनाही आनंद झाला. ते सर्वच योग्य होते. इन्फोसिसने इतिहास घडवला आणि तेलकट तुपकट लाचार उद्योगजगतास प्रसन्न चेहेरा दिला. या कंपनीचा बंगलोर येथील परिसर हा विकासाभिमुख स्वप्नील भारताचे तीर्थस्थान बनला. परंतु तीर्थस्थानांचे म्हणूनसुद्धा एक फायदातोट्याचे चक्र असते. तेव्हा इन्फोसिस सारख्या मर्त्य मानवांच्या कंपनीस त्यातून जावे लागत असल्यास आर्श्चय वाटायचे कारण नाही. कोणाही कर्तृत्ववानाचे मोजमाप प्रतिकूल काळातच होत असते. त्या अर्थाने सध्याचा काळ हा इन्फोसिसच्या नेतृत्वकसोटीचा होता. परंतु कंपनीने शनिवारी जे काही निर्णय घेतले त्यावरून या कसोटीस इन्फोसिसचे नेतृत्व उतरले असे म्हणता येणार नाही. कंपनीचा डळमळता डोलारा सावरण्यासाठी नवीन, कल्पक काही करून दाखवण्याऐवजी इन्फोसिसने जुन्या गल्लाभरू कुटुंबवत्सल कंपन्यांचाच मार्ग चोखाळला आणि कंपनीचे प्रवर्तक म्हणून नारायण मूर्ती यांनीही इन्फोसिस संकटात असल्याचे कारण दाखवीत आपली 'संन्याशाची वस्त्रे' वानप्रस्थाश्रमात सोडून पुन्हा एकदा मैदानात उडी घेतली. हे सगळे इन्फोसिस आणि खुद्द मूर्ती यांच्याविषयी आदर वाढवणारे आहे, असे म्हणता येणार नाही. यामुळे भारतीय उद्योगांच्या दीर्घकालीन क्षमतेविषयी, जागतिकीकरणात टिकून राहण्याच्या ताकदीविषयी शंका निर्माण करणारे आहे.

उच्च आर्थिक आणि व्यावसायिक मूल्यांचा घोष नारायण मूर्ती यांनी आयुष्यभर केला. अशी मूल्ये पाळणाऱ्यांचे आदर्श या नात्यानेच मूर्ती यांच्याकडे पाहिले गेले आणि त्याच आधारावर त्यांचे प्रतिमासंवर्धन झाले. परंतु हे मूर्ती आपलीच तत्त्वे पायदळी तुडवताना दिसतात. या त्यांच्या मूल्यपालनात दोन मुद्दे महत्त्वाचे होते. एक निवृत्तीचे वय आणि दुसरे म्हणजे घराणेशाही. वयाची पासष्ठी झाल्यानंतर आपण कंपनीत कार्यकारी भूमिका बजावणार नाही आणि घराणेशाही तयार होऊ देणार नाही, असे मूर्ती सांगत. आता हे दोन्ही होणार आहे. गेल्या आठ तिमाहीत इन्फोसिसची कामगिरी वाईट झालेली आहे. भांडवली बाजारात जवळपास १२ टक्क्यांनी इन्फोसिसचे समभाग घसरलेले आहेत आणि कंपनीतील बडे गुंतवणूकदार कंपनीच्या दिशाहीनतेबाबत प्रश्न निर्माण करू लागले आहेत. अशा संकट काळात नवीन नेतृत्व घडवण्याऐवजी या कंपनीने पारंपरिक भारतीय उद्योग घराण्यांचाच मार्ग चोखाळला आणि नारायण मूर्ती यांना पाचारण केले. हे पुनरागमन करताना कंपनीने दोन आक्षेपार्ह गोष्टी केल्या. कंपनीच्या संचालकांना कार्यकारी पदावर राहण्याची मर्यादा थेट ७५ इतकी वाढवली आणि मूर्ती यांचे सुविद्य चिरंजीव रोहन यांना कंपनीत वरिष्ठ पदावर नियुक्त केले. आता नारायण मूर्ती हे कंपनीचे अध्यक्ष होतील आणि रोहन त्यांचे मुख्य कार्यकारी सहायक होतील. रोहन हे उच्चविद्याविभूषित आहेत आणि मायक्रोसॉफ्ट आदी कंपन्यांतील कामाचा अनुभव त्यांच्या गाठीशी आहे. त्यांच्या नेमणुकीचे समर्थन करताना थोरले मूर्ती म्हणाले की त्यांना तरुणांशी संवाद साधण्याची गरज वाटत होती म्हणून त्यांनी रोहन यांना मदतीस घेतले. त्यांच्या मते ही नेमणूक फक्त पाच वर्षांसाठीच आहे आणि रोहन यांना काहीही प्रशासकीय अधिकार देण्यात आलेले नाहीत. परंतु प्रश्न असा की रोहन यांच्या खेरीज अन्य कोणी उच्चविद्याविभूषित आणि लायक तरुण नारायण मूर्ती यांना मिळाला नाही काय? तरुणांशी संवाद साधण्याची, त्यांच्या नजरेतून कंपनी चालवण्याची गरज फक्त चिरंजिवाशीच संवाद साधून पूर्ण होईल असे थोरल्या मूर्ती यांना वाटते काय? रोहन यांच्याकडे प्रशासकीय अधिकार नाहीत हे कबूल. ते अधिकृतपणे देण्याची गरजही नाही. कारण रोहन हे नारायण मूर्ती यांचे सुपुत्र आहेत ही एकच बाब त्यांना हवे ते अधिकार मिळण्यासाठी पुरेशी आहे. तेव्हा रोहन मूर्ती यांनी एक रुपया मानधन घेतले काय किंवा फुकट काम केले काय. तो देखावाच राहतो. रोहन हे तीर्थरूपांच्या कार्यालयाचे नेतृत्व करणार आहेत. तेव्हा त्यांच्याकडून आलेली सूचना वा विनंती ही कोणत्याही प्रशासकीय अधिकाराशिवायदेखील अन्य कर्मचाऱ्यांसाठी शिरसावंद्य असेल, हे उघड आहे. तेव्हा चि. रोहन यांना प्रशासकीय अधिकार नाहीत हा दावा दांभिकपणाचा झाला आणि तो मूर्ती यांच्याकडून अपेक्षित नाही. कंपनीचे विद्यमान प्रमुख शिबुलाल यांचे

नेतृत्व अगदीच सपक आहे हे आता सर्वांनीच मान्य केले आहे. ते २०१५ साली निवृत्त होतील. तेव्हा त्यांच्या नंतर कंपनीची धुरा पेलण्यासाठी रोहन यांना तयार करण्याचा डाव यामागे नाही, हे कसे मान्य करणार? या पार्श्वभूमीवर विप्रोचे अझीम प्रेमजी यांना प्रामाणिकपणाचे अधिक गुण द्यावयास हवेत. त्यांनी आपला मुलगा रिषभ यास अधिकृतपणे कंपनीत मुख्य धोरणाधिकारी असे पद देऊन आणले आणि आपला उत्तराधिकारी कोण राहील हे स्पष्ट केले. दुसरीकडे टाटा समूहातील टीसीएसचे उदाहरणदेखील कौतुकास्पद आहे. ही कंपनी जन्मापासून कोणत्याही टाटा घराणेदाराच्या पाठिंब्याशिवाय उभी आहे आणि तिने इन्फोसिसला कधीच मागे टाकले आहे.

या पार्श्वभूमीवर इन्फोसिसने मात्र निराशा केली असे म्हणावयास हवे. भारतीय उद्योगक्षेत्र अजूनही भारताच्या म्हणून ज्या सांस्कृतिक मर्यादा असतात त्यावर मात करू शकलेले नाही, हे यानिमित्ताने दिसले. प्रर्वतकास वा संस्थापकास कंपनी सार्वजनिक मालकीची झाली तरी ती खासगी मालमत्ताच वाटत असते आणि तिचा मोह सुटत नाही, ही वस्तुस्थिती आहे. परिणामी आपले उद्योग वाढत नाहीत आणि त्यांचे मैदान लहानच रहाते. म्हणूनच भारत हा माहिती उद्योगातील जगातील सर्वांत मोठा खेळाडू असला तरी एकही उत्पादन भारतीयाच्या नावावर नाही. मग ते विकिपिडिआ असेल वा गुगल असेल वा ट्विटर वा फेसबुक. भारताने या क्षेत्रात फक्त सुविद्य कारकून निर्माण केले आणि आपल्या सर्व माहिती कंपन्या फक्त सेवादाय क्षेत्रापुरत्याच उरल्या. त्याचमुळे चीन आणि दक्षिण आफ्रिका या देशांनी इंग्रजी शिक्षणाचा प्रसार करून बीपीओ क्षेत्रात आघाडी घेतल्यापासून भारतीय कंपन्यांना जागतिक बाजारपेठेत आव्हान निर्माण झाले आणि त्यामुळेच इन्फोसिस आदी कंपन्यांच्या तोंडी फेस आला आहे.

अशा वेळी या कंपन्या अधिक मुक्त करून नावीन्याचे आव्हान नावीन्याने पेलण्याचे धैर्य दिसणे गरजेचे होते. परंतु ते न करता पुन्हा एकदा चोखाळलेल्या वृद्ध मार्गानेच माहिती तंत्रज्ञान हे तरुणांचे क्षेत्र जाणार असेल तर ते दुर्दैवी आहे. नारायण मूर्ती यांच्या पुनरागमनाच्या निर्णयामुळे एका अर्थाने या क्षेत्राचेच 'मूर्ती'भंजन झाले आहे.

३ जून २०१३

४४. पुन्हा कंपनी सरकार

मनमोहन सिंग सरकारने नीती–अनीतीच्या सर्वच संकल्पनांना खुंटीवर टांगण्याचे ठरवलेले दिसते. गेल्या आठवड्याच्या अखेरीस अर्थमंत्री चिदंबरम यांनी जाहीर केलेला नैसर्गिक वायू दरवाढीचा निर्णय हा यातील ताजा आणि अत्यंत अश्लाघ्य निर्णय म्हणावयास हवा. आतापर्यंत या वायुउत्पादक कंपन्यांसाठी ४.२ डॉलर प्रति मिलियन मेट्रिक ब्रिटिश थर्मल युनिट, म्हणजे एमएमबीटीयू, इतका दर दिला जात होता. तो पुढील वर्षापासून ८.४ डॉलर प्रति एमएमबीटीयू इतका, म्हणजे दुप्पट, केला जाणार आहे. हा दर वाढवून दिला जावा यासाठी तेल कंपन्यांकडून मोठा दबाव होता आणि याच संदर्भात देशातील खासगी क्षेत्रातील सर्वांत मोठी वायुउत्पादक कंपनी रिलायन्स आणि सरकार यांच्यात मोठ्या प्रमाणावर मतभेद निर्माण झाले होते. याआधीचे तेलमंत्री जयपाल रेड्डी यांनी या तेल दरवाढीला सातत्याने विरोध केला होता. कारण तसा दर वाढवून देण्यामागे फक्त वायू कंपन्यांच्या नफेखोरीचाच विचार होता यात तीळमात्रही शंका नाही. जयपाल रेड्डी यांनी या संभाव्य वायू दरवाढीविरोधात खमकी भूमिका घेतली होती आणि वायू कंपन्यांच्या मागणीला ते जराही भीक घालत नव्हते. याची किंमत त्यांना मंत्रिपदावरील बदलीतून द्यावी लागली. त्यांचे तेलवायू खात्याचे मंत्रिपद गेले ते या कंपन्यांकडून आलेल्या दबावामुळेच, असेच त्यावेळी बोलले जात होते आणि त्यानंतर आलेले तेलमंत्री वीरप्पा मोईल यांनीही इंधन कंपन्यांकडून प्रचंड दबाव असल्याची कबुली दिली होती. त्यामुळे रेड्डी यांची उचलबांगडी झाल्यावर वायूचे दर वाढवून दिले जाणार ही अटकळ या क्षेत्राच्या अभ्यासकांकडून बांधली जात होती. ती खरी ठरली, हे दुर्दैव. काही विशिष्ट कंपन्यांसाठी स्वतःस लुबाडू देणे हे सामान्य भारतीयाचे प्राक्तन असले तरी आपण किती लुटले जाणार आहोत याचाही अंदाज असण्यास हरकत नाही. या निमित्ताने काही गंभीर प्रश्न निर्माण होत असून त्याचेही भान आपणास असावयास हवे

अर्थमंत्री चिदंबरम यांनी केलेल्या घोषणेनुसार ही दरवाढ एप्रिल २०१४ पासून अमलात येणार आहे. वास्तविक त्याच महिन्यात देशात सार्वत्रिक निवडणुका असणार आहेत. तेव्हा ही दरवाढ अमलात आणणे ही नव्या सरकारची जबाबदारी असणार. हे

का? अर्थात देशात कोणत्याही पक्षाचे सरकार आले तरी ते या कंपन्यांचे मिंधे असल्याने कोणीही या दरवाढीस विरोध करणार नाही याची पूर्ण खात्री सिंग सरकारला असल्यामुळेच हा औद्धत्यपूर्ण निर्णय सरकार घेऊ शकले हे उघड आहे. याची प्रचिती आताही आली. एकाही राजकीय पक्षाने आणि यात सैद्धांतिक आणि नैतिक भूमिका घेणारे डावेही आले, या दरवाढीच्या निर्णयास विरोध करण्याचे धारिष्ट दाखवलेले नाही. जनतेपेक्षा काही कंपन्यांचे भले व्हावे यावरच सर्वपक्षीय एकमत असल्याने या दरवाढीबाबत प्रश्नदेखील निर्माण केला जाणार नाही. हे अत्यंत कटू पण वास्तव आहे. या औद्योगिक घराण्यांबाबत असलेली सार्वत्रिक शांतता कानठळ्या बसवणारी असून, याबाबत जनतेनेच साधकबाधक विचार करण्याची गरज आहे. वास्तविक तेल कंपन्यांनीच दिलेल्या कबुलीनुसार २.३४ प्रति एमएमबीटीयू या दराने वायुखरेदी केली तरी या कंपन्यांना फायदा होणार आहे. अशा परिस्थितीत त्यांना अचानक चारशे टक्के फायदा व्हावा असा निर्णय घेण्यामागील कारण काय? याच सरकारातील एक मंत्री वायूचे दर वाढवून देण्याबाबत आर्थिक आणि नैतिकही प्रश्न निर्माण करतो आणि त्या मंत्र्याच्या गच्छंतीची व्यवस्था झाल्यानंतर या प्रश्नांनाही गायब केले जाते, हे कसे? वायू दरवाढ ही जर काळाची गरज होती तर रेड्डी यांनी निर्माण केलेल्या प्रश्नांचे काय? यातही सरकारचा चिदंबरमी कोडगेपणा असा की ही दरवाढ या कंपन्यांच्या विक्रीसाठी आहे पण ज्यांना या कंपन्यांकडून वायुखरेदी करावी लागणार आहे त्यांनी किती दराने तो विकत घ्यावा यासाठी नाही, असे अधिकृतपणेच सांगण्यात आले आहे. यातूनच या निर्णयामागील काळेबेरे समजून घेता येईल. म्हणजे या कंपन्यांच्या वायुउत्पादनास किती दर यावा हे सरकारने ठरवून दिले आहे. पण त्याच वेळी खत आणि वीज कंपन्यांनी कोणत्या दराने या कंपन्यांकडून वायुखरेदी करावी हे ठरवण्यात आलेले नाही. यामागील अर्थ आपण समजून घ्यावयास हवा. तो घेतल्यास या वायू कंपन्यांच्या हिताची किती काळजी सरकार वाहते हे कळेल. वायू कंपन्यांचा दर समजा खते वा वीजनिर्मिती कंपन्यांना परवडला नाही तर ती तफावत भरून काढण्याची जबाबदारी कोणा एकास घ्यावी लागणार. हे कोण एक म्हणजे सरकार हे उघड आहे. याचा अर्थ असा की या वायूचे दर अन्य कंपन्यांना परवडले नाहीत तर त्यासाठी सरकार अनुदान देणार. म्हणजे हे आर्थिक सुधारणावादी सरकार अन्य बाबतीत अनुदान कमी केले जावे असा सल्ला आपणास देत असताना काही कंपन्यांचे भले व्हावे यासाठी मात्र पुन्हा अनुदान देणार. जनतेस अनुदान दिले तर ते आर्थिक मागासपण आणि कंपन्यांना ते दिले तर ती सुधारणा, असे आपण आता मानायचे काय? तेव्हा अर्थशास्त्रीयदृष्ट्या सिंग सरकारच्या या निर्णयाचे समर्थन करणे अशक्य आहे. याबाबतचा दुसरा मुद्दा असा की नवे दर वाढवून देताना सरकारने त्याची निश्चिती डॉलरमध्ये केली आहे.

देशांतर्गत कंपन्यांना देशांतर्गत पातळीवर दर ठरवून देताना डॉलरचा आधार का? या प्रश्नाचे उत्तर पुन्हा या कंपन्यांच्या फायद्याशी थेट निगडित आहे, हे आपण समजून घेणे गरजेचे आहे. सध्याच डॉलरचा दर ६० रुपयांच्या घरात आहे. आपल्या आर्थिक अवस्थेचा अंदाज घेतल्यास या दरात वाढच होण्याची शक्यता आहे. म्हणजे ज्या कंपनीला डॉलर ४५ रुपयांच्या घरात असताना २.४ डॉलर प्रति एमएमबीटीयू या दराने बक्कळ फायदा होत होता त्याच कंपनीला डॉलर ६० रुपयांवर गेल्यावर ८.४ डॉलर प्रति एमएमबीटीयू या दराने अधिक बक्कळ फायदा व्हावा हा विचार यामागे नाही यावर विद्यमान व्यवस्थेबाबत अत्यंत आशादायी असणाराही विश्वास ठेवणार नाही. यासंदर्भात एन्रॉनची आठवणी निघणे अपरिहार्य. एन्रॉनच्या संदर्भात जे काही वाद झाले त्यातील सर्वांत गंभीर मुद्दा होता तो एन्रॉन निर्मित विजेचा दर डॉलरशी निगडित ठेवण्याबाबत. या एकाच चुकीने एन्रॉनचा आणि आपलाही घात केला. सरकारने एन्रॉनबाबत जे केले त्यास ही कंपनी अमेरिकास्थित आहे हे कारण देण्यात आले होते. परंतु आताही हा इंधनदर डॉलरशी निगडित का? जी बाब एन्रॉनच्या बाबत अयोग्य होती ती आता कशी काय योग्य ठरणार? सध्या आयात वायूचा दर वाढल्याचे कारण सरकारने या दरवाढीचे समर्थन करताना पुढे केले. पण कालांतराने समजा आयात वायू स्वस्त ठरणार असेल तर? अशा वेळी एका विशिष्ट दराने सरकारने स्वतःस बांधून घेण्याची गरजच काय?

हे सगळेच लाजिरवाणे म्हणावयास हवे. देशातील जनतेच्या आर्थिक निरक्षरतेचा फायदा सरकारने किती उठवावा यास कोणताच धरबंद राहिलेला नाही. राजकीय पक्षांची ही लाचारी पाहता आपल्या लोकशाहीची वाटचाल पुन्हा एकदा कंपनी सरकारच्या दिशेने सुरू आहे, असा निष्कर्ष काढल्यास ते अयोग्य ठरणार नाही.

१ जुलै २०१३

४५. दरिद्र्यांचे दान 'शौर्य'

निवडणुकीच्या वर्षात कंबरेचे सोडून डोक्याला बांधले तरी चालते असा मनमोहन सिंग सरकारचा समज दिसतो. गेल्या आठवड्यात रिलायन्स उद्योगसमूहाचे पदप्रक्षाळण केल्यानंतर सिंग सरकारने पाठोपाठ अन्नसुरक्षा विधेयकाचा अध्यादेश जारी केला, त्यावरून असा संशय घेण्यास जागा आहे. संसदेचे पावसाळी अधिवेशन येत्या काही दिवसांतच सुरू होणार आहे. तेव्हा हे विधेयक रीतसर संसदेत मंजूर करून घेण्याचा मार्ग सरकारपुढे उपलब्ध होता. तरीही त्यांनी हा आणीबाणीकालीन अध्यादेशाचा मार्ग पत्करला. विरोधक संसदेचे कामकाज चालू देत नाहीत. त्यामुळे अध्यादेश काढावा लागल्याचे समर्थन सरकारने केले आहे. ते फसवे आहे. अभ्यास नीट न केल्याची शिक्षा म्हणून आई-वडील उपाशी ठेवतात आणि त्यामुळे चोरी करावी लागते, असे समजा एखाद्या शालेय विद्यार्थ्याने सांगितले तर ते जसे हास्यास्पद ठरेल तितकाच हास्यास्पद सरकारचा याबाबतचा युक्तिवाद आहे. या अन्नसुरक्षा विधेयकाअभावी देशातील जनतेचे प्राण कंठाशी आले होते, असे नाही. तेव्हा या अध्यादेशाची प्रशासकीय पातळीवर काहीही गरज नव्हती. तरीही सरकार या मार्गाने गेले कारण त्यामागे निखळ राजकारण आहे. या विधेयकाचा जन्मच राजकारणातून झालेला असल्यामुळे त्याच्या अध्यादेशालाही शुद्ध राजकीय अर्थच आहे. आता सहा महिन्यांत या अध्यादेशाला संसदेची मंजुरी घ्यावी लागेल. समजा विरोधकांना सद्‌बुद्धी झाली आणि त्यांनी हे विधेयक मंजुरीपासून रोखले तर पुन्हा सरकार, बघा...आम्हाला गरिबांना अन्न द्यावयाचे होते परंतु तो प्रयत्न विरोधकांनी रोखला...असा कांगावा करावयास मोकळे. आणि समजा याउलट झाले आणि संसदेची मंजुरी मिळाली तरी त्याचे राजकीय भांडवल करता येणार. अर्थात राजकीय पक्ष या नात्याने तो अधिकार काँग्रेसला आहे, याबाबत कोणाचे दुमत असणार नाही. विरोधक ज्याप्रमाणे त्यांना सोयीचे असे मुद्दे गाजवण्याचा प्रयत्न करणार त्याचप्रमाणे सत्ताधारीही, हे मान्य करावयास हवे. तेव्हा राजकारण या अर्थाने काँग्रेस या विधेयकाबाबत चूक आहे, असे म्हणता येणार नाही. मुद्दा अर्थातच राजकारणाचा नाही.

तो आहे अर्थकारणाचा. एरवी जगाला आर्थिक शहाणपणाचे सल्ले देत बसणारे

मनमेहन सिंग आणि त्यांचे सरदार माँटेकसिंग यांचे अर्थपांडित्य या विधेयकाचा विचार करताना रजेवर गेले होते काय? देशासमोर आजच्या घडीला वित्तीय तूट हे गहनगंभीर आर्थिक संकट आहे असे मत खुद्द सिंग आणि त्यांच्या सरदारांनीच आतापर्यंत अनेकदा व्यक्त केले आहे. अशा वेळी सोनिया गांधी यांची कविकल्पना असणाऱ्या या अन्नसुरक्षा कायद्यामुळे यंदाच्या वर्षातच तिजोरीस किमान ५७ हजार कोटी रुपयांचे भगदाड पडणार आहे. संपूर्ण योजनेचा वार्षिक विचार केल्यास जवळपास सव्वा लाख कोटी रुपयांचा अधिक ताण या योजनेमुळे तिजोरीवर पडेल. याचा सरळ अर्थ असा की सरकारसमोरील वित्तीय तूट अधिकच वाढणार. एका बाजूला ही वित्तीय तूट आणि दुसरीकडे आयात निर्यातीतील तफावतीमुळे तयार झालेली चालू खात्यातील तूट अशा दुहेरी तुटीच्या खाईत देशाला अधिकच खोल टाकण्याचे पाप अर्थतज्ज्ञ म्हणवून घेणाऱ्या सिंग यांच्या कारकिर्दीत होणार आहे. याचा थेट परिणाम पुन्हा चलनवाढीवर होणार आणि तसा तो झाला की रिझर्व्ह बँक व्याजदर वाढवून या राजकारणाला आपला रट्टा हाणणार. ही काळ्या दगडावरची रेघ आहे आणि सिंग हे मनमोहन झाले तरी त्यांना ती बदलता येणार नाही. तेव्हा आर्थिकदृष्ट्या इतका बेजबाबदारपणाचा निर्णय सरकारने मुदलात घेतलाच का?

त्याचे उत्तर सिंग यांच्याकडे मागण्यात अर्थ नाही. ते काँग्रेसाध्यक्ष सोनिया गांधी यांच्याकडे आहे. वेगवेगळे आर्थिक घोटाळे, धोरण लकवा आणि त्यामुळे केवळ कागदोपत्री असलेले सरकार यामुळे काँग्रेसपुढे भीषण राजकीय संकट निर्माण झाले आहे. त्यामुळे आपल्या सरकारने काही करून दाखवले असे जनतेसमोर सांगण्याची सोय काँग्रेसला नाही. एरवी हे तसे खपून गेले असते. परंतु निवडणूक वर्षात राजकीय, आर्थिक आणि शासकीय आघाडीवर पाटी इतकी कोरी असणे काँग्रेसला परवडणारे नाही. तेव्हा निदान बडवण्यासाठी एखादी तरी टिमकी असावी या विचारातून या तथाकथित अन्नसुरक्षा कायद्याचे खूळ जन्माला आले. संपत्ती वा रोजगारनिर्मिती ही समृद्धीच्या वाटेवर हमखास नेणारी दोन वाहने आहेत. काँग्रेस सरकारला ती चालवण्यात अपयश आले आहे. अशा वेळी याला हे दे, त्याला आणखी काही आश्वासन दे अशी हातचलाखी सत्ताधारी करतात. कर्जमाफी, राष्ट्रीय ग्रामीण रोजगार निर्मिती योजना वगैरे ही अशा नुसत्या आश्वासनांच्या दौलतजाद्याची उदाहरणे. ती दोन्ही किती तकलादू ठरली याचा व्यापक अनुभव सध्या आपणास येतो आहे. तेव्हा त्याच मार्गाने आणखी एक फोल योजना आखण्याचे चातुर्य सत्ताधाऱ्यांनी दाखवले आहे. परंतु सत्ताधाऱ्यांना जे चातुर्य वाटते ते किती बालबुद्धीचे आहे ते या योजनेच्या तपशिलावर नजर टाकल्यास समजून घेता येईल.

या योजनेची अंमलबजावणी राज्य सरकारांकडून केली जाणार आहे. म्हणजे

सध्याच जी स्वस्त धान्य दुकानांची योजना आहे, तिचाच विस्तार करून ही नवी योजना राबवली जाणार आहे. सध्याची आकडेवारी दर्शवते की या योजनेतील किमान ४० टक्के अन्नसाठा हा विविध भ्रष्टाचारांत वाया जातो. तेव्हा हा भ्रष्टाचार कमी कसा होईल हे न पाहता, किंबहुना त्याबाबत कोणतीही तमा न बाळगता, उलट अधिक अन्नसाठा या योजनेसाठी दिला जाणार आहे. म्हणजे अधिक भ्रष्टाचारास मुभा. दुसरे असे की या योजनेची अंमलबजावणी राज्य सरकारांकडून केली जाणार आहे. काही राज्ये, विशेषतः छत्तीसगड, ओरिसा आणि तामिळनाडू, सध्याचीच स्वस्त धान्य योजना प्रभावीपणे राबवीत आहेत. या तीनही राज्यांत काँग्रेस सत्तेवर नाही. मुद्दा असा की काँग्रेसेतर राज्यांनी सोनिया गांधी यांची ही योजना काय म्हणून उत्साहाने राबवावी? उलट ही राज्ये केंद्रीय रसद घेतील आणि आपापल्या योजनाच पुढे ठेवतील किंवा केंद्रीय योजना कशी भिकार आहे, हे आपापल्या पक्षीय पातळीवर जनतेस सांगतील. त्याचवेळी काँग्रेसशासित राज्यांना या योजनेचा किल्ला प्राणपणाने लढवावा लागेल. कारण अर्थातच ती योजना सोनिया गांधी यांची मानसकन्या आहे. तेव्हा ती किती सुंदर आहे हे या मंडळींना सांगावेच लागेल. म्हणजे त्यात कितीही व्यंगे असली तरी त्याबाबत कोणतीही कुरकुर न करता या योजनेचा स्वीकार काँग्रेसी मुख्यमंत्र्यांना करावा लागेल. तेव्हा तिच्या अंमलबजावणीत राज्याराज्यांनुसार नमनालाच घडाभर तेल जाणार यात काहीही संदेह नाही. दुसरा मुद्दा असा की, आपल्या देशात आहे तो धान्यसाठा करावयास राज्याराज्यांत साठवणगृहे नाहीत. तेव्हा या राज्यांनी सोनिया गांधी यांच्या योजनेसाठी दिला जाणारा अन्नसाठा कोठे साठवून ठेवणे अपेक्षित आहे? या योजनेत प्रतिकिलो १ ते ३ रुपयांत गरजूंना धान्य पुरवले जाणार आहे. लाज वाटेल इतक्या स्वस्त किमतीत कोणतीही वस्तू उपलब्ध होऊ लागली की तिचे मूल्य रहात नाही. अन्नधान्याचेही तसेच होणार नाही काय? एक रुपयात किलोभर धान्य मिळू लागले तर अन्न पिकविण्यापेक्षा सरकारकडून विकत घेणे अधिक आकर्षक ठरणार, हे उघड आहे. म्हणजे आपल्याकडे सध्याच शेती करणे अनाकर्षक झाले आहे. ते या योजनेमुळे अधिकच अनाकर्षक होईल. कोणत्याही योजनेचा विचार करताना आर्थिक आणि सामाजिक अंगे तपासणे अपेक्षित असते.

या किमान शहाणपणासही सिंग सरकारने या योजनेच्या बाबत तीलांजली दिली आहे. त्यामुळे आधीच कंगाल असलेली आपली अर्थव्यवस्था अधिक कंगाल होणार आहे. स्वतः दारिद्र्यावस्थेत असणाऱ्यांनी अन्नछत्रे उघडायची नसतात. दारिद्र्यावस्थेतील दानशूरता अधिकच दीन करते. अन्नसुरक्षा कायद्याने आपणास याचाच अनुभव येणार आहे.

८ जुलै २०१३

४६. रघुरामप्रहर

अमेरिकेच्या फेडरल रिझर्व्हचे माजी प्रमुख ॲलन ग्रीनस्पॅन हे बँकर्सच्या विश्वातील एक अत्यंत बडे प्रस्थ. ९/११ ला वर्ल्ड ट्रेड सेंटरवर झालेले हल्ले, नंतरचे अफगाणिस्तान युद्ध, इराकदहन आदींमुळे अर्थव्यवस्थेस आलेली मरगळ झटकण्यासाठी त्यांनी कर्जे अत्यंत स्वस्त केली. त्यामागील विचार हा की लोकांच्या हाती जरा पैसा जास्त खुळखुळावा आणि त्यांनी हात सैल सोडावा. मंदीच्या काळात हाती जे काही ते राखून ठेवावे अशी वृत्ती असते. त्यामुळे पैसा फिरत नाही. तेव्हा तसे होऊ नये यासाठी ग्रीनस्पॅन यांनी बँकांकडून दिल्या जाणाऱ्या कर्जांचे दर अत्यंत कमी केले आणि सर्वसाधारण व्यक्तीच्या हाती सहज पैसे मिळतील अशी व्यवस्था केली. त्याचा परिणाम लगेच दिसून आला आणि अमेरिकी अर्थव्यवस्थेस मोठी गती आली. या आनंदी आनंद गडे अशा उन्मादी अवस्थेस तडा जाईल असे कटू भाकित त्यावेळी दोन अर्थतज्ज्ञांनी वर्तवले होते. एकाचे नाव नुरियल रूबिनी आणि दुसरे रघुराम राजन. २००५ साली अमेरिकेत खुद्द ग्रीनस्पॅन यांच्यासाठी आयोजित सत्कार समारंभात राजन यांनी स्वस्त कर्जदराचे परिणाम अर्थव्यवस्थेस लवकरच भोगावे लागतील अशी भविष्यवाणी वर्तवली आणि सगळ्यांकडून टीका ओढवून घेतली. आनंदाचा फुगा, भले काल्पनिक असला तरीही, कधीच फुटू नये असे सर्वांनाच वाटत असते. अमेरिकी अर्थव्यवस्थेच्या फुगलेल्या फुग्यास राजन यांनी पहिल्यांदा टाचणी लावली. त्यावेळी असे काही अभद्र बोलल्याबद्दल त्यांच्यावर सडकून टीका झाली. परंतु त्यानंतर तीनच वर्षांनी २००८ सालच्या जून महिन्यात लेहमन ब्रदर्ससारखी बलाढ्य बँक बघता बघता अतिपैशाच्या पुरात नाकातोंडात पाणी जाऊन बुडाली आणि सर्वांना राजन यांच्या भविष्यवाणीची आठवण झाली.

त्यानंतर पाच वर्षांनी अमेरिकी फेडच्या तुलनेत कित्येक पटींनी लहान असलेल्या रिझर्व्ह बँकेची सूत्रे हाती घेताना रघुराम राजन यांच्या मनात आपलीच एकेकाळची भाकिते नक्कीच नव्याने जागी झाली असतील. अमेरिकेत राजन यांनी जो इशारा दिला तो पैशाचा पूर रोखण्याविषयीचा होता. रिझर्व्ह बँकेच्या गव्हर्नरपदाची सूत्रे हाती घेताना राजन यांच्यासमोर बरोबर उलट परिस्थिती आहे. पैशाचा आटलेला ओघ सुरू

करायचा कसा, कोणापासून आणि कोणत्या दराने हा प्रश्न राजन यांच्यासमोर अग्रक्रमाने असेल. २००५ साली राजन यांनी भाष्य केले त्यावेळच्या आणि आताच्या परिस्थितीत काही महत्त्वाची साम्यस्थळे आहेत. त्याहीवेळी ग्रीनस्पॅन यांच्या रूपाने अत्यंत कार्यक्षम असा प्रमुख अमेरिकी फेडच्या प्रमुखपदी होता तर आताही ध्रुवी सुब्बाराव यांच्या रूपात तितकाच कार्यक्षम गव्हर्नर भारतीय रिझर्व्ह बँकेला मिळालेला आहे. ग्रीनस्पॅन हे कर्जे स्वस्त करून पैसा मुबलक उपलब्ध करून दिला जावा या मताचे होते. जॉर्ज बुश यांच्यासारख्या बेजबाबदार आणि अतियुद्धोत्साही अध्यक्ष त्यांना लाभला. तर सुब्बाराव यांना धोरणलकव्याने ग्रस्त पंतप्रधान मनमोहन सिंग यांचा आणि त्यांचे दांडगेश्वर अर्थमंत्री पी. चिदंबरम यांच्याशी झुंजावे लागले. सरकारच्या धोरणांनी आर्थिक आव्हाने तयार होऊन पतपुरवठा महाग होईल अशी चिन्हे दिसू लागल्यावर ग्रीनस्पॅन हे अध्यक्ष बुश यांना काहीही शहाणपणा सांगण्याच्या फंदात पडले नाहीत. ते कर्जांचा दर कमीकमी करीत गेले. याच्या बरोबर उलट सुब्बाराव यांनी केले. धोरणलकव्याने ग्रस्त मनमोहन सिंग सरकारला चार शब्द सुनावण्याचा प्रयत्न सुब्बाराव यांनी करून पाहिला आणि सरकारला शहाणपणा सांगणे म्हणजे पालथ्या घड्यावर पाणी असे लक्षात आल्यावर त्यांनी दुसरा मार्ग निवडला. कर्जे महाग केली. इतकी की वर्षभरात डझनभर वेळा त्यांनी व्याजाचे दर वाढवले. ग्रीनस्पॅन यांच्यामुळे अर्थव्यवस्थेचा फुगा उगाचच फुगला तर सुब्बाराव यांच्यामुळे या फुग्यात हवाच भरायची सोय राहिली नाही. ग्रीनस्पॅन यांच्या धोरणसक्रियतेने अवास्तव फुगलेला फुगा २००८ साली फुटला आणि अर्थव्यवस्था मटकन बसली. सुब्बाराव यांच्या धोरणांमुळे पैसा महाग झाला आणि धोरणलकवाग्रस्त अर्थव्यवस्थेच्या पायात महाग कर्जाची बेडी पडली. परिणामी, अर्थव्यवस्था उभीच राहिली नाही.

आता या दोन्ही शक्यतांच्या मधून रघुराम राजन यांना आता भारतीय अर्थव्यवस्थेचे तारू पुढे न्यायचे आहे. राजन उच्चविद्याविभूषित आहेत. आयआयटी, आयआयएम, एमआयटी अशा एकापेक्षा एक मातबर संस्थांत केलेले अध्ययन आणि अमेरिकी विद्यापीठातील अध्यापन याचा दांडगा अनुभव त्यांच्या गाठीशी आहे. नंतर तर आंतरराष्ट्रीय नाणेनिधीसारख्या जगाची वित्तसंस्था म्हणता येईल अशा व्यवस्थेचे प्रमुख आर्थिक सल्लागारपद त्यांच्याकडे होते. तेव्हा इतकी सगळी अनुभवाची शिदोरी घेऊन राजन भारताच्या टांकसाळीच्या चाव्या हाती घेतील. त्यावेळी त्यांना एक गोष्ट नक्की लक्षात येईल. ती म्हणजे भारतीय अर्थवास्तवास तोंड देण्यासाठी शिक्षणाचा तितका काही उपयोग होतोच असे नाही. याचे साधे कारण असे की रिझर्व्ह बँकेच्या गव्हर्नरास नुसतेच अर्थव्यवस्थेचे भान असून चालत नाही. तर त्याचे राजकारणही पक्के असावे लागते. शुद्ध अर्थशास्त्राच्या दृष्टिकोनातून अर्थव्यवस्था हाताळता येत नाही.

कारण ती केवळ अर्थव्यवस्था नसते. तर राजकीय अर्थव्यवस्था असते. रिझर्व्ह बँकेच्या गव्हर्नरांसमोर असते ते आव्हान ही राजकीय अर्थव्यवस्था नियंत्रित करण्याचे. सुब्बाराव वा त्यांचे पूर्वसुरी वाय. व्ही. रेड्डी यांची कसोटी लागली अर्थव्यवस्थेचा राजकीय गुंता सोडवण्यात. राजन यांच्यासमोर अत्यंत खडतर असे असणार आहे ते हेच आव्हान. त्यात हे निवडणूक वर्ष. त्यामुळे व्याजदर वाढवून कर्जे महाग करणारा गव्हर्नर सरकारला चालणार नाही. कारण कर्जे महाग केली तर अर्थव्यवस्थेचे आकुंचन होते. ते तसे झाले की सरकारी श्रीशिल्लक आटते आणि ती आटू लागली तर सोनिया गांधी यांच्या आवडत्या अन्नसुरक्षा कायद्यासाठी पैसे कोठून आणायचे हा पेच असतो. वरवर पाहता हा पेच राजकीय वाटत असला तरी त्याच्या नाड्या आर्थिक असतात आणि त्यातले काही धागे रिझर्व्ह बँक गव्हर्नराच्या हाती असतात. ते घट्ट पकडून बसल्यामुळे सुब्बाराव यांना मुदतवाढ मिळाली नाही आणि अर्थमंत्र्यांचा रोष पत्करतच त्यांना पद सोडावे लागणार आहे. हा काव्यात्म न्याय म्हणावयास हवा.

सुब्बाराव यांची नेमणूक झाली तेव्हा ते चिदंबरम यांचे अर्थसचिव होते आणि अर्थमंत्र्यांना जवळचे म्हणून ओळखले जात. परंतु रिझर्व्ह बँकेच्या गव्हर्नरपदी बसल्यावर सुब्बाराव यांनी सरकारची री ओढणे सोडले आणि कोणत्याही दबावाला बळी न पडता आपले काम ते चोख करीत राहिले. त्यामुळेच पुढील काळात त्यांच्यावर चिदंबरम यांची मर्जी खप्पा झाली आणि ते आणि सरकार यांच्या धोरणांत फारकत होत गेली. चालू खात्यातील तूट कमी करण्यासाठी, फजूल खर्च कमी करण्यासाठी सरकार काहीही पावले उचलत नाही याबद्दल सुब्बाराव वेळोवेळी नाराजी व्यक्त करीत व्याजदर वाढवत गेले, तर आम्ही काहीही केले तरी तुम्ही व्याजदर वाढवू नका असे चिदंबरम रिझर्व्ह बँकेला सांगत गेले. एक व्यवस्था म्हणून आपले सुदैव हे की सुब्बाराव यांनी चिदंबरम यांच्या नाराजीस भीक घातली नाही. सुब्बाराव हे सरकारच्या नाराजीचे धनी होत चिदंबरम आणि सरकारपासून दूर जात होते त्याचवेळी रघुराम राजन ती जागा भरून घेऊन लागले होते.

त्यामुळे सुब्बाराव यांना मुदतवाढ मिळणार नाही आणि राजन यांच्याकडे रिझर्व्ह बँकेची सूत्रे जातील असा होरा होताच. राजन यांच्या नेमणुकीने तो खरा ठरला. भारतीय चलनाचे मूल्य राम म्हणत असताना रघुराम राजन यांना त्यात प्राण फुंकावे लागणार आहेत. अर्थव्यवस्थेचा हा रघुरामप्रहर आपल्यासाठी अत्यंत महत्त्वाचा आहे.

८ ऑगस्ट २०१३

४७. भेदाभेद 'अमंगळ'!

रस्ते नीट नाहीत, एक तृतीयांश जनतेस अन्न नाही आणि त्याहूनही अधिकांना आरोग्याच्या सुविधाही नाहीत अशा अवस्थेत तब्बल ६८ कोटी किलो मीटर अंतरावरील मंगळावर यान पाठवण्याचा खर्च करण्यात काय हशील अशा स्वरूपाचे प्रश्न भारतीय अंतराळ संशोधन संस्थेच्या ताज्या मंगळयान मोहिमेसंदर्भात उपस्थित केले जाणे साहजिक आहे. वस्तुतः या शंकासुरांना हे सांगावयास हवे की गुजरातेत देशाच्या माजी पोलादपुरुषाचा पोलादी पुतळा उभारण्यासाठी आजी पोलादी पुरुष जो खर्च करणार आहेत त्याचा फक्त एक चतुर्थांश खर्च आपल्या मंगळयान मोहिमेस येणार आहे. मुंबईत शाहरूख आदी खानाचे वा रणबीर आदी कपुराचे दोनपाच सिनेमे बनवण्यासाठी जेवढी रक्कम लागते त्याच्याही पेक्षा कमी रकमेत आपले यान मंगळापर्यंत पोचणार आहे. इतक्या काटकसरीत आखण्यात आलेली भारतीय अवकाश संस्थेची अत्यंत महत्त्वाकांक्षी अशी मंगळमोहीम काल मंगळवारच्या मुहूर्तावर सुरू झाली. त्याआधी इस्त्रोचे प्रमुख के. राधाकृष्णन यांनी या मंगळयानास अमंगळाची बाधा होऊ नये म्हणून तिरुपती येथील बालाजीच्या मंदिरात पाद्यपूजा करून सुवर्णजडित बालाजीचे आशीर्वाद घेतले. या पूजेसाठी ते किती रुपयांच्या रांगेत उभे होते हे कळावयास मार्ग नाही. आपल्याकडे परमेश्वराचे व्यवस्थापक भक्ताच्या सामाजिक आणि राजकीय उंचीवरून त्यांच्या रांगेची लांबी ठरवितात. त्यामुळे राधाकृष्णन यांची ही उंची लक्षात घेऊन त्यांना थेट गाभाऱ्यात विनाविलंब प्रवेश मिळाला असण्याची शक्यता नाकारता येत नाही. या बालाजीचे आशीर्वाद कमी पडले तर मदतीला असावेत म्हणून राधाकृष्णन यांच्याशी संबंधितांनी मंगळाचा संबंध असल्याने प्रभादेवी येथील सिद्धिविनायकाच्या वा दक्षिणेतील मुरुगनाच्या आशीर्वादाची तजवीजही केलीच असणार. इस्त्रोचा अलीकडील वादग्रस्त इतिहास लक्षात घेता दिल्लीश्वराच्या आशीर्वादांची बेगमीही राधाकृष्णन यांनी केली असणार यात शंका नाही. बालाजी आदींच्या प्रार्थनेच्या बरोबरीने मंगलयानास अवकाशात घेऊन जाणाऱ्या क्षेपणास्त्राची शांत करण्यासही ही शास्त्रज्ञ मंडळी विसरली नसतीलच. तेव्हा इतक्या साऱ्या प्रार्थनासत्रानंतर आपले मंगलयान मंगळवारी मंगळाच्या दिशेने झेपावले. या घटनेमुळे प्रत्येक भारतीयाचा ऊर

वगैरे भरून आलेला असल्याने या मोहिमेच्या औचित्याचा मुद्दा उपस्थित करणे अनेकांना आवडणार नाही. १९९८ साली अटलबिहारी बाजपेयी सरकारने पोखरण येथे दुसऱ्या अणुचाचण्या केल्यावर जवळपास सर्व भारतीयांना महासत्ता झाल्याचा भास होऊन हर्षवायू होणेच तेवढे बाकी राहिले होते. मंगळयानाच्या मंगल यशाने तसेच काही होणार असल्याचे आणि आपण चीनशी बरोबरी करणार असल्याचे अनेकांना वाटू लागले आहे. परंतु यासंदर्भात जागतिक परिस्थितीच्या परिप्रेक्ष्यातून आपल्या मंगलयान मोहिमेचा आढावा घेणे गरजेचे ठरते.

तसा तो घेतल्यास सर्वांत नजरेत भरणारी आपली बाब म्हणजे या मोहिमेचा खर्च. अमेरिकेस मंगळवार यान पाठवण्यासाठी जितका खर्च येतो त्याच्या एक दशांश रकमेत आपले यान मंगळवार जाणार आहे. आपली मंगळयान मोहीम फक्त साडेसात कोटी डॉलर्समध्ये होणार आहे, तर अमेरिकेच्या पुढील महिन्यातील याच मोहिमेसाठी ६७ कोटी रुपयांचा अर्थसंकल्प आखण्यात आला आहे. आपली मोहीम ही इतक्या कमी खर्चात होण्यामागे अनेक कारणे आहेत. त्यातील एक म्हणजे अभियंत्यांचे वेतन. अमेरिकेत अवकाश शास्त्रज्ञाच्या वेतनावर वर्षाला १ लाख पाच हजार डॉलर्स मोजावे लागतात तर भारतीय अवकाश अभियंता बिचारा २० हजार डॉलर्सच्या वेतनात वर्षभर घाम गाळतो. परंतु हे कारण वरवरचे. भारतीय मोहीम स्वस्तात होण्याचे अत्यंत महत्त्वाचे कारण हे की या मोहिमेतून आपणास काहीच मिळवायचे नाही. म्हणजे आपण आपल्या हिमतीवर मंगळापर्यंतची मोहीम आखू शकतो हे जगाला दाखवणे हेच आपले माफक उद्दिष्ट या मोहिमेमागे आहे. मंडईत नुसते फिरून यावे आणि खरेदीची यादी रिकामी असावी तसेच आपले धोरण या मोहिमेबाबत आहे, हे लक्षात घेणे गरजेचे आहे. या समजास पुष्टी मिळेल अशी बाब म्हणजे प्रत्यक्ष मंगळावरील संशोधनाच्या कामासाठी नेण्यात आलेली उपकरणे. या संशोधन उपकरणांचे वजन फक्त २५ किलो इतके आहे. याचाच अर्थ आपण प्रत्यक्ष मंगळावरील संशोधनासाठी म्हणून फार काही संशोधन साधने या मोहिमेतून पाठवलेली नाहीत. म्हणजेच अत्यंत माफक अपेक्षा ठेवूनच ही मंगळ मोहीम आपण हाती घेतलेली आहे. असे करण्यामागे कदाचित आतापर्यंतच्या मंगळ मोहिमांचा इतिहास असावा. तो पाहिल्यास ठसठशीतपणे समोर येणारी बाब ही की जगात एकाही देशास आपल्या पहिल्याच मंगळ मोहिमेत आतापर्यंत एकदाही यश आलेले नाही. अमेरिका, चीन, रशिया असो वा जपान. या सर्व देशांच्या पहिल्या मंगळ मोहिमा फसल्या. २०११ साली चीन रशिया मोहिमेस मंगळाने दूरवर ठेवले तर २००३ साली जपानला. त्यामुळे आपल्याबाबतही याच इतिहासाची पुनरावृत्ती होणार असल्यास फार नुकसान नको, असा विचार यामागे असण्याची शक्यता आहे. दुसरे असे की या मोहिमेत आपले

मंगळयान आणि मंगळ यांतील कमीतकमी अंतर असेल ते ३६० किमी आणि जास्तीत जास्त अंतर असणार आहे ते ८० हजार किमी. याचा अर्थ आपले यान मंगळाच्या सर्वांत जवळ असेल तेव्हाही ते ३६० किमी इतक्या अंतरावर असेल. मंगळावर जीवसृष्टी आहे किंवा काय याचा जो काही आपला अभ्यास होणार आहे तो या अंतरावरून. हे म्हणजे रत्नागिरीतील परिस्थितीचे अध्ययन मुंबईतून करण्यासारखेच. (मुंबई रत्नागिरी हे अंतर ३४३ किमी इतके आहे.) यात अयोग्य असे काही नाही. परंतु मुद्दा इतकाच की आतापर्यंतच्या सर्व मंगळ मोहिमांनी नेमका हाच अभ्यास केला आहे. तेव्हा यासंदर्भात आपण काही नवीन करीत आहोत असे नाही.

नेमकी हीच बाब आपल्या अनेक अवकाश संशोधकांनी मंगळवारच्या मंगळ मोहिमेसंदर्भात व्यक्त केली आहे. आपले मंगळयान अधिक वा नवीन असे काही करू शकेल अशी योजना आखावयास हवी होती, असे मत अनेकांनी नमूद केले ते याच उद्देशाने. काही जणांनी राष्ट्राभिमानाचा मुद्दा यासंदर्भात उपस्थित केला असून आपण या मोहिमेमुळे चीनशी स्पर्धा करू शकू असे मत व्यक्त केले आहे. ते केवळ हास्यास्पद म्हणावयास हवे. आपण अर्थव्यवस्थेच्या बाबत चीनपेक्षा ११ वर्षे मागे आहोत आणि आपल्या साऱ्या अर्थव्यवस्थेच्या आकाराइतकी चीनची केवळ परकीय चलनाची गंगाजळी आहे, हे ध्यानात घ्यावयास हवे. भारतीय अर्थव्यवस्था २ ट्रिलियन डॉलर्सचा ऐतिहासिक टप्पा गाठत असताना चीन ९ ट्रिलियन डॉलर्सचा आकार ओलांडून पुढे गेला आहे. तेव्हा मंगळयान आणि चीन भारत स्पर्धा यांचा काहीही संबंध नाही. अर्थात मंगळयानाच्या यशापयशाची चर्चा व्हायला हवी ती १ डिसेंबरनंतर. त्या दिवशी पृथ्वीच्या कचाट्यातून हे यान सुटणे अपेक्षित असून त्यानंतर ते मंगळाच्या नजीक जाण्यास सुरुवात होईल. पुढील वर्षीच्या सप्टेंबर महिन्यात ते मंगळाच्या अगदी जवळ जाण्याची शक्यता आहे. तोपर्यंत इस्रोच्या या मंगळाच्या प्रेमगीतात सहभागी होण्यास हरकत नाही.

परंतु ध्यानात ठेवायचे हे की अमेरिकेतील स्वातंत्र्यदेवतेपेक्षा मोठा पुतळा बांधल्याने आपण जसे अमिरेकेच्या पुढे जात नाही तसेच मंगळापर्यंत जाण्याची क्षमता आल्याने थोर ठरत नाही. लहान-मोठेपणातील हा अमंगळ भेदाभेद ही खरी आपली समस्या आहे.

७ नोव्हेंबर २०१३

४८. गोठलेले शहाणपण

धर्मवेड्यांसाठी ज्याप्रमाणे कुंभमेळ्यास हजेरी लावून गंगेत डुबकी मारणे गरजेचे वाटत असते त्याप्रमाणे अर्थवेड्यांसाठी स्वित्झर्लंडमधील दावोस येथील वार्षिक मेळ्यास उपस्थित राहणे कर्तव्याचे असते. पहिल्याचा भर भावनेवर तर दुसऱ्याचा रोकड्या व्यवहारावर. परंतु तरीही दोन्ही तितकेच निरुपयोगी. दोन्हीतील आनंदाची महती फक्त श्रद्धाळूंनाच. कुंभमेळ्यास हजेरी लावणाऱ्यांच्या हाती मानसिक समाधान तरी लागते. दावोस येथील जत्रेच्या बाबत तेही म्हणता येणार नाही. सर्वसाधारणपणे जे सर्वांना माहीत आहे ते तज्ज्ञ म्हणवून घेणाऱ्या सर्वांनी सार्वजनिकरीत्या सांगणे हेच दावोस येथील मेळाव्याचे वैशिष्ट्य राहिलेले आहे. यात पुन्हा भारतीय म्हणून एक हास्यास्पद प्रकार नमूद करावयास हवा. जवळपास सर्व प्रमुख भारतीय वृत्तवाहिन्या दावोस परिषदेस हजेरी लावतात. ते एकवेळ ठीक. परंतु यातील हास्यास्पद भाग हा की या वृत्तवाहिन्या एरवी भारतातून ज्यांच्या मुलाखती घेतात त्यांच्याच मुलाखती हे छोट्या पडद्यावरचे घरगुती तारे दावोस येथूनही घेतात. फरक असेल तर इतकाच की भारतात वृत्तवाहिनीस मुलाखत देताना अर्थमंत्री पी. चिदंबरम आपले दाक्षिणात्य लुंगीप्रेम जराही नजरेआड होऊ देत नाहीत. दावोस येथे याच भारतील वाहिन्यांना मुलाखती देताना ते सुटाबुटात असतात इतकेच काय ते. यंदाचे वर्षदेखील यास अपवाद नाही. पी. चिदंबरम, नियोजन आयोगाचे उपाध्यक्ष मॉंटेकसिंग अहलुवालिया, दोनपाच उद्योगपती, तेवढेच बॅंकर्स वगैरेंनी दावोस येथून शब्दश: तोंडाची वाफ दवडीत जागतिक आणि भारतीय वृत्तवाहिन्यांसमोर बोलताना देशांतर्गत अर्थस्थितीचे विश्लेषण केले. सर्वार्थाने सरसकट सपक असेच या मंडळींच्या भाष्याचे वर्णन करता येईल. यास अपवाद दोन. विख्यात अर्थतज्ज्ञ नुरियल रूबिनी आणि दुसरे मॉंटेकसिंग अहलुवालिया या दोघांच्या विवेचनाची दखल घ्यावीच लागेल. या दोघांनी... दावोसमध्येच पण अर्थातच वेगवेगळ्या व्यासपीठांवर... जागतिक आणि देशांतर्गत सद्य आर्थिक परिस्थितीचे विवेचन केले. त्यांच्या भाष्याची दखल घेणे त्यामुळे आवश्यक ठरते.

रूबिनी हे अमेरिकेतील विद्यापीठात अर्थशास्त्र अध्यापनाचे काम करतात.

परंतु त्याहीपेक्षा मुख्य बाब म्हणजे ते ओळखले जातात ते त्यांच्या निर्भीड अर्थवेधासाठी. ज्या वेळी जग हे अमेरिकेच्या आर्थिक घोडदौडीने चकित वगैरे झाले होते त्यावेळी रूबिनी यांनी अमेरिकी अर्थव्यवस्थेच्या डोक्यावरचा धोका दाखवून दिला होता. सुरुवातीला त्यांच्यावर विश्वास ठेवण्यास कोणीही तयार नव्हते तरी २००८ सालची मंदी आली आणि रूबिनी यांच्याकडे जगाचे लक्ष गेले. त्या वर्षीच्या जून महिन्यापासून अमेरिकी अर्थव्यवस्थेच्या कथित स्थैर्यास आव्हानाच्या लाटांमुळे भगदाड पडेल हे त्यांचे भाकीत तंतोतंत खरे झाले आणि त्यामुळे जगास रूबिनी यांचे महत्त्व पटले. या आर्थिक खडतर काळात भारतीय अर्थव्यवस्थेस खिंडार पडणार नाही असे रूबिनी यांनी आवर्जून नमूद केले होते आणि त्याचे श्रेय रिझर्व्ह बँकेचे तत्कालीन गव्हर्नर वाय. व्ही. रेड्डी यांना देण्याचा मोठेपणा त्यांनी दाखवला होता. त्यानंतर रूबिनी काय म्हणतात याकडे अर्थविश्व डोळे लावून असते आणि रूबिनी सहसा निराश करीत नाहीत. आताचे त्यांचे भाष्य याच मालिकेतील आहे. रूबिनी यांनी यावेळी ब्रिक्स नावाने ओळखल्या जाणाऱ्या गटाच्या परिणामकारकतेबाबत प्रश्न निर्माण केले आहेत. ब्राझील, रशिया, भारत, चीन आणि दक्षिण आफ्रिका या देशांचा न स्थापन झालेला गट ब्रिक्स या नावाने ओळखला जातो. गोल्डमन सॉकच्या एका विभागाचे प्रमुख जीम ओनील यांनी २००१ साली पहिल्यांदा ब्रिक्स ही संज्ञा वापरली. त्यांच्या मते अलीकडच्या काळात जगाच्या आर्थिक प्रगतीत या चार देशांचा वाटा लक्षणीय असेल. काही काळ ते खरेही होते. परंतु रूबिनी यांनी हा समज अस्थानी असल्याचे नमूद केले असून या ब्रिक्स देशांना वाजवीपेक्षा जास्त महत्त्व दिले जात असल्याचे सूचित केले आहे. त्यांचे म्हणणे असे की या देशांनी आर्थिक सुधारणांना सुरुवात केली परंतु त्या शेवटापर्यंत रेटल्या नाहीत. याचा परिणाम असा की या देशांच्या अर्थविकासास गती आली खरी. पण ती लवकरच विरली. प्रगती राखण्यासाठी ज्या काही पुढच्या पिढीच्या आर्थिक सुधारणा लागतात त्या रेटण्यात या देशांना पूर्णपणे अपयश आले, म्हणून हे घडले असे रूबिनी सोदाहरण स्पष्ट करतात. या सुधारणांच्या अभावी सरासरी १० टक्के वेगाने तब्बल ३० वर्षे धावणाऱ्या चिनी अर्थव्यवस्थेचा वेग आता सात टक्क्यांवर आला आहे आणि भारत पाच टक्क्यांपेक्षा अधिक विकासाचा वेग गाठू शकणार नाही. या ब्रिक्स गटातील भारत, चीन आणि दक्षिण अफ्रिका हे देश उलट जगाच्या अर्थव्यवस्थेस भेडसावणारे आव्हानदेश आहेत, असे रूबिनी यांचे म्हणणे. त्यांनी या देशगटांत आणखी दोन देशांचा... टर्की आणि इंडोनेशिया...समावेश केला असून या पाच देशांची तोळामासा अर्थव्यवस्था यंदाच्या वर्षात जगास घोर लावेल असे म्हटले आहे. आर्थिक सुधारणांच्या अभावाइतकीच या देशांतील सरकारांची सार्वजनिक क्षेत्रावरची भिस्त ही काळजी वाढवणारी असल्याचे रूबिनी सांगतात.

आपल्याकडील सध्याचे वातावरण लक्षात घेता रूबिनी यांचे मत नक्कीच लक्षात घेण्यासारखे आहे यात शंका नाही.

त्याचवेळी मॉंटेकसिंग अहलुवालिया यांच्या दावोस येथील प्रतिपादनाचीदेखील दखल घेणे क्रमप्राप्त ठरते. भारतात आर्थिक क्षेत्रात जी काही कुंठितावस्था निर्माण झाली आहे तीमागील कारण पूर्णपणे देशांतर्गत असून त्यासाठी जागतिक परिस्थितीस दोष देण्याचे काहीही कारण नाही, असे मॉंटेकसिंग म्हणाले. नियोजन आयोगाच्या उपाध्यक्षांच्या या सुनियोजित साक्षात्काराची दखल यासाठी घ्यावयाची कारण भारतात याच अहलुवालिया यांनी बरोबर विरोधी भूमिका घेतली होती. असे केवळ अहलुवालिया यांनीच केले होते असे नाही, तर नियोजन आयोगाचे अध्यक्ष पंतप्रधान मनमोहन सिंग यांनीदेखील आपल्या आर्थिक अडचणींचे खापर जागतिक परिस्थितीच्या माथ्यावर फोडले होते. परंतु यावेळी दावोस येथे बोलताना परकीय कंपन्यांच्या पायगुणापेक्षा आपले सरकारी अवगुण हे विकासवाढीस जास्त मारक ठरले असल्याची कबुली मॉंटेकसिंग यांनी दिली. कदाचित आंतरराष्ट्रीय पातळीवर बोलताना देशांतर्गत कारणांना दोष द्यावयाचा आणि देशांतर्गत मंचांवरून भाष्य करताना आंतरराष्ट्रीय परिस्थितीकडे बोट दाखवायचे या चलाखीचादेखील हा भाग नसेल याची खात्री देता येणार नाही. काहीही असो. परंतु अहलुवालिया यांनी नमूद केलेली कारणे महत्त्वाची आहेत हे खरे. आर्थिक विकासाच्या आड वेगवेगळ्या कारणांचा खोडा घातला जाणार याचा अंदाज सरकारला असायला हवा आणि त्यानुसार त्यांनी त्वरेने निर्णय घ्यायला हवेत, असे अहलुवालिया म्हणतात. याच्या जोडीला निर्णयांची गती राखण्यात सरकारला का अपयश आले आणि त्यास कोण जबाबदार आहे, हेही अहलुवालिया यांनी सांगितले असते तर दावोस येथील हिमप्रपाताच्या दर्शनाने गारठलेल्या अर्थव्यवस्थेस जरा तरी ऊब आली असती. ते करण्याचे टाळून अहलुवालिया यांनी स्वतःच्या आर्थिक शहाणपणापेक्षा राजकीय चातुर्यास प्राधान्य दिले आहे.

आल्प्स पर्वताच्या कुशीत वसलेल्या दावोस येथे या काळात कमालीची थंडी असते. या थंडीतल्या कुंभमेळ्यात जमून तोंडाची वाफ दवडणाऱ्या तज्ज्ञांनी अर्थव्यवस्थेस भरलेली हुडहुडी कशी घालवावी याचे ठोस दिशादर्शन केले असते, तर बरे झाले असते. त्याच्या अभावी दावोस येथील चर्चेचे वर्णन गोठलेले शहाणपण असेच केले जाईल.

२८ जानेवारी २०१४

४९. सत्यानंदाची सत्यासत्यता

तंत्रज्ञानाच्या क्षेत्रात कालबाह्यतेचा कटू स्पर्श कधी होतो, ते कळतही नाही. मग ती व्यक्ती असो वा कंपनी. समस्त प्रगत्योत्सुक मानवसमूहाला संगणक साक्षरतेकडे नेणाऱ्या बिल गेट्स यांच्या मायक्रोसॉफ्ट या जगडव्याळ कंपनीचे सध्या असे झाले आहे. नव्वदीच्या दशकात बिल गेट्स हे आधुनिक यक्षाचे दुसरे नाव होते आणि त्याची यशोगाथा घराघरात प्रेरणास्रोत म्हणून वाचली जात होती. गेट्स म्हणजे कोणी जग बदलवून टाकणारा युगपुरुष आहे अशा कौतुकभरल्या नजरेतून त्यांच्याकडे पाहिले जात होते. जगातील संगणक व्यवहारावर जवळपास १०० टक्के मक्तेदारी गेट्स यांच्या मायक्रोसॉफ्टची होती आणि त्यांच्या संपत्तीच्या कहाण्या या दंतकथा बनून गेल्या होत्या. संगणक विज्ञान हे अत्यंत चंचल असते. १९८९ साली टीम बर्नर्स ली यांनी इंटरनेटचे तंत्र विकसित करून जगभरातल्या संगणकांना जोडले आणि बघता बघता माहिती महाजालाच्या महाप्रचंड जालात पृथ्वीतलावरील समस्त प्रगत ओढला गेला. त्याही वेळी वास्तविक गेट्स यांनी पुढचे जग हे इंटरनेटचे असेल असे जगाला बजावले होते आणि एकटा दुकटा संगणक हा निरुपयोगीच ठरेल असा इशारा दिला होता. परंतु या संगणक व्यवसायाच्या विस्तारात अडकल्यामुळे असेल वा अन्य कारणाने, गेट्स यांचे या संगणकाच्या जाळ्याकडे अकारण दुर्लक्ष झाले आणि गुगल या अगदी नवख्या कंपनीने माहिती महाजालाचा ताबा घेतला. यातील विरोधाभास असा की माहिती महाजालात जोडले गेलेले संगणक गेट्स यांच्या मायक्रोसॉफ्टचे. पण महाजालात ते आल्यानंतर बोलबाला मात्र गुगलचा अशी परिस्थिती त्यावेळी निर्माण झाली. गेट्स यांच्या मायक्रोसॉफ्टने संगणकांची प्रणाली विकसित केली, हे तर खरेच. परंतु अशा विकसित संगणकांच्या अस्तित्वाचे प्रयोजन मात्र गुगलने पुरवले. या प्रयोजनाचा आकार इतका उंचावला की त्यामुळे संगणक हा नव्या विश्वरूपाचा पायाचा दगड बनला. असे झाले की एक होते. पायाचा दगड जरी कोणत्याही इमल्याचा आधार असला तरी नंतरच्या वास्तुविकासात पायाच्या दगडाला स्थितिशीलत्व येते. मायक्रोसॉफ्ट आणि बिल गेट्स यांना असे गतिशून्यत्व प्राप्त झाले आणि त्यांच्या पायावर संगणकविश्वाने अकल्पित अशी भरारी घेतली. याच काळात

आणखी एक द्रष्टी व्यक्ती नव्या संगणकविश्वाला आकार देण्याच्या प्रयत्नात होती. ती म्हणजे स्टीव्ह जॉब्स. गेट्स आणि जॉब्स या दोन भिन्न व्यक्ती आणि प्रकृतीही. शाळेत गृहपाठ कधीही न चुकवणाऱ्या, आज्ञाधारक आणि वर्गात पहिला वगैरे येणाऱ्यांचे प्रतिनिधित्व बिल गेट्स यांच्याकडे जाते तर कल्पक आणि क्रियाशील आणि म्हणून वांड ठरून शिक्षेसाठी वर्गाबाहेर राहणाऱ्यांचे रूप म्हणजे स्टीव्ह जॉब्स. जगण्याच्या सर्वच क्षेत्रांत या दोन प्रवृत्तींचा नेहमीच संघर्ष होत असतो. तसा तो या क्षेत्रातही झाला आणि केवळ उपयुक्ततावादी असणाऱ्या बिल गेट्स यांच्या मायक्रोसॉफ्टला स्टीव्ह जॉब्स यांच्या कल्पक, कलात्मक ॲपल उत्पादनांनी बघता बघता मागे टाकले. संगणक युगात प्रत्येक पिढीने काही ना काही नवी कल्पना राबवून या विश्वाचे क्षितिज विस्तारले आहे. गुगल माहिती महाजालातील सर्वोत्तम वाटाड्या बनली तर ॲपलने ध्वनिचित्राला संगणकाच्या साठवण क्षमतेत आणून एक वेगळी क्रांती केली. खरे तर या दोघांच्याही व्यवसाय विस्ताराचा पाया होता तो गेट्स यांची मायक्रोसॉफ्ट. पण संगणकविश्वाची पायाभरणी केल्यानंतर वर उभा राहणारा इमला कसा असेल याचे कल्पनाचित्र रेखाटण्यात गेट्स कमी पडले. वास्तविक तशी संधी त्यांना होती. परंतु २००० साली गेट्स यांच्याकडून कंपनीची सूत्रे हाती घेणारे स्टीव्ह बाल्मर यांच्या पारंपरिक नजरेला ती दिसली नाही. बाल्मर यांच्याकडे जेव्हा मायक्रोसॉफ्टचे सुकाणू आले त्यावेळी ॲपलचे आयपॉड बाजारात यायचे होते, गुगल सर्च इंजिनला नुकतीच सुरुवात झाली होती आणि ॲमेझॉन इतकी भव्य होईल याची शक्यताही नव्हती. तरीही यातील प्रत्येकाने आपापल्या कल्पनाशक्तीने मायक्रोसॉफ्टला मागे टाकले आणि गेट्स यांच्या प्रणेत्या कंपनीला यातील प्रत्येकाची नक्कल करावी लागली. ॲपलच्या आयपॉडला उत्तर देण्यासाठी मायक्रोसॉफ्टने टॅब्लेट पीसी आणला, गुगलकडून मार खाल्यानंतर बिंग हे सर्च इंजिन सुरू केले आणि ॲमेझॉनने दाखवलेल्या मध्यवर्ती स्मृतिकक्षाची...क्लाउड कम्प्युटिंग...वेगळी नक्कल केली. मायक्रोसॉफ्टच्या याच मध्यवर्ती स्मृतिकक्षतंत्रज्ञान विभागाचा प्रमुख सत्या नाडेला यांच्याकडे आता बामर यांच्यानंतर मायक्रोसॉफ्टची सूत्रे येत आहेत.

एका भारतीयाची इतक्या उच्चपदी नियुक्ती झाल्यानंतरचा बालसुलभ आनंद सध्या आपल्याकडे सर्वत्र साजरा होत असला तरी या आनंदामागील आव्हानाचा आकार समजून घेणे गरजेचे आहे. तंत्रज्ञान क्षेत्रातील कंपनी प्रचंड मोठी झाल्यावर तिचे उद्दिष्ट केवळ महसूल वा नफा हेच नसते. मायक्रोसॉफ्टचेही ते नाही. त्याची काळजी करण्याचेही कारण या कंपनीस अद्याप नाही. कारण या कंपनीचा महसुलाचा ओघ अद्यापही सशक्त असून जगातील अतिबलाढ्य समूहात तिची गणना होते. इतकी उंची गाठल्यानंतर समूहास महसुलापेक्षा अधिक काही लागते. ते म्हणजे

प्रयोजन. आपले तंत्रज्ञान, आपण बाजारात आणलेल्या कल्पना यांनी बाजारपेठेची कल्पनाशक्ती काबीज केल्याचे पाहण्याचा आनंद महसुलाच्या आकड्यापेक्षा मोठा असतो. मायक्रोसॉफ्टचे दुःख हे की ही कंपनी तो आनंद घालवून बसलेली आहे. गेल्या दोन दशकांत या कंपनीने जी काही उत्पादने आणली ती केवळ स्पर्धेत टिकून राहण्याच्या मिशाने. या कंपनीच्या उत्पादनांनी स्पर्धा घडवून आणली असे झालेले नाही. म्हणजेच या कंपनीवर बाजारपेठीय रेट्याच्या मागे फरफटत जाण्याची वेळ आली असून तीपासून मुक्ती घेत, स्वतःला वेगळे करून पुन्हा एकदा आघाडी घेणे हे सत्या यांच्या समोरील आव्हान असणार आहे. याचाच दुसरा अर्थ असा की मायक्रोसॉफ्ट केवळ कालसुसंगत ठेवणे हे उद्दिष्ट ठेवून त्यांचे भागणार नाही. तर काळाच्या पुढे पाहणारी, काळास आकार देणारी उत्पादने आणि कल्पना अमलात आणणे हे ध्येय त्यांना डोळ्यांसमोर ठेवावे लागणार आहे. ते साध्य करणे त्यांना जमणार नाही, असे मानण्याचे काहीही कारण नाही. तरीही यासंदर्भातील एक घटना नमूद करावयास हवी. ती म्हणजे खुद्द बिल गेट्स यांचे पुनरागमन. गेली काही वर्षे गेट्स यांनी कंपनीपासून फारकत घेतली होती. सत्या नाडेला यांची मुख्य कार्यकारी अधिकारी म्हणून नेमणूक केली जात असतानाच गेट्स यांनी स्वतः कंपनीच्या कार्यात लक्ष घालण्याचे ठरवले असून इतक्या वर्षांचे निष्क्रिय अध्यक्षपद सोडून कंपनीच्या नवीन उत्पादनांचे तांत्रिक सल्लागार म्हणून काम करण्याचा निर्णय त्यांनी घेतला आहे. बिल गेट्स यांनीच यासंदर्भात घोषणा केली असून आपला धर्मादाय कामांचा वेळ आपण कमी करून कंपनीत लक्ष घालणार असल्याचे म्हटले आहे. गेट्स कंपनीच्या दैनंदिन कामकाजात लक्ष घालणार नसले तरी आगामी काळात कंपनीने नवीन काय करावे, कोणती उत्पादने आणावीत यावर त्यांचेच नियंत्रण राहणार आहे.

सत्या नाडेला यांच्या नियुक्तीचा आनंद साजरा करताना या आनंदाच्या कारणांमागील सत्यासत्यतेचे भान आपणास असावयास हवे. वास्तवापासून फारकत घेणारा आनंद स्वप्नभंग करणारा असतो. असा आणखी एक स्वप्नभंग मायक्रोसॉफ्टला परवडणारा नाही. ते पाप सत्या नाडेला यांच्याकडून न घडो, हीच इच्छा.

६ फेब्रुवारी २०१४

संकीर्ण

५०. चौथ्या स्तंभासमोरचे आव्हान

यंदा श्रावण लागायच्या आतच उपासांचा हंगाम सुरू झाला. अण्णा हजारे, बाबा रामदेव, मेधा पाटकर आदींच्या सौजन्यामुळे उपास करा आणि वाटेल त्या मागण्या पदरात पाडून घ्या, असा संदेश नाहीतरी दिला गेलाच होता. त्याचा परिणाम म्हणून असेल आमच्या व्यवसायबंधूंनाही या उपासाचा मोह आवरता आलेला दिसत नाही. पत्रकार जे डे याच्या हत्येचे निमित्त साधत पत्रकारांच्या संघटनांनी आपल्यासाठी स्वतंत्र कायदा असावा, या मागणीसाठी गेल्या तीन दिवसांपासून उपोषणाचा घाट घातला आहे. अर्थात बाबा, अण्णा आणि मेधा पाटकर यांच्याप्रमाणे ते सुदैवाने आमरण नाही. कदाचित याबाबतच्या बातमीतील क्षणभंगुरत्वाशी चांगलाच परिचय असल्याने पत्रकार आमरण उपोषणाच्या नादाला लागले नसावेत. जे डे याचे जे झाले ते अत्यंत दुर्दैवी आणि कायदा आणि सुव्यवस्था परिस्थितीबाबत प्रश्नचिन्ह निर्माण करणारे आहे, यात शंका नाही. गेल्या वर्षभरात जगभरात जवळपास साडेतीनशे पत्रकारांनी आपले कर्तव्य निभावत असताना प्राणार्पण केले. यात रॉयटर्ससारख्या वृत्तसंस्थेचे छायाचित्रकारही आहेत. बगदादच्या रस्त्यांवरून आपले कॅमेरा, त्याच्या लेन्सेस आदी साहित्य नेत असलेल्या पत्रकारांना हेलिकॉप्टरमधील अमेरिकी सैनिकांनी टिपले. छायाचित्रकारांच्या हातातील लेन्स आदी सामग्री म्हणजे बंदुकाच आहेत, असा अमेरिकी हवाई दलाचा समज झाला आणि त्यामुळे त्यांनी हवेतून या मंडळींना ठार केले. त्यावर अमेरिकी संरक्षण दलाने दिलगिरी व्यक्त केली आणि विषय संपला. आशियाच्या वाळवंटातील धगधगत्या वातावरणातसुद्धा अनेक पत्रकार आपले कर्तव्य चोख बजावत आहेत. चीनसारख्या कोणतीही लोकशाही मूल्ये न मानणाऱ्या देशातही अनेक पत्रकार आपल्या प्राणांची बाजी लावून जगाला सत्यदर्शन करवीत आहेत. सिएरा लिओनसारख्या प्रदेशातील रक्तलांच्छित हिऱ्यांची कथा जगाला कळली ती तेथील निर्भीड वार्ताहरांमुळेच. अत्यंत निर्घृण आणि नृशंस हत्याकांडासाठी कुख्यात असलेल्या हिजबुल, तालिबान आदींना राजाश्रय कसा दिला जात आहे, याची रक्त गोठवणारी जाणीव जगाला झाली ती डॅनियल पर्ल यासारख्या पत्रकाराच्या हत्येनेच. अशा वातावरणात काम करणाऱ्या पत्रकारांच्या पार्श्वभूमीवर महाराष्ट्रात पत्रकारांसाठी

विशेष कायदा असायला हवा, ही मागणी तपासून पाहणे गैर नाही. अन्य व्यावसायिकांना उपदेशामृत पाजण्याचा अधिकार आपल्याला आहे आणि इतरांचे दोष दर्शवणे आमचे कर्तव्यच आहे अशा ठाम समजुतीत वावरणाऱ्या आमच्या व्यवसायबंधूंसमोर या संभाव्य कायद्याबद्दल प्रश्न निर्माण करणे त्यामुळेच अप्रस्तुत ठरणार नाही. यासंदर्भातील पहिला मुद्दा हा की केवळ पत्रकारितेत आहेत म्हणून विशिष्ट व्यवसायिक समूहाला विशेष संरक्षण देण्याची मुळात गरजच काय? प्रत्येक व्यवसायाची अशी एक चौकट असते आणि त्या चौकटीचे फायदे आणि तोटे असतात. तेव्हा या व्यवसायातील फायदे घेताना तोटे नको, असे म्हणणे योग्य नाही. शिवाय असे व्यावसायिक धोके अन्य व्यवसायांतही असतातच. पत्रकारितेभोवती असलेले कथित सामाजिक जाणिवेचे वलय परिचारिका, धोक्याच्या भूभागांत रस्ता आदी उभारणारे अभियंते, डोंगर दऱ्यांतून विजेच्या तारा टाकणारे कामगार, दूर ओसाड परिसरात धरण उभारण्यासाठी कुटुंबांसह हालअपेष्टात जगणारे अभियंते आणि त्यांचे सहकारी, बॉंबे हायसारख्या ठिकाणी तीन तीन आठवडे माणसांपासून तुटून राहणारे अनेक कर्मचारी तंत्रज्ञ, अणुप्रकल्पासारख्या अत्यंत गुंतागुंतीच्या आणि धोक्याच्या ठिकाणी काम करणारे... अशा अनेक व्यवसायांनाही आहे. या मंडळींचे कामही तितकेच, किंबहुना काही बाबतीत अधिक मोलाचे आहे. तेव्हा या मंडळींना विशेष संरक्षण देण्याचा कायदा का नाही? अतिप्रचंड मोबदला घेऊन देशासाठी खेळतो म्हणणाऱ्या क्रिकेट आदी खेळाडूंना संरक्षण का नको? छानछोकीने आणि बऱ्याचदा छछोरपणेही जगणारे चित्रपट तारे तारका हे समाजाचे मनोरंजन करीत असतात. तेव्हा विशेष संरक्षणाची मागणी त्यांच्याकडून आली तर सरकार कोणत्या तोंडाने अव्हेरणार? त्याच्या जोडीला समाजासाठी खरे मोठे आणि दीर्घकालीन काम होत असते ते संपत्तीनिर्मितीत. ते करणाऱ्या उद्योजकांना विशेष संरक्षण कसे नाकारणार? तेव्हा कोणास संरक्षण द्यायचे आणि कोणास नाही, याचा निर्णय सरकार कसा घेणार? आजमितीला पत्रकार ही सर्वांत हलाखीने जगावे लागणारी जमात आहे, असे ठामपणे म्हणता येणार नाही. अन्य कोणत्याही व्यावसायिकांस न मिळणारे फायदे आपल्याकडे पत्रकारांना आहेत. तेव्हा त्यावेळी पत्रकारांनी इतरांना मिळत नाहीत, तेव्हा आम्हाला हे फायदे नकोत, अशी भूमिका घेतल्याचे स्मरत नाही. यातील दुसरा एक महत्त्वाचा मुद्दा असा की, वार्तांकनाची जबाबदारी संपली की पत्रकार हा अन्य कोणत्याही सामान्य नागरिकाप्रमाणेच असायला हवा. तेव्हा सामान्य नागरिकाला आपल्या देशात जे काही भोगावे लागते ते त्यालाही भोगायला लागल्यास गैर ते काय? समजा पत्रकाराचे त्याच्या वस्तीतील कोणाशी मतभेद झाले, प्रसंग हातघाईवर आला आणि पत्रकारास मारहाण झाली आणि अशावेळी त्याने विशेष संरक्षण कायद्याचा आधार घेतल्यास हा प्रसंग कसा हाताळला जाणार?

मुळात कोणासही मारहाण होणे आणि कोणाच्याही जिवास अपाय होणे क्षम्य नाही. पण पत्रकार म्हणून ते अधिक अक्षम्य आहे, असे समजायचे काय? अलीकडच्या नवपत्रकारितेच्या काळात अनेक पत्रकार आपल्या व्यवसायाच्या मर्यादा ओलांडून बिनदिक्कत राजकीय पक्षांच्या व्यासपीठावर जातात. अधिक सरावलेले असतात ते पत्रकारीतेत असतानाही खासदार, आमदार होतात. अशा व्यवसायाच्या मर्यादा ओलांडणाऱ्या पत्रकारांचे काय करायचे? राजकीय रणधुमाळीत त्यांच्यावर समजा कधी हल्ला झाल्यास तो हल्ला पत्रकारावर झाला, असे मानायचे का, याचेही उत्तर पत्रकारांच्या संघटनेने द्यावे. याच नवपत्रकारितेच्या काळात पेड न्यूज नावाचे नवेच प्रकरण सुरू झाले आहे. अनेक स्मार्ट म्हणवून घेणारे पत्रकार मित्रही बातम्यांच्या नावाखाली जाहिराती छापीत असतात. यातून व्यावसायिक मतभेद उद्भवल्यास, त्याचे निराकरण करताना पत्रकारितेचे पावित्र्य पणाला लागत असल्यास ते कसे रोखणार? अशा अनेक प्रश्नांची उत्तरे यासंदर्भात मिळविण्याची गरज आहे. जगात आज कोठेही पत्रकारांचे वेतन सरकार ठरवीत नाही. अन्य बाबतीत सरकारी हस्तक्षेपाला विरोध करणाऱ्या पत्रकारांना याबाबत सरकारचा हस्तक्षेप कसा काय चालतो, याचेही उत्तर हवे. आज आपल्या देशात किमान वेतन कायदा सोडला तर सरकार खासगी क्षेत्रातील कर्मचाऱ्याला किती वेतन असावे ते ठरवण्याच्या फंदात पडत नाही. अपवाद फक्त पत्रकारितेचा. त्यातही परत दूजाभाव असा की हा वेतनाचा नियम इलेक्ट्रॉनिक मीडियातील पत्रकारांना लागू नाही. तेव्हा या आपल्या व्यवसायबंधूंनाही वेतन आयोग लागू व्हावा यासाठी खरेतर पत्रकारांनी चळवळ उभारायला हवी आणि त्याला २४ तास चालणाऱ्या वाहिन्यांनी पाठिंबा द्यायला हवा. पण त्याबाबत पत्रकार मंडळी इतकी उदासीन कशी काय?

आपल्याकडे काही क्षेत्रांविषयी फारच भंपक उदात्तपणा दाखवला जातो. पत्रकारिता हे त्यापैकी एक क्षेत्र. अन्य कोणत्याही क्षेत्राप्रमाणे उत्तम कौशल्ये असावीत आणि त्या कौशल्याचा उत्तम मोबदला या क्षेत्रातील मंडळींनाही मिळायला हवा, यात काहीही गैर नाही. अन्य व्यावसायिक क्षेत्रातील कर्मचाऱ्यांप्रमाणे पत्रकारांनाही उत्तम जगण्याचा अधिकार आहे. पण तो अर्थातच पत्रकार अधिक समान आहेत म्हणून नाही.

वस्तुतः या वेळी गरज आहे ती पत्रकार आणि पत्रकारितेवरील हल्ला यात गल्लत न करण्याची. जे डे यांच्या बाबत जे झाले तो निःसंशय पत्रकारितेवरचा हल्ला होता आणि असे प्रकार रोखणे ही काळाची गरज आहे. पण असा हल्ला झाला म्हणून आमच्यासाठी विशेष कायदा करा, असे मागणेही योग्य नाही. आधीच काहीना काही देऊन पत्रकारांना मिंधे करण्यासाठी राजकारण्यांत चढाओढ लागलेली असते. अशा

वेळी या कायद्याची भेट देऊन त्याबदल्यात व्यावसायिक प्रेम संपादन करण्याचा प्रयत्न राजकारणी करणारच नाहीत असे नाही. तेव्हा त्यांना ती संधी देण्याची गरज नाही. स्वतःसाठी विशेष कायदा मागण्यापेक्षा पत्रकारांनी जनतेसाठी आहेत ते कायदे निर्भिडपणे राबवले जात आहेत की नाही, यावर निःस्पृहपणे लक्ष ठेवणे जास्त गरजेचे आहे. लोकशाहीच्या चौथ्या स्तंभाची कर्तव्यच्युती देशाला परवडणारी नाही.

१७ जून २०११

५१. संस्कृतीचेही संक्रमण

समर्थ रामदासांनी कर्तव्यदक्ष राज्यप्रमुख हा उपभोगशून्य स्वामी हवा असे बजावले तर महात्मा गांधी यांनी राज्यकर्त्यांकडून विश्वस्तपणाची अपेक्षा केली. मिठापासून मोटारीपर्यंत भारतीयांच्या जीवनास सर्वांगाने स्पर्श करणाऱ्या टाटा समूहाची धुरा तरुण अभियंता सायरस मिस्त्री याच्याकडे देण्याचे जाहीर केल्याने हे संदर्भ देणे गरजेचे वाटले. या समूहाचे सध्याचे अध्यक्ष रतन टाटा वयाची पंचाहत्तरी पूर्ण करून पुढील वर्षी डिसेंबरात पायउतार होतील. त्यानंतर या समूहाचे सुकाणू सायरस मिस्त्री यांच्याकडे जाईल. वृद्धांनी तरुणांकडे आपापल्या व्यवसायाची धुरा सोपवून संन्यासाश्रमाचा स्वीकार करावा असे आपली संस्कृती सांगते. रतन टाटा संन्यास घेणार नसावेत. पण योग्य वेळी आपल्या नियत संसारातून बाजूला होऊन धर्मशास्त्राचे पालन ते करत आहेत, असे म्हणण्यास हरकत नाही. रतन टाटा यांचा उत्तराधिकारी निवडण्यासाठी एक समिती नेमण्यात आली होती आणि तिने एकमताने हा निर्णय घेतल्याचे जाहीर झाले आहे. सायरस मिस्त्री हे शापुरजी पालनजी मिस्त्री समूहाचे प्रमुख शापुरजी यांचे चिरंजीव. निःस्पृहतेसाठी विख्यात असलेल्या आणि 'रोझेस इन डिसेंबर' या आत्मचरित्राने अजरामर झालेल्या न्या. एम. सी. छगला यांचे ते नातजावई. छगला यांचे चिरंजीव विधिज्ञ इक्बाल छागला यांची कन्या ही सायरस यांची पत्नी. खेरीज रतन टाटा यांचे सावत्र बंधू नोएल टाटा हे सायरस यांचे मेहुणे. हा सर्व गोतावळा सांगायचे कारण इतकेच की समाजात काही विशिष्ट्य मूल्ये घेऊन जगणाऱ्यांपैकीच एक सायरस हे असल्याने त्यांच्याविषयी अधिक अपेक्षा निर्माण होतात. या समूहाच्या जवळपास दीडशे वर्षांच्या इतिहासात फक्त सहा प्रमुख होऊन गेले आहेत. याचा अर्थ इतकाच की एकदा का माणसाला आपला म्हटले की त्याला त्याच्या गुणदोषांसह स्वीकारायचे आणि मुशाफिरीची पूर्ण मुभा द्यायची हे या समूहाचे वैशिष्ट्य राहिलेले आहे. ज्या काळात उद्योगात वरिष्ठ पदांवरील व्यक्ती इकडून तिकडे येजा करीत असतात, त्या काळात या समूहात अनेकांनी आपले आयुष्य खर्च केले आणि करतात. मग ते पूर्वीची टेल्को आणि आताची टाटा मोटर्स उभारणारे सुमंत

मुळगावकर असोत, टाटा स्टीलचे रूसी मोदी असोत, टाटा केमिकल्सचे दरबारी सेठ असोत वा टायटनचे देसाई असोत. या मंडळींना टाटांनी पूर्ण स्वातंत्र्य दिले आणि त्यांनीही या स्वातंत्र्याचे चीज केले आणि देशाला ललामभूत ठरतील अशा संस्था निर्माण केल्या.

संस्थेच्या केंद्रस्थानी असतो त्याची गुणसूत्रे ती चालवणाऱ्यांच्या रक्तात उतरतात. त्या अर्थाने जे आर. डी. टाटा यांची भूमिकाही महत्त्वाची ठरते. या संस्थेची धुरा पन्नास वर्षे त्यांच्याकडे होती. देश स्वतंत्रही झाला नव्हता त्यावेळी जवाहरलाल नेहरू यांना देशात उत्तम अभियंते तयार व्हावेत यासाठी तुझ्याकडे काय योजना आहेत, असे विचारण्याचा अधिकार त्यांच्याकडे होता आणि तशी काही योजना नाही, हे सांगण्याचा प्रामाणिकपणा पं. नेहरू यांच्याकडे होता. तेव्हा द्रष्ट्या जेआरडींनी टाटा मूलभूत संशोधन संस्थेचा पाया घातला आणि त्यातून आज देशाला अणुतंत्रज्ञानात स्वावलंबत्व देणारी यंत्रणा आणि अभियंते उभे राहिले. तीच बाब कर्करोगाशी लढण्यासाठी मूलभूत संशोधन करणाऱ्या रुग्णालयाची आणि टाटा समाजविज्ञान संस्थेचीही. देशाला पुढे नेणाऱ्या अनेक संस्था वा यंत्रणा यांच्यामागे टाटांचा हात आहे. एअर इंडिया हे त्याचे एक उदाहरण. ही जेआरडींची निर्मिती. पुढे इंदिरा गांधी यांच्याशी मतभेद झाल्याने टाटांचा त्यामधील रस संपला आणि सध्याच्या नतद्रष्ट राजकारण्यांनी तर भारताचा अभिमान असलेल्या या हवाई महाराजाला भिकेला लावले. मुंबईला पुण्याशी जोडण्यासाठी स्वतंत्र सागरी महामार्ग उभारण्याविषयी सध्या चर्वितचर्वण सुरू आहे. पण न्हावा शिवडीतून असा मार्ग कसा उभारता येऊ शकेल याची साद्यंत योजना पहिल्यांदा जेआरडींनी साठच्या दशकात सादर केली होती. परंतु फार पुढचे पहायची सवय नसलेल्या राज्यकर्त्यांना त्याचे महत्त्व त्यावेळी समजले नाही. मुंबईच्या मेट्रोबाबतही असेच म्हणावे लागेल. टाटा कन्सल्टन्सीचे पाटणकर यांनी अशा योजनेचा तपशीलवार आराखडा चाळीस वर्षांपूर्वी सादर केला होता. ही सगळी कामे तेव्हाच झाली असती तर आज महाराष्ट्राची...आणि त्यातही मुंबईची... अशी अवस्था झाली नसती.

टाटा नेहमीच भविष्याभिमुख राहिले. त्यामुळे ते केवळ इतरांसारखे एक उद्योगघराणे राहिले नाही. ती एक संस्कृती बनली. पु. ल. देशपांडे यांनी या भारतीय संस्कृतीचे वर्णन 'खालती बाटा आणि वरती टाटा' असे एका वाक्यात केले होते. तेव्हा जगण्याचा अविभाज्य अंग बनलेल्या या उद्योगसमूहाच्या प्रमुखपदी कोण येणार, याबद्दल सार्वत्रिक औत्सुक्य असल्यास नवल नाही. साडेचार लाख कोटी रुपयांची उलाढाल आणि साडेचार लाख कर्मचारी संख्या असलेल्या इतक्या जुन्या उद्योगसमूहांतील सत्तांतर इतके सहजपणे होते, यावरूनही या घराण्याच्या संस्कृतीची

कल्पना यावी. आतापर्यंतच्या पाच प्रमुखांपैकी फक्त एक, नवरोसजी सकलातवाला, हे टाटा कुटुंबाबाहेरचे होते. परंतु त्यांना पुरेसा कालावधी लाभला नाही. हृदयविकाराच्या झटक्याने त्यांचा अकाली अंत झाला तेव्हा देशाचे स्वातंत्र्य सात वर्षे दूर होते. त्यावेळी या उद्योगाची सूत्रे जेआरडी यांच्याकडे आली ती १९९१ पर्यंत. जेआरडींनी हे शिवधनुष्य जेव्हा रतन टाटा यांच्याकडे दिले तेव्हा समूहातील कंपन्यांची संख्या १४ होती. रतन टाटा यांच्या काळात ती ९५ वर गेली. तोपर्यंत टाटा समूह हा भारतापुरता सीमित होता. रतन टाटा यांनी जगाच्या कानाकोपऱ्यात टाटा हे नाव नेले. आजमितीला इंग्लंड आणि बराचसा युरोप हा टाटा समूहाचा टेटली चहा पितो, न्यूयॉर्कमधील अमीर टाटांच्या रिट्झ कार्लटन हॉटेलात जातात आणि श्रीमंत त्यांच्याच समूहाच्या जग्वार वा लँड रोव्हर मोटारींतून प्रवास करतात. हे आंतरराष्ट्रीय धाडस मोठे होते. पण टाटांनी आपल्या अंगभूत गुणांच्या साह्याने यशस्वी करून दाखवले. जगातील सगळ्यात स्वस्त मोटार तयार करण्याचे स्वप्नही हे असेच होते पण टाटांनी ते सत्यात आणले. दुचाकीरून चार चार जणांच्या कुटुंबानी प्रवास करणे हे आपल्या देशाला नवे नाही. पण असा धोकादायक प्रवास करणाऱ्यांना पाहून रतन टाटांना काळजी वाटली आणि त्यातून एक लाखाच्या मोटारीचा जन्म झाला. अशी स्वप्ने सत्यात उतरवण्यासाठी सह्यदयतेला करुणेची जोड लागते आणि ती या घराण्याकडे असल्याचे इतिहासाच्या प्रत्येक टप्प्यावर सिद्ध झाले आहे.

या पार्श्वभूमीवर टाटा समूहाच्या प्रमुखपदी सायरस मिस्त्री याची निवड होणे ही अनेकार्थांनी ऐतिहासिक घटना ठरते. आज भारतीय उद्योगविश्वात अनेक तरुण दिमाखात संचार करीत आहेत. कुमारमंगलम बिर्ला, महिंद्रचे आनंद महिंद्र, बजाज घराण्याचे राजीव आणि संजीव बजाज, दूरसंचार क्षेत्रातील मित्तल अशी अनेक नावे सांगता येतील. आंतरराष्ट्रीय व्यापारउदिमाच्या क्षेत्रातही भारतीय तरुणांचा वावर स्थिरावला आहे. डॉईशे बँकेचे अंशु जैन, सिटी बँकेचे विक्रम पंडित, पेप्सीच्या इंद्रा नुयी आदींनी उमटवलेला भारतीय ठसा आता चांगलाच ठसठशीतपणे दिसू लागला आहे. अशा वेळी आंतरराष्ट्रीय आणि देशी दोन्ही क्षेत्रांची जाण असणाऱ्या तरुणाकडे धुरा सोपवणे योग्यच. सायरस यांच्या शापुरजी कंपनीने आंतरराष्ट्रीय स्तरावर अनेक पायाभूत सुविधांच्या उभारणीचे काम केले आहे आणि देशातील काही महत्त्वाच्या प्रकल्पांशीही त्यांचे नाव जोडले गेलेले आहे. काही शंकासुरांनी सायरस यांच्या क्षमतेबाबत प्रश्न उपस्थित केले आहेत. परंतु रतन टाटा यांनी जेव्हा सूत्रे हाती घेतली होती तेव्हाही असेच झाले होते आणि हा गृहस्थ उद्योगसमूहाला बुडवायला निघाला आहे येथपर्यंत प्रतिक्रिया व्यक्त झाल्या होत्या. गतानुगतिकांनीच ठासून भरलेल्या समाजात वेगळी वाट चोखाळणारा त्याच्या वाटेचा हमरस्ता होईपर्यंत

वेडाच ठरवला जातो. असे भाग्याचे वेडेपण फार कमी जणांच्या नशिबी येते. टाटांचे घराणे हे त्यापैकी एक.

सायरस हे आतापर्यंत प्रसारमाध्यमांना परिचित नव्हते. त्यांचे वडील शापुरजी पालनजी यांची छबी तर वर्तमानपत्रासुद्धा कधी आलेली नाही तेव्हा इलेक्ट्रॉनिक्स कॅमेरे तर दूरच. प्रसिद्धीला हपापलेल्यांच्या आपल्या देशात हा दुर्मिळ गुण. तो असलेल्यांचा आदर करायला हवा. सायरस यांच्याकडेही तो असल्याची ग्वाही त्यांचे सहकारी देतात. त्यांना सभासंमेलनांचे आणि पेज ३ संस्कृतीचेही वावडे आहे. हे योग्यच आहे. ज्याला काही भरीव करायचे आहे त्याने गावगन्ना भाषणे झोडत हिंडण्याचा मोह आवरायचा असतो. तेव्हा असा प्रसिद्धीचा षौक सायरस यांना नाही, हे टाटा संस्कृतीस साजेसेच झाले.

जेआरडींच्या अखेरच्या दिवसांत उद्योगसमूहासमोर काही आर्थिक आव्हाने उभी राहिली होती आणि दुनिया मुठ्ठीमे घेऊ पाहणाऱ्या नवश्रीमंताची बाजारू संस्कृती उदयास येत होती. त्यावेळी जेआरडींना प्रतिक्रिया विचारली गेली होती. त्यावेळी जेआरडी म्हणाले होते : क्लास इज परमनंट, फॉर्म इज टेंपररी. ही संस्कृती जोपासणाऱ्या उद्योग घराण्याची कावड आता सायरस यांच्या खांद्यावर असणार आहे. ती वाहताना या संस्कृतीचेही संक्रमण होईल अशी आशा आपण करू या.

२५ नोव्हेंबर २०११

५२. राजा आणि भिकारी

स्वतंत्र भारताच्या इतिहासातील अभूतपूर्व असा निर्णय देऊन सर्वोच्च न्यायालयाने गुरुवारी मनमोहन सिंग सरकारची उरलीसुरली अब्रूही देशाच्या वेशीवर टांगली. माजी दूरसंचारमंत्री ए. राजा यांच्या काळात वितरित करण्यात आलेले २ जी दूरसंचार परवाने सर्वोच्च न्यायालयाने एका फटक्यात बेकायदेशीर ठरवले असून, ज्या ज्या कंपन्यांना राजा यांच्या मनमानीचा फायदा मिळाला त्या कंपन्यांकडून संपूर्ण रक्कम वसूल केली जावी, असे म्हटले आहे. या नुकसानभरपाई वसुलीसाठी न्यायालयाने सिंग सरकार आणि कंपन्या यांच्यासाठी चार महिन्यांची मुदत नक्की केली असून, ही रक्कम वेगवेगळ्या सामाजिक कारणांसाठी वापरली जाणार आहे. हे सगळे कसे करायचे याचा विचार सरकार करेलच. कारण त्यास पर्याय नाही. परंतु सर्वोच्च न्यायालयाने सिंग सरकारचे हे जे पुरते वस्त्रहरण केले आहे, त्यापासून तोंड कसे लपवायचे याचा विचार काँग्रेस नेतृत्वास, म्हणजे अर्थातच सोनिया गांधी आणि मंडळींना करावा लागणार आहे. हे जे काही आपल्या आसपास चालले आहे, त्याच्याशी आपला संबंध नाही आणि आपण जणू त्या गावचेच नाही, असे वाळूत मान खुपसून बसलेल्या शहामृगासारखे मनमोहन सिंग यांचे वागणे होते. ती मान आता त्यांना बाहेर काढून साऱ्या प्रकरणाची दखल घ्यावी लागेल. या घोटाळ्याचे मूळ हे, अधिकार सर्वांना मात्र जबाबदारी कोणाचीच नाही, या संयुक्त पुरोगामी आघाडीच्या अजब रचनेत आहे.

आपली सत्ता निर्वेधपणे राबवता यावी म्हणून काँग्रेसधुरिणांनी सत्ता मिळाल्यानंतर रचना अशी केली की या सरकारच्या राजकीय नाड्या सोनिया गांधी यांच्या हातात राहतील आणि प्रशासकीय सूत्रे नावापुरती का होईना, मनमोहन सिंग यांच्याकडे राहतील. सिंग यांची स्वच्छ प्रतिमा आणि प्रतिमेपेक्षा सत्तेला महत्त्व देणारे राजकारण याचा वेगळाच संगम यातून दिसून आला होता आणि यासारखी उत्तम व्यवस्था दुसरी असूच शकत नाही अशी कौतुकारती गाण्यास काँग्रेसच्या भाटांनी सुरुवातही केली होती. परंतु पंतप्रधान म्हणजे केवळ प्रशासकीय प्रमुख नव्हे. त्यास राजकीय ताकदही असावी लागते आणि राजकारण वेगळे आणि प्रशासन वेगळे असे म्हणून चालत

नाही. सिंग यांच्या काळात जे जे घोटाळे झाले त्या सगळ्यांतून हेच सिद्ध झाले. दूरसंचार घोटाळा हा या अपयशी व्यवस्थेचा कळसाध्याय आहे. राजा हे सिंग यांच्या नेतृत्वाखाली दूरसंचारमंत्री होते. २ जीसाठी दूरसंचार परवाने देताना त्यांनी जो काही निर्णय घेतला आणि जी प्रणाली राबवली ती मंत्रिमंडळाच्या बैठकीत मंजूर करण्यात आली होती आणि पंतप्रधान हा मंत्रिमंडळाचा प्रमुख असतो त्यामुळे या साऱ्या निर्णयास पंतप्रधानांची मंजुरी होतीच होती असाच अर्थ काढला जाईल आणि तो योग्यच आहे. त्यामुळे पंतप्रधानांना हे माहीत नव्हते, हा काँग्रेसचा दावा शाळापूर्व विद्यार्थ्यांसमोर करण्याच्या योग्यतेचा आहे. समजा तो मान्य केला तर निर्माण होणारा प्रश्न अधिकच गंभीर आहे. तो असा की, इतका मोठा निर्णय मंत्रिमंडळ जर पंतप्रधानांना न सांगताच घेत असेल तर पंतप्रधानांच्या अस्तित्वास अर्थच काय? तसा तो नसेल तर मग सिंग या पदावर का राहिले? दूरसंचार खाते जेव्हा इतका मोठा निर्णय घेत होते तेव्हा त्याचे आर्थिक परिणाम काय होतील, सरकारचे कसे नुकसान होईल यावर वर्तमानपत्रांत रकानेच्या रकाने छापून येत होते. म्हणजे जे पत्रकारांना कळत होते ते पंतप्रधान सिंग आणि तितकेच विद्वान तत्कालीन अर्थमंत्री पी. चिदंबरम यांना कळत नव्हते काय? राजा हे काँग्रेसच्या सहयोगी पक्षाचे होते आणि त्यांना आवरणे हा राजकीय भाग होता, असे मानल्यास दूरसंचार घोटाळा हे सोनिया गांधी यांचे अपयश मानायला हवे. कारण या सरकारच्या त्या राजकीय प्रमुख आहेत. २ जीच्या परवान्यांची खिरापत ए. राजा वाटत असताना त्या यंत्रणेचे प्रशासकीय प्रमुख म्हणून सिंग यांनी जबाबदारी घेतली नाही आणि हा प्रश्न मंत्रिमंडळाच्या जबाबदारीचा, म्हणजे सिंग यांचा आहे म्हणून सोनिया गांधीही गप्प बसल्या आणि आता हे सगळे गळ्याशी आले तेव्हा या घोटाळ्यास सिंग आणि सोनिया हे दोघेही जबाबदार नाहीत, असे काँग्रेसवाले म्हणतात. सरकार जे काही बरे करीत असेल तर ते या दोघांमुळे आणि त्याच सरकारच्या गैरव्यवहारांना मात्र हे दोघे जबाबदार नाहीत, हे कसे? यात वर काँग्रेसची लबाडी अशी की या प्रकरणाची माहिती पंतप्रधान कार्यालयास होती परंतु पंतप्रधान सिंग यांना नव्हती, असा अचंबित करणारा युक्तिवादही त्यांनी करून पाहिला. पण ते जमले नाही. हे नुकसान झाल्याचे महालेखापरीक्षक, सर्वोच्च न्यायालय आदी यंत्रणा सांगत होत्या त्या वेळी असे काही झालेच नसल्याची दडपेगिरी कायदामंत्री कपिल सिब्बल आदींनी केली आणि पंतप्रधान सिंग यांनीही मौन बाळगणेच पसंत केले. सर्वोच्च न्यायालयाच्या निर्णयामुळे आज हे सगळेच तोंडघशी पडले.

पंतप्रधान सिंग हे देशाच्या आर्थिक उदारीकरणाचे जनक मानले जातात. त्याच वेळी हे उदारीकरण अर्धवट आहे, याची जाणीव अनेक आर्थिक तज्ज्ञांकडून करून दिली जात होती. याचे कारण असे की उदारीकरणाच्या पाठोपाठ प्रशासकीय सुधारणा

आणि नियमन यंत्रणांचे सबलीकरण येते. आपल्याकडे ते झाले नाही. १९९१ साली सिंग यांनी या सुधारणांना हात घातला आणि सुरुवात म्हणून वीज क्षेत्र परकीय खासगी गुंतवणुकीस खुले केले तेव्हा पहिली मोठी गुंतवणूक आली ती अमेरिकेतील एन्रॉन कंपनीच्या रूपाने. त्या वेळीही सिंग यांच्या दूरदृष्टीचे कौतुक केले गेले. परंतु वीज क्षेत्र गुंतवणुकीस खुले करताना वीज क्षेत्राच्या नियमनाचा कोणताही विचार सरकारने केलेला नाही, या वास्तवाकडे सर्वांनीच सोयीस्कर डोळेझाक केली. हा अर्धवटपणा केवळ विजेपुरताच मर्यादित नाही. खाण उत्खनन, विमान वाहतूक, विमा आणि दूरसंचार या प्रत्येक क्षेत्रात असे घडले आहे. तेव्हा या सगळ्या क्षेत्रांत घोटाळे आहेत, हा योगायोग नाही. एखादे क्षेत्र श्रेय घेण्यापुरते खुले करायचे परंतु त्याच्या नियमनाच्या नाड्या सोडायच्या नाहीत, असे प्रत्येक बाबतीत घडताना दिसते. दूरसंचार क्षेत्र खासगी गुंतवणुकीस खुले करताना दूरसंचार प्राधिकरणास पुरेसे अधिकार दिले असते तर आज ही लाजिरवाणी परिस्थिती ओढवली नसती. आता सर्वोच्च न्यायालयाने हे सर्वच्या सर्व, म्हणजे १२२ परवाने दूरसंचार प्राधिकरणाकडेच पाठवण्यास सांगितले असून, त्यांच्या भवितव्याचा निर्णय या प्राधिकरणास घ्यावयाचा आहे. म्हणजे राजा यांनी पत्करलेला मार्ग अत्यंत चुकीचा होता आणि त्यांना त्या मार्गाने जाऊ देण्यापासून पंतप्रधानांसह कोणीच रोखले नाही, यावर आता पुन्हा एकदा शिक्कामोर्तब झाले.

या निर्णयाचे राजकीय परिणाम काय होतील, ते होतील. परंतु त्याचे आर्थिक आणि व्यावसायिक परिणाम हे अधिक गंभीर आहेत. ज्या कंपन्यांनी राजा यांच्या सौजन्याने दूरसंचार परवाने लाटले त्यांना आता नुकसानभरपाई द्यावी लागणार आहे. दूरसंचार हे सेवा क्षेत्र आहे आणि आता पूर्वलक्ष्यी प्रभावाने या कंपन्यांनी नुकसानभरपाई देताना पूर्वलक्ष्यी प्रभावानेच ग्राहकांकडून हे शुल्क कसे वसूल करायचे, हा प्रश्न आहे. शिवाय आंतरराष्ट्रीय स्तरावर नाचक्की हा मुद्दा आहेच. या साऱ्याचा अर्थ इतकाच की शेवटी राजावरसुद्धा नियंत्रण असावे लागते. नपेक्षा विधिनिषेधशून्य राजा त्याच्या प्रधानांसकट सर्वांनाच सर्वार्थाने भिकारी करून जातो.

३ फेब्रुवारी २०१२

५३. तुझी दूरता त्याहुनी साहवे..!

सात्त्विक, चिंतनशील क्रियावंतांचा अलिप्तपणा राजस असतो. कुसुमाग्रजांच्या एकूणच व्यक्तिमत्त्वाला असा राजस आणि लोभस अलिप्तपणा लाभला होता आणि आयुष्यभर त्यांनी तो प्राणपणाने जोपासलादेखील. त्यामुळे फार कमी कलावंतांच्या भाग्यात असते ते चाहत्यांचे, अभ्यासकांचे आणि सामान्य माणसाचे कुतूहल कुसुमाग्रजांभोवती नेहमी दाटलेले असायचे. हल्ली बरेच कवी आपले कवीपण आणि कविता चुरमुरेवाल्यासारख्या अंगावर घेऊनच मिरवीत असतात आणि कोणी भेटल्यावर चुरमुरेवाल्याप्रमाणे त्यातल्या दोन पाच काढून समोरच्याच्या हातावर ठेवतातही. कुसुमाग्रजांचे कवीपण असे कधीही समोर आले नाही. हेच कारण असावे त्यांची कविताही मार्दव घराणेदार होती. आपल्या कर्त्याचा राजस अलिप्तपणा तिच्यातही उतरला होता आणि त्यामुळेच ती सहज सांगून जायची..

आणि लक्षात ठेव
हा खेळ आहे,
खेळाच्याच नियमांनी बांधलेला
निर्मळ बिलोरी आनंदात सांधलेला.
आघात करायचा, पण
रक्त काढायचं नाही
जीव ओतायचा
पण जीवन हरपायचं नाही...
आणि आपल्या अंतरंगातील पंच,
तटस्थ समयसूज्ञ साक्षी थांबा म्हणतील त्या क्षणी थांबायचं
आणि जवळ जमलेले चंद्राचे तुकडे घेऊन
आपापल्या अंधारात विलीन व्हायचं.

मराठी सारस्वतांच्या अंगणात जेव्हा एकूणच मंचीय कवितांनी उच्छाद मांडला होता त्याकाळात कुसुमाग्रजांच्या 'काढ सखे गळ्यातील तुझे चांदण्याचे हात...'सारख्या

ओळींनी आणि पृथ्वीच्या प्रेमगीतांनी एका पिढीला वेड वगैरे लावले होते. त्या कविता आहेतही उत्कट. पण कुसुमाग्रजांची उदात्त विरक्ती त्यानंतरच्या कवितांत ठसठशीतपणे समोर येते. त्या उदात्त विरक्तीने कुसुमाग्रज यांना आणि त्यांच्या कवितेला अधिक उंचीवर नेले. क्रियावंतांसाठी समर्थ रामदासांनी थोडासा लोकांत आणि थोडासा एकांत सुचविलेला आहे. तो कुसुमाग्रजांच्या कवितेत आणि त्यांच्यातही पुरेपूर दिसतो. उगाच सभासंमेलने गाजवीत, टाळ्यांच्या आनंदयात्रेत त्यांची कविता भटकताना दिसली नाही. सामाजिक जाणिवांचा कर्कश्श आक्रोश त्यांच्या कवितेने आणि त्यांनीही कधीही केला नाही. पण त्यांची कविता

आदिवासी महिलेच्या एका थानाच्या
गाठोळीवरून लोंबत होतं आपलं पार्लमेंट
आणि दुसऱ्या गाठोळीवरून लोंबत होतं
आमचं साहित्यसंमेलन.

असं सहज लिहून जाते आणि तरीही त्यात कोणताही अभिनिवेश नसतो. कुसुमाग्रजांचे हे समाजभान विलक्षण आहे.

लढाईच्या अंतिम क्षणी
संसाराचा कोष तोडून
सामान्यच असामान्य होतात.
लढाई जिंकतात,
आणि पुन्हा कोषात जाऊन
सामान्य होतात.
विजयाची मिरवणूक
ते परस्थपणाने
आपल्या घराच्या
खिडक्यांतूनच पाहतात.

अशा ओळी ते लिहितात तेव्हा नकळतपणे दर्शन होते ते त्यांच्यातील मार्क्स आणि 'दास डोंगरी रहातो, यात्रा देवाची पाहतो' असे लिहिणाऱ्या रामदास यांचे. जागरूक कलावंताचे समाजभान त्याच्या कलाकृतींतून सहजपणे दिसते. त्यासाठी कोणता एखादा झेंडा घेऊन मैदानातच उतरावे लागते असे नाही.

माणसाच्या माथ्यावर दारिद्र्यासारखा शाप नाही,
पृथ्वीच्या पाठीवर इतके अमंगल,

इतके दुःखदायक, इतके भेसूर
दुसरे पाप नाही.

यासारख्या ओळी त्यांचे हे समाजभानच दर्शवितात. कुसुमाग्रजांचे मोठेपण हे की त्यांचे हे समाजभान आतून आलेले आणि प्रामाणिक होते. एरवी कलावंतांच्या कलाकृतीतील जीवनमूल्ये आणि त्या कलावंताचे प्रत्यक्ष जीवन यात मोठी तफावत आपल्याला आढळते. कुसुमाग्रजांच्या बाबतीत तसे झाले नाही. जी मते, भूमिका त्यांनी आपल्या कलाकृतींतून मांडली त्याचाच अविष्कार त्यांच्या जगण्यात झाला. त्याचमुळे यशवंतराव चव्हाणांसारखा अत्यंत उच्चपदस्थ नेता 'सकाळच्या विमानाने बरोबरच जाऊ दिल्लीला' असे म्हणाला, तेव्हा 'तुम्ही पुढे व्हा, मी लवकर उठत नाही,' असे ते सांगू शकले. तेही सहजपणे. अन्यथा स्वतःच्याच कथित बाणेदारपणाच्या चौकटी वर्तमानपत्रांत छापून आणणारे कलावंत आपल्या समाजात काही कमी नाहीत. परंतु हे असले उद्योग कुसुमाग्रजांच्या मनाला कधी शिवलेही नाहीत. ते आपल्या नाशकातील मठीत मस्त असायचे. पुलंच्या तुझे आहे तुजपाशीमधील काकाजी म्हणतो, ताजमहाल पहायचा तर आग्र्याला जावे लागते...तुमच्या दारासमोर नाचत येतात ते मुहर्रमचे ताबुत. कुसुमाग्रज हे त्या अर्थाने ताजमहालाच्या व्रतस्थ शांतपणाने राहिले. बऱ्याचदा तुटलेपणास अलिप्तता म्हटले जाते. कुसुमाग्रजांची अलिप्तता तुटलेली नव्हती.

चिंब चिंब भिजतो आहे
भिजता भिजता मातीमध्ये
पुन्हा एकदा रुजतो आहे

अशी मातीशी नाळ राखून असलेली जिवंत, कृतार्थ अलिप्तता त्यांनी अनुभवली. त्यांनीच म्हटल्याप्रमाणे

उषा सुंदर होतीच
पण अधिक सुंदर आहे
ही संध्या.
मावळतीवर उतरलेला हा सूर्य,
दिवसभराच्या प्रकाशदानाने कृतार्थ झालेला
अधिक प्रकाशमय अधिक स्नेहशीलही.
अशा अधिक स्नेहशीलपणाने कुसुमाग्रज जगत गेले.

मराठी संस्कृतीस कृतघ्नपणाचा शाप आहे. त्यामुळे बघता बघता आपल्या

संस्कृतीत आचार्य अत्रे यांच्यासारखा उत्तुंग कडा विस्मृतीत विरघळून गेला. त्याआधीचे टिळक, आगरकर, राजवाडे, शि. म. परांजपे, श्री. म. माटे, जोतिबा फुले, आंबेडकर वगैरेंचे तेजःपुंज लिखाण आता वस्तुसंग्रहालयातच उरेल अशी चिन्हे आहेत. गेला बाजार पुलं अजूनही आठवतात ते त्यांच्या अन्य कोणत्या गोष्टींपेक्षा गमतीसाठी. इंदिरा संत, मर्ढेकर, अनिल, आरती प्रभू, बी असे कित्येक कवी आता उरलेत ते कवितेच्या तासांपुरते वा प्राध्यापकी चर्चासत्रांपुरते. एक विचित्र अशा त्रिशंकूंची पैदास महाराष्ट्रात मोठ्या प्रमाणावर होताना दिसते. पोटापाण्याच्या हेतूने हा समाज इंग्रजीकडे पाहत असतो. तितकाच मर्यादित त्याचा हेतू असल्याने त्या भाषेतील सौंदर्यही त्यास दिसत नाही. चारचौघात आणि मुलाखतीत बोलण्या इतपतच इंग्रजी त्यास येते. आणि त्या इंग्रजीकडे आशाळभूतपणे पाहताना मराठीकडेही दुर्लक्ष झालेले असते आणि त्यामुळे तीही मागे पडलेली असते. अशा वेळी एक सांस्कृतिक शुष्कता घेऊन वाढणारी एक पिढीच्या पिढी आपल्या डोळ्यासमोर घडताना पाहणे हे दुर्दैवी म्हणायला हवे. हे दुर्दैवी प्राक्तन मराठीच्याच नशिबी का याचा विचार धुरिणांनी करायला हवा. बंगाली तरुणांना आजही रोबिंद्रसंगीत प्रेमात पडायच्या वयातही आठवत असते आणि मराठी तरुण मात्र भुसभुशीत भाषा घेऊन जगत असतो. अशा सत्त्वहीन समाजाला स्वभाषेची जाणीव करून देण्यासाठीदेखील एखादे प्रयोजन तयार करावे लागते. सरकारनेच ती सोय करून दिली आहे. कुसुमाग्रजांच्या जन्मदिनाचे निमित्त साधत भाषादिन साजरा केला जातो. २७ फेब्रुवारी हा कवी कुसुमाग्रजांचा जन्मदिन. तो मराठी भाषादिन म्हणून गेली काही वर्षे साजरा केला जातो. यंदा तो अधिक जोमाने साजरा होत आहे याचे कारण कुसुमाग्रजांच्या जन्मास आज शंभर वर्षे होत आहेत. यानिमित्ताने त्यांच्याच स्वातंत्र्यदेवीची विनवणी कवितेचे सरकारी पारायण होईल, मराठीची अवस्था किती वाईट झाली आहे वगैरे आठवणी काढल्या जातील. हे तसे नेहमीचेच.

आकाशतळी फुललेली
मातीतिल एक कहाणी
क्षण मावळतीचा येता
डोळ्यांत कशाला पाणी?

असा प्रश्न कुसुमाग्रजांनीच विचारून ठेवला आहे. तो त्यांना शोभून दिसतो. परंतु या त्रिशंकू समाजाकडे पाहिल्यावर कोणाही विचारी माणसाच्या डोळ्याच्या कडा काळजीने ओलावल्याशिवाय राहणार नाहीत.

एका अर्थाने आजच्या या अशा समाजात कुसुमाग्रज नाहीत, तेच चांगले

आहे. दुर्बळ क्षुद्रांचा शृंगार पाहण्यापेक्षा तुझी दुरता त्याहुनी साहवे, असे त्यांनीच म्हणून ठेवले आहे, ते योग्यच म्हणायचे. कर्णकटू गदारोळास नाद समजला जातो तेव्हा मौन पाळायचे असते. तेव्हा कुसुमाग्रजांना आजच्या दिनी श्रद्धांजली त्यांच्याच शब्दातील त्या मौनाने वाहायला हवी.

शब्द...जीवनाची अपत्ये
मृत्यूपर्यंत पोहोचत नाहीत
म्हणून तुझ्या समाधीवर
मी वाहात आहे
माझे मौन.

२७ फेब्रुवारी २०१२

५४. साहित्यिकानाम् न भयं न लज्जा

बाजारपेठीय अर्थव्यवस्थेत वैश्य वृत्तीचा प्रसार मोठ्या जोमाने होत असतो. या काळात बाकी कोणत्याही गुणापेक्षा आपल्याकडे जे काही आहे ते विकता येण्याच्या कौशल्यास महत्त्व प्राप्त होत असते. या कौशल्याची पुढील पायरी म्हणजे काहीही विकण्यासारखे नसले तरी कोणाच्या तरी गळ्यात काही तरी मारणे. या गुणांचा समुच्चय मराठी सारस्वतांत सध्या पाहावयास मिळेल. यातूनच विश्व साहित्य संमेलन अशा मोठ्या गोंडस नावाच्या एक फोकनाड उद्योगास सरकार आणि अन्यांनी पाठिंबा द्यावा आणि इतरांच्या पैशाने आपणास मौज करावयास मिळावी यासाठी सध्या मोठे जोमाने प्रयत्न सुरू आहेत. मुळात मराठी साहित्यात सध्या वैश्विक असे काहीच नाही. ज्या मराठी सारस्वतांचा आद्यगुरू कवी ज्ञानेश्वर यास विश्वाचे आर्त माझ्या मनी प्रकाशले, असा साक्षात्कार झाला त्या सारस्वतांची आजची पिढी काही तरी टुकार लिहून सरकारदरबारी लोटांगणे घालण्यात धन्यता मानू लागली आहे. या लोटांगण उद्योगातही या मंडळींची वैश्विकता दिसत नाही आणि त्यातही यांची प्रादेशिकता सुटत नाही. म्हणजे लेखकांपैकी काही दुष्काळी मराठवाड्याचे असतील तर ते कै. विलासराव देशमुख वा गेला बाजार अशोक चव्हाण यांच्या दरबारी धूळ झाडताना दिसतील. पाणीदार कोकण अपरांतीय सारस्वत या प्रदेशाचे भाग्यविधाते रा. रा. नारायणराव राणे यांच्या मठीत हात बांधून उभे राहण्यात धन्यता मानतात. त्या मानाने खानदेशी मंडळी तशी दुर्दैवी. नाथाभाऊ खडसे यांच्याकडे तसे कवी-लेखकांना देण्यासारखे काही नाही आणि ज्यांच्याकडे आहे ते सुरेशदादा जैन पंचतारांकित तुरुंगात. त्या तुलनेत नाशिककरांना बरेच भाग्यविधाते. त्यातही माळी वा अन्य समाजाचे असल्यास छगनराव भुजबळ यांच्यासारखा दाता शोधूनही सापडणार नाही. विदर्भातील मंडळींना नितीनभाऊ गडकरी यांच्यासारखा वजनदार आधार आहे. मुंबईतील वा पुण्यातील कवी-लेखक या सगळ्यांपेक्षा अधिक अनुभवी असल्याने वेळेप्रमाणे यजमान बदलण्याचे कौशल्य त्यांना जन्मजातच मिळालेले असते. जो कोणी सत्ताधीश असेल त्याच्या आडोशास राहावे, एखाद्या पुस्तकाच्या पुण्याईवर लेखक म्हणून मिरवत जमल्यास एखादे घर, तेवढे न झेपल्यास साहित्य संस्कृती महामंडळ, विश्वकोश

किंवा मराठी संवर्धनासाठीच्या एखाद्या संस्थेत सदस्यत्व मिळवावे आणि रेल्वेने दुसऱ्या वर्गात ये-जा करून टॅक्सीचे बिल लावण्याचा तिसऱ्या दर्जाचा शूरपणा करावा हा अनेक साहित्यिकांचा मुख्य व्यवसाय. एखाद्या संपादकास हाताशी धरून वर्तमानपत्रीय स्तंभ मिळवावा आणि तो छापूनही येत नाही तोच त्या स्तंभाचे पुस्तक करण्यासाठी पुन्हा फील्डिंग लावण्यास सुरुवात करावी, हे यांचे साहित्यविश्व. या पुस्तकास पुन्हा एका संपादकाची प्रस्तावना घ्यावी आणि दुसऱ्याच्या अध्यक्षतेखाली तिसऱ्याच्या हस्ते प्रकाशन करावे. म्हणजे पूर्वप्रसिद्धीचीही मोफत सोय आणि किमान एक आवृत्ती तरी सहीसलामत सुटण्याची हमी. जे जे मोफत ते ते पौष्टिक हे यांचे जीवनविषयक तत्त्वज्ञान. पेशवाईच्या काळात रमण्यास रांगेत उभे राहण्यात यांचे पूर्वज आनंद मानीत. आता पेशवाई गेली, परंतु रक्तातील रमण्याची जनुके अद्यापही जिवंत असल्याने हा रमणा मिळविण्याचे एकविसाव्या शतकास साजेसे अनेक नवनवे प्रकार यांच्यातील बहाद्दरांनी (शुद्ध मराठीत यांचे वर्णन उचापतखोर असे करता येऊ शकेल. अधिक माहितीसाठी संपर्क आणि संदर्भ कौतिकराव ठालेपाटील) शोधून काढले आहेत. इतरांच्या पैशावर मौज करणे हेच ध्येय असल्याने नवनवीन यजमानांचा शोध घेत गावगन्ना हिंडणे हे यांचे अनुभवविश्व.

विश्व साहित्य संमेलनाचे अनौरस बांडगूळ जन्माला आले ते यातूनच. मुळात जे काही साहित्य संमेलन घ्यायचे ते येथेच. विश्व साहित्य संमेलनासाठी अशी कोणतीही खास तरतूद महामंडळात नाही असे यातील अभ्यासक सांगतात, परंतु जागतिकीकरणाच्या या काळात मराठीचे झेंडे नुसते अटकेपार लावून भागणार नाही. ते ऱ्हाईनपार, थेम्सपार, सिनपार वा पोटोमॉकपार लागणेही आवश्यक असल्याने मराठीने महाराष्ट्राच्या वा देशाच्या सीमारेषा ओलांडून शिलंगणासाठी जायला हवे असे कौतिकराव वगैरे मान्यवरांना वाटले. शिलंगणास जाताना आपलेही काही न्यायचे असते, परंतु या लेखक-कवी मंडळींचा आग्रह हा की यजमानांनीच आपणास स्वखर्चाने न्यावे आणि आमच्या पाहुणाचाराचाही (संध्याकाळच्या सोयीसह) खर्च करावा. या सरस्वतीपूजकांचा माज एवढा की आतापर्यंत या संमेलनांसाठी झालेल्या खर्चाचा हिशेब देण्याचे किमान कर्तव्यही त्यांनी पार पाडलेले नाही. तरीही परत ही मंडळी सरकारकडे आणि आयोजकांकडे हात पसरण्यास तयार. यंदाही टोरांटो येथील संमेलनासाठी सरकारने ५० लाख रुपये द्यावेत, असे यांचे म्हणणे आहे. मुख्यमंत्री पृथ्वीराज चव्हाण यांना कवीकवड्यांचे फार प्रेम नसल्याने त्यांनी कसेबसे २५ लाख देऊ, असे सांगितल्यावर यांनी नाके मुरडली. वास्तविक आसपासच्या वास्तवाचे प्रतिबिंब साहित्यात पडते असे म्हणतात, पण ते यांना लागू नसावे. कारण राज्य तीव्र दुष्काळाने होरपळलेले असताना खरे तर या मंडळींनीच गरीब शेतकऱ्यांसाठी काही

मदतीचा विचार करायला हवा होता. ते राहिले दूरच. उलट हीच मंडळी पर्यटनासाठी सरकारकडे हात पसरीत आहेत. राजकारण्यांच्या अशा कृत्यांस कोडगे म्हटले जाते. साहित्यिकांचे वर्णनही उद्या असेच होऊ लागल्यास यांनी वाईट वाटून घेण्याचे कारण नाही. खरे तर ना. धों. महानोरांसारखा शेतकरी कवी टोरांटो येथील साहित्य संमेलनाचा अध्यक्ष. त्यांचा अनुभव मातीतला. त्यामुळे तरी त्यांना दुष्काळी शेतकऱ्यांची कणव येण्यास हरकत नव्हती. कदाचित कवी आहोत म्हणून वीज बिल सरकारनेच भरावे हे जसे त्यांना वाटत होते तसेच दुष्काळी भागातील कवी आहोत म्हणून सुकाळी प्रदेशातील आपल्या पर्यटनाचा खर्चही इतरांनीच करावा असे त्यांना वाटले असण्याची शक्यता नाकारता येत नाही. वीज बिलाच्या वादात अजितदादा पवार त्यांच्या मदतीस धावले. आता असेच कोणी यावे अशी त्यांची इच्छा असेल. पहिल्या विश्व संमेलनाचे अध्यक्षपद गंगाधर पानतावणे यांनी भूषविले होते. त्यांना विरोध करणे एकंदरीतच अवघड. पुन्हा अस्मितादर्श परिवार अंगावर येण्याची भीती. म्हणून तशी काही टीका झाली नाही. खेरीज त्यांच्याच भागातील कौतिकराव त्यांच्या पाठीशी होते. दुबईत झालेल्या दुसऱ्या विश्व साहित्य संमेलनास मसाला पापड म्हणता येऊ शकेल. कारण त्यास वाळवंटातील मसालासम्राटाचा पाठिंबा होता आणि पापडकवितांसाठी विख्यात मंगुअण्णा पाडगावकर त्याचे अध्यक्ष होते. तिसऱ्यात सिंगापुरात महेश एलकुंचवार यांची चिरेबंदी वाड्यातील पार्टी होती. या सगळ्याचा विचार टोरांटो येथील आयोजकांनी केलेला दिसत नाही. कारण संमेलनासाठी येऊ इच्छिणाऱ्यांपैकी फक्त विसांचाच खर्च आम्ही करू, अन्यांचा नाही, असे सांगण्याचे धारिष्ट्य त्यांनी दाखवले. खरे तर याबद्दल ते कौतुकास पात्र ठरतात. परंतु त्याचमुळे हे आयोजक मराठी साहित्यविश्वापासून किती तुटले आहेत ते दिसते. अन्यथा मराठी साहित्यिकांना खर्च करा हे ते सांगते ना. अन्यांपैकी महामंडळाच्या उषा तांबे यांना महाराष्ट्र आणि कॅनडात साहित्यसेतू उभारायचा असल्याने आणि त्यावर नंतर पुस्तक लिहावयाचे असल्याने त्यांनी यासंदर्भात मौन पाळलेले दिसते. खरे तर इतकी शोभा झाल्यावर संबंधित मंडळींनी स्वत:हून हे संमेलन रद्द करावे. त्यामुळे फार फार तर त्यासाठी बॅगा भरून आवताणाकडे डोळे लावून बसलेल्यांना वाईट वाटेल इतकेच, पण ते तात्पुरतेच असेल. कारण मंडळी पुढच्या यजमानाच्या शोधास लगोलग लागू शकतील.

संमेलन रद्द झाले नाही तर मात्र एक धोका संभवतो. तो असा की, 'कामातुराणांम न भयं न लज्जा' या वचनातील कामातुराणांची जागा साहित्यिक घेतील.

२७ ऑगस्ट २०१२

५५. पोरी तुझं चुकलंच..!

अखेर तू गेलीसच. सुटलीस म्हणायचं का? हो तसंच म्हणायला हवं. खरं तर तुझं वय फुलायचं...प्रेमात पडायचं...पुढच्या आयुष्याची स्वप्नं पहायची. ती तू पाहिलीही असशील. तुझ्याबरोबर तुझा जो सखा होता, तो याच स्वप्नांचा भाग होता का? असेलही किंवा नसेलसुद्धा. त्यानं तुझ्यामध्ये कदाचित सखीसहचरी पाहिली असेल किंवा नसेलसुद्धा. तुझ्या आईवडिलांनी त्याच्यामध्ये जावई पाहिला असेल किंवा नसेलसुद्धा. मम्मी किंवा डॅडीनं स्वतःच्या गाडीतून तुला सोडायला किंवा आणायला यावं, अशा घरातली तू नव्हतीस. लोकल, बस, मेट्रो अशा सार्वजनिक वाहतूक व्यवस्थेतून धक्के खात ज्यांना कार्यालय किंवा घर गाठावं लागतं अशा कोट्यवधी भारतीयांसारखीच तू. स्थानकावर ताटकळत वाट पहात उभं असताना समोर हवी ती लोकल, बस आली की आनंदानं डोळे चमकणाऱ्या कोट्यवधी भारतीयांमधलीच तू. त्या दिवशी १६ डिसेंबरला संध्याकाळी दिवसभराच्या रगाड्यानंतर सुहृदाच्या साथीनं त्या दिवशीही असेच कोट्यवधी भारतीय कुठे ना कुठे बसची, मेट्रोची किंवा लोकलची वाट उभे असतील. तूही त्यांच्यापैकीच एक. समोर रिकामी बस पाहून तुला आनंद झाला असणार...दोस्ताच्या साथीनं खिडकीची जागा पकडत गुजगोष्टी करीत घरापर्यंत जाता येईल असं तुलाही वाटलं असणारच. अशा छोट्या छोट्या आनंदाचे ठिपके जोडत दिवसभराची चतकोरातली रांगोळी पूर्ण करायची आणि आला दिवस सुखात गेला असं मानायची सवय आहेच ना आपल्याला. आजच्या दिवसात रिक्षानं उडवलं नाही...मोटारचालकांनी संप केला नाही...डोक्यावरची विजेची तार/छप्पर/पंखा अंगावर पडलं नाही...पायाखालचा रस्ता खचला नाही...आणि आपण धड्या अंगानं घरी आलो याचा आनंद देशभरातल्या कोट्यवधींना रोजच्या रोज घेता यावा अशी व्यवस्था आहे आपल्या देशात. तूही त्याच व्यवस्थेचा भाग होतीस. त्याच आनंदात तू त्या दिवशीही बसमध्ये चढली असशील. समोर दोन पायांची दिसतायत म्हणजे ती माणसंच असतील असा समज तू करून घेतलास आणि त्यातच बेसावध राहिलीस. आदिम अवस्थेतलं पशुत्व चाराचे दोन पाय झाले म्हणून माणसांमधनं गेलं असेल असं तुलाही वाटलं असणार....तिथेच घात झाला. पोरी, तुझं चुकलंच...!

या महान म्हणवणाऱ्या, उदात्त परंपरा सांगणाऱ्या देशात अर्धनारीनटेश्वर पुजला जातो. या पुजल्या जाणाऱ्या प्रतिमेपुरती तरी त्यात अर्धा पुरुष आणि अर्धी स्त्री दिसते. तुझ्यासारख्या अनेकांना कळत नाही पोरी त्यातल्या पुरुषानं स्त्रीला कधीच पायपुसणं करून टाकलंय ते. काही दिवसांनी तर ही प्रतिमा अर्धीच राहील की काय अशी परिस्थिती येणार आहे. कारण स्त्रीबीज गर्भातूनच उपटून टाकण्यात आपल्याला कोण आनंद. ज्यांनी जीव वाचवायचा ते वैद्यकच न उमलणाऱ्या कळ्या खुडण्यात आयुष्याचं सार्थक मानतात हे तुलाही माहीत असेलच. तुझ्या आईवडिलांच्या मनात तुझा गर्भ पाडून टाकायचा विचार कधी शिवला नसणार. म्हणून तर तू या देशात जन्माला येऊ शकलीस. तुझ्या आई-वडिलांचं त्यासाठी कौतुकच करायला हवं. पण आता त्यांनाही वाटत असेल तू उगाचच जन्माला आलीस. त्यांनाही जाणवत असेल आता की आदिमाया, आदिशक्ती, दुर्गा, लक्ष्मी, सरस्वती या सगळ्या प्रतिमा आपल्या देशात फक्त पुजण्यापुरत्याच असतात. जे जे पूजनीय असतं त्याचं मातेरं करून टाकायचं ही आपली संस्कृती हे कळलं होतं का तुला कधी? आपण पृथ्वीला देव मानतो. तिच्यावरही असाच रोजच्या रोज बलात्कार करीत असतो. नद्यांनाही आपण देवच मानतो. पण सगळा प्रयत्न त्या कशा कोरड्याठिक्क होऊन नाहीशा होतील असाच. झाडांमध्ये, वेलींमध्येही आपण देवच बघतो. परंतु त्यांच्याही नशिबात हे असंच ओरबाडून घेणं. भूतदया हा तर आपल्या संस्कृतीचा पाया. पण ते सगळं नुसतं सांगण्यापुरतंच. प्रत्यक्षात समर्थानं असमर्थाला, धट्ट्याकट्ट्यानं अशक्ताला, धनिकानं गरिबाला शक्य तितकं लुटणं हे वास्तव कळायच्या आतच तुझ्यावर माणसाची झूल पांघरून आलेल्या काळानं घाला घातला. तुला जे काही सहन करावं लागलं ते कळलं तरी हृदयाचा ठोका चुकतो. तू कसं सहन केलं असशील? या देशात स्त्रियांच्या अंगी बाकी काही गुण असो किंवा नसो. सहनशीलता मात्र असावीच लागते. या शब्दातसुद्धा आधी सहन करणं आहे आणि मग शील. तुला कळलं होतं का कधी ते? नाही ना. पोरी, तुझं चुकलंच...!

एकतर तू भारत नावाच्या देशात जन्माला आलीस. आलीस ते आलीस तेसुद्धा दिल्लीसारख्या शहरात. तुला काय वाटलं देशाची राजधानी इतर प्रांतापेक्षा प्रगत असते? जगातल्या सर्वांत मोठ्या लोकशाहीचं सत्ताकेंद्र दिल्लीत आहे, म्हणून तुला मोठा अभिमानही वाटला असेल. पण आपल्याकडे लोकशाही म्हणजे ओरबाडणाऱ्या लोकांनी ओरबाडून घेणाऱ्या लोकांसाठी ओरबाडून राबवलेली व्यवस्था हे कधी आलं होतं का तुझ्या लक्षात? तुझी आई खेड्यातली. तुझ्यावेळी ती बाळंत होताना दवाखान्यात ती वेळेला पोचू शकली. नाहीतर तू मध्येच आचके देत गेली असतीस. अगं खूप जणं जातात असे आपल्याकडे तुला माहीतच असेल. तू मात्र आईच्या

गर्भातून सुखरूप बाहेर आलीस. जन्मल्यानंतर तुला देवीच्या आजारानं नेलं नाही. गोवर किंवा टायफॉईड होऊन मेली नाहीस. काविळीनं तुझा बळी घेतला नाही. ॲनोफलिस डासाच्या मादीनं तुझं रक्त शोषलं नाही. त्यामुळे मलेरिया होऊन या जन्मातनं तुला कधी मुक्ती मिळाली नाही. पैसे भरून डॉक्टर झालेल्यानं चुकीचं औषध देऊन तुला मारलं नाही. त्यानं दिलेलं औषध बनावट निघालं नाही. अन्नातल्या विषबाधेनं तुझे प्राण घेतले नाहीत. शाळेला जाताना स्कूलबस होती का तुला? मग त्या स्कूलबस चालवणाऱ्यानं दारू पिऊन अपघातात तुला ठार केलं नाही. शाळेला सुटी असताना लहानपणी गावी गेली असशील. तिथे जिवजंतू चावल्यानं तुझा जीव गेला नाही. गावातल्या बेदरकार धनदांडग्यांच्या वाहनांनी उडवल्यांवर तू कधी जायबंदी होऊन अपघातात गेली नाहीस. श्रीमंतांनी, मवाल्यांनी केलेले अन्याय मुकाट सहन करायचे असतात. कायद्याचं राज्य फक्त कागदावर असतं हे तुला कधी कळलं नसेल. त्यामुळे वाटलं असेल तुला आपली सुटका झाली. आपण वयानं मोठे झालो. अभ्यास करून चांगले गुण मिळवून हव्या त्या क्षेत्रात कारकीर्द करायची, असं ठरवलं असशील तू. पण तुला लक्षात आलं होतं का की चांगल्या कारकिर्दीसाठी, खूप पैसे मिळवून श्रीमंत होण्यासाठी इतके कष्ट करायची गरज नसते आपल्या देशात. तसं आलं असतं लक्षात तर कशाला गेली असतीस महाविद्यालयात. म्हणजे मग ती बसनं घरी जायची वेळच आली नसती तुझ्यावर. पोरी...तुझं चुकलंच.

आता कळलं असेल तुला जिवंताला पायदळी तुडवायचं आणि तसा तो तुडवला गेल्यावर त्याच्या नावानं टिपं गाळायची ही आपली नवी मानवता आहे. म्हणून तर तुझ्यावरच्या अत्याचाराला वाचा फुटल्यावर आपण प्रयत्नात कमी पडलो नाही हे दाखवण्यासाठी सरकार तुझ्या मृतदेहासाठी खास विमानं सोडू शकतं पण जिवंतांना मरणयातना देणारी व्यवस्था सुधारू शकत नाही. यामुळेच घरात हवे तितके दिवे लावून अंधार करण्याची ऐपत असणारे इंडिया गेट, मुंबईतलं गेटवे ऑफ इंडिया वगैरे ठिकाणी तुझ्या नावानं मेणबत्त्या लावायला वेळ काढतात. पण आसपासच्या पददलितांसाठी त्यांच्याकडे वेळ नसतो. आता तर संसदेतले जागरूक प्रतिनिधी महिला रक्षणासाठी कडक कायदे करण्याची शपथ घेतायत. तुझं बलिदान व्यर्थ जाणार नाही असं ते बलिदान लादण्यासाठी जबाबदार असणारेच सांगू लागलेत. थोडक्यात काय तुझ्यावर जी वेळ आली ती कोणावरही कधी येऊ नये यासाठी प्रयत्न केले जाणार आहेत म्हणे. आता तुझ्या नावानं एखादा दिवस वगैरेही साजरा करण्याचं ठरवलं जाईल. स्त्रियांना समानतेची वागणूक देण्याची शपथही घेतील सगळे. आणि हे होईल ते पहायला तू नसशील. तेव्हा पोरी...तुझं चुकलंच.

३१ डिसेंबर २०१२

५६. महाराष्ट्राचा कँपाकोला!

उकिरडे आपोआप वाढतात आणि शहरे ही ठरवून वाढवावी, जोपासावी लागतात. शहरांच्या नियोजनाचे एक शास्त्र असते. उकिरड्यांना असल्या कोणत्याच शास्त्राची गरज नसते. ही मूलभूत बाब आहे आणि महाराष्ट्रात तिचा विचार न झाल्याने राज्यातील शहरे ही उकिरडे बनू लागली आहेत. रविवारच्या अंकात आम्ही शहरांचे उकिरडे होण्यास राजकारण्यांचा कसा हातभारच लागतो याचा सविस्तर वृत्तान्त प्रकाशित केला. यात सर्व विभागांतील शहरे आहेत आणि त्यांचे उकिरडे बनवण्यात सर्वपक्षीयांनी हातभार लावला आहे. मराठवाडा असो वा विदर्भ वा पश्चिम महाराष्ट्र. शहरांची वाट सर्वत्रच लावली जात आहे. गेले काही दिवस मुंबईचे पुणे म्हणून एकेकाळी मिरवणाऱ्या डोंबिवली या उपनगराची कशी दैना झाली आहे, याचा तपशील आम्ही प्रसिद्ध केला. त्या शहरावर राष्ट्रीय स्वयंसेवक संघाच्या मुशीतून घडलेल्या...निदान तसा दावा करणाऱ्या...मंडळींचे सातत्याने नियंत्रण आहे. परंतु त्यांनीही काही शहराचे बरे केले असे म्हणता येणार नाही. गर्व से कहो...म्हणत गुढीपाडव्याला शोभायात्रा काढण्याची टूम काढून आपण काही सांस्कृतिक क्रांती वगैरे केल्याचा आव यांच्या कळपातील काही आणतात. पण त्यांनी केलेल्या उद्योगातही गर्व वाटावा असे काही नाही. शहरांच्या बकालीकरणास हातभार लावायचा आणि ते विद्रूप पाप झाकण्यासाठी शोभायात्रा काढायच्या असा यांचा उद्योग होता आणि आहे. आता तर शहरांतील बेकायदेशीर बांधकामांविरोधात ब्रदेखील काढण्याची गरज या डुढ्ढाचार्यांना वाटत नाही, इतके हे भ्रष्ट व्यवस्थेचे भाग बनून गेले आहेत. मुंबई, ठाणे आणि डोंबिवली या शहरांना जोडणाऱ्या मधल्या पट्ट्यात तर झोपड्यांचे पेवच फुटले आहे. एकेका रात्रीत वस्तीच्या वस्ती उभी रहाते आणि त्यांना वीज पाण्यासकट सर्व जोडण्या दिल्या जातात. आज रिकामा दिसणारा भूखंड उद्या माणसांनी भरून जातो आणि नवी वस्ती जन्माला येते. पुण्याबाबतही हेच म्हणता येईल. एकेकाळी जे मुंबईचे झाले ते आता पुण्याचे होत आहे. धरण फुटल्यावर पाणी चहुबाजूंनी वाटेल तसे पसरावे त्याप्रमाणे धरण न फुटताही पुण्यात माणसे वाटेल तशी पसरली. त्या माणसांना सामावून घेण्यासाठी वाटेल तशा इमारती उभारण्यात आल्या आणि त्यात अनेकांनी आपले हात धुऊन

घेतले. कोणताही नियम, कायदा या मंडळींनी पाळला नाही आणि हवे तसे बांधकाम करीत गेले. इमारती उठवायच्या, घरे विकायची आणि माणसे रहावयास आली की माणुसकीचा मुद्दा पुढे करीत बेकायदा घरे कशी नियमित करता येतील, हे पहावयाचे हा खेळ साऱ्या राज्यात खेळला गेला. त्यामुळे राज्यातील सर्वच शहरे भयाण बकाल होत गेली.

याला हातभार लावला तो केवळ भडभुंजेगिरीइतकीच अक्कल असणाऱ्या मंडळींची भाऊगर्दी शहरे चालवणाऱ्यात झाल्यामुळे. नगरसेवक नावाने ओळखली जाणारा हा वर्ग बराचसा गुंडपुंडांनीच भरलेला आहे. सध्या आपल्याकडे काहीही न जमणाऱ्या उचापतखोरांसाठी राजकारणाव्यतिरिक्त एक व्यवसाय उपलब्ध आहे. तो म्हणजे बिल्डर. या व्यवसायात पडण्यासाठी कोणतेही औपचारिक शिक्षण असावे लागत नाही. कोणत्या पदवी–पदविकेची गरज नसते आणि कोणते एखादे कौशल्य लागते असेही नाही. गरज असते ती योग्य ठिकाणी ओळखीपाळखी असण्याची आणि प्रसंगी गुंडगिरी करता येण्याची. हे कौशल्य असणाऱ्यांची कमी आपल्याकडे कधीच नसल्यामुळे हा वर्ग मोठ्या प्रमाणात पसरत गेला. यातील बहुसंख्य हे अशिक्षित वा अर्धशिक्षित आहेत. यातील बरेचसे हे नगरसेवक बनले आणि उरलेले बिल्डर. एकेकाळी बिल्डर आणि नगरसेवक यांच्यात दाखवण्यापुरते का होईना अंतर होते. काळाच्या ओघात तेही पुसले गेले. पुढे बिल्डर हेच नगरसेवक बनले. त्यामुळे आपापली बांधकामे नियमित करून घेणे हे एकमेव काम या मंडळींच्या पत्रिकेवर होते आणि आहे. या व्यवसायातून येणारा पैसा अफाट असल्याने अधिकाऱ्यांनाही तो मोह पडला आणि तेही या बांधकाम व्यावसायिकांत सामील होत गेले. यातलेच काही नामांकित विधानसभा आणि वर गेल्याने सगळ्यांचीच भीड चेपली आणि सगळेच बेकायदा संपत्तीनिर्मितीत आणि निर्माण झालेल्या अनौरस संपत्तीवर हात मारण्यात सहभागी झाले. आज शहरे भयाण वाटावी अशी झाली आहेत ती यामुळे. एका बाजूला अत्यंत आलिशान अशा वस्त्या उभ्या रहात आहेत आणि दुसरीकडे त्याचवेळी वारुळात मुग्यांच्या दाटीवाटीच्या वस्तीप्रमाणे चाळी आणि बेकायदा इमारती निर्माण केल्या जात आहेत. नगरसेवक आदी म्हणवणारे यातील दुसऱ्या वर्गाचे प्रतिनिधित्व करतात. बेकायदेशीर गोष्टी तात्पुरत्या का होईना स्वस्त भासतात. त्यामुळे आर्थिकदृष्ट्या अशक्त वर्ग बेकायदा घरे देणाऱ्यांच्या मागे फरफटत जातो आणि निवडणुकीतही त्यांची पाठराखण करतो. उच्चभ्रू वसाहतीत राहणाऱ्यांचे या वर्गाशी घेणेदेणे नसते आणि अशा वसाहतीत राहणाऱ्यांना असलीच तर नगरसेवक आदींबाबत घृणा असते. चार पैसे फेकले की ही शहर चालवणारी मंडळी विकत घेतात असा या वर्गाचा अनुभव असल्याने आणि पैशाची कमी नसल्याने शहरांतील सुजाण, सुशिक्षित वर्ग

शहरांत राहूनही शहर चालवणाऱ्यांपासून फटकूनच राहतो. जगण्याच्या दैनंदिनतेत हे अंतर भरून येत नाही आणि त्यासाठी कोणत्याही वर्गाकडून प्रयत्न होतो असे नाही.

यातून एक प्रचंड दरी आपल्या समाजजीवनात तयार होत असून त्यातून आज ना उद्या मोठ्या प्रमाणात सामाजिक प्रश्न निर्माण होऊ शकतात. मुंबईतील कँपा कोला इमारतीच्या बाबत गेल्या आठवड्यात जे काही अनुभवायला आले त्यातून हेच सिद्ध झाले. या उच्चभ्रूंच्या इमारतीचे वरचे काही मजले बेकायदा बांधले गेले असून ते पाडण्याचा आदेश सर्वोच्च न्यायालयाने दिल्यानंतरही त्याबाबत या बेकायदा घरांत राहणारे वातावरणनिर्मिती करू शकले. त्याचवेळी स्वत: बेकायदा घरात राहणाऱ्यांची वेळ ज्यांच्यावर आली आहे त्या सर्व आर्थिक अशक्तांना कँपा कोलाचे अनधिकृत बांधकाम पाडले जायलाच हवे असे वाटत होते आणि तशी भावना जाहीरपणे व्यक्त केली जात होती. यातून दिसला तो फक्त 'ते' आणि 'आपण' यातील वैरभाव. कँपा कोला इमारतीत सधन मंडळी राहतात. त्यांना पैशाची ददात नाही. त्यामुळे देशातील उत्तमातील उत्तम वकील गाठून या मंडळींनी सर्वोच्च न्यायालयाकडूनही स्थगिती मिळवली आणि पाच महिन्यांसाठी का होईना आपले बेकायदा निवासस्थान कायदेशीर करून घेतले. दुसऱ्या बाजूला सर्वोच्च न्यायालयाचाच दट्ट्या असल्याने मुंबई महानगरपालिकेस या इमारतीतील बेकायदा बांधकाम पाडण्याचा देखावा करावा लागला आणि या इमारतींतील सधनांच्या खाल्लेल्या मिठाच्या विरोधात वागावे लागले. आम्ही हे बेकायदा बांधकाम पाडणारच अशी शहाजोगी भूमिका मुंबई महापालिकेने घेतली ती केवळ सर्वोच्च न्यायालयाचा रेटा असल्यामुळेच. नपेक्षा पंचवीस वर्षे या बेकायदेशीरपणाकडे महापालिकेने दुर्लक्ष केले नसते.

राज्यात गावोगावी त्या त्या ठिकाणची अशी वेगवेगळी कँपाकोला संकुले उभी आहेत. मुंबईतील एक पुढे आले. बाकीची झाकून आहेत. विधिनिषेधशून्य राजकारणी आणि बेमुर्वतखोर प्रशासन यामुळे संपूर्ण महाराष्ट्रच एक कँपाकोला वसाहत बनले असून त्यावर तूर्तास तरी काही उतारा दिसत नाही. महाराष्ट्राचा हा कँपाकोला कोण निस्तरणार हा या राज्यातील सुजाण आणि प्रामाणिक करदात्यांना पडलेला प्रश्न आहे.

६ मे २०१३

५७. पोकळ आणि पोरकट

देशाचे प्रशासन चालवावे असे सर्वोच्च न्यायालयास वाटते काय? मतदारांना नकाराधिकार देण्याच्या आजच्या कथित ऐतिहासिक निर्णयामुळे असे मानण्यास जागा आहे. राजकीय पक्षांना माहिती अधिकाराच्या अखत्यारीत आणावे, सरकारने गरिबांना धान्य कसे वाटावे, लष्कराने जम्मू-काश्मीरातील परिस्थितीत काय आणि कसे करावे, सरकारचे करधोरण काय आदी अनेक बाबींचे मार्गदर्शन सर्वोच्च न्यायालयाने याआधीच केले आहे. मतदारांना निवडणूक रिंगणातील सर्व उमेदवार नाकारण्याचा अधिकार असावा असा निर्णय देऊन सर्वोच्च न्यायालयाने आपणही वाहवत जाऊ शकतो हे दाखवून दिले आहे. वातावरणात राजकारण्यांविषयी हम सब चोर है अशीच फिल्मी भावना असल्यामुळे सर्वोच्च न्यायालयाने जे काही केले ते योग्यच केले अशी भावना जनसामान्यांच्या मनात असणे साहजिक आहे. बरे झाले चांगली अद्दल घडली असेही राजकारणाविषयीच्या एकंदर घृणेमुळे अनेकांना वाटू शकेल. परंतु या तत्कालिक आणि लोकप्रिय भावनावेगास दूर करून सर्वोच्च न्यायालयाच्या निर्णयांचे विश्लेषण करावयास हवे. तसे ते केल्यास प्रशासनाच्या अंगणात न्यायालयाची किती घुसखोरी होत आहे, याचा अंदाज येईल आणि न्यायमूर्ती लोकप्रिय होऊ पाहत असल्याचा संशय येईल. घटनेचा रक्षक या नात्याने सर्वोच्च न्यायालयाने लोकप्रियतेची वा लोकभावनेची फिकीर करण्याचे कारण नाही. परंतु न्यायालयांचे अलीकडचे निर्णय हे कायद्याच्या कसोटीपेक्षा लोकप्रियतेच्या कसोटीवरच अधिक उतरतात असे म्हणता येईल. धोरणलकव्याच्या व्याधीने पंगू झालेले देशातील मध्यवर्ती प्रशासन आणि व्यवस्थेविषयी जनतेच्या मनात तयार झालेला अविश्वास यामुळे सर्वोच्च न्यायालयाने जे काही केले त्याचे गुणगान केले जात असले तरी त्यात बुद्धीपेक्षा भावनेचा वाटा अधिक. निवडणुकीला उभे असणारे सर्व उमेदवार नाकारण्याचा अधिकार मतदारांना देण्याच्या सर्वोच्च न्यायालयाच्या आजच्या निर्णयाबाबतही हेच म्हणता येईल.

निवडणुकीच्या रिंगणात असलेल्या उमेदवारांपैकी एकही उमेदवार मतदारांस पसंत नसेल तर तसे मत नोंदविण्याची व्यवस्था करण्याचे आदेश सर्वोच्च न्यायालयाने निवडणूक आयोगास दिले. लवकरच पाच प्रमुख राज्यांच्या विधानसभा निवडणुका

होणार आहेत. त्या निवडणुकीत पहिल्यांदा या निर्णयाची अंमलबजावणी होईल. त्यावेळी मत नोंदणी करणाऱ्या इलेक्ट्रॉनिक यंत्रांवर यापुढे आणखी एका बटणाची सोय निवडणूक आयोगाला करावी लागणार असून, नागरिकांना सर्वच्या सर्व उमेदवारांना नाकारण्याचा अधिकार मिळणार आहे. परंतु तो सर्वथा निरुपयोगी आहे. उदाहरणार्थ एखाद्या मतदारसंघात कोणत्याही उमेदवारापेक्षा 'यातील कोणीही नाही' या पर्यायास सर्वाधिक मते मिळाली तर निवडणुकीचा निकाल काय असेल? उपलब्ध असलेल्यांपैकी एकही उमेदवार मतदारांना नको असाच त्याचा अर्थ असेल तर फेरमतदान घ्यायला हवे. परंतु सर्वोच्च न्यायालयाचा आजचा निकाल असे सांगतो की असे जरी झाले तरी त्याचा निवडणूक निकालावर परिणाम होणार नाही. म्हणजे कोणत्याही एका उमेदवारापेक्षा यांतील कोणीही नाही या पर्यायास सर्वाधिक मते मिळाली तरीही त्यातल्या त्यात जास्त मते पडणारा विजयी होणार. उदाहरणार्थ निवडणुकीच्या रिंगणात दहा उमेदवार असले आणि १०० मतदारांपैकी ९९ मतदारांनी यातील एकही आम्हाला पसंत नाही असे मत नोंदवले तरीही ज्यास राहिलेले एक मिळेल तो विजयी मानला जाणार. तेव्हा आजचा निर्णय त्या अर्थाने पूर्णपणे वांझोटाच म्हणावयास हवा. मग सर्वोच्च न्यायालयाने हा अर्धवटपणा करून काय मिळवले? आणि दुसरे असे की मग हा निर्णय टरफलाइतका निरुपयोगी असेल तर त्यास नकाराधिकार का म्हणावयाचे? सर्वोच्च न्यायालयाने निवडणूक आयोगास मतदारांना नकाराधिकार बहाल करण्याचा आदेश दिला असे मानले तर आजच्या निर्णयामुळे त्याची कशी पूर्तता होणार?

ही तरतूद अमलात आल्यामुळे व्यवस्थेत सकारात्मक बदल होतील आणि जास्तीत जास्त चांगले उमेदवार देण्याचा दबाव राजकीय पक्षांवर वाढेल, असे न्यायालयाला वाटते. हे अगदीच बालिश ठरते. त्यामागे प्रमुख कारणे दोन. एक वर उल्लेख केलेले. आणि दुसरे म्हणजे सर्वोच्च न्यायालयाची चांगल्या उमेदवाराची व्याख्या काय? एखादा केवळ उच्चशिक्षित आहे, म्हणून चांगला ठरतो काय? उच्च न्यायालयाचे न्यायाधीश उच्चविद्याविभूषितच असतात. परंतु तरीही त्यातील काहींच्या गैरव्यवहारांची प्रकरणे बाहेर आलेली आहेत आणि एकाच्या बाबतीत तर महाभियोग चालवण्यापर्यंत वेळ आलेली आहे. तेव्हा शिक्षण हाच निकष असावा असे म्हणता येणार नाही. याच प्रश्नाचा दुसरा भाग असा की एखादा अल्प वा अशिक्षित आहे म्हणून निवडून येण्यासाठी कसा काय अपात्र ठरतो? अशा कितीतरी अशिक्षित वा अल्पशिक्षित राजकारण्यांनी उत्तम कार्य केल्याची उदाहरणे आपल्या देशात आहेत. त्याचबरोबर चांगले उमेदवार असा शब्दप्रयोग करताना सर्वोच्च न्यायालयाच्या मनात नैतिकता हा निकष नसणार. कारण नैतिकता ही सापेक्ष असू शकते आणि तशी ती नसली तरी एखादा उमेदवार नैतिकदृष्ट्या चांगला आहे की वाईट हे लोक कसे काय ठरवणार?

प्रचंड आकाराच्या लोकसभा मतदारसंघातील किती मतदारांना आपल्या उमेदवाराची इतकी इत्थंभूत माहिती मिळू शकेल? हे सगळे होईल असे समजा गृहीत धरले तरीही राजकीय पक्ष ते करणार नाहीत. कारण या सगळ्यामुळे निकालावर काहीही परिणाम होणार नाही. आणखी एक मुद्दा सर्वोच्च न्यायालयाच्या नजरेतून निसटलेला दिसतो. तो म्हणज आपल्याकडील राजकीय पद्धती. बहुसंख्य ठिकाणी उमेदवार हा त्या त्या पक्षाचे प्रतिनिधीत्व करीत असतो आणि मतदारांच्या मनात त्या त्या पक्षाचे चिन्ह असते. त्याचमुळे कित्येकदा मतदान हे एखाद्या उमेदवारापेक्षाही त्या उमेदवारांच्या पक्षाच्या चिन्हाला पाहून केले जाते. त्यामुळे सर्वोच्च न्यायालयाचा आदेश हा पक्षापेक्षा उमेदवारकेंद्रित व्यवस्थेसाठी जास्त योग्य ठरतो.

मतदान करण्याचा अधिकार जसा नागरिकांना आहे, तसा मतदान न करण्याचा अधिकारही नागरिकांना द्यायला हवा, असेही न्यायालयाने आजच्या निकालात म्हटले आहे. परंतु आताही अनेक मतदार हा हक्क बजावतातच याची न्यायालयास जाणीव नाही काय? मतदानास न जाण्यामागे अनेक जणांची उमेदवारांबाबतची नापसंती हे कारण असते. त्यामुळे आपले मतदानाचे कर्तव्य नाकारून अनेक जण ती नाराजी आताही व्यक्त करतात. नव्या आदेशानुसार ही नाराजी मतदारांना आता बटण दाबून व्यक्त करता येईल, असे सर्वोच्च न्यायालयास वाटते. परंतु हा युक्तिवाद अगदीच बाळबोध म्हणावयास हवा. याचे साधे कारण असे की जे काम एखाद्या नागरिकास काहीही कष्ट न करता, मतदानास न जाऊन, निवांत घरी बसून करता येते तेच काम करण्यासाठी तो मतदान केंद्रावर जाण्याचा उपद्व्याप का म्हणून करेल? हे त्याने कधी केले असते? तर त्याच्या मतामुळे उपलब्ध उमेदवारांपैकी एकही उमेदवार निवडला जाणार नाही अशी परिस्थिती असेल तर. परंतु तशी परिस्थिती नाही हे सर्वोच्च न्यायालयानेच स्पष्ट केलेले आहे. तेव्हा त्या अर्थानेही आजच्या निकालाने मतदारांच्या हाती काही लागणार नाही.

निवडणूक ही निवडून देण्यासाठी असते आणि ही निवडणूक उपलब्धांमधून करायची असते. निवडणूक प्रक्रिया जो उत्तम तोच निवडून येईल याची हमी देत नाही आणि देऊही शकणार नाही. ती हवी असेल निवडणुकीच्या प्रक्रियेत आणि राजकीय व्यवस्थेत दीर्घ आणि खोल सुधारणा व्हायला हव्यात. त्या व्हायच्या तर लोकशाही व्यवस्थेत अधिकाधिकांचा सहभाग हवा. यातील काही साध्य होण्याची शक्यता आजच्या निर्णयामुळे उद्भवत नाही. त्यामुळे सर्वोच्च न्यायालयाचा हा निर्णय हा पोकळ आणि पोरकटच ठरतो.

२८ सप्टेंबर २०१३

५८. २४ वर्षांची सवय!

क्रिकेट हा देशाचा धर्म नाही आणि सचिन देव नाही. तो तसा आहे असे म्हणणे हे बौद्धिक दिवाळखोरीचे लक्षण. मग सचिन रमेश तेंडुलकर या व्यक्तीचे आपल्याशी नाते काय?

तर सचिन ही या देशाची गेल्या २४ वर्षांची सवय आहे. एरवी काहीही फारसे भले घडत नसलेल्या, गरिबी, दारिद्र्य, भ्रष्टाचार यामुळे गांजलेल्या, महागाई आणि जगण्याचा अन्य संघर्ष यामुळे पिचलेल्या, बोटचेप्या धोरणांमुळे जगाच्या बाजारात लाजलेल्या अशा सव्वाशे कोटींच्या भारत देशाला लागलेली आनंददायी सवय म्हणजे सचिन. सत्तरीच्या दशकात आणीबाणी आणि अन्य व्याधींमुळे ग्रस्त आणि सतत मारच खाण्याचे प्राक्तन भाळी आलेल्या भारतीयास चित्रपटाच्या पडद्यावर अशी सवय अमिताभ बच्चन यांनी लावली. 'अगले हफ्ते और एक कूली पैसा देने से इन्कार करेगा...' असे म्हणणारा निळ्या शर्टातला 'दीवार'मधील मजूर अमिताभ भारतीयांच्या अंगावर रोमांच फुलवत होता. कारण ते पाहणाऱ्या प्रत्येक भारतीयाला आपणही पिळवणुकीस असाच विरोध करायला हवा असे वाटत होते. ते वास्तवात शक्य नाही. तेव्हा ही वास्तवाची गरज अमिताभ बच्चन यांनी आभासातून पूर्ण केली आणि आपणच काही केल्यासारखा आपला ऊर आनंदाने भरून आला. पुढच्या काळात हा मनातल्या बंडाचा अग्नी भारतीय समाजात मोठ्या प्रमाणावर शांत झाला. कारण कितीही नाही म्हटले तरी मध्यमवर्ग म्हणवून घेणारा पुढच्या काळात उच्च मध्यमवर्गीयांत जाऊन स्थिरावला. हृदयातील आग बँक खात्यातील जमेच्या रकान्याच्या लांबीरुंदीने शांत होते. भारतातल्या एका मोठ्या वर्गास ती शांतता मिळाली. परिणामी त्या वर्गासाठी पडद्यावरच्या अमिताभचे निखारे विझले नाहीत तरी शांत झाले. तेव्हा अशा वातावरणात सुस्थितीतल्या मध्यमवर्गास रस्त्यावरती मारामाऱ्या करणारा नायक तितका काही न भावणे नैसर्गिकच. त्या वर्गाला नवा नायक हवा होता. आर्थिक सुस्थितीतला, गरिबी, त्याग वगैरेची भाषा न बोलणारा, मनातल्या हिंसक भावनेला विघातक रूप देणारा. सचिन रमेश तेंडुलकर ही खुंटी या समाजाच्या मानसिक गरजांच्या छिद्रांत फिट्ट बसली. त्यामुळे अत्यंत वर्णद्वेषी अशा मस्तवाल ऑस्ट्रेलियन गोलंदाजाला

कस्पटासमान मानत सचिनने सीमापार पाठवल्यावर भौतिक विकासात आपल्यापेक्षा कितीतरी पुढे असलेल्या ऑस्ट्रेलियाला आपण मागे टाकल्याचा आनंद आपल्याला होत असे. आपल्या कराल ताकदीने समोरच्यास घाबरवणाऱ्या वेस्ट इंडिजच्या दैत्यरूपी गोलंदाजाना हा वीतभर उंचीचा सचिन बॅटच्या तडाख्याने झटकून टाकू लागला की ती ताकद आपल्याच अंगात असल्याचा साक्षात्कार भारतीयांना होत असे आणि शोएब अख्तरसारख्या वादळी गोलंदाजास क्रिजच्या बाहेर येऊन सचिनने किरकोळीत हाणले की ती पाकिस्तानच्या काश्मिरी खुस्पटांची शिक्षाच जणू असे आपल्याला वाटे. अशाने आपल्याला त्याची सवय लागली.

ही सचिन नावाची खुंटी इतकी सुदृढ निघाली की पुढील २४ वर्षे समस्त भारत त्या खुंटीला आंधळेपणाने लोंबकळत राहिला. इतका की आज ना उद्या कधीतरी ती सैल होईल याची जाणीवही या आत्ममग्न वर्गाला राहिली नाही. सचिन नावाची सवय देशाला लागली ती यामुळे.

ती अधिकच दृढ झाली. कारण भारतीय मानसिकतेला आवडणार नाही असे सचिनने...निदान उघडपणे... काहीही केले नाही. या भारतीय मानसिकतेत स्वतःच्या कर्तृत्वाचेदेखील श्रेय मागायचे नसते हे या कविपुत्राला चांगलेच ठाऊक. श्रेय मागितले नाही तर किती तरी अधिक पटीने हा समाज ते आपल्या पदरात घालतो हे ज्याला कळते तो या समाजाच्या गळ्यातील ताईत होतो. सचिनने जाणतेपणाने असेल वा अजाणतेपणाने पण ते तत्त्व पाळले. त्यामुळे स्वतःच्या लखलखीत कर्तृत्वावर त्याने कधीच मालकी सांगितली नाही. कधी ते श्रेय त्याने गुरू रमाकांत आचरेकर यांना दिले, कधी आईला तर कधी ज्येष्ठ भावास. मैदानावर विक्रमी कामगिरी नोंदवल्यानंतर आकाशाकडे पाहत स्वर्गवासी झालेल्या वडिलांना अभिवादन करण्याच्या त्याच्या कृतीत वडिलांचे छत्र गमावलेल्या अनेकांनी आपापल्या पितृऋणांची भरपाईच पाहिली. या अशा सौहार्दी वागण्याचा परिणाम सचिनच्या चणीमुळे अधिक होत गेला. त्यात किरकोळ मालिकेतल्या यशामुळे चमकेश झालेले आपल्याकडे पैशाला पासरी. त्यांच्या तुलनेत क्रिकेटच्या मूठभर जगात का असेना, स्वतःचे साम्राज्य निर्माण करणाऱ्या सचिनने पार्ट्या झोडत, दीडदमडीच्या मदनिकांसमवेत वा उच्चभ्रूंतील पदरपाडू महिलांसमवेत पेज थ्रीगिरी कधी केली नाही. आपण फक्त क्रिकेट खेळण्यासाठी अवतरलो आहोत आणि बाकी सारे दुय्यम आहे हे त्याचे भान कधीही सुटले नाही. सचिनची सवय लागण्यामागे हेही एक कारण.

आपल्याकडे आकाराने लहान असलेल्यास दुबळे वा बिचारा मानण्याची, कमी बोलणाऱ्यास विद्वान मानण्याची वा अगम्य लिहिणाऱ्यास पंडित मानण्याची सांस्कृतिक परंपरा आहे. त्याचा यथास्थित फायदा सचिनने घेतला वा नकळतपणे

त्यास झाला. खरे तर मैदानावर उंचपुऱ्या वेस्ट इंडियन वा धष्टपुष्ट ऑस्ट्रेलियन गोलंदाजाने सचिनववर झंझावाती चेंडू टाकला तर त्यात वावगे असे काही नाही. जे काही होत होते ते खेळांच्या नियमानुसारच. पण सचिनला मात्र अशा प्रसंगात तोंड द्यावे लागले की क्रिकेटमध्ये फारसे काही गम्य नसलेल्या बायाबापड्या हिस्स...अशा सहानुभूतीपूर्ण उद्गारात बिच्चारा सचिन...म्हणत हळहळत. आपल्याकडे कपिल देव यांचीही कामगिरी इतकी नाही तरी बऱ्याच प्रमाणात उत्तुंग. पण कपिल उंचापुरा आणि तगडा. त्यामुळे ही अशी हिस्स...बिच्चारा कपिल अशी प्रतिक्रिया कधी काही कोणाच्या तोंडून उमटली नाही. तेव्हा मुद्दा हा की हे असे बिच्चारे वाटणारे अनेकांना आवडतात. सुरक्षित वाटतात. सचिनची सवय आपल्याला का लागली त्यातले हे एक कारण.

खेरीज आणखी एक कारण सचिनच्या लोभस प्रतिमानिर्मितीमागे आहे. त्यास काय बोलावे यापेक्षा काय बोलू नये हे उत्तमपणे कळते. त्यामुळे काहीबाही बोलून सचिनने वादळ ओढवून घेतले असे कधीही झाले नाही. अपवाद फक्त एकच. मुंबईविषयी तो बोलल्यावर या शहरावर मालकी सांगणाऱ्या शिवसेनेने त्याच्यावर टीका केल्यावर. पण सचिनचे चातुर्य हे की त्याने या टीकेचा जराही प्रतिवाद केला नाही की खुलासा दिला नाही. परिणामी त्या टीकेच्या वाह्यात वाग्बाणांमुळे ते सोडणारेच जखमी झाले. त्याचे श्रेय पुन्हा सचिनलाच. त्याबाबत देखील इतकी चढाओढ होती की क्रिकेट विश्वाला हादरवून सोडणाऱ्या फिक्सिंग प्रकरणात सचिनने ब्रदेखील कधी काढला नाही, हेही अनेकांना कळले नाही. भारतीय क्रिकेटचा इतका अविभाज्य घटक असणाऱ्या सचिनला पडद्यामागे काय चालले आहे याचा गंधही नव्हता असे सर्वोदयवादी भाबडेदेखील म्हणणार नाहीत. पण तरीही सचिन काहीही कधीही बोलला नाही. आपण बरे आपले काम बरे ही वृत्ती आपल्याकडे अनेकांची आवडतीच. सचिनची सवय लागली त्याला तीही कारणीभूत आहेच.

आणि दुसरे म्हणजे जगताना अशा सवयींची गरज असणे केव्हाही चांगलेच. मग लता मंगेशकर असोत किंवा आशा भोसले वा भीमसेनजी वा कुमार गंधर्व वा टेनिस कोर्टवरचा फेडरर. या अशा सवयी जगणे श्रीमंत करतात. त्या सुटत नाहीत. सोडायच्याही नसतात. तेव्हा निवृत्ती जाहीर केली म्हणून ही सचिन रमेश तेंडुलकर नावाची गेल्या २४ वर्षांची सवय लगेच थोडी सुटणार? त्यासाठी नवा सचिनच हवा. नव्या सवयीसाठी...

१२ ऑक्टोबर २०१३

५९. भारत आणि रत्न

बुद्धी गहाण टाकून लोकप्रियतेच्या मागे वाहत जाणे भारतीयांना आवडते. एखाद्यास लोकप्रियतेच्या शिखरावर बसवायचे आणि आपल्या इच्छाआकांक्षांचे ओझे त्या नायकाच्या खांद्यावर टाकून स्वत: निवांत पुख्खे झोडत बसायचे, हे आपले व्यवच्छेदक लक्षण. ते सर्वच भारतीय समाजास लागू पडते. असा नायक मग आपल्यासाठी जणू अपरिहार्यच आहे असा समज करून दिला जातो आणि आपणासही असा समज करून घेणे आवडते. परिणामी या आणि अशा नायकाविना उर्वरितांचे जगणे हे निराधार आणि निरर्थक ठरते आणि सर्वच संबंधित मग अशा नायकांचे गोडवे गाण्यात रममाण होतात. हे असे गोडवे गाणारे बऱ्याच अंशी लबाड असतात आणि अन्य सामान्यांना त्याचा पत्ताही नसतो. सचिन रमेश तेंडुलकर या व्यक्तीचे हे असे झाले आहे. जगण्याच्या अन्य क्षेत्रांत कोणतेही आशादायक असे काही घडत नव्हते त्या काळात सचिन बॅट घेऊन क्रिकेटच्या मैदानात उतरला आणि या भारतवर्षांच्या उद्धारासाठीच जणू कोणी हा अवतार पृथ्वीतलावर आलेला आहे, असे आपणास वाटू लागले. तोपर्यंत मध्यमवर्गाच्या अपूर्ण आशाआकांक्षांचे विरेचन अमिताभ बच्चन याच्या रूपाने पडद्यावर होत होते. त्यालाही असाच महानायकाचा दर्जा या समाजाने दिला होता. परंतु, तो महानायक पुढे निवडणुकीच्या रिंगणात उतरला आणि काहीही कारण नसताना 'बोफोर्स' आदी प्रकरणाचे शिंतोडे आपल्या उंची अंगरख्यावर त्याने उडवून घेतले. त्यात या नायकाने आपले लांब हात विसावण्यासाठी मदत घेतली ती अनिल अंबानी वा अमर सिंह यांच्या हातांची. या सगळ्यामुळे नाही म्हटले तरी या बच्चनपुत्राची अमित आभा झाकोळलीच. या चुका टाळता आल्या असत्या, तर अमिताभ बच्चन यासदेखील भारतरत्न दिले जावे अशी मागणी पुढे येती आणि जनमताच्या रेट्यावर नाचण्याची वाटच पाहणारे राजकीय पक्ष ती वाया जाऊ देते ना. अमिताभच्या चुका सचिनने टाळल्या आणि कोणाच्या अध्यात ना मध्यात ही आदर्श व्यक्तिमत्त्वासाठीची पहिली कसोटी तो सातत्याने अव्वल गुणांनी उत्तीर्ण होत गेला. त्याचे चातुर्य इतके की, आसपास सट्टेबाजीचे आणि खेळातील भ्रष्टाचाराचे अगणित प्रकार घडत असताना क्रिकेटचा देव म्हणवून घेणाऱ्या या नायकाने मौन पाळणेच

पसंत केले. त्या अर्थाने सचिन हा हिंदूंच्या अगणित पण निरुपयोगी देवांसारखाच वागला. खेळातील हा भ्रष्टाचार निपटून टाकण्यासाठी वा निदान गेला बाजार कमी व्हावा यासाठी त्याने तसूभरही प्रयत्न केले नाहीत. त्यामुळे कोणालाही कसलाही धोका निर्माण झाला नाही. आपल्याकडील व्यवस्थेस अशी निधरेक व्यक्तिमत्त्वे नेहमीच आवडतात. त्यामुळे सचिनचे 'भारतरत्न' नक्की होतेच. ते त्याला मिळाले. त्यामुळे क्रिकेटच्या मैदानावरील आणि मैदानाबाहेर राहून मैदानातील खेळाडूंना नाचवणाऱ्या तमाम राजीव शुक्लांनी एकमेकांना टाळ्या देत सचिनचे 'भारतरत्न'पद साजरे केले असेल. सचिनला पदरी 'बाळगणाऱ्या' अंबानींच्या बहुमजली इमल्यासही त्यामुळे रोषणाईची आणखी एक संधी मिळेल. विविध उत्पादनांच्या उत्तमतेची ग्वाही देणाऱ्यास 'भारतरत्न' दिले गेल्याने त्या कंपन्याही आनंदित झाल्या असतील हा मनमोहन सिंग सरकारच्या निर्णयाचा आणखी एक फायदा; आणि या सगळ्याचा दूरान्वयानेही संबंध नसणारे निव्वळ क्रिकेटवेडे 'आपल्या' सचिनला सर्वोच्च सन्मान मिळाल्याने खूश झाले असतील. परंतु, वयाच्या अवघ्या चाळिशीत डोक्यावर आलेला 'भारतरत्न'पदाचा भार वागवत सचिनला उर्वरित आयुष्य काढावे लागणार आहे, याची जाणीव या सचिनवेड्यांना नसावी. खेरीज, उद्या एखाद्या परदेशी कंपनीच्या उत्पादनाची जाहिरात सचिनने केल्यास ती कंपनी 'भारतरत्न' सचिनने आपल्या उत्पादनास पाठिंबा दिल्याचे सांगेल, तेव्हा ते योग्य की अयोग्य? आयुष्यभराच्या तपश्चर्येचा आणि इतरांचे आयुष्य उंचावण्याच्या साधनेचा सन्मान 'भारतरत्न' या उपाधीने करावयाचा असतो. याचे भान सचिनोन्मादात वाहून जाणाऱ्यांना नाही आणि ते यावे अशी तो उन्माद जाणीवपूर्वक जोपासणाऱ्या बाजारपेठ नियंत्रकांची इच्छा नाही.

त्याचमुळे सचिन आणि प्रा. सीएनआर राव यांच्यासारख्या संशोधकांस एकाच पंगतीत बसवून त्यांच्या मुखी भारतरत्न पदाचा घास भरवण्याचा निर्बुद्धपणा आपल्याकडे होऊ शकतो. राव यांची सारी हयात विज्ञान संशोधनासाठी गेली आणि त्यासाठी कोणतीही मानमरातब वा कौतुक पदरात पडण्याची शक्यता नसतानाही, ते आपले काम करीत गेले. ते करण्यात त्यांना आनंद होता. त्या आनंदात भारतासारख्या विज्ञानदुष्ट देशाचे काही भले व्हावे अशी इच्छा होती. त्याचमुळे अत्यंत कमी मोबदल्यात ते आपले मूलगामी काम करीत राहिले. सचिनबाबत हे असेच म्हणता येईल काय? त्याच्या खेळाने भारतीयांस आनंद दिला यापलीकडे अधिक काय झाले? खेळाचा प्रसार झाला असे म्हणावे तर क्रिकेट त्याआधीही भारतात लोकप्रिय होताच. सचिनच्या येण्याने तो अधिक लोकप्रिय आणि बाजारस्नेही झाला, इतकेच. राव ज्या संस्थेचे प्रतिनिधित्व करतात ती 'इंडियन इन्स्टिट्यूट ऑफ सायन्स' ही संस्था भारतीय उद्योग

क्षेत्राचे पितामह जमशेटजी टाटा यांनी देशास उज्ज्वल भवितव्य प्राप्त व्हावे यासाठी स्वत:ची खासगी संपत्ती विकून उभी केली. जागतिक दर्जाच्या 'ॲकॅडमी ऑफ सायन्सेस'च्या धर्तीवर भारतातही सर्व विज्ञान शाखांना कवेत घेणारी मोठी संस्था तयार व्हावी म्हणून द्रष्ट्या टाटा यांनी आपली मालमत्ता विकली आणि निधी उभा केला. आज देशात विज्ञानप्रसाराचे महत्त्वाचे कार्य ती संस्था करते. याउलट, सचिन दोन संस्थांचे प्रतिनिधित्व करतो. पहिली भारतीय क्रिकेट नियामक संस्था ही जनतेच्या पैशांचे खासगीकरण करते आणि दुसरी मुंबई इंडियन्स ही धनाढ्य उद्योगपतींच्या पत्नीच्या खासगी निधीतून(?) चालवली जाते. दोन्ही संस्थांनी क्रिकेटच्या बाजारीकरणास यथाशक्ती हातभार लावला. परंतु, जेथे खेळाची साधने नाहीत, मैदाने नाहीत तेथे ती पोहोचावीत यासाठी काही केले असे नाही. राव यांच्या कार्याचे वर्णन करताना काही अर्धवट माध्यमांनी त्यांचा उल्लेख 'विज्ञानाच्या क्षेत्रातील सचिन' असा केला. वास्तविक सचिन याचा उल्लेख 'क्रिकेटच्या मैदानावरील राव' असे करणे एक वेळ क्षम्य ठरले असते. राव यांच्या कार्याची दखल जागतिक स्तरावर घेण्यात आली आहे तर क्रिकेटचे जग हे दहा देशांपलीकडे नाही. यातही लक्षात घ्यावी अशी बाब म्हणजे अमेरिका, फ्रान्स वा चीन, जर्मनी या देशांतही राव यांच्या संशोधन कार्याचा यथोचित सन्मान होतो आणि जागतिक कीर्तीच्या संशोधनांत महत्त्वाची भूमिका बजावणाऱ्या या देशांत क्रिकेट औषधाइतकेदेखील खेळले जात नाही.

या पार्श्वभूमीवर 'भारतरत्न' कोणत्या निकषांवर दिले जाते हेही एकदा नक्की केले जावे. केवळ करमणूक करणाऱ्यास ते दिले जाणार असेल तर अशांच्या पंगतीत सीएनआर राव आदींना बसवण्याचे औद्धत्य तरी टाळले जावे. काही मूलभूत कार्याच्या गौरवार्थ ते दिले जाणार असेल तर तशांच्या पंगतीत सचिनसारख्यास बसवण्याचा निर्बुद्धपणा टाळायाला हवा. वस्तुत: एम.जी. रामचंद्रन यांच्यासारख्या तद्दन बाजारू नटास केवळ राजकीय सोयीसाठी 'भारतरत्न' ठरवून आपण या उपाधीची शोभा आधीच कमी केली आहे. १९८७ साली एम.जी.आर यांचे निधन झाले आणि ८८ साली ते 'भारतरत्न' झाले. याउलट, डॉ. आंबेडकर वा सरदार पटेल यांच्यासारख्यांना 'भारतरत्न' ठरण्यासाठी मरणोत्तर अनुक्रमे ३४ आणि ४१ वर्षे लागली.

तेथून आपला लंबक अचानक उलट्या दिशेला गेला असून, वयाच्या अवघ्या चाळिशीतील सचिनला 'भारतरत्न' ठरवण्यात सरकारने शहाणपणा दाखवला असे म्हणणे धाष्टर्याचे ठरावे. लोकाग्रहास बळी पडण्यात प्रत्येक वेळी शहाणपण असतेच असे नाही. भारताच्या प्रेरणा आणि ही रत्ने यांत फारकत असता नये.

१८ नोव्हेंबर २०१३

६०. इडा पीडा टळो...

नरेंद्र दाभोलकर यांची हत्या झाली नसती तर जादूटोणा विधेयक महाराष्ट्र विधानसभेत मंजूर झाले असते का? या प्रश्नाचे प्रामाणिक उत्तर दुर्दैवाने नाही असे असेल. त्यातही पुन्हा दाभोलकर यांचे मारेकरी पकडण्यात यश आले असते तरीही सरकारने या विधेयकाच्या मंजुरीची लगबग दाखवली नसती. इतर राज्यांच्या तुलनेत कायदा व सुव्यवस्थेचा अभिमान बाळगणाऱ्या राज्यात चार महिने झाले तरी दाभोलकर यांचे मारेकरी सापडत नाहीत आणि पुरोगामी वगैरे म्हणवून घेणाऱ्यांच्या प्रदेशात किरकोळ अंधश्रद्धाविरोधी विधेयकही मंजूर होत नाही. त्यामुळे सरकारने त्यातल्या त्यात सोपा मार्ग निवडला आणि अब्रूरक्षणासाठी या विधेयकाचे कायद्यात रूपांतर केले. त्यातही पुन्हा सरकारी चातुर्य हे की या विधेयकात जितके पाणी घालता येईत तितके घालून त्याची पचकवणी होईल याचीही दक्षता सरकारने घेतली. यावरून पुन्हा एकदा सिद्ध झाले ते महाराष्ट्राचे तोंडदाखले पुरोगामीपण. तब्बल २३ वर्षांच्या संघर्षानंतर या विधेयकाचा कायदा झाला. या २३ वर्षांतली पहिली पाच वर्षे केवळ या कायद्याची गरज किती आहे यावर वातावरण निर्मिती करण्यातच खर्ची पडली. त्यानंतर १८ वर्षे यासंदर्भातील विधेयक तयार करण्यात आणि त्यावर सहमती घडवण्यात गेली. इतक्या दिरंगाईनंतरही यावर सहमती होऊ शकली नाही हे भाजप आणि शिवसेनेच्या भूमिकेवरून दिसते. या विधेयकास विरोध करणाऱ्यांचा पहिला मुद्दा होता तो हा कायदा हिंदूधर्मीयांवर अन्याय करणारा आहे हा.

गेल्या काही वर्षांतील राजकारणाचे धार्मिकीकरण पाहता हे असे होणे अपेक्षित होतेच. यासंदर्भात काँग्रेसचे राजकारण हे संशयास जागा ठेवणारे नाही, असे म्हणता येणार नाही. तेव्हा काही प्रमाणात या आक्षेपात तथ्य होते आणि नंतर त्याअनुषंगाने सुधारणाही करण्यात आल्या होत्या. धर्माच्या कारणावरून विरोध करणाऱ्यांचे म्हणणे असे की या कायद्यातील तरतुदी मुसलमान वा ख्रिश्चन बाबाबापूंना लागू होणार नाहीत. गेल्या काही महिन्यांत यासंदर्भात जी काही कारवाई झाली ती पाहता हा गैरसमज काही प्रमाणात दूर झाला असावा. काही प्रमाणात अशासाठी ज्या काही डझनभर प्रकरणात सरकारने बाबाबापूंवर कारवाई केली त्यातील बहुसंख्य मुसलमान

आहेत. ख्रिश्चन धर्मियातील बदमाश भोंदूंवर अद्याप कारवाई झाल्याचे दिसत नाही. मुंबईत अनेक ठिकाणी इव्हेंजलिकल म्हणून ओळखल्या जाणाऱ्या ख्रिश्चन धर्मीयांचे मेळावे मोठ्या प्रमाणावर भरत असतात आणि त्यात जाहीरपणे चमत्कारांची भाषा केली जात असते. ख्रिस्त परत येत असल्याचे सांगणाऱ्यांवर या विधेयकाचे कायद्यात रूपांतर झाल्यानंतर सरकार किती प्रमाणात कारवाई करते त्यावरून सरकारचा प्रामाणिकपणा जोखता येईल. वास्तविक एरवी असे ख्रिस्त आगमनाचे दावे करणारे निरुपद्रवी असतात. परंतु त्या नावाने मनोरुग्णांवर उपचार आदी होत असल्याने त्याची दखल घेणे भाग असते. अन्यथा ख्रिस्त परत येणार आहे असे मानणाऱ्या वा गजानन महाराजांचे केस पोथीत सापडल्यावर विश्वास ठेवणाऱ्यांकडे दुर्लक्ष करणेच योग्य. महाराष्ट्रात सध्या स्वतःस प्रभू रामचंद्राचा अवतार मानणारे बापू वा स्वयंघोषित जगद्गुरू असल्या भोंदूंनी उच्छाद मांडलेला आहे. खरेतर या बदमाशांची जागा तुरुंगातच असावयास हवी. परंतु त्यांच्या केसालाही धक्का लागत नाही. याचे कारण सत्ताधीशांना अध्यात्माचे खोटे मुखवटे धारण करणारे बुजगावणे हवेच असतात. आपल्याकडे तर राजकारण्यांसाठीच्या वेगळ्या स्वामींची जमात आहे. यातील एखादा भय्यू वगैरे असतो तर अन्य कोणी बाबा असतो. राजकारण्यांमध्ये मांडवली करणे वा त्यांची अनैतिक संपत्ती लपवून ठेवणे या असल्या उद्योगात हे आध्यात्मिक म्हणवणारे गुंतलेले असतात. यथा राजा तथा प्रजा या न्यायाने प्रजाही मग आपापल्या मार्गांनी आपापल्या मगदुराप्रमाणे या असल्या बोगस मंडळींच्या कच्छपि लागते.

यातील काहीही प्रश्न या प्रस्तावित अंधश्रद्धा कायद्याच्या मंजुरीने सुटणारे नाहीत. कारण हा कायदा त्यासाठी तयार करण्यात आलेला नाही. तरीही त्याच्या मंजुरीसाठी राजकीय वर्ग तयार नव्हता. या कायद्याचा उद्देश आहे परमेश्वरी शक्ती असल्याचे सांगत स्वतःस देव म्हणवून घेणारे आणि भूतप्रेतसमंधाची बाधा दूर करतो सांगणारे देवचार यांना अटकाव करणे. आजही या असल्या कारणांनी गावोगाव अज्ञ आणि अशिक्षितांना लुटले जाते आणि दलितांहूनही दलित अशा महिलांना शारीरिक अत्याचारांना तोंड द्यावे लागते. या अशा भोंदूंना कायद्याचे चौदावे रत्न दाखवणे ही काळाची गरज होती. संततिप्राप्तीपासून गुप्तधनाच्या शोधापर्यंत वाटेल ते करून देण्याचे आश्वासन देणाऱ्या बोगस बाबांचा सुळसुळाट आपल्याकडे झालेला आहे. तो रोखण्याची गरज होती. अंधश्रद्धाविरोधी कायदा सरळपणे मंजूर झाला असता तर त्या सगळ्यांना अटकाव करणे शक्य झाले असते. मूळ विधेयकाची तशीच रचना होती. परंतु एवढे करणेही सरकारला झेपले नाही. त्यामुळे या सगळ्याला धार देणारे जे कलम होते तेच कलम केले गेले. परिणामी जादूटोणा उद्योग सुरू असल्याचे दिसत असूनही त्रयस्थास आता तक्रार करता येणार नाही. म्हणजे जादूटोण्यामुळे बाधित व्यक्तीलाच त्याविरोधात

तक्रार करण्याचा अधिकार या कायद्याने दिला आहे. याचा अर्थ असा की एखाद्या स्त्रीला अपत्यप्राप्तीसाठी वा भूत उतरवण्याच्या नावाखाली तिचा पती मांत्रिकाकडे वगैरे नेत असेल, तो मांत्रिक त्या महिलेचा छळ करत असेल तर त्याबाबतची तक्रार करण्याचा अधिकार त्या दोघांतल्याच एकाला राहील. त्या महिलेवरील अत्याचार इतरांना दिसत असूनही कोणी त्याबाबत तक्रार करू शकणार नाही. या कायद्यात तशी तरतूद नाही. यामुळे या संभाव्य कायद्याचा डोलारा पोकळ बनला असून हा कायदा निरर्थक नसला तरी निश्चितच निरुपद्रवी बनला आहे. या व्यवहारात गुंतलेल्याच व्यक्ती तक्रार करायला कशाला जातील? यातील केविलवाणा भाग असा की इतका निरुपद्रवी कायदा पारीत करायलाही आपल्या लोकप्रतिनिधींनी खळखळ केली. शिवसेना आणि भाजपने तर या कायद्याच्या विरोधात भूमिका घेतली. भाजपचे प्रदेशाध्यक्ष देवेंद्र फडणवीस हे या प्रश्नावर तावातावाने विरोध करताना दिसले. फडणवीस हे विवेकी मानले जातात. परंतु गेल्या काही दिवसांतील त्यांचे वर्तन त्यांच्या या प्रतिमेसंदर्भात प्रश्नचिन्ह निर्माण करणारे ठरावे. शिवसेनेने एक पाऊल पुढे जाऊन या कायद्यास रस्त्यावर उतरून विरोध करण्याचा इशारा दिला. या पक्षाने खरेतर ही रस्त्यावरची भाषा करणे आता सोडून द्यायला हवे. हा पक्ष जनआंदोलन करतो ही अलीकडच्या काळातील अंधश्रद्धा असून या कायद्याच्या निमित्ताने त्यांनी आंदोलन केलेच तर ती दूर होऊ शकेल. या कायद्याच्या प्रश्नावर मुख्यमंत्री पृथ्वीराज चव्हाण यांनी शिवसेना भाजपच्या बरोबरीने राष्ट्रवादीसही कात्रजचा घाट दाखवला आणि अशक्त हा होईना हे विधेयक अलगदपणे मंजूर करून टाकले. या प्रश्नावर मुख्यमंत्री चव्हाण हेच त्यातल्या त्यात अभिनंदनास पात्र ठरावेत.

तरीही एक मुद्दा उरतोच. तो हा की इतके निरुपद्रवी, दात काढलेले विधेयक सरकारने मंजूर केलेच का? त्याचे उत्तर नरेंद्र दाभोलकर यांच्या हत्येत आहे. सरकारनामक व्यवस्थेस जनाची नाही तरी मनाची थोडीफार आहे असा समज जनमतात तयार व्हावा म्हणून या विधेयकाचे रूपांतर कायद्यात झाले. या प्रश्नावर जे काही झाले ते पाहता त्यामुळे एकच प्रतिक्रिया उमटावी. इडा पीडा टळो आणि कोणताही बुद्धिगामी निर्णय मंजूर करवून घेण्यासाठी असा संघर्ष करण्याची वेळ अन्य कोणावरही न येवो.

१६ डिसेंबर २०१३

६१. साहित्य, समाज आणि साहेब

काळाच्या ओघात काही प्रथा कालबाह्य ठरतात आणि त्यांना मूठमाती देणेच योग्य असते. हा नियम प्रसारमाध्यमांनाही, त्यातही वर्तमानपत्रांना लागू होतो. परंतु कोणत्याही समाजघटकाप्रमाणे वर्तमानपत्रेही कालबाह्य प्रथांचे मूल्यमापन करण्यात वा त्यांचा त्याग करण्यात कमी पडत असतात. यातील दुसरी बाजू अशी की वर्तमानपत्र चालकांवर वाचकांच्या अपेक्षांचे म्हणून एक दडपण असते. हा वाचक नावाचा घटक विचाराने एक नसतो आणि त्यातील उपघटकांकडून पुन्हा त्यांच्या त्यांच्या पातळीवर प्रथा पाळण्याविषयी दबाव येत असतो. अर्थात तो किती घ्यावा याचे जरी स्वातंत्र्य वर्तमानपत्रकर्त्यांना असले तरी बरेचसे वाचकानुनयातच आनंद मानीत असल्याने या प्रथांचे दळण दळणे अखंडित सुरू राहते. अशांतील एक प्रथा म्हणजे साहित्य संमेलनाचे वृत्तांकन वर्तमानपत्रांनी कशा प्रकारे करावे, याचे काही तयार झालेले संकेत. साहित्य संमेलनाच्या उद्घाटनानंतर दुसऱ्या दिवशी वर्तमानपत्रांनी या संमेलनाच्या अध्यक्षाचे विचारपरिप्लुत असे भाषण, त्याची विचारमौक्तिके सविस्तर प्रसिद्ध करणे अपेक्षित असते. आजही काहीजण ही प्रथा पाळताना दिसत असले तरी या साऱ्या प्रक्रियेच्या मूल्यमापनाची वेळ निश्चितच आलेली आहे याचे भान या गतानुगतिकांना नाही. हे मूल्यमापन करावयास हवे, याची प्रमुख कारणे दोन.

पहिले म्हणजे ज्या काळी ही प्रथा जन्माला आली त्याकाळी २४ तास चालणारी दूरचित्रवाणी सेवा नव्हती. परिणामी साहित्य संमेलनाच्या वार्षिक सोहळ्यात काल काय काय घडले याचा चक्षुर्वैसत्यम वृत्तान्त वाचणे ही सुसंस्कृत वाचकांची निकड असायची. या संमेलनाच्या उद्घाटनप्रसंगी झालेली भाषणे हा भुकेलेल्या वाचकांसाठी बौद्धिकामृताचा ठेवा असे. या संमेलनाच्या अध्यक्षाने आपल्या उद्घाटनपर भाषणात मांडलेले विचार, गतवर्षीच्या अध्यक्षाने पायउतार होताना सादर केलेली अनुभवनिरीक्षणे आणि त्या जोडीला संमेलनाच्या स्वागताध्यक्षाने व्यक्त केलेल्या भावना हे सर्व वाचण्यास वाचक अधीर असत आणि माध्यमेही अधिकाधिक प्रतिनिधी पाठवून या आनंदापासून वाचक वंचित राहणार नाहीत याची काळजी घेत. तथापि इलेक्ट्रॉनिक माध्यमांच्या प्रसारानंतर चित्र बदलले. सुरुवातीस सरकारी मालकीच्या

दूरदर्शनची या साहित्य व्यवहारावर मालकी होती. ती शाबूत ठेवत दूरदर्शन या संमेलनाच्या उद्घाटनाचा काही अंश थेट प्रकाशित करीत असे आणि नंतर त्याचा सविस्तर वृत्तान्तदेखील सादर केला जात असे. या चित्रात आमूलाग्र बदल झाला खासगी दूरचित्रवाणी वाहिन्यांच्या प्रसारानंतर. या २४ तास चालणाऱ्या वाहिन्यांची भूक मोठी. ती भागवण्यासाठी काही ना काही चारा वा कडबा या वाहिन्यांना चघळण्यासाठी देणे गरजेचे असते. त्यांच्यासाठी ही संमेलने ही पर्वणीच ठरली. या माध्यमांच्या भुकेचा प्रश्न साहित्य संमेलनामुळे दोन तीन दिवसांसाठी तरी सुटतो. त्यामुळे या सगळ्याचे थेट प्रक्षेपण करण्यास त्यांनी सुरुवात केली. परिणामी साहित्य संमेलनास सदेह जावयास न मिळालेल्यांची इच्छा तेथील थेट प्रक्षेपणामुळे काही अंशी तरी भागू लागली. तेव्हा अशा वेळी साहित्य संमेलनांचे थेट प्रक्षेपण होत असताना वर्तमानपत्रांनी दुसऱ्या दिवशी अध्यक्षीय भाषणांच्या विचारसुमनांनी रकानेच्या रकाने भरण्याची गरज किती या प्रश्नाचा विचार व्हावयास हवा...

दुसरे कारण याहून अधिक महत्त्वाचे. ते बऱ्याच प्रमाणात रविवारी पार पडलेल्या साहित्य संमेलनास लागू पडते. ते म्हणजे साहित्य संमेलनांतील मजकुराचा झपाट्याने घसरणारा दर्जा. या संमेलनातून साहित्य, साहित्य आणि जीवन यांच्यातील व्यामिश्र अशा संबंधांवर काही भाष्य होणे अपेक्षित असते. ती अपेक्षा ही संमेलने पूर्ण करतात काय? या संमेलनांचे अध्यक्षीयपद भूषवणाऱ्या, खरेतर पटकावणाऱ्या, साहित्यिकाचे स्वतःचे असे काही जीवनविषयक तत्त्वज्ञान असायला हवे ही किमान अपेक्षा. मग ते काहीही असो. निखळ मनोरंजन हेदेखील एखाद्याच्या साहित्याचे जीवनविषयक तत्त्वज्ञान असू शकते आणि त्यात काही गैर आहे असे नाही. परंतु सत्तावडाच्या हाती मिळेल त्या पारंबीस लोंबकळत राहून मिळेल ते पदरात पाडणे हेच जर एखाद्याचे जीवनमूल्य असेल तर अशा साहित्यिकाकडून रसदार साहित्याची आणि काही एका विचाराची अपेक्षा करता येईल काय? या प्रश्नाचे प्रामाणिक उत्तर नाही असेच असावयास हवे. परंतु या सत्तावडाच्या सावलीत आपापल्या राहुट्या उभारण्यातच सर्वांनी आनंद मानावयाचा असे ठरवलेले असल्याने त्याबाबत अलीकडच्या काळात एक सार्वत्रिक आणि भयाण अशी शांतता पाळली जात असल्याचे अनुभवास येते. परिणाम, ज्याचा नाट्य या कलाकृतीशी...नाटकांशी नव्हे...दुरान्वयानेदेखील काही संबंध नाही अशांची वर्णी नाट्यपरिनिरीक्षण मंडळांवर लावली जात असते आणि एरवी कला, स्वातंत्र्य आदी मुद्द्यांवर जनसामान्यांच्या अंगावर डाफरणारी कलावंत मंडळी व्यक्त होण्याऐवजी मौनातच आनंद मानताना दिसतात. आपल्या नावाची फोड करताना एखादा साहित्यिक फक्त मुलींसाठी असे विधान करीत असेल तर अशा साहित्यिक कलावंताच्या शरीरास आणि विचारास काही बौद्धिक कणा आहे असे मानणे कितपत योग्य? रानातल्या

कवितांचे गायन राजदरबारी करीत एखादा कवी स्वतःच्या शेतघरात वापरल्या गेलेले विजेचे बिल माफ केले जावे यासाठी आपली सरस्वतीच्या दरबारातील प्रतिष्ठा पणास लावीत असेल तर अशा कवीकडून कोणत्या जीवनविषयक भूमिकेची अपेक्षा मायबाप रसिकांनी करावयाची? या प्रश्नांची उत्तरे शोधणेदेखील वेदनादायी ठरत असताना त्याहूनही क्लेशकारक असा प्रकार महाराष्ट्र सारस्वताच्या अंगणात अलिकडे वारंवार घडताना दिसतो. तो असा की साहित्य आणि वाङ्मय व्यवहारातील वैचारिकतेचे वाण अलीकडे एकूणच घसरत चाललेले असल्याने याची जाणीव असणारे संधीसाधू अलीकडच्या काळात वृत्तपत्रे आदींच्या संपादकांनाच विचारवंत असे संबोधताना दिसतात. मराठीतील एकूणच विचार आणि साहित्यविश्वावर असलेल्या वर्तमानपत्रीय मक्तेदारीमुळे संपादकांनाच विचारवंत संबोधणे यात परस्परांची सोय यापलीकडे अन्य काही नाही. अलीकडच्या काळातील नरहर कुरुंदकर वा दुर्गाबाई भागवत यांच्यासारख्या लखलखीत विचारशलाकांना वर्तमानपत्रांची गरज नव्हती. कोणत्याही वर्तमानपत्राचे वा नियतकालिकाचे संपादकपद न भूषवितादेखील विचारवंतपदास पोचण्याएवढी त्यांच्या लेखनाची झेप होती. परंतु हल्ली मराठी ग्रंथविश्वात दुडक्या चालीसदेखील उत्तुंग झेप म्हणावयाची पद्धत रूढ होत असल्यामुळे दैनिकांचे रहाटगाडगे सांभाळणाऱ्याच्या डोक्यावर विचारवंत या पगडीची उपाधी घालणे सुरू झाले आहे आणि आपल्या डोक्याचा आकार काय याचे भान नसलेलेही यात वृथा आनंद मानू लागले आहेत. एखाद्या नगरसेवकास दिग्गज राजकारणी म्हणावे तसेच हे. याच्या जोडीला आणखी एका प्रथेचा उल्लेख करणे गरजेचे आहे. अलीकडे साहित्य संमेलनाच्या खर्चास हातभार लावणाऱ्यास स्वागत समितीचे अध्यक्षपद बहाल केले जाते. संमेलनासाठी जमणाऱ्या साहित्यिकांच्या साहित्याची सोय केल्याची कृतज्ञता म्हणून हे योग्य असले तरी ती व्यक्त करताना संमेलन हे साहित्यिकांचे असणे अपेक्षित आहे याचाच विसर पडताना दिसतो, त्याचे काय? त्यात काहीं प्रतिभावंतांना दिवस उजाडल्या उजाडल्याच साहित्याची गरज भासू लागते. त्यांचीही सोय स्वागताध्यक्षाकडून होत असल्याने हे साहित्यिक मग बसता उठता साहेब साहेब करीत ती करणाऱ्यासमोर गोंडा घोळताना दिसतात.

तेव्हा मुद्दा हा की या सगळ्याशी साहित्याचा संबंधच काय. संबंध आहे तो फक्त संमेलनांचा आणि ते आयोजित करणाऱ्यांच्या हितसंबंधांचा. अशा वेळी साहित्य संमेलनांचे भरघोस वृत्तांकन ही प्रथा मोडीत निघाल्यास गैर ते काय? या पार्श्वभूमीवर साहित्य, समाज आणि साहेब यांच्यातील संबंधांवर साधकबाधक चर्चा व्हावी हीच लोकसत्तेची इच्छा.

६ जानेवारी २०१४

६२. मंगलकलशाभोवतीचे अमंगल

एखाद्या प्रदेशाचे नेतृत्व जितके वांड तितका तो प्रदेश सभ्यता आणि सुसंस्कारितेच्या पातळीवर उनाड हे महाराष्ट्राचे वर्तमान आहे. व्यक्तीप्रमाणे प्रदेशाची सभ्यता कशी मोजावी याचेही काही मापदंड असतात. या निकषांत महिलांना, अबलांना मिळणारी वागणूक हा जसा मुद्दा येतो तसेच घेतलेल्या सेवेचे मोल मोजण्याची सभ्यता त्या प्रदेशात आहे की नाही, हेही तपासता येते. त्याचमुळे महाराष्ट्रातील जो प्रदेश दांडग्या नेतृत्वासाठी ओळखला जातो त्याच प्रदेशात स्त्री भ्रूण-हत्या सर्वाधिक नोंदविल्या जातात हे जसे समजून घ्यावयास हवे तसेच सर्वाधिक वीजचोरीही महाराष्ट्रातील अत्यंत तगड्या नेत्यांच्या प्रदेशातूनच होते, याचाही अर्थ आपण जाणून घेणे गरजेचे आहे. महाराष्ट्रातील हे प्रदेश आणि त्यातून येणारे नेतृत्व अनुत्तीर्ण ठरेल अशी आणखी एक दुर्दैवी बाब समोर आली आहे. ती म्हणजे प्रेमप्रकरणातून दलितांच्या हत्या आणि त्यातून दिसणारी सवर्ण म्हणवून घेणाऱ्यांची मुजोरी. दलित तरुणाने उच्चवर्णीय तरुणीच्या प्रेमात पडण्याची जुर्रत केली म्हणून या तरुणास भरदिवसा, भरगावात ठार करून त्याचे प्रेत झाडावर लटकत ठेवण्याची तालिबानी मुजोरी राज्यातील पुढाऱ्यांची बजबजपुरी असलेल्या नगर जिल्ह्यातील सवर्णांनी दाखवली असून या घटनेने साऱ्या राज्याची मान शरमेने खाली जावयास हवी. आतापर्यंत हिंदी चित्रपटांतून मागास जमीनदारी वृत्तीच्या उत्तर भारतात घडणारे प्रसंग वर्तमानातील महाराष्ट्रात आजही घडताना दिसतात. त्यामुळे उठता बसता फुले, आंबेडकर यांचे नाव घेणारे नेतृत्व या महाराष्ट्रास कोणत्या दिशेने घेऊन निघाले आहे, याचा अंदाज येऊ शकेल.

हा घृणास्पद प्रकार नगर जिल्ह्यातील खर्डा या खेड्यात घडला. या गावातील एका मागास तरुणाचे मन त्याच्याच वर्गातील एका तरुणीवर जडले. या तरुणाच्या दुर्दैवाने ही तरुणी कथित उच्चवर्णीय होती आणि हा वर्णसंकर तिच्या कुटुंबीयांना अमान्य होता. परिणामी, या तरुणीच्या तरुण भावाने आपल्याच जातीजमातीच्या अन्यांना हाताला धरून या मागास तरुणाच्या शाळेत जाऊन त्याला बेदम मारहाण करीत त्याचा जीव घेतला. या सवर्णांचा उद्दामपणा इतका की त्यांनी नंतर या मागास जातीतील तरुणाची गळा आवळून हत्या केली आणि त्याचे पार्थिव झाडावरून

लोंबकळत ठेवले. असे करण्यामागे त्यांचा हेतू सदर तरुणाने आत्महत्या केली असे दाखवण्याचा होता, असे सांगितले जाते. ते असत्य आहे. त्या तरुणाचा मृत्यू ही हत्या नाही तर आत्महत्या आहे असेच भासवण्याची त्यांची इच्छा असती तर त्यांनी भरदिवसा, सर्वांच्या देखत त्याची हत्या केली नसती. ती त्यांनी केली आणि वर त्याचे प्रेत टांगून ठेवले. यामागे एकच हेतू असू शकतो. तो म्हणजे दहशत पसरवणे आणि...बघा...आम्ही काय करू शकतो हे इतरांना दाखवणे. केवळ जातीच्या जोरावर मस्तवाल झालेल्या या तरुणांना ही अत्यंत नीच कृती करताना जराही लाज वाटली नसेल तर त्यामागे एक कारण आहे. ते म्हणजे अशा कृत्यांचा नगर जिल्ह्यांचा अलीकडचा इतिहास. गेल्याच वर्षी याच जिल्ह्यातील सोनई गावातील सवर्णांनी तीन तरुणांची उस कापण्याच्या यंत्रातून खांडोळी करून त्यांच्या देहाचे तुकडे गावच्या गटारांत टाकलेले आढळले होते. या तरुणाचे पाप हेच की त्याने सवर्ण तरुणीवर प्रेम केले. त्याचा फारच बभ्रा झाल्यावर लाजेकाजेस्तव सरकारने जाग आल्यासारखे दाखवले आणि काही किरकोळ कारवाई केली. पण ती फक्त सरकार नावाची व्यवस्था जिवंत आहे हे सिद्ध करण्यापुरतीच हे त्याचवेळी स्पष्ट झाले. कारण पुढे काहीच घडले नाही आणि सरकारही पुन्हा आपल्या कायमस्वरूपी निद्रितावस्थेत गेले. सोनई गावातील तरुण हे करण्यास धजावले कारण त्यांच्यापुढे कोठेवाडीचे उदाहरण होते. १३ वर्षांपूर्वी २००१ साली याच नगर जिल्ह्यातील कोठेवाडीने अत्यंत नृशंस बलात्कार प्रकरण पाहिले. पोटाची खळगी भरण्यासाठी ऊसतोडणी करणाऱ्या कामगारांची वस्ती या प्रकारात हल्लेखोरांनी जाळपोळ करून उद्ध्वस्त केलीच. परंतु सामुदायिक पाशवी बलात्कारांनी त्यांनी त्या वस्तीतील महिलांचे आयुष्यही बेचिराख केले. त्या प्रकरणाची दखल घेण्यातदेखील सरकारी अनास्था इतकी होती की पहिली दोन अडीच वर्षे यासंदर्भातील खटलादेखील उभा राहिला नाही. नागरिक, स्वयंसेवी संस्था आदींकडून फारच आरडाओरडा झाल्यावर याप्रकरणी तपास झाला आणि जवळपास दशकभरानंतर संबंधित गुन्हेगारांना जन्मठेपेची शिक्षा झाली. तेव्हा या असल्या घृणास्पद गुन्ह्यांची चौकशी करून त्यास जबाबदार असणाऱ्यांना योग्य ते शासन व्हावे यासाठी सरकार किती जागरूक आहे, ते या कळावे. सरकारच्या या लौकिकामुळेच या असल्या नतद्रष्टांचे फावते आणि कायदा हाती घेण्यात त्यांना काही वाटत नाही. त्यातही पुन्हा त्यामागे जातीपातीचे क्षुद्र राजकारण असते आणि अन्याय करणारा आणि ज्याच्यावर झाला आहे तो यांच्या जातींवर प्रकरणाचा तपास कसा, किती आणि कोणत्या दिशेने होईल हे ठरत असते. या खेपेसदेखील काही वेगळे होईल, असा अशावाद बाळगण्याचे कारण नाही.

वास्तविक नगर जिल्हा हा तालेवार राजकीय घराण्यांचा. महाराष्ट्रातील

राजकारणाच्या केंद्रस्थानी असलेले वा त्या केंद्रानजीक असलेले विखे पाटील, थोरात, गडाख, काळे असे एकापेक्षा एक नेत्यांचे नगर हेच माहेर. त्यामुळे तर हे आणि असे गुन्हे हे अधिकच लांच्छनास्पद ठरतात. परंतु आपल्या जिल्ह्यातील या सामाजिक वास्तवाची चाडही सदर नेत्यांना नाही. इतके ते आपापली साम्राज्ये उभारण्यात आणि इतरांच्या साम्राज्यात कसे अडथळे आणता येतील ते पाहण्यात मश्गूल आहे. शिवपूर्वकालीन सुभेदारांप्रमाणे आपापले प्रदेश या नेत्यांनी बटिक असल्यासारखे राखले असून तेथील सामाजिक उलथापालथीत त्यांना यत्किंचितही रस नाही. या नेत्यांचे लक्ष आहे ते फक्त त्यांच्या त्यांच्या आर्थिक साम्राज्यांवर. ठिकठिकाणच्या या सुभेदारी नेतृवास विशिष्ट सामाजिक, जैविक पार्श्वभूमी आहे. त्याचाही दुष्परिणाम संबंधित प्रदेशातील जातीच्या उतरंडीवर होत असून ही परिस्थिती बदलण्याचे सामाजिक औदार्य या नेत्यांच्या अंगी नाही. त्याचमुळे पश्चिम महाराष्ट्रातील एकापेक्षा एक तगड्या नेत्यांच्या जिल्ह्यांत सर्वाधिक स्त्रीभ्रूणहत्या होतात आणि अनेक मुख्यमंत्री, केंद्रीय गृहमंत्री ज्या जिल्ह्यांतून येतात त्याच मराठवाड्यातील जिल्ह्यांत सर्वाधिक वीजगळती होते.

त्याचमुळे हे सर्व लाजिरवाणे ठरते ते उठताबसता फुले, आंबेडकर, शाहू छत्रपतींची नावे घेणाऱ्या राज्यकर्त्यांसाठी. सरकारात त्यातल्या त्यात संवेदनशील असणाऱ्या आणि संत गाडगेबबांच्या नावे स्वच्छता मोहीम काढणाऱ्या गृहमंत्री आर. आर. आबा पाटील यांना जसे ही सामाजिक अस्वच्छता साफ करणे जमलेले नाही तसेच पारदर्शी कारभाराचा दावा करणाऱ्या मुख्यमंत्री पृथ्वीराज चव्हाण यांनादेखील ही सामाजिक विषवल्ली ठेचता आलेली नाही. १ मे १९६० या दिवशी कै. यशवंतराव चव्हाण यांनी महाराष्ट्राच्या मंगलकलशाची प्राणप्रतिष्ठा केली. राज्याच्या आजच्या ५४ व्या वर्धापनदिनी त्या कलशाभोवतीचे अमंगल अधिक गडद झाले आहे.

१ मे २०१४

६३. वारकऱ्यांची यादवी

मराठीतील काही नामांकित भिकार लेखनकृतीत आनंद यादव यांच्या संतसूर्य तुकाराम या पुस्तकाचा सहज समावेश व्हावा. हे पुस्तक अगदीच सुमार आहे ते काही त्यात संत तुकाराम यांच्यावर कथित वादग्रस्त मजकूर आहे, म्हणून नाही. ते ना आहे धड संशोधनपर लिखाण ना आहे ती पूर्ण ललित कलाकृती. ज्याला संशोधन म्हणतात ते करण्याइतकी बौद्धिक कुवत, चिकाटी आणि प्रामाणिकपणा नाही आणि केवळ कल्पनेच्या आधारे साहित्यविहार करावा इतकी प्रतिभा नाही अशा प्राध्यापकी लेखकांचा मराठीत सुळसुळाट आहे. हे प्राध्यापकी लेखक जे शिकतात वा शिकवतात त्याच्या पलीकडे त्यांचे जग नसते. त्यामुळे प्राध्यापक होण्यासाठी आपण जे काही शिकलो त्यावर ही मंडळी उर्वरित आयुष्य काढतात. अर्थात हेही खरे की अशा कमअस्सल लिखाणासाठी प्राध्यापक असणे ही काही पूर्वअट असू शकत नाही. अन्यथा विश्वास पाटील आदींच्या लेखनाचा समावेश त्यात करणे अवघड झाले असते. संशोधित तपशीलात कल्पनाशक्ती बेमालूमपणे मिसळून एक स्वतंत्र कलाकृती निर्माण करणे हे कौशल्य आहे. ते यादव यांच्याकडे आहे, असे खचितच म्हणता येणार नाही. संशोधन वा प्रतिभा यातील एका वा दोन्ही आघाड्यांवर उत्तम कामगिरी करणे सर्वांनाच शक्य होईल असे नाही. ते आपल्याला जमले नाही, याबद्दल यादव यांनी कमीपणा मानायचे काही कारण नाही. एखाद्यास एखादी गोष्ट नाही जमत, तसेच हे. परंतु राजहंसाचे चालणे, जगी झाली या शहाणे, म्हणून काय कवणे चालुच नये या वचनाप्रमाणे म्हणून अन्य कोणी काही लिहू नये असे म्हणता येणार नाही. घटनेने लेखन स्वातंत्र्याची हमी दिलेलीच आहे. पण प्रश्न निर्माण होतो तो संशोधनाचा आव आणला की. आपले लिखाण संशोधनाधारित आहे असा एकदा का दावा केला की त्या संशोधनाचा आगापीछा सादर करणे संबंधितांवर बंधनकारक ठरते. यादव आणि त्यांची संत तुकाराम सपशेल फसते ती या मुद्द्यावर. आपली ही कलाकृती पूर्ण कल्पनाकृती आहे अशी प्रामाणिक भूमिका यादव यांनी घेतली असती तरी ते काही प्रमाणात सहानुभूतीस पात्र ठरले असते. तेवढा प्रामाणिपणा त्यांना दाखवता आला नाही. मराठीत हे असे अनेकांचे होते. पूर्ण ललित म्हणून आपले लिखाण लक्षवेधी

ठरले नाही तर त्यास संशोधनाचे ठिगळ लावले म्हणून तरी त्याची दखल घेतली जाईल असा या विचार त्यामागे असतो आणि यादव यांनीदेखील यापेक्षा वेगळा काही विचार केला होता, असे म्हणता येणार नाही. त्यांची वादग्रस्त कादंबरी संतसूर्य तुकाराम ही फक्त संशोधनाच्या पातळीवर पोकळ ठरते असे नाही, तर त्यात कल्पनेचेही चांगलेच दारिद्र्य आहे. तुकारामकालीन समाजरचना कशी असेल याचे कल्पनाचित्र यादव यांना रेखाटता आले नाही तर ते एकवेळ क्षम्य ठरावे. परंतु त्याकाळातील समाजरचना कशी असणार नाही, याचे तरी किमान भान एक ज्येष्ठ लेखक म्हणून यादव यांना असणे गरजेचे होते. ते त्यांना कसे नाही याच्या अनेक खुणा या कादंबरीत पदोपदी आढळतात. या सगळ्याकडे एकवेळ दुर्लक्ष करता आले असते. कारण कोणी किती हिणकस काम करावे हा ज्याचा त्याचा प्रश्न असतो. परंतु यातील चीड आणणारी बाब म्हणजे स्वतःच्याच कलाकृतीस वाऱ्यावर सोडण्याचे यादव यांचे पाप. त्यांच्या या कलाकृतीतील काही तपशीलाबाबत वारकरी संप्रदायाने आक्षेप घेतला आणि यादव यांच्यावर टीकेची झोड उठवली. त्यावर प्रतिक्रिया व्यक्त करताना सुरुवातीला यांना कोणीतरी कादंबरी वाचायला शिकवले पाहिजे असा बाणेदारपणा दाखवणाऱ्या यादव यांनी वातावरण किती तापले आहे याचा अंदाज आल्यावर स्वतःचेच लिखाण झटकून टाकले आणि आपल्याच कादंबरीस अनाथ केले. तथापि, त्यांच्या या कथित संशोधनाधारित कलाकृतीचा अंत झाला, म्हणून दुःख करण्याचे कारण नाही.

परंतु त्यामुळे वारकऱ्यांचा काळ सोकावला, त्याची दखल घेणे गरजेचे ठरते. या मुद्द्यावर वारकऱ्यांनी जे काही केले त्यास शुद्ध दंडेली असे म्हणावे लागेल. एरवी वैष्णव धर्माची पताका फडकावीत सहिष्णुतेचा संदेश देणाऱ्या, संताची परंपरा सांगणाऱ्या या वारकऱ्यांनी या पुस्तकाबाबत जी असहिष्णुता दाखवली ती पाहता संतवाङ्मयाच्या परिशीलनाने व्यक्तीत बदल होतोच असे नाही, हे दिसून आले. वारकरी संप्रदायाचे असे एक संघटन आहे. अनेक विधायक उपक्रम त्यामार्फत सुरू असतात. परंतु दाउ केमिकल्स आणि यादव यांचे हे पुस्तक याबाबत या संघटनेचा दृष्टिकोन अजिबातच विधायक नव्हता. आपल्या विचारांना विरोध करणाऱ्याचा गळा आवळायचा ही धारणा राजकीय पक्षांचीदेखील नसते. असहिष्णु म्हणून ओळखले जाणारे राजकीय पक्ष वा नेतृत्वदेखील विरोधी मताचा, जबरदस्तीने का असेना, पण आदर करते. परंतु जी सभ्यता वा सुसंस्कृतपणा राजकीय पक्ष वा संघटना दाखवतात तितकी सहनशीलता वारकरी संप्रदायास दाखवता आली नाही. कोणत्याही प्रश्नास, विषयास वा मुद्द्यास एकापेक्षा अनेक बाजू असू शकतात. परंतु मी म्हणतो तीच बाजू खरी असा उद्दामपणा दाखवण्याचे त्यांनी काही कारण नव्हते. वारकरी संप्रदायाच्या

या वागण्याने कोणास तालिबान्यांची आठवण झाल्यास ते गैर म्हणता येणार नाही. खरे तर वारकरी संघटनांनी ही आगलावी भूमिका घेतली नसती तर या टाकाऊ पुस्तकाकडे कोणाचे फारसे लक्ष गेलेही नसते आणि लुप्त होणाऱ्या अनेक पुस्तकांप्रमाणे तेही गायब झाले असते. परंतु या पुस्तकामुळे संतांच्या अस्तित्वालाच जणू धोका निर्माण होत असल्यासारखा कांगावा वारकऱ्यांनी केला. साडेतीनशे वर्षांच्या अव्याहत इस्लामी आक्रमणातदेखील वारकरी परंपरा टिकून राहिली. तेव्हा एका किरकोळ पुस्तकामुळे तिच्यापुढे आव्हान निर्माण होईल असे मानणे हे या पुस्तकाचे उदात्तीकरण करणारे आहे, हे वारकऱ्यांना लक्षात आले नसावे.

यादव यांचे हे आणि लोकसखा ज्ञानेश्वर हे पुस्तक नष्ट करा असा आदेश याप्रकरणी काल पुण्यातील न्यायालयाने दिला तेव्हा न्यायव्यवस्था वारकऱ्यांच्याच मार्गाने जात असल्याचे दिसले. न्यायालयाने इतकी टोकाची भूमिका घेण्याचे मुळात कारण नव्हते. ती घेण्याआधी ही दोन्ही पुस्तके संबंधित न्यायाधीशांनी वाचली आहेत काय, असा प्रश्न निर्माण होतो. ही पुस्तके फाडून नष्ट करा असा टोकाचा आदेश देण्याआधी न्यायालयाने साधकबाधक विचार करणे गरजेचे होते. घटनेच्या कोणत्या कलमाने त्यांना असा आदेश देता येतो, याप्रकरणी याचिका दाखल करणाऱ्या तुकारामाच्या वंशजांनी तर कहरच केला. देशात संत टीका प्रतिबंध कायदा हवा असे मत त्यांनी व्यक्त केले. ते फारच हास्यास्पद. यातील साधा मुद्दा हा की एखाद्या व्यक्तीस एखादी व्यक्ती संत वाटली तरी सर्वांनाच ती संत वाटेल असे नाही. काहींच्या मते आसाराम वा अन्य काही बापू हेसुद्धा संत आहेत. तेव्हा त्यांना टीका प्रतिबंधक कायदा लागू करणार काय? दुसरे असे की संतसुद्धा माणूसच असतो आणि सर्व मानवी गुणदोष त्याच्याही अंगी असतात. तेव्हा त्यांचे मूल्यमापनच होऊ नये हे म्हणणे अगदीच अतार्किक. आताच्या काळी संत तुकाराम असते तर त्यांनीदेखील ही मागणी नाठाळ ठरवून तिची योग्य प्रकारे विल्हेवाट लावली असती.

तेव्हा आनंद यादव यांच्या पुस्तकाचे काय होते, हा मुद्दा नाही. तर त्यानिमित्ताने अन्य कोणाचीही...अगदी वारकऱ्यांचीदेखील...यादवी चालू देता कामा नये. हे सुसंस्कृत समाजाचे लक्षण नाही.

१२ जून २०१४

६४. बळीराजाची बोगस बोंब

शेतकरी म्हटला की तो गरीब बिच्चारा असायलाच हवा आणि तो नाडला जाणारच वा गेलेला असणारच असे मानण्याची प्रथा आपल्याकडे चांगलीच रूढ झाली आहे. गेल्या आठवड्यात गारपिटीने महाराष्ट्रात जो काही हाहाकार उडवला तो पाहता या आणि अशा प्रतिक्रियांचा सामुदायिक पूरच राज्यभरातून येऊ लागला असून, या पुरात मुळातच क्षीण असलेला समाजाचा सारासारविवेक वाहून जाताना दिसतो. शेतकरी प्रत्यक्षात लुटला गेलेला असो वा नसो. शेतकरी हे लुटले जाण्यासाठीच असतात आणि आपण प्रत्येक जण त्या लुटीस हातभार लावण्याचेच काम करीत असतो, हा समज या अशा प्रतिक्रियेमागे अध्याहृत आहे आणि अन्य कोणत्याही सामाजिक समजांइतकाच तो खोटा आहे. शेतकरी म्हटला की जो काही सामुदायिक कळवळा व्यक्त होतो तो वास्तविक अल्पभूधारक वा शेतमजुरांच्या परिस्थितीविषयी असतो वा असायला हवा. परंतु त्यांच्या हलाखीचे चित्रण आपल्यासमोर येत नसल्याने ते ज्याचे समोर येते त्याच शेतकऱ्यास आपण गरीब बापुडा समजून सहानुभूती व्यक्त करीत असतो. यात वास्तव किती हे तपासण्याची गरज आणि वेळ आता येऊन ठेपली आहे. याची कारणे अनेक. यातील एक म्हणजे या महाराष्ट्रात कित्येक वर्षांत कोणाही नागरिकाने कोणत्याही शेतकऱ्याकडून यंदा पीकपाणी उत्तम आहे, आंबा भरपूर येणार आहे, डाळींबे छानच झाली आहेत वा द्राक्षे मुबलक येणार आहेत या आणि अशा प्रकारची वाक्ये ऐकली असण्याची शक्यता नाही. मग हा शेतकरी सातारा, कोल्हापूरच्या श्रीमंत मातीत शेती करणारा असो वा कोकणातील फळबागांत आंबा पिकवणारा असो. यंदा परिस्थिती किती बिकट आहे हे सांगणे हे त्याचे प्राथमिक कर्तव्य असते आणि ते तो प्रामाणिकपणे निभावून नेत असतो. आताही नुकत्याच झालेल्या ताज्या गारपिटीची हृदय वगैरे पिळवटून टाकणारी माना टाकून पडलेल्या पिकांची छायाचित्रे सर्वत्र प्रसिद्ध होत असून आता आम्हाला आत्महत्येशिवाय पर्याय नाही... या काही शेतकऱ्यांच्या प्रतिक्रियेने अनेकांच्या काळजात कालवाकालवदेखील झाली असण्याची शक्यता नाकारता येत नाही. याप्रसंगी या अशा नाजूक हृदयांची सार्वत्रिक तपासणी करवून घेणे शक्य नसले तरी शेतकऱ्यांच्या

दाव्यांतील सत्यासत्यता मात्र नक्कीच तपासून घ्यायला हवी. या गारपिटीनंतर शेतकऱ्यांच्या या निसर्गनिर्मित हलाखीचे चित्रण दाखवण्याचा सपाटा दूरचित्रवाणी वाहिन्यांनी लावलेला आहे. त्याच्या रेट्याने सत्ताधाऱ्यांचे मन विरघळत असून या बाधित शेतकऱ्यांना नुकसानभरपाई देण्यासाठी सत्ताधाऱ्यांची लगबगदेखील सुरू झाली आहे आणि ती व्यवस्थित कॅमेराबंद होईल याचीही खबरदारी घेतली जात आहे. या पार्श्वभूमीवर काही प्रश्न विचारणे गरजेचे ठरते. आपल्याकडील वातावरणात हे असे काही प्रश्न विचारणे हे सांस्कृतिक औद्धत्य असले तरी ते करणे ही काळाची गरज आहे आणि ती पार पाडणे हे आम्ही आमचे कर्तव्य समजतो. यातील पहिला मुद्दा असा की जे काही संकटग्रस्त शेतकरी समोर येताना दिसतात ते सर्वच्या सर्व बागायती आहेत. खेरीज डाळींब, द्राक्षे, आंबा आदी रोख पिके त्यांच्याकडून इतके दिवस काढली जात होती वा आहेत. या सर्व पिकांना चांगलीच मागणी असते आणि त्यामधील गुंतवणुकीवर परतावादेखील उत्तम असतो. तोदेखील करशून्य. त्यामुळे या वर्गातील शेतकऱ्यांच्या हाती चांगले पैसे खुळखुळत असतात आणि ते त्यांच्या अंगांवरील दागदागिन्यांवरूनही दिसून येत असते. हा शेतकरीवर्ग राजकीयदृष्ट्या चांगलाच सक्रिय असतो आणि त्याची कांगावकला वाखाणण्यासारखी असते. गारपिटीमुळे दूरचित्रवाणी वाहिन्यांवरून छाती पिटताना दिसतो आहे तो प्रामुख्याने हा शेतकरी. त्याचे व्यवहारज्ञान चोख असते. यंदाचे हे अपवादात्मक गारपीट वर्ष वगळता एरवी त्याने चांगली कमाई केलेली असते. तेव्हा आता तो छाती पिटत असला तरी प्रश्न असा की इतक्या वर्षांच्या कमाईचे त्याने काय केले? इतकी वर्षे जे काही कमावले ते सर्वच त्याने फुंकून टाकले की काय? हे जर खरे असेल तर त्याच्या अंगाखांद्यावरच्या दागदागिन्यांचे काय? आणि खरे नसेल तर मग त्याचे हे इतके छाती पिटणे कशासाठी? अन्य अनेक व्यवसायांप्रमाणेच शेती हादेखील व्यवसाय आहे आणि अन्य व्यवसायांइतकेच धोके त्यातदेखील आहेत. तेव्हा एखाद्या वर्षी एखाद्या व्यावसायिक समुदायास आथिक नुकसान झाल्यास तोदेखील अशाच आक्रोशिका रंगवतो काय? तशा त्याने रंगवल्या तर सरकार त्यांनादेखील ही अशीच नुकसानभरपाई वा कर्जमाफी जाहीर करते काय? आता यावर काहींचा युक्तिवाद असेल की औद्योगिक क्षेत्रास मिळणाऱ्या सवलतीची किंमत ही शेतकऱ्यांना दिल्या जाणाऱ्या कर्जमाफीपेक्षा किती तरी अधिक आहे. तो फसवा आहे. कारण त्या क्षेत्राबाबत सरकार चुकीचे वागत असेल तर त्या चुकीची भरपाई ही दुसऱ्या गटासाठी चूक करून द्यावी काय? काही काळ हा सर्व युक्तिवाद मागे ठेवला तरी एक प्रश्न उरतोच. तो म्हणजे आत्महत्येच्या धमकीचा. माझे उत्पादन या वर्षी बुडले, सरकारने मदत द्यावी, अन्यथा आत्महत्या करू अशी धमकी अन्य व्यावसायिक देतात काय?

त्यांनी ती समजा दिली तर त्याविषयी समाजास सहानुभूती वाटते काय? किंवा सरकार लगेच त्या व्यावसायिकास कर्जमाफी देते काय? या प्रश्नाचे उत्तर नकारात्मक असेल तर सध्या जे काही सुरू आहे ती शुद्ध दांभिकता म्हणावयास हवी. ही दांभिकता आपल्या समाजजीवनाचा कणा बनून गेली आहे आणि तिची बाधा सर्वच क्षेत्रांना झालेली आहे. घसघशीत मानधन घेऊन कला सादर करणाऱ्या एखाद्या वादक-गायकावर बेफिकीर अर्थनियोजनामुळे म्हातारपणी दैनावस्था आल्यास त्यास सरकार वा समाज कसे काय जबाबदार ठरते? आयुष्यभर कलेची सेवा केलेल्या कलाकारावर कशी वेळ आली म्हणून समाजही अश्रू ढाळतो. पण ते मूर्खपणाचे असते आणि होतेही. कलेची सेवा म्हणजे काय? ती काय त्याने मोफत केली काय? आणि केली असेल तर त्यासाठी त्यास समाजाने भाग पाडले होते काय? नसेल तर त्याच्या दैनावस्थेशी समाजाचा संबंध काय? हाच युक्तिवाद शेतकरी म्हणवून घेणाऱ्या धनदांडग्यांनाही लागू होतो. आयुष्यभर आम्ही काळ्या आईची (या आईचा रंग भूगोलावर अवलंबून असतो. काही ठिकाणी ती लाल असते.) सेवा केली... असा दावा हा शेतकरी करीत असतो. तेव्हा प्रश्न असा की सेवा केली म्हणजे काय? या कथित सेवेचा मोबदला त्यास मिळत नव्हता काय? आणि तसा तो मिळत नसेल तर तरीही तो हा उद्योग का करीत बसला? आणि मिळाला असेल तर त्यात सेवा कसली? या सर्व शेतीविषयक चर्चेत एक प्रश्न उरतो. तो म्हणजे भूमिहीन शेतमजुरांचा. राजकीयदृष्ट्या जोडल्या गेलेल्या बड्या शेतकऱ्यांना आपल्या ताकदीच्या जोरावर कर्जे माफ करता येतात वा आर्थिक सवलती पदरात पाडून घेता येतात. त्यातील किती वाटा हा बळीराजा आपल्या शेतात राबणाऱ्या भूमिहीन शेतमजुरांना देतो? तेव्हा या कथित बळीराजाचे खरे अश्रू कोणते आणि बनावट कोणते हे शोधण्याचा प्रामाणिकपणा सरकारने दाखवावा आणि नुकसानभरपाया आणि कर्जमाफ्या जाहीर करीत हिंडायची प्रथा बंद करावी. स्वत:च्या मूर्खपणामुळे कोणत्या तरी जत्रेत चेंगराचेंगरी होऊन कोणी गेले, दे आर्थिक मदत. वादळात, गारपिटीत पीक पडले दे आर्थिक मदत ही प्रथा भिकेला लावणारी आहे. ज्यांना ती पाळायची आहे त्यांनी स्वत:च्या खिशातून मदत देऊन ती पाळावी. या कथित बळीराजाची बोंबदेखील बोगस असू शकते हे मान्य करण्याचे धैर्य सरकारने दाखवावे आणि जनतेचा पैसा वाया घालवणे थांबवावे.

१६ डिसेंबर २०१४

६५. त्यांची काळजी वाटते!

यंदा दहावीच्या परीक्षेस बसलेल्या १५ लाख ७२ हजार मुलांपैकी जे एक लाख ३४ हजार विद्यार्थी अनुत्तीर्ण झाले, त्यापेक्षा उत्तीर्ण झालेल्यांविषयी पोटात अनुकंपा दाटून यावी अशी परिस्थिती आहे. पहिला वर्ग किंवा विशेष श्रेणी यांचा दर्जा अलीकडच्या काळात ३५ टक्क्यांवर येऊनदेखील बराच काळ लोटला. गतवर्षी तर दिल्ली विद्यापीठाच्या काही महाविद्यालयांत १०५ टक्क्यांवर प्रवेश बंद झाले. आता आपल्याकडेही तसे होईल. याचा अर्थ विद्यार्थी शंभर टक्क्यांहूनही अधिक गुण आता मिळवू शकतात. यास काय म्हणावे? त्यामुळे ८० टक्के वा अधिक गुण मिळवणारेदेखील हल्ली सुतकात जातात. जेमतेम पहिला वर्ग मिळवणाऱ्याचे हाल तर विचारू नका... असे विद्यार्थी अनुत्तीर्णासमानच गणले जातात... हे सगळेच मती गुंग करणारे आहे. यंदा शालान्त परीक्षेस सामोरे गेलेल्यांपैकी जवळपास ९१ टक्के विद्यार्थी उत्तीर्ण झाले. हे तर सर्वार्थाने भीतिदायकच. एखाद्या परीक्षेत इतके भरमसाट विद्यार्थी उत्तीर्ण होत असतील तर त्या परीक्षेच्याच दर्जाविषयी प्रश्नचिन्ह निर्माण व्हावयास हवे. तसे ते होत नसेल तर यंदाच्या या दहावीच्या निकालाचा अर्थ एकच आहे, तो म्हणजे महाराष्ट्रात गुणवंतांचा पूर आला असून हे गुणवान आता उत्तरपत्रिकांतून मावेनासे झाले आहेत. खेरीज जी आठ टक्के मुले या परीक्षेत अनुत्तीर्ण झाली आहेत, ती पाहता या निकालाचा दुसरा एक अर्थ काढता येईल. तो म्हणजे शासनाला खरे तर शंभर टक्के निकाल लावण्याचीच इच्छा आहे. पुढील वर्षी तसे करता यावे, यासाठी यंदाचा निकाल ही एक महत्त्वाची पायरी ठरू शकते. एके काळी विशेष श्रेणीला असलेले महत्त्व गेल्या काही वर्षांत संपुष्टात आले आहे. तरीही ७५ टक्के वा त्याहून अधिक गुण मिळालेल्या विद्यार्थ्यांची संख्या यंदा सुमारे पन्नास हजारांनी वाढली आहे. प्रथम श्रेणीतील ही वाढ तीस हजारांची आहे. द्वितीय ते प्रथम श्रेणीमधील विद्यार्थ्यांची संख्या सुमारे सव्वा चार लाख आहे आणि उत्तीर्णांच्या तुलनेत हे प्रमाण २८ टक्के आहे. तेव्हा या सगळ्या मुलांचे आयुष्य उत्तम गुणांनी मंडित झाल्याने फार उज्ज्वल होणार आहे असे कोणास वाटू शकल्यास त्यास दोष देता येणार नाही. परंतु तरीही गुणवत्तेचा हा पूर पाहून एक प्रश्न निर्माण होऊ शकतो. तो म्हणजे, इतके सारे गुणवान पुढील आयुष्यात जातात कोठे?

त्याचे उत्तर शोधावयाचे झाल्यास वास्तवाचा आधार घ्यावा लागेल. अधिकाधिक मुले उत्तीर्ण होणे ही जर राज्याच्या हुशारीची मोजपट्टी असेल, तर मग त्या मुलांना या शिक्षणातून नेमके काय मिळाले, याचा अभ्यास कोण आणि कसा करणार? असे काही करण्याची गरज ना केंद्र सरकारला वाटते, ना राज्याला त्याचे महत्त्व कळते. भाषा, गणित, विज्ञान, अर्थशास्त्र, व्यापारशास्त्र याचे पुरेसे ज्ञान सध्याची शिक्षण पद्धती देत नाही. ते विद्यार्थ्यांना झगडून मिळवावे लागते. दहावीमध्ये उत्तम गुण मिळालेल्या विद्यार्थ्यांस बारावीनंतर स्वतंत्र प्रवेश परीक्षा दिल्याशिवाय व्यावसायिक अभ्यासक्रमांना प्रवेश मिळत नाही. त्यामुळे हे ज्ञान किती कुचकामी आहे, याचे भान येण्यास दोन वर्षांचा काळ जावा लागतो. परीक्षा हे संकट आहे, की शिकवणे किंवा समजावून सांगणे ही कटकट आहे, याबद्दल पुरेशी स्पष्टता जोवर शिक्षणव्यवस्थेत येत नाही, तोवर अधिक विद्यार्थी उत्तीर्ण झाल्यामुळे दिवाळी साजरी करण्याचीच मनोवृत्ती बोकाळत राहणार, हे स्पष्ट आहे. महाराष्ट्रासारख्या राज्यात साक्षरतेचे प्रमाण अधिक असले, तरीही हुशारी वाढत असल्याचे मात्र दिसत नाही. विद्यार्थ्यांना जगण्याच्या शर्यतीत पळण्यासाठी जे बळ शिक्षणाने द्यावे लागते, ते मिळत नसल्याने ही हुशारी थिजते. त्याबद्दल कोणाच्याही मनात जराही दुःखाची भावना दिसत नाही. शिक्षणाचा जगण्याशी आणि जगण्यासाठी काही मिळवण्याशी संबंध असतो, हे केवळ कागदोपत्री राहिलेले विचार महाराष्ट्रातही गेली अनेक वर्षे मागील पानावरून पुढे येत राहिले आहेत.

लोकमान्य टिळकांनी ब्रिटिशांकडून दिल्या जाणाऱ्या शिक्षणास विरोध करताना राष्ट्रीय शिक्षणाची गरज व्यक्त केली आणि त्यासाठी शिक्षणसंस्था उभारली. असे करणे त्यांना आवश्यक वाटले, याचे कारण भारतीय मुलांना आवश्यक असणारे ज्ञान अधिक कसदारपणे मिळणे आवश्यक आहे, असे त्यांना वाटत होते. स्वातंत्र्यानंतर राष्ट्रीय शिक्षणाच्या कल्पनेतही मोठे बदल घडून आले. शिक्षणाचा हेतू केवळ नागरिकांना साक्षर करणे असा असून चालणार नाही, तर जगण्यासाठी आवश्यक असणारी कौशल्ये विकसित करणे हे त्याचे उद्दिष्ट हवे. आपल्याकडे त्याचीच मोठी वानवा दिसते. गेल्या सहा दशकांत ज्या प्रचंड उलथापालथी झाल्या, त्याचा हवा तसा परिणाम भारतीय शिक्षणपद्धतीवर झाला नाही. त्यामुळे अजूनही कला, वाणिज्य आणि विज्ञान या फेऱ्यांतून हे शिक्षण बाहेर पडू शकले नाही. देशाच्या विकासाला नेमकी कोणत्या कौशल्याची आवश्यकता आहे, याचा भविष्यकालीन विचार करण्याची क्षमता गमावून बसल्यामुळे हे घडले. काम करू शकणारे सर्वाधिक तरुण असलेला देश म्हणून जर जग भारताकडे पाहत असेल, तर हे सर्वाधिक संख्येने असलेले तरुण प्रत्यक्षात बहुसंख्येने अशिक्षित या वर्गात मोडणारे आहेत, ही स्थिती भयावह आहे.

त्याकडे गांभीर्याने पाहण्याऐवजी त्याने फुशारून जाणे तर अधिकच काळजीचे. महाराष्ट्रातील विद्यार्थी एवढे हुशार झाले असतीलच, तर सरकारने यापुढील काळात शिक्षणक्रमाची काठीण्यपातळी अधिक वाढवण्यास आणि परीक्षेतील उत्तरपत्रिका तपासणीचे कामही अधिक निरपेक्ष करण्याचे आदेश देऊन पाहण्यासही हरकत नाही. केवळ निकालातील उत्तीर्णांची संख्या फुगवून स्वत:ची पाठ थोपटून घ्यायची, की सर्वार्थाने शिक्षणाचा हेतू साध्य करायचा, याचा निर्णय घेण्याची वेळही आता उलटून चालली आहे. अलीकडच्या या अवाढव्य निकालास एक वेगळीच किनार असते. ती म्हणजे शिकवण्यांची. एके काळी फावल्या वेळात अर्थार्जनाचे साधन म्हणून शिक्षक वा शिकविण्याची हौस असलेले शिकवण्या घेत. आता त्यांचे अक्राळविक्राळ व्यवसायात रूपांतर झाले असून हे शिकवण्यावाले संघटितपणे शासनाला आणि प्रचलित शिक्षणव्यवस्थेला आव्हान देऊ लागले आहेत. ऐंशीच्या दशकानंतर शिक्षण क्षेत्रास शिक्षणसम्राटांचे ग्रहण लागले होते. ते पूर्णपणे सुटायच्या आत या शिकवणीमाफियांनी शिक्षण क्षेत्रात धुमाकूळ घातला असून त्यांना आवरण्याची इच्छादेखील कोणी व्यक्त करताना दिसत नाही. हे शिकवण्यावाले, शिक्षण प्रशासन आणि शिक्षक यांची एक अभद्र युती सध्या शिक्षण क्षेत्रास नाचवताना दिसते. चार पैसे हातात खुळखुळू लागलेल्या नवमध्यमवर्गास याची चाड नाही. बाजारात पैसे फेकून काहीही विकत घेण्याची सवय लागलेला हा समाज तसेच चार पैसे फेकून आपल्या पाल्यांसाठी गुणवत्तादेखील विकत घेण्यास सोकावलेला आहे. आपल्या पाल्याने काहीही करून यशस्वी होत राहणे हेच या वर्गासाठी महत्त्वाचे असते. त्यामुळे काही लाख रुपये खासगी शिकवण्यांवर खर्च करावयाची तयारी असलेला हा वर्ग असे निकाल आपल्या बाजारपेठीय कौशल्यास मिळालेली पोचपावती मानू लागतो. आपल्याकडे नेमके तेच होताना दिसते. अशा व्यवस्थेत आपल्या मुला-मुलीस काय आवडते याचा विचार पालक करीत नाहीत आणि आपण शिकवतो म्हणजे काय, हा प्रश्न शिक्षकांना पडत नाही. एके काळी परीक्षांत अनुत्तीर्ण होणाऱ्यांच्या भविष्याविषयी काळजी वाटे. आता ती उत्तीर्ण होणाऱ्यांविषयी वाटते.

९ जून २०१५

६६. अनुशासनपर्व ते अशोकपर्व

'समाजातील सर्वांची सुरक्षितता एका घटकातच सामावलेली आहे, तो घटक म्हणजे माध्यमांचे स्वातंत्र्य,' असे विचारस्वातंत्र्याचे उद्‌गाते, अमेरिकेचे एक संस्थापक थॉमस जेफर्सन म्हणत. भारतात आजपासून बरोबर ४० वर्षांपूर्वी तत्कालीन पंतप्रधान इंदिरा गांधी यांनी स्वत:च्या राजकीय स्वार्थासाठी ही सर्वांची सुरक्षितता एका फटक्यात काढून घेतली. नागरिकांचे आणि अर्थातच प्रसारमाध्यमांचे स्वातंत्र्य हिरावले गेले. देशात आणीबाणी जाहीर करण्यात आली. सर्वसाधारणपणे संकेत हा की युद्ध आदी तत्सम काळात आणीबाणी लादली जाते. तीही मर्यादित स्वरूपात. परंतु इंदिरा गांधी यांना सर्वच मर्यादा आणि संकेतांचे उल्लंघन करावयाचे असल्याने तशी काहीही युद्धसदृश स्थिती नसतानाही त्यांनी देशात 'आर्थिक आणीबाणी' जाहीर केली आणि नागरिकांचे मूलभूत अधिकार काढून घेतले. परिणामी सरकार म्हणेल त्यासमोर माना डोलावणे एवढाच काय तो पर्याय नागरिकांसमोर उरला. अशा अवस्थेत खरी मुस्कटदाबी होते ती प्रसारमाध्यमांची. कारण जनतेच्या सरकारविरोधातील हुंकारास शब्दरूप देऊन ते पुन्हा जनता आणि सरकार यांच्यासमोर मांडणे, ही माध्यमांची जबाबदारी. पण तसे करण्याचे अधिकारच काढून घेतल्यामुळे माध्यमांसमोर सरकार म्हणेल त्यास हो म्हणणे, इतकेच काय ते काम राहिले. इंदिरा गांधी यांची तीच अपेक्षा होती. जरादेखील विरोधी सूर उमटणार नाही, उमटला तरी तो माध्यमांतून प्रकट होणार नाही याची पुरेपूर दक्षता इंदिरा गांधी यांचे सरकार घेत होते. एक इंडियन 'एक्स्प्रेस' समूहाचा ('लोकसत्ता' हे दैनिक याच समूहातर्फे प्रकाशित होते) अपवाद वगळता अन्य सर्व बड्या माध्यम समूहांनी इंदिरा गांधी यांच्या चरणी लोळण घेण्यात धन्यता मानली. या सपशेल शरणागतीची खंत वाटून नंतर काही संपादकांनी वाचकांची माफी वगैरे मागितली, परंतु त्या वेळी सरकारविरोधात उभे राहण्याचे धैर्य काही त्यांना दाखवता आले नाही. त्या काळ्या दिनाची चाळिशी साजरी होण्यापूर्वीच भाजपचे अडगळीत गेलेले नेते लालकृष्ण अडवाणी यांनी पुन्हा आणीबाणी राग आळवला आणि समस्त राजकीय आणि माध्यमविश्व ढवळून निघाले. तेव्हा या पार्श्वभूमीवर माध्यमांची आजची स्थिती यावर एक दृष्टिक्षेप टाकणे आवश्यक ठरते. आणीबाणीचे समर्थन आचार्य विनोबा

भावे यांनी 'अनुशासनपर्व' असे केले होते. आज ती वेळ येणार नाही. याचे कारण माध्यमांतील एक वर्ग व्यवस्थेच्या वळचणीखाली राहण्यात आनंद मानू लागला असल्यामुळे सरकारला न दुखवण्याच्या अनुशासनाचे त्याच्याकडून सहजच पालन होऊ लागले आहे. कोणत्याही काळात माध्यम आणि व्यवस्था समोरासमोरच हवेत. व्यवस्थेच्या मांडीला मांडी लावून बसण्यात माध्यमे आनंद मानू लागली तर ते त्यांची गरज संपल्याचे लक्षण असते. माध्यमांनी विरोधासाठी विरोध करू नये हे जरी मान्य असले तरी म्हणून माध्यमांनी सरकारची री ओढण्यात धन्यता मानावी, असेही नव्हे. पण असे प्रकारच अलीकडच्या काळात प्रामुख्याने होऊ लागले असून, त्याची प्रमुख कारणे दोन. एक म्हणजे पत्रकार म्हणवून घेणाऱ्यांची कथित वैचारिक बांधीलकी. पत्रकार वर्ग स्वत:ला वेगवेगळ्या विचारप्रवाहांशी जोडून घेऊ लागला असून, या प्रवाहपतनात जे सहभागी नाहीत ते आपले विरोधक असे आता मानले जाते. समाजवादी, संघीय, डावे वा प्रच्छन्न उजवे अशी पत्रकारांतील विभागणी पुढच्या टप्प्यावर गेली आहे. त्यामुळे आपापल्या विचारसरणीच्या मिणमिणत्या ज्योती विझू न देण्यातच पत्रकार धन्यता मानू लागले आहेत. यातील केविलवाणा भाग असा की सूर्यापेक्षा वाळूच तापावी त्याप्रमाणे त्या त्या विचारसरणीच्या राजकारण्यांपेक्षा ही पत्रकार मंडळीच स्वत:ला विचारसरणीशी अधिक निष्ठावान मानू लागली असून त्यामुळे माध्यमांसमोर विश्वासार्हतेचे आव्हान उभे ठाकले आहे. कारण स्वत:ला वाचकांपेक्षा विचारसरणीशी बांधून घेणारे हे पत्रकार आपापल्या विचारसरणीच्या राजकारण्यांच्या चुकांकडे जाणूनबुजून डोळेझाक करतात. यातील धोका असा की या पत्रकारांच्या आवडत्या राजकीय विचारसरणीच्या नेत्यांनी समजा उद्या आणीबाणी आणली तर हे त्याचे समर्थन करण्यास मागेपुढे पाहणार नाहीत. दुसरे कारण म्हणजे आर्थिक. माध्यमांचा गाडा हाकणे हे दिवसेंदिवस जिकिरीचे होऊ लागले आहे. परिणामी महसूल वाढवण्याचे मोठे आव्हान माध्यमांपुढे आहे. कोणत्याही व्यवसायात कोणत्या ना कोणत्या टप्प्यावर हे आव्हान येतेच. अशा वेळी द्रष्टेपण दाखवत त्यावर मात करायची की ओशाळे होत चिंधीचोरीचा मार्ग अनुसरायचा हे ज्याच्या त्याच्या मानसिकतेवर अवलंबून असते. अनेक माध्यमांच्या मालकांनी राजरोसपणे यातील दुसरा मार्ग निवडलेला आहे, हे सत्य आहे. आपल्या राजकीय आकांक्षा भागवण्यासाठी आपल्या मालकीच्या माध्यमाचा वापर करणे, अन्य क्षेत्रातील आपले नको ते उद्योग समोर येऊ नयेत यासाठी ते वापरणे आणि त्याहूनही अपवित्र उद्योग म्हणजे जाहिरातीच बेमालूमपणे बातमी म्हणून वाचकांना विकणे हे अलीकडे सर्रास होताना दिसते. यास 'एक्स्प्रेस' समूह अर्थातच अपवाद. परंतु अन्यत्र पेड न्यूज हीच प्रथा बनू लागली असून, बातमी आणि जाहिरात यातील सीमारेषा दिसेनाशी झाली आहे. माजी मुख्यमंत्री अशोक चव्हाण यांनी काही

वर्तमानपत्रांशी (यात अर्थातच 'लोकसत्ता' नाही) संधान बांधून साजरे केलेले अशोकपर्व हे याचे काही वर्षांपूर्वीचे उदाहरण. या गलिच्छ मार्गाने या मंडळींच्या हाती चार पैसे जास्त लागत असतीलही. पण त्यामुळे होणारे नुकसान आणि उद्‌भवणारा धोका दीर्घकालीन आहे. याचे कारण अलीकडच्या काळात राजकीय क्षितिजावर उगवूनही न दिसणारा एक घटक. तो म्हणजे कॉर्पोरेट. राजकारणाच्या बाल्यावस्थेत बिल्डर आणि राजकारणी यांची युती होती. पुढे ते दोन्हीही एकच झाले. आता राजकारणाची इयत्ता पुढे सरकली असून राजकारणी आणि कॉर्पोरेट अशी युती दृढ होऊ लागली आहे. इतिहासात राजकारणी आणि उद्योजक यांच्यात संबंध नव्हते असे नाही. पं. जवाहरलाल नेहरू यांचे पहिले मंत्रिमंडळदेखील यातून सुटले नाही. परंतु त्या वेळी तो अपवाद होता. आता त्याचे नियमात रूपांतर होऊन या दोघांच्या युतीने माध्यमांभोवती पद्धतशीरपणे फास आवळला जात आहे. ही अवस्था आणीबाणीपेक्षाही अधिक गंभीर आहे याचे भान ना आहे माध्यमांना ना समाजाला. सध्याच्या तुलनेत आणीबाणी सोपी. कारण त्या वेळी आपला शत्रू कोण हे माध्यमांना आणि त्यामुळे समाजाला उघडपणे समोर दिसत होता. आताचा शत्रू अदृश्य आहे आणि तरीही त्याचा हात माध्यमांच्या खांद्यावर आहे. अशा वेळी खरे तर माध्यमांचे वर्तन अधिक गंभीर आणि अधिक सचोटीचे हवे. परंतु पुरेशा गांभीर्याअभावी माध्यमे या साहचर्याबाबत आनंद मानू लागली आहेत. त्यामुळे सामान्य वाचकांसाठी वास्तव दर्शनाचे कर्तव्य फारच कमी माध्यमगृहांकडून पाळले जाते. वैद्यकीचा जवळपास सर्वच्या सर्व पेशा ज्याप्रमाणे औषध कंपन्यांनी काबीज केला आहे त्याप्रमाणे पत्रकारांचे होते की काय, अशी परिस्थिती आहे. आयपीएल वा मुंबईतील मॅरेथॉन स्पर्धा ही याची काही उदाहरणे. या संदर्भात माध्यमांनी जी काही हवा निर्माण केली त्यामागे हे अनैतिक संबंध होते, हे नाकारता येणार नाही. त्यामुळे राजकीय नेतृत्व उद्योगजगतास हाताशी धरून पत्रकारांना पद्धतशीरपणे काबीज करू लागले असून, गतवर्षी झालेल्या निवडणुका हा याचा ताजा दाखला आहेच. अशा वातावरणात वाचकांची जबाबदारी अधिक वाढते. अन्याय करणाऱ्याप्रमाणे जसा अन्याय सहन करणारादेखील दोषी असतो त्याच धर्तीवर फसवून घेणाऱ्या वाचकांचाही माध्यमांच्या पापातील वाटा दुर्लक्षिता येणार नाही. परिणामी, राजकीय आणीबाणी नसतानाही नकळतपणे ती स्थिती अनुभवणाऱ्यांना अनुशासनपर्व ते अशोकपर्व या प्रवासाची आठवण करून देणे औचित्याचे ठरते.

२५ जून २०१५

६७. एक शोकान्त उन्माद

सशक्ताने अशक्तावर लादलेल्या हिंसेचा प्रतिवाद अशक्त दुसऱ्या अशक्ताचा बळी देऊन करतो. १९९३ च्या बॉम्बस्फोट प्रकरणातील आरोपी याकूब मेमन याच्या फाशीवरून गेले काही दिवस आपल्याकडे साचलेला उन्माद हेच सिद्ध करतो. सर्वोच्च न्यायालयाने याकूबच्या फाशीवर शिक्कामोर्तब करून तो वाढेल अशीच व्यवस्था केली. कोणताही उन्माद साठला की त्यात पहिला बळी विवेकाचा जातो. गेले काही दिवस या विषयावर आपल्याकडे जे काही सुरू आहे, त्यातून हेच दिसून आले. हे बॉम्बस्फोट हे भारतावर लादलेले युद्धच होते, हे मान्य. २५७ निरपराधांचे प्राण त्यात हकनाक गेले हे कोणी अमान्य करण्याचा प्रश्नच उद्‌भवत नाही. हे युद्ध छुपे होते आणि पाकिस्तानी गुप्तहेर यंत्रणेने ते लादले होते, हेही निश्चितच मान्य. त्यास जबाबदार असणाऱ्यांना, निरपराधांचे प्राण घेणाऱ्यांना कठोर शासन व्हायला हवे हे तत्त्वदेखील मान्य. परंतु म्हणून याकूब मेमन यांस फासावर लटकवायला हवे, हे मान्य करण्यास विवेकी जन राजी होणार नाहीत. का, ते समजून घ्यावयाचे असेल तर याकूब यास फाशी देणे म्हणजे देशप्रेम सिद्ध करणे असा जो उन्माद वातावरणात दिसतो, तो दूर करून याचा विचार करावा लागेल. तसा तो करताना सर्वांत प्राथमिक मुद्दा हा की, भारताविरोधात लादल्या गेलेल्या युद्धाचा सूत्रधार याकूब मेमन नाही आणि नव्हताही. ही बाब तेव्हाही स्पष्ट झाली होती. याकूबची शरणागती आणि त्याचे भारतात परतणे हाताळण्यात महत्त्वाची भूमिका बजावणारे गुप्तचर खात्याचे प्रमुख बी. रामन यांनी तेव्हाही ही बाब ठसठशीतपणे मांडली होती. परंतु दिवंगत नरसिंह राव यांच्या अशक्त सरकारने ती अव्हेरली. त्या सरकारातील गृहमंत्री दिवंगत शंकरराव चव्हाण यांनीदेखील या बॉम्बस्फोटातील याकूबच्या सहभागाबद्दल साशंकता व्यक्त केली होती. तरीही शासन व्यवस्थेच्या साह्याने न्यायपालिकेने त्याकडे दुर्लक्ष केले. याचे कारण या गंभीर गुन्ह्यांतील खऱ्या आरोपींपर्यंत पोचण्यात आलेले – आणि अद्यापही येत असलेले – अपयश. पाकिस्तानची गुप्तहेर यंत्रणा आयएसआयने हे दहशतवादी हल्ले घडवून आणले. दोन घटकांची साथ आयएसआयला याप्रकरणी मिळाली. एक दाऊद इब्राहिम आणि दुसरा टायगर मेमन. हे मेमन कुटुंबीय मूळचे गुजरातेतील आणि आद्य व्यवसाय

चांदीची तस्करी. यातूनच त्यांच्यातील उचापत्या साहसवादी टायगर याचा संबंध दाऊद आणि आयएसआय यांच्याशी आला. बाबरी मशिदोत्तर कारवायांसाठी आयएसआय संघटनेस भारतात उत्पात घडवण्यासाठी हस्तकांची गरज होतीच. ती भागवण्यास टायगर तयार झाला. आज तीवर विश्वास ठेवणे अनेकांना जड जाईल परंतु अधिकृत वस्तुस्थिती अशी आहे, की टायगरच्या या पाताळयंत्री उद्योगाची कल्पना त्याच्या कुटुंबीयांना नव्हती. याकूब या कुटुंबाचा सनदी लेखापाल. त्यासही आपला थोरला भाऊ नक्की कोणत्या उद्योगात मग्न आहे, हे माहीत नव्हते. त्याचे चोरटे व्यापार कुटुंबीयास ठाऊक होते.

परंतु त्यापुढे जाऊन तो दहशतवादी कृत्यात सहभागी आहे, हे कुटुंबास ज्ञात नव्हते. त्याचमुळे बॉम्बस्फोट चौकशीत जेव्हा टायगर मेमन याचा हात असल्याचे उघड झाले तेव्हा पाकिस्तानात आयएसआयच्या कचाट्यात असलेल्या मेमन बंधूंच्या वडिलांनी कुटुंबात सर्वांदेखत टायगरला चोपले. त्याच वेळी आपली कुटुंबाची बदनामी टाळण्यासाठी आणि टायगर वगळता अन्यांचे निर्दोषत्व सिद्ध करण्यासाठी त्यांनी भारतात परतण्याचा निर्णय घेतला. त्यात पुढाकार होता थोरले मेमन आणि याकूब याचा. परंतु तसे करणे धोक्याचे होते. कारण ही सर्व मंडळी आयएसआयच्या तावडीत होती. आयएसआयने त्यांची ओळख पुसून टाकली होती आणि त्यांना बनावट पारपत्रेदेखील देण्यात आली होती. तरीही भारतीय गुप्तचर यंत्रणांनी त्यांचा छडा लावून त्यांच्याशी संधान बांधले. यातही पुढाकार होता याकूबचाच. काठमांडू येथून पाकिस्तानात परतण्याच्या प्रयत्नात असताना याकूब अलगदपणे भारतीय गुप्तचरांच्या हाती लागला. काहींच्या मते तो अपघात होता तर एका वर्गाच्या मते याकूबने पत्करलेली ती शरणागती होती. तो पाकिस्तानात परतला असता तर आयएसआयने टायगरप्रमाणेच त्याच्याही मुसक्या आवळल्या असत्या, हे उघड आहे. त्यामुळे तो योग्य वेळी भारताच्या हाती लागला. तो स्वत:हून शरण आला की आपण त्यास पकडले याबाबत संदिग्धता असली तरी एक बाब निर्विवाद सत्य आहे. ती म्हणजे आपल्या सरकारने त्यास त्या वेळी अभय देण्याचे वचन दिले आणि त्या बदल्यात त्याने बॉम्बस्फोटातील पाकिस्तानी सहभाग उघड करावा, असा हा करार होता. याचा अर्थ याकूब हा माफीचा साक्षीदार होता आणि आहे. याचा दुसरा अर्थ असा की तो निरपराध नाही. परंतु याचा अर्थ असा निश्चितच नाही की मुख्य आरोपीचा भाऊ आहे आणि मुख्य आरोपी हाती लागणे शक्य नसल्याने जो कोणी हाती लागला त्यास फासावर लटकावले जावे.

या अर्थाकडे आपल्या व्यवस्थेने पूर्ण दुर्लक्ष केले. यात टाडा न्यायालयदेखील आले. या न्यायालयाने तांत्रिक बाबींची पूर्तता न करताच याकूब यास फाशी देण्याचा

निर्णय दिला. सरकार आणि अन्य यासंदर्भात इतके उतावीळ होते की याकूबची याचिका सर्वोच्च न्यायालयात प्रलंबित आहे हे माहीत असतानाही त्यास फासावर लटकावण्याचा निर्णय झाला. खेरीज, तो निर्णय मिरवणे हे राष्ट्रप्रेम सिद्ध करण्याचा हमखास आणि सुलभ मार्ग होता. हे मिरवणे किती बालिश आणि उबग आणणारे असते ते उज्ज्वल निकम यांच्यासारख्याकडे पाहून लक्षात यावे. परंतु आपल्या या दिखाऊ आणि बटबटीत कथित देशप्रेमामुळे नैसर्गिक न्यायाचे किमान तत्त्वदेखील पायदळी तुडवले जात आहे याकडे या याकूबला फाशी द्या म्हणणाऱ्यांचे दुर्लक्ष झाले. अशक्त व्यवस्थेने दुसऱ्या अशक्तावर सूड उगवण्याचा तो प्रयत्न होता.

आपण टायगर मेमनला पकडू शकत नाही, दाऊदचा केसही वाकडा करू शकत नाही, हे कटू असले तरी वास्तव आहे. तेव्हा त्या वास्तवास भिडण्यापेक्षा लटकावून टाका याकूबला फासावर, असा हा विचार होता आणि तो घृणास्पदच होता आणि आहे. इतकेच जर आपण देशप्रेमाने भारलेलो आहोत तर अशाच गंभीर आरोपांखाली गुन्हा दाखल झालेल्या संजय दत्त यास सवलती का, हा प्रश्न आपणास पडत नाही. संजय दत्त याने तर शस्त्र लपवून ठेवले होते. त्या तुलनेत याकूबचा गुन्हा किरकोळ ठरतो. परंतु तरीही त्यास फाशी दिली जावी यावर सामान्यांचे एकमत होते त्यामागील कारण याकूबचा धर्म तर नव्हे, याचे उत्तर ज्याने त्याने स्वत:च्या मनाशी तरी प्रामाणिकपणे द्यावे. दुसरे असे की त्यास फासावर लटकावल्यास आपली न्यायव्यवस्था शासकीय तालावर नाचते, असे चित्र निर्माण होऊ शकते. याचे कारण माजी पंतप्रधान राजीव गांधी यांच्या मारेकऱ्यांवरील आरोप सिद्ध होऊनही त्यांना वाचवण्यात शासकीय व्यवस्थेस आनंद वाटतो, हे कसे? असो. हा सगळा विसंवाद सर्वोच्च न्यायालयामुळे टळेल अशी अपेक्षा होती. ती फोल ठरली. तसे झाले नसते तर काही माथेफिरू वगळता विचारी जनांच्या मनात सर्वोच्च न्यायालयाविषयी यामुळे अभिमानच वाटला असता, यात शंका नाही. याकूब फासावर गेल्यामुळे टायगर मेमन आणि आयएसआय यांचाच विजय होणार आहे. याकूब याने भारतात परतण्याचा विचार सोडावा यासाठी टायगरकडून प्रयत्न होत होते.

गांधीवादी विचार करून परत जाशील, पण भारत सरकार तुला दहशतवादी ठरवील असे टायगरने त्यास सुनावले होते. याकूब फासावर गेल्यामुळे आपल्या व्यवस्थेवर केलेले भाष्य सत्य ठरते. यामुळे यापुढे आपल्या देशासाठी कोणीही माफीचा साक्षीदार होणार नाही. ही दुहेरी शोकांतिका आहे. विद्यमान उन्मादापुढे ती जाणवणार नसली तरीही.

३० जुलै २०१५

६८. डोळसांचे अंधत्व

७/११ च्या बॉंबस्फोट खटल्याचा निकाल अखेर बुधवारी लागला. या प्रकरणात विशेष न्यायालयाने पाच आरोपींना फाशी आणि सात जणांना जन्मठेपेची शिक्षा सुनावली. या निकालाच्या पार्श्वभूमीवर दोन मुद्दे आवर्जून विचार करण्यासारखे आहेत. यातील एक आहे प्रतिक्रिया आणि दुसरी आहे परिस्थिती. हे दोन्ही विषय विचारी वाचकांसमोर मांडणे गरजेचे ठरते. २००६ सालातील ११ जुलैच्या संध्याकाळी मुंबईच्या ओसंडून वाहणाऱ्या लोकलगाड्यांत ऐन गर्दीच्या वेळी वेगवेगळ्या सात ठिकाणी स्फोटके ठेवली गेली आणि ११ मिनिटांच्या अंतराने त्यांचे स्फोट घडवले गेले. या घृणास्पद दहशतवादी हल्ल्यात १८९ जणांनी प्राण गमावले आणि जवळपास ८०० पेक्षा अधिक जण जखमी झाले. त्या खटल्याचा निकाल काल लागला. मोक्का न्यायालयाने यातील पाचांना देहदंड तर अन्य सातांना जन्मठेपेची शिक्षा सुनावली. या दहशतवादी हल्ल्याची चौकशी विशेष चौकशी पथकाचे तत्कालीन प्रमुख के. पी. रघुवंशी यांच्याकडे होती. तेव्हा निकालाबाबत त्यांनी समाधान व्यक्त करणे ओघानेच आले. तसे त्यांनी ते केले. परंतु त्यापलीकडे रघुवंशी यांनी व्यक्त केलेली प्रतिक्रिया ही अत्यंत महत्त्वाची आणि सूचक ठरते.

आम्ही पकडू शकलो ते केवळ लोकलगाड्यांत बॉंब ठेवण्याचे कृत्य करणाऱ्यांना. परंतु आम्हाला या कटाच्या सूत्रधारापर्यंत काही जाता आलेले नाही, अशा अर्थाचे उद्गार रघुवंशी यांनी काढले. ही बाब अत्यंत महत्त्वाची. त्यास कारण आहे. आपल्या कानूनचे हात बहुत लंबे आहेत, असे आपल्याला सांगितले जात असते. परंतु आपल्याकडे घडून गेलेला कोणताही दहशतवादी हल्ला असो. आपले हे लंबे असलेले कानूनचे हात पोचतात ते फक्त या आणि अशा दहशतवादी हल्ल्यातील कठपुतळ्यांपर्यंतच. या कठपुतळ्यांच्या सूत्रधारास जेरबंद करणे फारच दूर, परंतु आपल्या सुरक्षा यंत्रणांना या सूत्रधारांच्या आसपासदेखील पोचता येत नाही. १९९३ च्या बॉंबस्फोट प्रकरणातही तेच दिसून आले आणि त्यानंतर १३ वर्षांनी झालेल्या दुसऱ्या क्रमांकाच्या दहशतवादी हल्ल्यातही तेच दिसून आले. या १३ वर्षांत आपली किती प्रगती झाली? ९३ सालातील बॉंबस्फोट खटल्याच्या निकालास २० वर्षे जावी

लागली. या खटल्याचा पहिला निकाल तरी ९ वर्षांत लागला. अर्थात तो अंतिम नाही. हे प्रकरण सर्वोच्च न्यायालयापर्यंत जाणार हे लक्षात घेता या खटल्याच्या अंतिम निकालास ९३ इतका कालावधी लागणारच नाही, असे नाही. ९३ सालचे बॉंबस्फोट हे टायगर मेमन, दाऊद इब्राहिम आदी महारथींनी घडवले होते. २००६ सालच्या या लोकलगाड्या स्फोटांत स्टुडंट्स इस्लामिक मूव्हमेंट ऑफ इंडिया म्हणजे सिमी, या दहशतवादी संघटनेचा हात होता. या संघटनेच्या १३ कार्यकर्त्यांनी ही स्फोटके पेरली. परंतु ते वरवरचे. त्यांचे बोलविते धनी हे सीमेपलीकडचे होते आणि त्यांच्यापर्यंत आपल्या सुरक्षा यंत्रणा काही पोचू शकल्या नाहीत. नेमकी हीच खंत रघुवंशी यांच्या प्रतिक्रियेतून व्यक्त झाली.

दुसरी आहे ती परिस्थिती. बुधवारी या खटल्याचा निकाल लागत असताना वाहिद शेख या शिक्षकाने आपला पोलिसांवरील विश्वास उडाल्याची प्रतिक्रिया व्यक्त केली. ते वरील प्रकरणांतील १३ आरोपीपैकी एक आणि मुंबईलगतच्या मुंब्रा या मुसलमानबहुल वस्तीतील शाळेत शिक्षक. या बॉंबस्फोटाशी संबंधित पाकिस्तानी व्यक्तींना आपल्या घरात आश्रय दिल्याचा त्यांच्यावर आरोप होता. त्याचखाली गेली नऊ वर्षे ते तुरुंगात होते. त्यांची अलीकडेच सुटका झाली. कारण वाहिद यांच्यावरील आरोपांत काहीही तथ्य नसल्याचे न्यायालयास आढळले. तसे ते आढळेपर्यंत वाहिद यांना आपल्या उमेदीची तब्बल नऊ वर्षे तुरुंगाच्या अंधारकोठडीत घालवावी लागली. आज ते ३६ वर्षांचे आहेत. म्हणजे २७ व्या वर्षी ते तुरुंगात गेले. या काळात हे पाक संबंधांचे आरोप मान्य करावेत म्हणून त्यांना अनंत गणवेशीय हालअपेष्टांना तोंड द्यावे लागले. परंतु त्यांच्यावरील कोणताही आरोप सिद्ध करणे पोलिसांना जमले नाही. अखेर न्यायालयानेच याची दखल घेतली आणि त्यांच्यावरील आरोपांची पुष्टी होईल असा कोणताही पुरावा पोलिसांकडे नाही, असे मत नोंदवत त्यांना मुक्त केले. तेव्हा हे जे काही घडले, घडते आणि घडेलही ते का, याचा विचार होणे गरजेचे आहे. तसा तो केल्यास एक बाब ठसठशीतपणे निश्चितच आपल्या समोर येईल. ती आहे न्यायालयीन आणि व्यवस्थेतील विसंगतीची. ही विसंगती अधोरेखित करण्यासाठी दोन उदाहरणे देता येतील. पहिले म्हणजे अलीकडेच सर्वोच्च न्यायालयाने ज्याचा अंतिम निकाल दिला ते दिल्लीतील उपहार सिनेमा जळीत प्रकरण. दिल्लीतील उपहार सिनेमागृहाला लागलेल्या आगीत ५९ जणांनी प्राण गमावले आणि त्यास या सिनेमागृहाच्या मालकाची निष्काळजी वृत्ती कारणीभूत असल्याचे निष्पन्न झाले. हे जळीतकांड घडले १९९७ साली. सर्व न्यायालयीन पातळ्या ओलांडून त्याचा अंतिम निकाल लागला २०१५ साली. म्हणजे १८ वर्षे त्यात गेली. साहजिकच या आगीस ज्यांचा बेजबाबदारपणा कारणीभूत ठरला ते या सिनेमागृहाचे मालक सुशील आणि गोपाल अन्सल या

काळात वयाने वाढले. वृद्ध झाले. अन्सल हे देशातील काही बड्या, धनाढ्य बांधकाम व्यावसायिकांपैकी एक. सर्वोच्च न्यायालयाने आपल्या अंतिम निकालात देशातील या बड्या बांधकाम व्यावसायिक बंधूंना केवळ दंड भरण्याचा आदेश दिला आणि त्यांना तुरुंगवासाची शिक्षा देणे गरजेचे नाही, असे नमूद केले. या बिल्डरबंधूंना तुरुंगवास माफ का? तर त्यांचे वय. हे दोघेही ज्येष्ठ नागरिक आहेत. तेव्हा त्यांचे वय लक्षात घेता त्यांना तुरुंगात पाठवण्याची काहीच गरज नाही, असा दयाळू विचार न्यायालयाने केला. न्यायालयाच्या या सहृदयतेचे स्वागतच. परंतु त्याच वेळी ९३ च्या बॉंबस्फोट खटल्यातील दोन आरोपी झेबुन्निसा काझी आणि अब्दुल रझाक मेमन या अन्सल यांच्यापेक्षाही वृद्ध आरोपींना ही सवलत नाकारली गेली, याचे स्मरण करून देणे गैर नाही. या खटल्याच्या अंतिम निकालाच्या वेळी यातील काझी ७५ वर्षांचे, तर मेमन ७३ वर्षांचे होते. याउलट या अन्सल बंधूंपैकी एक आहेत ६५ वर्षांचे तर दुसरे ७५. सर्वोच्च न्यायालयाने आधी थोरल्या बंधूंना वयाचा फायदा दिला आणि तो दिल्यावर एकाच आरोपीला सवलत देणे योग्य नाही, असे म्हणत दुसऱ्यासही सवलत दिली. ही विसंगती येथेच संपत नाही. झेबुन्निसा आणि संजय दत्त या दोघांचाही गुन्हा एकच. जवळ शस्त्र बाळगणे. परंतु झेबुन्निसा यांच्यावर अत्यंत कठोर अशा दहशतवाद प्रतिबंधक कायद्यांतर्गत, म्हणजे टाडा खटला भरला गेला तर संजय दत्त याच्यावर साध्या दंडसंहितेतील आरोपांतर्गत कारवाई झाली. संजय दत्त आणि झेबुन्निसा या दोघांही विरोधातील टाडा आरोप फेटाळले गेले. परंतु संजय दत्तची टाडाच्या आरोपातून सुटका करण्याच्या निर्णयाला सुरक्षा यंत्रणांनी आव्हान दिले नाही. झेबुन्निसा यांच्याबाबत मात्र असे आव्हान दिले गेले. आता या वृद्धेच्या कन्येने पंतप्रधान नरेंद्र मोदी यांना साकडे घातले आहे. मेमन यांच्याबाबत ही वेळ आली नाही. कारण ते मध्येच गेले. तेव्हा हे असे आपल्याकडे का होते आणि झालेले काहींना कसे काही टोचत नाही याची चर्चा या ७/११ च्या निकालाच्या निमित्तने व्हायला हवी. न्यायाचे मोठेपण हे त्याच्या सातत्य आणि समानतेत असते. तेच नसेल तर न्यायालयीन निकालांनीदेखील फसगत होते. न्यायदेवतेने अंध असावे हे मान्य. परंतु म्हणून तिच्या पूजकांनी डोळसपणा घालवण्याचे काहीही कारण नाही. डोळसांचे अंधत्व हे अधिक धोकादायक असते.

१ ऑक्टोबर २०१५

मृत्युलेख

६९. समईच्या शुभ्रकळा

साधनाताई एक बंदर होत्या बाबा आमटे नावाच्या गलबतसाठी. बाबांनी अनेकांगी मस्तवाल मुशाफिरी केली. आयुष्य मनस्वीपणाने आवडेल, रुचेल त्या कारणासाठी उधळून दिलं. ते असं करू शकले कारण मागे साधनाताई नावाचं सर्व वादळांना पुरून उरलेलं बंदर होतं आधाराला. बाबा रांगडे. गडगडाटासारखे. तर साधनाई शांत. धगधगत्या वणव्यावर पडणाऱ्या पावसासारख्या. बाबा महा नास्तिक. साधनाई कमालीच्या आस्तिक. देवपूजेतल्या लंगड्या बाळकृष्णाला नातवाच्या मायेने जपणाऱ्या. बाबा प्रसंगी भीती वाटावे इतके उद्धट. साधनाताई त्या वाग्बाणांनी घायाळांच्या जखमांवर फुंकर घालणाऱ्या. साधनाताई आणि बाबा हे दोन टोकाचे ध्रुव वाटावेत अशी दोन पूर्णपणे भिन्न व्यक्तिमत्त्वे होती आणि वरकरणी विजोड वाटणाऱ्या या ध्रुवांतले साहचर्य विलोभनीय होते. पारंपारिक वळणाच्या वेदशास्त्रसंपन्न घराण्यांतील इंदू घुले ही रूपवान तरुणी मुरलीधर आमटे नावाच्या फकिराशी विवाह करते काय आणि कुरूपतेसह जगण्याचा शाप घेऊन आलेल्यांच्या जीवनात हे दोघे आनंदवन फुलवतात काय, सारेच विलक्षण आणि डोळे दिपवणारे. पण हे आयुष्याचे शिवधनुष्य पेलल्याचे कसलेही कौतुक साधनाताईंच्या वागण्यातून जाणवायचे नाही. घरात अन्नाचा कण नसताना कसा संसार केला हे जितक्या सहजतेने त्या सांगायच्या तितक्याच सहजतेने आपल्या पोटच्या पोरांना साप, विंचू या न मागता मिळालेल्या खेळण्यांच्या सहवासात पाहून काय वाटायचं तेही सांगायच्या. त्यांच्यातली आई कधीही लपून राहिली नाही. बाबा सर्जन असतील तर मी भूलतज्ज्ञ आहे, असे साधनाताई म्हणायच्या. ते शंभर टक्के खरे आहे. कारण बाबांच्या कार्यातल्या वेदना साधनाताईंमुळे सहन व्हायच्या. बाबांना याची जाणीव होती. त्यामुळे राष्ट्रपतींकडून एकदा गौरव स्वीकारताना सरकारी अधिकाऱ्यांनी जेव्हा त्यांना सांगितले भाषणाची सुरुवात राष्ट्रपतिमहोदयांना संबोधून करण्याचा प्रघात आहे, तेव्हा बाबांनी बजावले हा प्रघात मी मोडेन अन्यथा मला पारितोषिक नको. बाबांनी त्याही भाषणाची सुरुवात साधनाताईंच्या प्रती आदर व्यक्ती करीत केली. गेले काही दिवस त्या आजारी होत्या. कर्करोगाने शरीर पोखरलेले होते. त्यात अन्य काही गुंतागुंतीची भर पडली. पण तरीही त्यांच्या चेहेऱ्यावरची निरांजनाप्रमाणे भासणारी सात्विक शांतता कधीही हरपली नाही.

१० जुलै २०११

७०. हिरवा मोरपिसारा

संगीतात आकंठ बुडालेल्या श्रीनिवास खळे यांच्याकडे अशी एक सर्जनशक्ती होती, की त्यामुळे आयुष्यात येणाऱ्या सगळ्या संकटांना त्यांनी अखंडपणे आणि हसतमुखाने तोंड दिले. भावगीताच्या आणि ललित संगीताच्या प्रांतात त्यांनी उमटवलेली मुद्रा इतकी ठसठशीत आहे, की त्यांचे कोणतेही गाणे ऐकताना त्याचा प्रत्यय यावा. त्यांचे प्रत्येक गीत हा एक अतिशय निगुतीने बनवलेला, कलाकुसरीने भरलेला आणि तरीही सहजसुंदर वाटणारा असा दागिना असतो. त्यामुळेच काळाच्या पलीकडे जाऊन त्यांची गीते आजही पुन्हा पुन्हा ऐकताना चित्तशांती मिळते आणि मन एका अतिशय ऊबदार सांगीतिक अनुभवाने भरून जाते. लौकिक शिक्षण असले म्हणजेच शब्दांचे अर्थ कळतात, हा समज खळेकाकांनी पार पुसून टाकला. त्यांना शब्दांची जेवढी जाण होती, त्यापेक्षा कितीतरी अधिक दोन शब्दांच्या आणि ओळींच्या मधल्या पांढऱ्या जागेत गच्च भरून राहिलेला अर्थ त्यांना कळून यायचा. तो अर्थ स्वरातून प्रवाही करणे एवढेच आपले काम आहे आणि ते काम सरस्वती आपल्याकडून करून घेते, असे ते सांगत. पण एका माणसाने आपल्या आयुष्यातील सगळी सर्जनशीलता किती उत्तम पद्धतीने सावकाशीने पणाला लावली, याचे ते एक आदर्श उदाहरण आहे. एक गाणे हिट झाले की लागोपाठ शेकडो गाण्यांना चाली लावून आपली सगळी सर्जनशक्ती क्षणात संपवून टाकणाऱ्या आजच्या संगीतकारांकडे पाहिले की मग खळेकाकांना आपल्या सर्जनाचे महत्त्व कसे आणि किती कळले होते, याचे भान येते. सुमारे १५० च्या आसपास भावगीते, काही चित्रपट, संगीत नाटके आणि बालगीते एवढा हा संगीताचा संसार त्यांनी किती वैभवपूर्ण केला, याची साक्ष प्रत्येक गाणे देऊ शकते. खळेकाका रोमारोमाने पूर्ण मराठी होते. इतके की त्यांच्या संगीताने मराठी मनांना नुसते समृद्ध केले नाही, तर संगीताच्या क्षेत्रात 'मराठी स्वरबंध' अधिक संपन्न केला. जगातील संगीताच्या दरबारात महाराष्ट्राची ओळख संगीत नाटक आणि भावगीत या दोन सर्वस्वी नव्या अशा स्वरशब्दांच्या संकरातून निर्माण झालेल्या प्रकारांमुळे आहे. एकोणिसाव्या शतकाच्या शेवटास अण्णासाहेब किर्लोस्कर यांच्यासारख्या एका अतिशय प्रतिभावान

कलावंताने संगीत नाटकाला जन्म दिला. त्यामुळे शब्द आणि स्वर यांचे भावात्मक नाते पहिल्यांदाच अधोरेखित झाले. शब्दांच्या अर्थाला आणि त्यातील भावाला अनुसरून स्वरयोजना करण्याची एक वेगळी परंपरा त्यातून निर्माण झाली. त्याही काळी हे ललित संगीत अतिशय भावपूर्ण होते, पण त्याचा हेतू कथानक पुढे नेणे हा होता. नाट्यसंगीताला प्राप्त झालेली ही प्रचंड लोकप्रियता भावगीताच्या जन्मास कारणीभूत झाली असावी. रविकिरण मंडळाने त्याच सुमारास कविता गायनाचे जे कार्यक्रम सुरू केले, त्याने कविताही लोकांपर्यंत पोचू लागली आणि त्याला मिळालेल्या ओबडधोबड स्वरसंगतीने त्यातील स्वरार्थही समजून येऊ लागला. परिणामी, जी. एन. जोशी यांच्यासारख्या त्या काळातील कलावंताकडून १९४२ मध्ये पहिले भावगीत जन्माला आले. कविता आणि स्वर यांचे एक अतूट नाते त्यातून व्यक्त झाले. महाराष्ट्रासारख्या बुद्धिमंतांच्या प्रदेशात शब्द आणि स्वरांचा हा संगम नवनवोन्मेषी प्रतिभेला साद घालणारा ठरला आणि गेल्या ७० वर्षांच्या काळात भावसंगीताची एक प्रवाही आणि कलात्मक परंपरा निर्माण झाली. त्यात जी. एन. जोशी, जे. एल. रानडे, दत्ता वाळवेकर, गजानन वाटवे, बबनराव नावडीकर, वसंत पवार, वसंत प्रभू, सुधीर फडके, हृदयनाथ मंगेशकर अशा अनेकांनी आपापल्या प्रतिभेने मोलाची भर घातली. खळेकाकांनी ही परंपरा समृद्ध करताना स्वत:चे वेगळे अस्तित्व सिद्ध केले. कवितेतील शब्दांना असलेल्या स्वरांच्या अस्तराची अनुभूती फक्त प्रज्ञावान संगीतकाराला प्रतीत होते. त्यामुळे शब्दस्वरांचा हा शुभसंकर अधिक उजळून येतो आणि एका वेगळ्या सांगीतिक आविष्काराला रसिक सामोरा जातो. खळेकाकांकडे ही अनुभूती घेण्याची क्षमता होती. त्यामुळे अस्सल मराठी म्हणता येतील अशा कितीतरी स्वरवाक्यांची निर्मिती त्यांना करता आली. वरवर पाहता सोपी वाटणारी त्यांची स्वररचना गाणे हे मोठे आव्हान असे, असा त्यांच्याकडे गायलेल्या प्रत्येक कलावंताचा अनुभव आहे. चाल अवघड वाटली नाही तरी त्या चालीच्या गतीने पुढे जायचे म्हटले की मग त्यात येणाऱ्या स्वरांच्या अनुभवांचे इतके पदर समोर उभे ठाकतात की गाणाऱ्याला हरखून जायला व्हावे. 'या चिमण्यांनो परत फिरा' सारख्या अतिशय गोड चालीमध्ये हे पदर कसे अदृश्यपणे कवितेला साथ करत असतात, याची प्रचीती आनंददायक असते. खळेकाकांनी केलेल्या चाली त्यामुळे त्यांच्या समकालीनांमध्येही वेगळेपणाने उठून दिसतात. एका वेगळ्या शैलीचा आविष्कार त्यांनी केला. कलावंताने कलेपुढे शरण जायचे असते म्हणजे काय, याचा ते एक आदर्श होते. मऊ, मुलायम स्वभावाच्या या कलावंताने भावगीतांबरोबरच भक्तिसंगीतात आपला ठसा उमटवला. मग 'राम श्याम गुणगान' सारखा पंडित भीमसेन जोशी आणि लता मंगेशकर यांनी

गायलेला अल्बम असो की, लताबाईंनी गायलेला 'अभंग तुकयाचे' हा अल्बम असो. खळेकाकांनी संतांच्या शब्दांना स्वरांच्या मदतीने फुलवण्याचा जो प्रयत्न केला तो केवळ अपूर्व असा होता. हाच प्रयोग त्यांनी बालगीतांच्या बाबतीतही यशस्वीपणे केला. एखाद्या चुस्त बंदिशीप्रमाणे शब्द आणि स्वर यांच्या सहअस्तित्वाचा तो एक नमुनाच म्हणावा लागेल. त्यामुळेच त्यांनी आपल्या स्वररचनांसाठी अनुरूप आवाज शोधण्याचा सतत प्रयत्न केला. डॉ. वसंतराव देशपांडे यांनी गायलेल्या 'बगळ्यांची माळ फुले, अजुनि अंबरात' या वा. रा. कांत यांच्या कवितेचे केलेले गायन ऐकले की मग खळेकाकांचा प्रत्येक गीतासाठी वेगवेगळ्या आवाजाचा पोत शोधण्याचा हा हट्ट किती योग्य होता, याची जाणीव होते. त्या गीतातील 'ओल्या रानात फुले, ऊन अभ्रकाचे, मन कळवळा, घन घुमतो, दूर अंबरात' या ओळींच्या स्वररचनेतील उत्कटता किती वरच्या दर्जाची आहे, याचा अनुभव पुन्हा पुन्हा येतो, तो यामुळे. अरुण दाते यांचे 'शुक्रतारा मंद वारा', 'एका तळ्यात होती, बदके पिले सुरेख', 'कळीदार कपुरी पान', 'लळा जिव्हाळा शब्दच खोटे', 'वेगवेगळी फुले उमलली', 'श्रावणात घननिळा बरसला', 'गोरी गोरी पान', 'चंदाराणी का गं दिसतेस' अशा अनेक भावगीतांसाठी त्यांनी निवडलेले वेगवेगळे आवाज त्या गीतांना किती न्याय देणारे ठरले, याचा अनुभव सारा महाराष्ट्र गेली अनेक दशके घेत आहे. भावगीतांना अभिजातता प्राप्त करून देण्यासाठी केवळ सर्जनशीलता असून चालत नाही, तर एका परीसस्पर्शाची आवश्यकता असते. खळेकाकांना अशा परिसाचा स्पर्श झाला होता. त्यामुळे पद्मभूषणसारखा किताब असो की लता मंगेशकर पुरस्कार असो, त्यांच्या लेखी त्या परिसापुढे या सगळ्या लौकिकतेला फारसा अर्थ नसे. जीवनात उद्‌भवणाऱ्या चिंता आणि संकटांना खळेकाकांनी या परिसाच्या आधारे परतवून लावले आणि निरागसता जपण्यात यश मिळवले. संगीतात आकंठ बुडालेल्या या प्रतिभावंताकडे असलेली ही अचाट सर्जनशीलता अनेकांना बुचकळ्यात पाडणारी होती. केवळ शब्द आणि स्वर यांच्यापलीकडे जाऊन त्यांनी गीतातील लयीचा जो शोध घेतला, तो संगीताच्या क्षेत्रातील एक अतिशय मौल्यवान आविष्कार होता. तालाच्या मात्रांवर चालणाऱ्या गाण्यातील समेचे 'लँडिंग' खळेकाका किती लयदारपणे करत असत! लयीचा हा आविष्कार त्यांच्या संगीतविश्वातील एक फार मोठा दागिना होता. तंत्रज्ञानाने संगीताच्या क्षेत्रात प्रवेश केला, तेव्हा आजच्याप्रमाणे संगणकीय संगीताचा आविष्कार नव्हता. शेकडो ट्रॅक्सवर वेगवेगळ्या वाद्यांचे आणि आवाजाचे ध्वनिमुद्रण करून त्याचे अत्याधुनिक तंत्राने मिश्रण करण्याची कल्पनाही जेव्हा अस्तित्वात नव्हती, तेव्हा खळेकाकांनी जो वाद्यमेळ निर्माण केला, त्याला केवळ सलामच करायला हवा. त्या काळात निर्माण झालेल्या

संगीतातील ‘मेलडी’ आपल्याला आजही खिळवून ठेवले आहे. अस्सल मराठी मातीच्या सुगंधाचे हे संगीत महाराष्ट्राचेच भूषण नाही, तर साऱ्या जगातील संगीतात स्वत:ची नाममुद्रा उमटवणारे आहे, हे लक्षात आल्यावर आपण सारे महाराष्ट्रीय किती भाग्यवान आहोत, याची जाणीव होते. खळेकाकांच्या निधनाने मराठी भावसंगीतातील हिरवा मोरपिसारा आता लुप्त झाला आहे.

३ सप्टेंबर २०११

७१. ॥ पुनरागमनाय च ॥

तीन सफरचंदांनी जगाचा इतिहास, वर्तमान आणि भविष्य बदलले. यातील पहिले ॲडम आणि ईव्हच्या कहाणीतले होते आणि त्यामुळे विश्वाची निर्मिती झाली असे मानले जाते. दुसरे सफरचंद झाडावरून पडले आणि ते पाहणाऱ्या न्यूटनला गुरुत्वाकर्षणाची संकल्पना सुचली आणि तिसऱ्या सफरचंदाने जगाला स्टिव्ह जॉब्सचे ॲपल दिले. यातील पहिली दोन वास्तवात होती तर तिसरे ही कल्पना होती. त्या कल्पनेला आकार देणारा आणि साऱ्या जगाला नादावणारा स्टिव्ह जॉब्स आज गेला. 'आयुष्यभर हे गुळचट पाणीच विकायचे काम करणार आहेस का? माझ्या बरोबर ये. आपण जग बदलू. ' असे स्टिव्ह जॉब्स याने जेव्हा जॉन स्कली यास विचारले तेव्हा स्टिव्ह अवघा २८ वर्षांचा होता आणि जॉनचे वय होते ४४. असा प्रश्न विचारला त्यावेळी स्टिव्हची कंपनी अडखळत होती आणि त्याचवेळी जॉन हा पेप्सी या जगातल्या बलाढ्य कंपनीचा अध्यक्ष होता. पण आपण जगाला नवे काही देऊन जाणार आहोत याची कमालीची खात्री स्टिव्हला होती आणि त्यातूनच आलेल्या एक प्रकारच्या आध्यात्मिक औद्धत्यातून तो जगाकडे बघत होता. वातावरणातला अतृप्त आत्मा तारुण्यसुलभ शरीरओढीने एका तरुणीच्या पोटी आपला अंश ठेवून जातो काय आणि जन्मत:च नकोसे असलेले ते बाळ पुढे साऱ्या जगालाच हवेहवेसे वाटते काय. स्टिव्ह जॉब्सचे सारेच विलक्षण. आज एक देश असा नाही की ज्या देशातील तरुणाईचे, निर्मितीवंतांचे डोळे स्टिव्ह जॉब्स याच्या निधनाने ओले झाले नसतील. इतके विलक्षण गारूड स्टिव्हचे जगावर होते. एरवी बहुधा सिनेमा कलावंत, गायक अथवा खेळाडू आदींच्या वाट्याला येणारी लोकप्रियता स्टिव्हची दासी होती आणि अनेक देशातल्या तरुणांनाच नव्हे तर क्रियाशील मनांना स्टिव्हने बांधून ठेवले होते. मानवी संस्कृतीच्या इतिहासात हे भाग्य फार थोड्यांना लाभते. स्टिव्ह जॉब्स हा अशांतला होता. अमेरिकेच्या उद्यमशीलनेते जगाला अनेक श्रेष्ठ उद्योगपती दिले आणि त्यातल्या कित्येकांची संपत्ती ही अनेक देशांच्या अर्थसंकल्पांपेक्षाही अधिक होती. पण स्टिव्हविषयी जगभर असलेले प्रेम आणि कुतूहलमिश्रित आदर अन्यांच्या वाट्याला आला नाही. याचे कारण तो केवळ उद्योगपती नव्हता. केवळ तंत्रज्ञ नव्हता

आणि केवळ उत्तम विक्रीकला हेच त्याचे मोठेपण नव्हते. हे सगळे गुण तर त्याच्याकडे होतेच. पण या सगळ्याच्या वर दशांगुळे उरणारे स्टिव्ह याचे व्यक्तिमत्त्व होते. जग बदलू पाहणारी प्रतिभा, त्याला साथ देणारी वैज्ञानिक आणि तांत्रिक प्रतिमा आणि या दोन गुणांच्या सहवासात सहसा न रमणारी अथक प्रयत्नशीलता हे स्टिव्ह याचे वैशिष्ट्य होते. कोणतीही पार्श्वभूमी नाही, महाविद्यालयीन शिक्षण अपूर्ण आणि हातात फक्त स्वप्न. तेसुद्धा स्वप्नवत वाटावे असेच. पण स्टिव्हने ते वास्तवात आणले. अमेरिकेचा व्हिएतनामी वेडाचार सुरू असताना तारुण्यात असलेल्या पिढीच्या पिढीला नैराश्याने ग्रासलेले होते. अमेरिकेची अफाट आर्थिक ताकद, त्या ताकदीतून आलेला माज आणि या संकरातून व्हिएतनाम वा अन्य निमित्ताने होत असलेली अमानुष हिंसा यामुळे त्या पिढीस भौतिक जगाविषयी नैराश्य आले होते आणि त्यातून ती व्यसनाधीन झाली होती. या व्यसनाधीनतेतून ही सगळी मंडळी स्वप्नाळू अध्यात्माकडे वळली आणि मोक्षाच्या शोधात हरे रामा हरे कृष्णा म्हणत जगभर नाचू लागली. स्टिव्ह या पिढीचा होता. मनाच्या भणंगावस्थेत जगताना अमेरिकेत त्याच्या दोन वेळच्या जेवणाची भ्रांत सोडवली ती हरे कृष्णा पंथीयांच्या मंदिराने. त्यातूनच त्याला भारताविषयी ओढ निर्माण झाली असावी. याच काळात स्टिव्हने भारताची सैर केली. हिमालयाच्या कुशीतून उगमाच्या परिसरातील गंगेच्या त्या निरागस निर्झरतेने स्टिव्हच्या मनाला शांती आणि मेंदूला दिशा मिळाली असणार. कारण भारतातून परत मायदेशी गेल्यावर लगेचच स्टिव्हने मन आणि मेंदू यांचा अपूर्व मिलाफ करणारी ॲपल कंपनी जन्माला घातली. त्यावेळी तो अवघा २१ वर्षांचा होता. आज वयाच्या फक्त पस्तिशीत असणारी ॲपल जगातली सर्वाधिक उलाढाल असलेली कंपनी बनली आहे. माहिती तंत्रज्ञान आणि त्यातही इंटरनेट यांचा जन्म अलीकडचा. इंटरनेट तर आता कुठे वयाच्या विशीत आहे. गेल्या दोन दशकांत या क्षेत्रात उदंड कंपन्या आल्या आणि विरघळून गेल्या. काही वाढल्या. जगभर पोचल्या. अनेकांनी डोळे विस्फारणारा फायदा कमविला. पण म्हणून त्यांच्या जनकांना स्टिव्हला जितकी लोकप्रियता मिळाली तितकी मिळाली नाही. याचे कारण स्टिव्हच्या विचार करण्याच्या पद्धतीत आहे. आपल्या उत्पादनांनी विक्री करावी आणि गडगंज फायदा मिळवून आपल्याला आणि समभागधारकांना श्रीमंत करावे इतका मर्यादित उद्देश त्याचा कधीच नव्हता. पण आपण असे काही तयार करावे त्यामुळे जगच बदलून जाईल, ही मनीषा मात्र त्याच्या मनात सतत होती. त्याची सगळी उत्पादने याचीच साक्ष देतात. जेव्हा संगणक बाल्यावस्थेत होता तेव्हा स्टिव्हने संगणकास जोडणारा आणि अधिक कार्यक्षम करणारा माऊस जन्माला घातला. संगणकाला गायला लावले. मुलांसाठीच्या चित्रांत जीव ओतून त्यांना खेळायला लावले आणि खेळण्यांना बागडायला लावले. कल्पनेच्या

अमूर्त आणि अंधाऱ्या जगात त्याला नवनवीन स्वप्ने दिसायची आणि ती प्रत्यक्षात आणायची कार्यकुशलता त्याच्यामध्ये होती. जेव्हा त्याचा प्रतिस्पर्धी मायक्रोसॉफ्टचा बिल गेट्स नवीन विंडोज प्रणाली तयार करून संगणक क्षेत्रावर हुकूमत गाजवीत होता तेव्हा स्टिव्हने आपला मॅकिंतोष जन्माला घातला. पण या दोघांतील फरक असा की बिल गेट्सचे विंडोज हे जनसामान्यांचे उत्पादन होते तर मॅक हा अभिजनांचा लाडका होता. आपले हे अभिजनपण स्टिव्हने जन्मभर मिरविले. त्याचे प्रत्येक उत्पादन त्याची साक्ष आहे. आपल्याला जवळची उपमा द्यावयाची झाल्यास असे म्हणता येईल की माहिती तंत्रज्ञान क्षेत्रातील अन्य उत्पादने ही प्रीमिअर पद्मिनी वा अँबेसेडर मोटारीसारखी होती. कोणत्याही अवस्थेत काम करतात आणि रस्त्यावरील कोणत्याही गॅरेजमध्ये ती दुरुस्त करता येतात. ॲपलचे तसे नाही. ही ॲपलोत्पादने मर्सिडीज वा बीएमडब्ल्यूसारखी होती. ती फक्त आणि फक्त ॲपलच्याच आयट्यून या प्रणालीवर चालतात आणि अन्य कोणत्याही मार्गाने त्यात फेरफार करता येत नाही. या स्वत:च्या बौद्धिक संपदेवर त्याचा विश्वास होता आणि त्यामुळे प्रसंगी त्याची गर्विष्ठ अशीही संभावना झाली. पण जग आपल्याच मागे येईल असा ठाम विश्वास त्याला होता. त्यामुळे मी विचार करू शकतो म्हणून मी मॅक वापरतो, अशी आगाऊ वाटेल अशी जाहिरात करायलाही तो कचरला नाही. त्याच्या आयपॉड आणि आयपॅड उत्पादनांनी तर क्रांतीच केली. वास्तविक आयपॉड जन्माला यायच्या आधी संगीत संगणकात साठवून ठेवण्याची नवी पद्धती विकसित झाली होती. पण स्टिव्हने तिचा असा काही विलक्षण वापर केला आणि आयपॉड तयार केले की सारे जगच अवाक झाले. पाच-दहा संगणकांत मावणार नाही एवढे संगीत आणि सिनेमा आज मूठभर आयपॉडमध्ये ठेवता येतो. स्टिव्ह तेवढ्यावरच थांबला नाही. पुढे जाऊन त्याने फोन, संगणक आणि आयपॉड हे एकत्र आणून आयपॅड तयार केले. ही क्रांती होती आणि ती कमी म्हणून की काय त्याने आपला स्वत:चा आयफोन विकसित केला. त्याचाच नवा अवतार बाजारात येऊन दोन दिवसही व्हायच्या आत स्टिव्हला हे जग सोडून जावे लागले. गेले दशकभर तो स्वादुपिंडाच्या कर्करोगाशी लढत होता. आपल्या प्रतिस्पर्ध्याप्रमाणे स्टिव्हने या कर्करोगासही झुंजवले आणि मरणास मांडीवर घेऊन नवनव्या उत्पादनांची आपली स्वप्ने तो रंगवीतच राहिला. मृत्यूच्या एकमेव चिरंतन वास्तवाने आज ती स्वप्नयात्रा संपवली. जगभरात त्याच्या ॲपलने नादावलेले हजारो जण स्टिव्ह जॉब्स या द्रष्ट्याने आपले जगणे कसे बदलले याची चर्चा करीत आहेत. या पिढीने रेनेसाँ पुढे नेणारा गटेनबर्ग पाहिलेला नाही. या पिढीने जगणे आधुनिक करणारा विजेचा बल्ब ते फोनोग्राफ असा शोध लावणारा एडिसन अनुभवलेला नाही. या पिढीने

अद्वितीय सिंफनीकार बिथोवेन प्रत्यक्ष ऐकलेला नाही. या पिढीने अणुबॉम्ब ते सापेक्षतावाद मांडत व्हायोलिनच्या सुरावटी छेडणारा रोमँटिक आईन्स्टाईन भोगलेला नाही. पण या पिढीने याच प्रभावळीतील स्टिव्ह जॉब्स याला मात्र सदेह अनुभविले. म्हणून त्याचे अप्रूप अधिक. असे प्रतिभासूर्य आपल्यातून कधीच कायमचे जात नाहीत. ते निरोप घेत असतात. तात्पुरता. तो देताना म्हणूनच त्यांना म्हणायचे पुनरागमनाय च.

७ ऑक्टोबर २०११

७२. वो तनहा क्यूं है..!

काल सोमवारी आठवड्याची सुरुवात होत असतानाच सकाळी सकाळी जगजित सिंग यांच्या निधनाची बातमी आली. त्या वेळी त्यांच्या चाहत्यांच्या ओठावर 'खुदा याद आया सवेरे सवेरे...' या ओळी आल्या असणार. हिंदी चित्रपटगीतांत ग़ज़ल खऱ्या अर्थाने लोकप्रिय करण्याचे श्रेय नि:संशयपणे जगजित सिंग यांना जाते. त्याआधी ग़ज़ल चाहत्यांचे दोन वर्ग होते. एक फारच वरच्या दर्जाचा होता आणि थेट मल्लिका पुखराज वा बेगम अख्तर यांच्यापर्यंत जाऊन थांबत होता. अख्तरीबाईंचा गळा ही मीठी छुरी होती आणि त्यांच्या ग़ज़लांतील काव्य ऐकणाऱ्याच्या ह्रदयात घर करीत असे. अर्थात त्यांना त्या तोलामोलाचे कवीही मिळाले. मीर तकी मीर किंवा फैज अहमद फैज हे अख्तरीबाईंच्या गळ्यातून ऐकणे हा स्वर्गीय आनंद होता. पण कोणत्याही उच्च श्रेणीच्या आनंदाप्रमाणे तो घेणाऱ्यांची संख्या मर्यादित होती. अख्तरीबाई ऐकण्यासाठी आणि पचवून घेण्यासाठी श्रोत्यांचीसुद्धा इयत्ता खूप वरची असावी लागत होती. त्या तुलनेत ग़ज़ल क्षेत्रात दुसरा जो वर्ग होता तो एकदम दुसऱ्या टोकालाच होता. त्याने ग़ज़ल गायकीचा नवरतन कुर्मा करून टाकला होता. नव्याने हॉटेलात खायला लागणारे बऱ्याचदा नवरतन कुर्मा नावाचा पदार्थ खाताना दिसतात. तो बेचव नसतो, पण चवीचाही नक्कीच नसतो. त्यात पोषणमूल्ये म्हणावीत तर शून्य असतात, पण त्याने पोट भरल्याचे समाधान मिळते. दरम्यानच्या काळात आलेले अनुप जलोटा वा पंकज उधास यांनी ग़ज़ल गायनाचा अशा रीतीने नवरतन कुर्मा करून टाकला होता आणि शराब आणि शबाब म्हणजेच ग़ज़ल असे एक तद्दन फिल्मी चित्र निर्माण करून ठेवले होते. जलोटा यांचे तर कौशल्य असे की, त्यांनी भजन आणि ग़ज़ल हे दोन्ही गायनप्रकार असे सादर केले की त्यातून डावेउजवे करणे हे संगीतप्रेमींसाठी आव्हानाचे ठरले. शिवाय आपली फुफ्फुसाची ताकद दाखवण्यासाठीही गायनाचा उपयोग करता येतो, असे त्यांनी दाखवून दिल्याने धन्य ती गायनी कळा. यातील कळा या श्रोत्यांच्या जिव्हारीच लागू लागल्या होत्या. यांच्या जोडीचे उधास यांची ग़ज़ल दिवे लावून अंधार करणारी आणि साजूक तुपातल्या मिठाईसारखी होती. या काळात हिंदी ग़ज़ल या दोन वर्गांत अडकून पडली होती आणि ती खऱ्या अर्थाने

गज़लेच्या ढंगाने मुक्त आणि वाहती करण्याचे काम जगजित सिंग यांनी केले. अत्यंत मजबूत, स्थिर असा खर्ज, त्याला उर्दूमिश्रित पंजाबी धार आणि त्याला उत्तम कवितेची जोड ही जगजित सिंग यांची खासियत होती. त्यांनी निवडलेल्या कविता या खचितच जिगर मुरादाबादी वा साहिर लुधियानवी यांच्या कवितांच्या तोडीच्या नव्हत्या, पण तरीही या विकाऊ आणि खपाऊ नक्कीच नव्हत्या. त्या कळायला सोप्या होत्या, पण त्यातील काव्याचे अकारण सुलभीकरण नव्हते. मग ती 'कोई पास आया सवेरे सवेरे, 'आहिस्ता आहिस्ता' असो की 'मेरी जिंदगी किसी और की, मेरे नाम का कोई और है...' असेल. सोपे पण अर्थवाही शब्द आणि त्याला घनगर्द खर्जाची सुरेल धार हे जगजित सिंग यांचे वैशिष्ट्य होते. त्यामुळे एक पिढीच्या पिढी ही जगजित सिंग यांच्या गाण्याची दीवानी होती आणि त्याने या राजस्थानी पंजाबी कलाकारावर मनापासून प्रेम केले. जगजित सिंग यांच्या पंजाबी ढंगाचा प्रभाव होता तरी त्यांचा जन्म आणि बालपण राजस्थानात गेले होते. वडील राज्य सरकारच्या पीडब्ल्यूडीमध्ये कनिष्ठ कर्मचारी आणि घरी साधा रेडिओही नाही. याच काळात बिकानेरमधील वास्तव्यात आधी गुरुद्वारामधील संगीताने त्यांना वेड लावले. नंतर त्यांचे हे वेड पाहून वडिलांनी त्यांच्यासाठी गाण्याची तालीमच सुरू केली. उस्ताद छागनलाल शर्मा आणि नंतर उस्ताद जमाल खान हे त्यांचे गुरू. सुरुवातीला जगजित सिंग हे गुरुद्वारातील संगीत गायचे. त्यांच्या गळ्यावर पंजाबी ढंग आणि फाळणीचा सल चढला तो यामुळे. एकूणच पंजाबी जगण्यामध्ये एक मस्ती असते. ती सिंग यांच्या गाण्यात कायम होती. 'पत्ता लगा मैनु...' सारखे पंजाबी गीत जेव्हा ते गायचे तेव्हा समोरचा श्रोतृवृंद नुसता तालच धरायचा असे नाही तर नाचू लागायचा. पंजाबी गाणे हे हातावर हात ठेवून स्वस्थपणे ऐकता येत नाही वा ऐकायचे नसते. जगजितजी आपल्या गाण्यातून त्या संगीताची पुरेपूर चव श्रोत्यांच्या मनात उतरवायचे. त्या वयातल्या आणि काळातल्या पुरुष गायकांवर दोघांची मोहिनी असायचीच असायची. एक म्हणजे भेंडीबाजार घराण्याचे उस्ताद बडे गुलाम अली खाँ आणि दुसरे म्हणजे आमिर खाँ. तशी ती जगजित यांच्यावरही होती. त्यांच्या काही ठुमऱ्यांतून बडे गुलाम अली खाँ दिसतात ते यामुळे. त्या वेळी संगीत वा कलेच्या कोणत्याही प्रांतात काही तरी करू पाहणाऱ्यास मुंबईत येण्याशिवाय पर्याय नसायचा. त्यामुळेच आपण मुंबईत जायलाच हवे असे जगजित सिंग यांच्या मनाने घेतले आणि १९६१ साली, म्हणजे वयाच्या अवघ्या विशीत, जगजित सिंग मुंबईत येऊन थडकले. पुढे काय वाढून ठेवले आहे, याचा कसलाही अंदाज नाही. अशा मनाच्या फकिरी अवस्थेत जगजित सिंग यांनी संगीतकार शंकर जयकिशन या जोडगोळीतल्या जयकिशन यांना गाठले आणि नशीब अजमावण्याचा प्रयत्न केला. जयकिशन यांना त्यांचा आवाज आवडला, पण

याला नक्की कुठे बसवायचे याचा अंदाज आला नाही. त्यामुळे ते काही काम जगजित सिंग यांना देऊ शकले नाहीत. उपाशी राहायची वेळ आल्यावर जगजित सिंग यांनी घरचा रस्ता धरला, पण तरीही त्यांना मुंबई खुणावतच होती. त्या काळात बॉलीवूडवर पंजाब्यांची मजबूत पकड होती, पण तरीही सिंग यांची डाळ काही शिजली नाही. याचे कारण असे की, ते ज्या ढंगाने गात होते त्या ढंगात गाणारे मुकेश, तलत मेहमूद आदी तगडे कलाकार येथे स्थिरावलेले होते. पण तरीही आयुष्यातील या खडतर कालखंडात जगजित सिंग यांनी गजलची साथ सोडली नाही. आज ना उद्या आपल्यालाही श्रोते दाद देतील अशी त्यांना ठाम खात्री होती. त्यांचे दरम्यान छोटेमोठे गज़ल कार्यक्रम होत होते आणि एचएमव्हीने काही रेकॉर्डस्‌मध्ये त्यांची गाणी घेतली होती. पण १९७७ साली त्यांचा स्वतंत्र असा पहिला अल्बम आला आणि या आवाजाची जादू निर्माण व्हायला सुरुवात झाली. हा काळ उर्दू या भाषासुंदरीच्या उताराचा होता आणि ते लक्षात घेत जाणतेपणाने असेल वा अजाणतेपणाने असेल जगजित सिंग यांनी हिंदी नज्म आणि गज़ल गायला सुरुवात केली. त्या मूळ उर्दूपेक्षा समजणे सोपे होते. त्यात १९८० साली त्यांना पहिल्यांदा सिनेमासाठी गायची संधी मिळाली. या सिनेमातील गीतांचे शायर होते जावेद अख्तर आणि सिनेमा होता ‘साथ साथ’. ‘शोले’ सिनेमाने तुफान लोकप्रिय केलेली सलीम-जावेद ही जोडी फुटली होती आणि जावेदसाब आपल्या स्वतंत्र अस्तित्वास आकार देण्याच्या प्रयत्नात होते. या सिनेमातील सगळीच्या सगळी गाणी गाजली. याच्या पाठोपाठच आला ‘अर्थ’ आणि त्यातील ‘तुम इतना जो मुस्कुरा रहे हो... क्या ग़म है जिस को छुपा रहे हो...’ ने जी हळव्या मनांवर जादू केली ती आज ३१ वर्षांनंतरही कमी होऊ शकलेली नाही. या चित्रपटातील स्मिता पाटील हिचा उत्कट, शबाना आझमी हिचा तरल अभिनय आणि पार्श्वभूमीला अत्यंत सौम्य पण अर्थवाही अशा जगजित सिंग यांच्या गज़ल. हे मिश्रण बेमालूमपणे खपले आणि त्यानंतर जगजित सिंग यांचा नया दौर खऱ्या अर्थाने सुरू झाला. त्यांच्या भावविभोर खर्जातील गज़ल ऐकणे हे फॅशनेबल आणि रोमँटिक मानले जाऊ लागले. ते आणि पत्नी चित्रा सिंग यांच्या गज़ल गायनाच्या जलशास जाणे हा लब्धप्रतिष्ठितांचा षौक होता. नंतर त्यांचा एकमेव मुलगा अपघातात गेल्यानंतर त्यांच्या गज़लेत मोठा खंड पडला. पण जगजित सिंग सावरले. चित्रा सिंग यांचा गळा पुत्रवियोगाने सुकला तो सुकलाच. आता त्यांना पतिवियोगासही तोंड द्यावे लागेल. या दु:खद समयी त्यांच्याही मनात ‘कल जो अपना था वोही और किसी का क्यूं है...’ ही जगजित सिंग यांची नज्म रुंजी घालत असेल.

११ ऑक्टोबर २०११

७३. रक्तगंधाचा दिवा...

उदासभरल्या संध्याकाळी झळंबल्या आकाशात चांदण्या फुलून येत असताना मनाच्या अवस्थेप्रमाणे त्यांनी आकार धारण करावेत आणि पुन्हा शोधू जाता ते दिसेनासे व्हावेत तशी ग्रेस यांची कविता होती. प्रत्येक संध्याकाळी ती कविता स्वत:चे नवीन आकाश घेऊन यायची. कविताावकाश तोच. पण आकार मात्र भिन्न. ग्रेस यांच्या आधी उगवून गेलेले आरती प्रभू यांनी म्हटल्याप्रमाणे

'ती येते आणिक जाते...
येताना कधी कळ्या आणिते आणि
जाताना फुले मागते...'

अशी ग्रेस यांची कविता. फरक फक्त एवढाच की ती आली की जात नाही. आणि येताना कळ्या आणते हे खरे असले तरी जाताना त्याची फुले होतीलच याची शाश्वती देत नाही. फार कमी कवींच्या कवितेला प्रत्येक भेटीत नवनव्याने समोर येण्याचे भाग्य लाभते. ग्रेस यांची कविता ही अशा भाग्यवानांपैकी एक होती. आणि त्याच कवितेचे धगधगते नावीन्य जपण्याचा शाप या कवीला होता. या शापाची वाहती जखम घेऊनच ग्रेस आयुष्यभर जगले. त्या जखमेचे वाहतेपण त्यांच्या प्रत्येक कवितेतून समोर येत गेले. किंबहुना हे जखम जगणे हेच या कवीचे प्राक्तन होते आणि आपल्या या अशा जगण्याचा माणिक गोडघाटे यांस अभिमान होता. म्हणून या माणसाची सहीसुद्धा 'पोएट ग्रेस' अशी असायची. याआधी आपले कवीपण इतक्या उमाळ्याने मिरवले ते बाकिबाब बोरकर यांनी. पण त्यांच्या कवितेची जात वेगळी. अत्यंत भाग्यवान, श्रीमंती घरात जन्मलेली आणि त्या समृद्ध श्रीमंतीची समाधानी साय अंगभर ल्यालेली अशी बाकिबाबांची कविता. त्याउलट ग्रेस. हृदयातील जखमांचे सोलीवपण त्यांच्या कवितेत सतत भेटते. तरीही त्यांची कविता हवीहवीशी वाटते. पण समोर आली म्हणून ती आपल्याला भेटेलच, ओळख देईल याची शाश्वती नाही. ग्रेस यांचाच शब्द वापरायचा तर प्रत्येक भेटीत कवितेचा चांदणचकवा सहन करायची तयारी ठेवावी लागते. त्यांची कविता दुर्बोध होती का, या प्रश्नावर मंचीय कवितेच्या

सहजसाध्या सुलभ प्रेमात पडलेल्या मोठ्या वर्गाकडून होकारार्थी उत्तर येईल. मराठी कवितेला गेल्या काही वर्षांत अतिसोपेकरणाची सवय लागली आहे आणि तिचे गाणे झाले की ती चांगली कविता असे मानायची प्रथाही कवितेच्या प्रांतात रुजू पाहात आहे. या सगळ्यांपासून ग्रेस चार हात दूर राहिले. विंदांनी म्हटल्याप्रमाणे, ग्रेस यांचीही कविता नागडे होऊन भोगावी लागते. त्यांची कविता व्रतस्थ आहे. प्रत्येकाला ती समजावी असा तिचा आणि कवी म्हणून ग्रेस यांचा अट्टहास कधीच नव्हता. वास्तविक दुर्बोधता ही अतिसापेक्ष असते. ग्रेस यांच्या आधी मराठी कवितेत दुर्बोधता नव्हती असे नाही. परंतु ग्रेस यांनी त्या दुर्बोधतेला हुरहूर दिली. आपल्या कवितेच्या ताकदीचा ग्रेस यांना पूर्ण अंदाज होता. त्यामुळे तिला हात घालायच्या आधी, 'व्हेन यू हॅव फिनिश्ड विथ अदर्स, इट्स माय टाइम' असे म्हणण्याची

इन्ग्रिड बर्गमनी मिजास ती करते. इतरांचे काय ते वाचून घ्या आणि मग सरतेशेवटी माझ्याकडे या, असे त्यांची कविता बजावते. मराठी गद्यात जी. ए. कुलकर्णी नावाच्या लेखकाने जी पिंगळावेळी हुरहूर वाचकांना लावली, त्याचा पद्यात्मक आविष्कार एका अर्थी ग्रेस यांच्या कवितेत होता. गाण्याच्या प्रांतात कुमारांची 'बचा ले मोरी मा...' ही बंदिश जशी व्याकूळ करते वा बेगम अख्तर यांची 'उलटी हो गई सब तदबीरे, कुछ ना दवाने काम किया...' ही नज्म ऐकून संपल्यानंतरही छळत राहते तशी ग्रेस यांची कविता. 'सखीच्या मुलीला कसे काय द्यावे, उन्हातील हे भव्य शब्दांगण?' असे जेव्हा ती विचारते तेव्हा एका मोठ्या क्षणाचे प्रश्नचिन्ह होते आणि आपल्या डोळ्यांसमोरून ते जाता जात नाही. 'या वाटेवर रघुपती आहे, त्या वाटेवर शिळा, सांग साजणी कुठे ठेवू मी तुझा उमलता गळा...' हा प्रश्न त्यांच्या कवितेत लताबाईंसाठी असतो, तरीही तो आपल्याला आपला वाटतो.

मराठी कविता जेव्हा टाळ्यांच्या तालावर मुजरा करायला लागली होती त्या वेळी ग्रेस 'संध्याकाळच्या कविता' घेऊन आले. अज्ञ उत्साहाच्या उन्मादात मग्न असलेल्या कवितेला जागृतीची ती पहिली जाणीव तितकीशी काही पसंत पडली नाही. त्यामुळे 'संध्याकाळच्या कविता' सुरुवातीला उजाडल्या नाहीत. नंतरच्या 'राजपुत्र आणि डार्लिंग'ने ही जागृतीजाणीव अधिक प्रगल्भ केली. पु. ल. देशपांडे 'कोसला' वाचून भालचंद्र नेमाडे यांच्याविषयी म्हणाले होते, ही कॉट अस नॅपिंग. त्याच धर्तीवर मराठी कवीवाचकास ग्रेस यांनी नुसतेच डुलक्या घेताना नाही तर घोरताना पकडले. ग्रेस यांच्या कवितांनी रसिकांचे दोन वर्ग केले. एक ग्रेस यांच्या प्रेमातला आणि दुसरा प्रेमात पडू पाहणारा पण ते न झेपणारा. पुढील काही कवितासंग्रहांनंतर हा दुसरा वर्ग आकाराने लहान होत गेला. मग रसिकांना ही कविता 'चंद्रमाधवीच्या प्रदेशात' घेऊन गेली. ते सगळेच नवे होते. शब्दकळा, भावनानुभव

सारेच विलक्षण. त्याने कविप्रेमींवर एक वेगळेच गारूड केले. ते नक्की काय होते, हे सांगता येत नव्हते. पण तरीही ते सहन करायची इच्छा मात्र होती. ती उत्तरोत्तर वाढतच गेली. ग्रेस स्थिरावले ते चंद्रमाधवीच्या प्रदेशापासून.

पाऊस पडला, मोहर झडला
उचला ग कोणी
उधळून द्या ग यौवन सगळे
माझ्या मायबहिणी

अशासारख्या त्यांच्या ओळी या एकाच वेळी रसिकास आत्ममग्न करीत गेल्या आणि त्याच वेळी त्याची कवितेची तहानही वाढवीत गेल्या.

ग्रेस यांच्या कवितेचा आकार हाही चांगल्या अर्थाने त्रासदायक. कधी तो जुन्या संतकवींप्रमाणे वृत्तबद्ध असतो तर कधी मध्येच सहज प्रवाहात इंग्रजी ओळी घेऊन येतो. कवितेचा घाट कसाही असो. पण ती वाचल्यावर हुरहुरीचा माग राहतो.

पाऊस आला पाऊस आला
गारांचा वर्षांव
गुरे अडकली रानामध्ये
दयाघना तू धाव.

अशा वरकरणी साध्या वाटणाऱ्या ओळी असोत वा 'ती गेली तेव्हा रिमझिम पाऊस निनादत होता' हे लोकप्रिय गाणे झाल्यामुळे अनेकांना माहिती झालेली कविता असो. ग्रेस यांची कविता वाचली, पुस्तक मिटले आणि मंडळी आपापल्या कामाला लागली असे होत नाही. ती वाचून मेघांत अडकलेल्या किरणांची सोडवणूक जशी त्या सूर्याला करायला लागावी त्याप्रमाणे भावनांच्या भाराखाली दडलेल्या आर्त वेदनाला आपल्याला आपल्यापुरती मुक्ती द्यावी लागते. ते जमले नाही, तर ही कविता झोप हरपून नेते. आणि तसे झाल्यावर पुन्हा तीच विचारते...

ही नीज घेऊनी माझी
हा वारा जातो कोठे
दगडांच्या भिंतींनाही
हे दुःख वाटते मोठे.

त्यांच्या कवितेतील प्रतिमाही माणिक गोडघाटे यांचे कवी ग्रेसपण जोपासणाऱ्या असतात. 'चंद्रमाधवीचे प्रदेश', 'सांध्यपर्वातील वैष्णवी' वा 'सांजभयाच्या कविता'

असोत. ग्रेस यांच्या कवितेतील संध्याकाळ, गाई, कावळे, पाऊस हे सगळेच विलक्षण असते. चर्चबेल, मितवा आदी गद्यलेखनातही ग्रेस यांच्यातील कवी लपत नाही. हे ग्रेसपण त्यांनी अंगावर चढवलेले होते का? असेल. तसेही असेल. पण हे त्यांचे ग्रेसपण लेवून जगणे आणि त्या जगण्यातील कविता कधीही वेगळी होत नाही. जगण्याची मूल्ये आणि काव्यमूल्ये या दोन्हींत ग्रेस यांचे द्वैत नाही. त्यामुळे प्रत्यक्ष भेटीतही ग्रेस त्यांच्या कवितेसारखेच भासतात. शब्दाविषयी, अक्षराविषयी विलक्षण आग्रही असलेले ग्रेस आपली कविता छापून आल्यावर कशी दिसेल याविषयीही काळजीत असायचे.

कधी एकांत रेखावा
कधी लोकांताची रीत.

ही त्यांची जीवनशैली होती. फार कोणांत मिसळायला त्यांना आवडायचे नाही आणि सच्च्या कवीसाठी जनसमुदायाची अशी नकोशी असणे हे गौरवास्पदच असते. त्यामुळे ज्यांच्याशी जमायची त्यांच्याशी ग्रेस यांची प्रत्येक बैठक चंद्रमाधवीच्या प्रदेशात नेणारी असे. अलीकडेच 'लोकसत्ता'च्या हृदयनाथ मंगेशकर यांच्यावरील विशेषांकाच्या निमित्ताने ग्रेस यांच्याशी चर्चा करण्याचा वारंवार योग आला. ग्रेस आजारी होते. त्यांनीच म्हणून ठेवल्याप्रमाणे

दीर्घ आजारासारखे
सारे आयुष्य चालले
कोणी भेटाया न आले
नाही निरोपाची फुले...

असे त्यांचे आयुष्य चालले होते. तरीही रुग्णालयातून, केमोथेरपींच्या दोन फेऱ्यांमधून त्यांनी वेळ काढला आणि 'लोकसत्ता'साठी संस्मरणीय असा लेख दिला. जे करायचे ते असेच उमाळ्याने. ही ग्रेसशैली होती. संध्यामधुरा आणि चंद्रचांदण्यांची रात्र यांच्यामधल्या पोकळीत ती आज विसर्जित झाली. हा रक्तगंधाचा दिवा लौकिकार्थाने आज विझला असला तरी त्यांच्या कवितेतून तो तसाच तेजत राहील.

२७ मार्च २०१२

७४. तेरी मेहफिल में लेकिन हम ना होंगे!

मेहदी हसन सुटले. जगण्याच्या यातनेतून. सुरेश भट यांच्या शब्दांत सांगायचे तर गेली काही वर्षे त्यांना जगण्याने छळले होते आणि मरणानेच अखेर त्यांची सुटका केली. गेली १२ वर्षे फुफ्फुसाच्या विकाराने त्यांना गाण्यापासून दूर न्यायला सुरुवात केली होती. मेहदी हसन यांचे खरे मरण सुरू झाले ते तेव्हापासूनच. सध्याच्या पाकिस्तानात असलेल्या अनेक कलाकारांप्रमाणे मेहदी हसन यांची मुळे भारतात होती आणि त्यातून प्रचंड मोठा संगीतवृक्ष झाल्यावर त्याला आलेल्या बहराला दादही मोठ्या प्रमाणावर भारतातच मिळाली. मेहदी हसन मूळचे राजस्थानातले. त्या राज्यातील वैराण वाळवंटात काही कलासक्तता दडलेली असावी. वाळवंटी जगण्याला उंटाचा आधार असतो. त्यामुळे असेल कदाचित त्या सगळ्याच जगण्यात उंटाची म्हणून एक ठाय लय असते, ती भरलेली असते. १९४७ साली भारत आणि पाकिस्तान स्वतंत्र झाले आणि हसन कुटुंबीयांनी शेजारी राष्ट्राला घर मानायचे ठरवले. त्यावेळी मेहदी केवळ २० वर्षांचे होते. सुसंस्कृत मानवाच्या जगण्यात लादल्या गेलेल्या विस्थापनाइतके दुःखदायक दुसरे काही नसते. वृक्ष म्हणता येईल इतके मोठे झालेले झाड मुळापासून उपटायचे आणि दुसऱ्या ठिकाणी नेऊन लावायचे म्हणजे विस्थापन. ते मेहदी हसन यांच्या वाट्याला आले. ते राजस्थानात होते तोपर्यंत घरातील परंपरागात गाणेबजावणे उत्साहाने सुरू होते. अब्बा उस्ताद अझीम खान आणि चाचा इस्माईल खान हे दोघेही उत्तम गवय्ये. धृपद धमारिये. नेहमीचे शास्त्रीय संगीत ऐकणाऱ्यास धृपद धमारची चव लगेच पचनी पडत नाही. परंतु मृदुंगांच्या तालावर गणिती मात्रांच्या वाटेने जाणारे हे गाणे हे येरागबाळ्याचे काम नक्कीच नाही. घरातूनच इतकी पक्की तालीम मेहदीला लहानपणी मिळाली. भारतातच अगदी लहानपणी त्यांनी वडिलांच्या देखत खासगी बैठकीत पहिला सा लावल्याची नोंद आहे. परंतु येथील सगळे येथेच सोडून हसन कुटुंबीयांना पाकिस्तानात जावे लागले. बरोबर गेले ते फक्त भकभकीत प्राक्तन. त्या कोऱ्या प्राक्तनानेतच मेहदी हसन याला अक्षरशः मोलमजुरी करायला लावली. तरुण वयात अन्नाला मोताद झालेला आणि स्वरांची तहान असणारा मेहदी सायकलच्या दुकानात हरकामे करीत दिवस ढकलीत होता. पुढे तर जगण्यासाठी मोटारदुरुस्तीची

विद्याही त्याने आत्मसात केली. किंबहुना करावी लागली कारण सुरांचे प्रेम दुपारची भूक भागवू शकत नाही, याची कडवी जाणीव त्यांना फार लवकरच झाली. स्थलांतराच्या दशकपूर्तीनंतर वयाच्या तिशीत शिरणाऱ्या मेहदीला पहिल्यांदा गाण्याची संधी मिळाली. रेडियो पाकिस्तानवर झालेले हे पहिले गाणे ही एक ठुमरी होती. त्या गाण्याने अनेक कान टवकारले गेले आणि पुढे त्या कानांना तृप्त करण्याची किमया मेहदी हसन आयुष्यभर करीत गेले.

आयुष्याच्या याच टप्प्यावर त्यांना गजल गवसली. किंवा गजलेला ते गवसले. वास्तविक गजल गावे इतके त्यांचे वय नव्हते. वयाच्या कोवळेपणाची उणीव तोपर्यंत जगताना पडलेल्या ओरखड्यांनी त्यांनी भरून काढली. वास्तविक तो पर्यंत गजलेच्या त्या वेदनादायी प्रांतात बेगम अख्तर कधीच अनभिषिक्त सम्राज्ञी बनून राहिल्या होत्या. वो जो हममे तुममे करार था, तुम्हे याद हो के न याद हो...किंवा मेरे हमनफस मेरे हम नवा, मुझे दोस्त बनके दगा न दे...अशा सारख्या गजलांनी अख्तरीबाईंनी अनेकांच्या काळजांचा ठाव कधीच घेऊन ठेवलेला होता. पण गजलेची ही वेदनासूक्ते गाणारे पुरुष कलावंत तुलनेने कमी होते. उस्ताद बरकत अली खान यांच्यासारख्यांचा काय तो अपवाद. त्यामुळे ही काळाची दरी मेहदी हसन यांच्या आवाजाने बरोबर भरून काढली. अकाली लादलेल्या कौमार्यभंगापासून ते जबरस्तीने झालेल्या गर्भपातापर्यंत स्त्री जीवनातील सारी दुःखे भोगून त्यांना धारदार स्वरातून वाट काढून देणाऱ्या अख्तरीबाईंच्या वेदनेचा पुरुषी आविष्कार म्हणजे मेहदी हसन. शास्त्रीय संगीताचा मजबूत पाया असल्याने पक्का झालेला लगाव आणि गजलेला अनुकूल असलेली मध्यलय मेहदी हसन यांच्या गण्यात नैसर्गिक होती. आणि महत्त्वाचे म्हणजे त्यांनी सुरुवात केली त्यावेळी गजल गाणे आणि ऐकणे इतके फॅशनेबल आणि उच्चभ्रू झाले नव्हते. गानकौशल्यापेक्षा फुफ्फुसाची क्षमता दाखविणारे अनुप जलोटी चमत्कार त्यांच्या गाण्यात कधीही नव्हते आणि कधीही नव्हती ती पंकज उधासी कृत्रिम उदासी. वसंतराव देशपांडे यांच्या शब्दांत सांगायचे तर चांगल्या गायकाकडे मजकूर असावा लागतो. तसा तो हसन यांच्याकडे मुबलक होता. तो नसला की कलावंत चमत्कृतीचा आसरा घेतो. तसा तो कधीही मेहदी हसन यांना घ्यावा लागला नाही. खेरीज नुसत्या स्वतःच्याच स्वरलय सामर्थ्यांवर त्यांचा विश्वास होता असे नाही. तर चांगल्या गजलेसाठी तितकीच चांगली शायरी लागते याची तीव्र जाणीव त्यांना होती. त्यामुळे ते स्वतः उत्तम शायरीच्या शोधात असायचे. आणि त्यांचे, त्या काळाचे आणि अर्थातच आपले नशीबही इतके उत्तम की एकापेक्षा एक असे थोर शायर त्यांना मिळाले. ज्यांच्या केवळ आठवणीने शब्दसामर्थ्याची तीव्र जाणीव व्हावी असे फैज अहमद फैज, जोश मलिहाबादी, अहमद फराज आदींच्या उत्तम गजला मेहदी हसन

यांना मिळाल्या आणि त्यांनी त्या अतिउत्तमतेने पेश केल्या. त्यांची गानकला आणि सादरीकरण इतके उत्कट होते की त्यांनी गायली एखादी गजल मनातल्या मनात गुणगुणतानाही लाज वाटावी. मेहदी हसन यांना अमाप लोकप्रियता दिली ती रंजिश ही सही... या गजलेने. हे काव्य अहमद फराज यांचे. ते मेहदी हसन यांच्या गळ्यातून उतरताना एक कातरता घेऊन येते आणि ते ऐकल्यानंतर दुसरे काहीच ऐकू नये, अशी भावना तयार होते. वास्तविक इक्बाल बानो या त्यावेळच्या भारतीय गायिकेने ही गजल त्याआधीच लोकप्रिय करून ठेवलेली होती. परंतु मेहदी हसन साहेबांनी ती गायली आणि त्यांचीच होऊन गेली. इतकी की आजही अनेकांना मेहदी हसन यांचे नाव घेताच 'किमान रंजिश ही सही'... इतके तरी माहीतच असते. या गजलेची मोहिनी इतकी की आशा भोसले यांनाही ती गाण्याचा मोह आवरला नाही. आशाबाईंनी आपल्या गजलांचा स्वतंत्र गानसंग्रह काढला त्याची सुरुवातच 'रंजिश ही सही'ने केलेली आहे. चांगली शायरी वा कविता अनेक विभ्रम घेऊन येते. रंजिश ही सही तशी आहे. आयुष्यात दुरावलेल्या लौकिक यशाची आठवण ही गजल जशी ताजी करते तशीच फाळणीच्या आघाताची जखमही ती वाहती करते. पुन्हा सोडून जाण्यासाठी का होईना... तू एकदा तरी ये... ही त्या गजलेची साद ऐकणारास नंतर बराच काळ व्याकूळच ठेवते.

ही व्याकुळता मेहदी हसन साहेबांच्या आयुष्यात उत्तरार्धात मुक्कामालाच होती. आर्थिक हलाखी आणि जीव आंबवून टाकणारे आजारपण यांना ते अतोनात कंटाळले होते. शेवटी शेवटी भारतात मैफल गाजवण्यासाठी यावे असे सतत त्यांना वाटत होते. राजनैतिक नियमानियम आणि शारीरिक व्याधी यांच्या संघर्षात त्यांना ती संधी फारशी मिळाली नाही. मनाच्या याच कंटाळलेपणाच्या अवस्थेत त्यांच्या क्षीण झालेल्या कुडीतून अखेर आज आत्मा निघून गेला. गाणे संपल्यानंतर तसा तो त्या कुडीत फारसा रहातच नव्हता. आज ते तात्पुरते निवासस्थानही त्याने सोडले. तेव्हा मेहदी हसन साहेबांनी त्याला आपल्याच गजलेने निरोप दिला असेल... मोहब्बत करने वाले कम ना होंगे...तेरी मेहफिल में लेकिन हम ना होंगे!

१४ जून २०१२

७५. एक मृणाल वीरांगना

मतदार आणि नेते यांच्या जगण्यात फार फरक नसण्याच्या काळात मृणाल गोरे यांनी समाजाचे नेतेपण केले. मृणालताई जेव्हा राजकारणात होत्या तेव्हा साधेपणा हा फक्त मिरवण्याची गोष्ट नव्हती आणि साधे राहणाऱ्याची अवहेलनाही केली जात नव्हती. राम मनोहर लोहिया, एस. एम. जोशी, ग. प्र. प्रधान, मधु दंडवते, मधु लिमये आदी समाजवादी मुशीतून घडलेल्या नेत्यांची प्रभावळ त्या काळी प्रभावी होती. या सगळ्यांचे वैशिष्ट्य हे की या मंडळीची राजकीय मूल्ये आणि जगणे यांच्यात भेद नव्हता. भारतीय समाजमनाला द्वैत मानवत नाही. त्यामुळे एकाचवेळी नेहरूंची राजस वस्त्र परिसला धुण्यासाठी जातात ही दंतकथा भारतीय समाजमन आवडीने चघळते तर त्याच वेळी लोहिया, पै आदींच्या साध्या जगण्याच्याही दंतकथा आपल्याकडे होतात. त्या आदरणीय अर्थाने मृणाल गोरे अखेरपर्यंत साध्या होत्या आणि त्यांचे साधेपण हे लोभस होते. याचे कारण त्यांचा साधेपणा आतून आलेला होता आणि त्याची नाळ खऱ्या अर्थाने सामान्य माणसाशी जोडलेली होती. या सामान्यांचे जगणे किमान सुखकर करण्यासाठी काय करता येईल, याचा ध्यास त्यांना कायम होता आणि त्यांचे सारे राजकारण आणि समाजकारण त्याभोवतीच फिरत राहिले.

मृणालताई आणि मंडळी ही लोहियांच्या विचारशालेतील. त्यातील अनेकांचे बुद्धिवैभव अचंबित करणारे होते. परंतु त्यातील अनेकांचे राजकारण त्याहून अचंबित करणारे होते. कमालीचा काँग्रेसविरोध हे लोहियावाद्यांचे व्यवच्छेदक लक्षण आणि लक्ष्य होते आणि ते साध्य करण्यासाठी काहीही करण्याची त्यांची तयारी होती. सध्याच्या राजकारणात लालूप्रसाद यादव वा मुलायमसिंग यादव हे दोघेही स्वतःला लोहियावादी म्हणवतात. या दोघांनी देशाच्या आणि त्यांच्या त्यांच्या राज्यांच्या राजकारणात काय धुमाकूळ घातलेला आहे, हे वेगळे सांगायची गरज नाही. महाराष्ट्रातील समाजवाद्यांनी त्या मानाने खूपच व्यावहारिक शहाणपण दाखवले. १९७८ चा पुलोदचा प्रयोग हा त्या व्यावहारिक शहाणपणाचीच परिणती होती. भाई वैद्य वा सदानंद वर्दे ही मंडळी हशु अडवाणी वा जयवंतीबेन मेहता आदींच्या मांडीला मांडी लावून शरद

पवार यांच्या मंत्रिमंडळात होती. हा सगळा काळ राज्यातील राजकारणाचा भारावून टाकणारा काळ होता आणि संघ सहानुभूतिधारकाचे घर असो वा अन्य, मृणाल गोरे यांच्या नावाने मध्यमवर्गाला झपाटलेले होते. आणीबाणीच्या काळात भूमिगत राहून त्यांनी केलेले राजकीय कार्य असो वा महागाईच्या प्रश्नावर निघालेला त्यांचा प्रसिद्ध लाटणे मोर्चा असो, मृणाल गोरे हे नाव त्या काळात घरोघर पोचलेले होते आणि त्याची स्वतंत्र अशी एक विधायक दहशत होती. यातील विधायक हे विशेषण अधोरेखित करावे असे. कारण मृणालताईंच्या कोणत्याही राजकारणात आक्रस्ताळेपणा नव्हता. गोंधळ घालून केवळ हवा निर्माण करावी आणि त्या हवेने निर्माण होणारी लोकप्रियतेची लाट कार्यपूर्ती मानून आनंद साजरा करावा, हे नवनेतृत्वाचे माध्यमस्नेही गुण त्यांच्यात नव्हते. 'केवल हंगामा खडा करना मेरा मक्सद नहीं, मेरी कोशिश है की ये सुरत बदलनी चाहिए...' या दुष्यंतकुमार यांच्या कवितेप्रमाणेच मृणालताईंचे राजकारण होते. या राजकारणास समाजकारणाची समर्थ जोड होती. नागरी निवारा परिषद हे त्याचे जिवंत उदाहरण आहे. या कामाच्या रूपातून प. बा. सामंत आदींच्या सहकार्याने त्यांनी मुंबईत स्वस्तात घरे उपलब्ध करून देण्याचा प्रयोग यशस्वी करून दाखवला. मृणालताई ज्या समाजवादी विचारधारेशी नाते सांगतात त्याच समाजवादी विचारधारेचा बुरखा चढवीत इंदिरा गांधी यांनी आणलेला... पण प्रत्यक्षात बिल्डर आणि सरकार यांना धार्जिणा असा...कमाल जमीन धारणा कायदा योग्य प्रकारे राबविल्यास त्यातून किती भरीव काम करता येऊ शकते, याचे दृश्य उदाहरण निवारा परिषदेच्या निमित्ताने उभे राहिले. हा कायदा कालबाह्य ठरवून तो हटविण्याच्या हालचाली सुरू झाल्या तेव्हा मृणालताईंना कायदा वाईट नाही, त्याची निवडक अंमलबजावणी अयोग्य आहे, हे सांगण्याचा अधिकार या कामामुळे मिळाला. हे भरीव आणि चिरस्थायी काम होते आणि अशा यशोगाथा फार नाहीत. मृणालताईंच्या फक्त साधेपणाशीच नाते सांगणाऱ्या अन्य नेत्यांना आपण कसे अमुक तमुक काम बंद पाडून दाखवले, यातच आनंद मानण्याची सवय नंतरच्या काळात लागली. विधानसभा असो वा अन्य काही, एखादी प्रक्रिया बंद पाडून दाखवणे म्हणजे नेतृत्व सिद्ध करून दाखवणे, इतका संकुचित नेतृत्ववाद मृणालताईंमध्ये कधीच नव्हता. आदर आणि आक्रमकता यांच्यातील फरक मृणालताईंच्या व्यक्तिमत्त्वातून सहजपणे दिसायचा. वैयक्तिक पातळीवर, एरवी सामान्य स्त्रीला मोडून पाडणारे पतिवियोगाचे दुःख मृणालताईंनी सहज बाजूला केले आणि समाजकार्यात स्वतःला पूर्ण झोकून दिले. अहिल्या रांगणेकर, मृणालताई, प्रमिला दंडवते आदी नेत्या त्या काळात महाराष्ट्राचे पुरोगामित्व अधोरेखित करीत होत्या. परंतु राज्याचे दुर्दैव हे की या सर्व नेत्या एकाच कालखंडात होऊन गेल्या. याच काळात स्त्रीवादी चळवळही मूळ धरत होती आणि मृणालताई आदींचे राजकीय

क्षितिजावर असणे हे या चळवळीस गती देणारे होते. सुरुवातीस ही चळवळ प्रतीकात्मकतेच अडकते की काय, अशी भीती होती. पुरुषी अहंकाराखाली दबलेल्या समाजमनाचा लंबक एकदम दुसऱ्या दिशेला गेला होता. एक प्रकारे कंठाळीपण हे या चळवळीला आलेले होते. ते दूर होण्यास मृणालताईंसारख्या नेत्यांमुळे मदत झाली. एकंदर माणूस सुधारायला हवा. समाजात अपप्रवृत्ती असतील तर केवळ महिला आहे म्हणून त्यांना त्यापासून दूर राहता येईल, असे समजणे गैर आहे, इतका संयत दृष्टिकोन त्यांच्याकडे होता. ही संयतता हे त्यांचे वैशिष्ट्य होते. त्याचमुळे त्या ठाम होत्या, पण कर्कश्शकठोर नव्हत्या. आपल्या राजकीय भूमिकेशी सहमत नाही, म्हणून समोरच्याशी संवादच साधला जाऊ नये, असा त्यांचा दृष्टिकोन कधीच नव्हता. त्याचमुळे भिन्न राजकीय विचारधारेतील नेत्यांशीही त्यांचे संबंध सौहार्दाचेच असायचेच. हे त्यांचे सौहार्द हा अन्य राजकीय पक्षांत आणि नेत्यांत आदराचा विषय असे. त्याचमुळे शरद पवार यांना वेगळी वाट करून पुलोदपासूनच्या आठवणी जागवण्यासाठी मृणालताईंच्या घरी केवळ गप्पा मारायला जावे, असे वाटत असे आणि मृणालताईंनाही त्यांच्या व्यक्तिमत्त्वातील सहजतेशी प्रामाणिक राहून पवार यांचे स्वागत करण्यात अनमान वाटत नसे. राजकीय मतभिन्नता म्हणजे वैयक्तिक पातळीवरही वैर असे न मानण्याच्या काळात मृणालताई नेत्या होत्या.

चांगल्या अर्थाने मध्यमवर्गीय मुल्यांचे पुनरुत्थान होण्याचा तो काळ. याच मूल्यांचे राजकीय व्यवस्थेतही प्रतिबिंब पडत होते. त्याचमुळे मृणाल गोरे असोत वा रामभाऊ म्हाळगी. हे शेवटपर्यंत राजकीय विचारधारेच्या पलीकडे जाऊन समाजकारण करू शकले. पुढील काळात सगळेच बदलले आणि ते साहजिकच म्हणायला हवे. तेव्हाचा मध्यमवर्ग हा आताचा सुखासीन नवश्रीमंत वर्ग बनला. त्यामुळे तेव्हाचा संताप आणणारा महागाई हा आता मुद्दाच नाही, असे त्यास वाटू लागले. परंतु आपल्या मध्यमवर्गीय काळात जो वर्ग अतिपिचलेला होता तो आता मध्यमवर्गीय झालेला आहे, याची जाणीव वरच्या इयत्तेत गेल्यामुळे या वर्गापासून सुटली. त्यामुळे आपण मध्यमवर्गीय राहिलो नाही म्हणजे मध्यमवर्ग आणि त्याच्या समस्याच शिल्लक नाहीत, असे मानण्याइतके वैचारिक औद्धत्य या वर्गाकडे आले. परंतु मृणालताईंना वास्तवाचे भान होते आणि त्याचमुळे त्या अखेरपर्यंत नाही रे वर्गासाठीच लढत राहिल्या. हा लढा आता त्यांच्यापुरता शांत झाला. मृणालपण अबाधित राखीत कठोर रणनेतृत्व कसे करायचे असते, हे उदाहरण काळाच्या पडद्याआड गेले. समस्त 'लोकसत्ता' परिवारातर्फे या मृणाल रणरागिणीस आमची श्रद्धांजली.

१९ जुलै २०१२

७६. कुर्रेबाज आणि दिलदार

सर्वसाधारण अनुभव असा की सत्तेच्या राजकारणात अग्रस्थानी असलेल्या नेत्याशी राजकारणबाह्य विषयांवर संवाद होऊ शकत नाही. विलासराव त्यास सन्माननीय अपवाद होते. १९९९ साली राज्याच्या मुख्यमंत्रिपदाची सूत्रे हाती घेतल्यानंतर विलासरावांतील कलासक्त आनंदी राजकारण्याने शासकीय निवासस्थानी पं. जसराज यांच्या खासगी बैठकीचे आयोजन केले होते. या बैठकीत पंडितजींचे गाणे हे जसे अनुभवण्याचा प्रकार होता तसेच अनुभवण्याजोगे होते ते विलासरावांचे खानदानी यजमानपण. या साऱ्या बैठकीत विलासरावांनी आपल्यातील मुख्यमंत्री कोठेही दाखवू दिला नाही. त्या मैफलीचे सरताज हे पं. जसराज होते आणि त्यांना कोणत्याही सरकारी अधिकाऱ्याकडून दुय्यम वागणूक मिळणार नाही, याची जातीने काळजी विलासराव घेत होते. काव्यशास्त्रविनोदात रमावे ही त्यांची मनापासूनची आवड होती. यामुळेच अनेक राजकारण्यांप्रमाणे लेखक-कवींच्या कोंडाळ्यात त्यांना अवघडल्यासारखे होत नसे. ते आणि राज्याच्या राजकारणात 'दो हंसो का जोडा' म्हणून प्रसिद्ध पावलेल्या जोडगोळीतील त्यांचे सहकारी सुशीलकुमार शिंदे यांना खासगी बैठकांत ऐकणे हा स्वतंत्र आनंद असे. कडव्या राजकारणात मुरलेल्या विलासरावांचा गझल हा आवडता प्रकार होता आणि निजामाच्या अमलाखालील प्रदेशातून आलेले असल्यामुळे असेल, त्यांचे हिंदी उत्तम होते. अनेक राजकारण्यांना आपले संस्कृतिप्रेम दाखवण्यासाठी कागदाच्या चिटोऱ्यावर अधिकाऱ्यांनी लिहून दिलेले काव्यतुकडे बाळगावे लागतात. विलासरावांवर ती वेळ कधी आली नाही. भाषेचे वजन म्हणजे काय, ते विलासरावांच्या भाषणातून समजून घ्यावे इतकी सहजता त्यांच्या वक्तृत्वात होती. वक्रोक्ती, व्यंग्योक्ती आदी आयुधांचा वापर करीत समोरच्यास नामोहरम करायचे; पण त्याच्या मनावर ओरखडा उठू द्यायचा नाही, हे त्यांना सहजतेने जमत असे. त्यामुळे राजकीय विरोधकांनादेखील विलासराव कधी शत्रू वाटले नाहीत. उलट त्यांच्याकडून टोपी उडवून घेण्यातही एक गंमत असे आणि ज्याची टोपी ते उडवत तोही त्या आनंदात सहजपणे सहभागी होत असे. त्यांच्याच मुख्यमंत्रिपदाच्या काळात महाराष्ट्र भीषण आर्थिक संकटातून जात होता आणि त्यासंदर्भात पत्रकार परिषदांत त्यांना वारंवार

टोकले जात असे. अन्य एखादा असता तर यामुळे कावून गेला असता. परंतु विलासराव अत्यंत शांतपणे न कंटाळता त्याच त्याच प्रश्नांना सामोरे जात. त्यांच्या या शांतपणाने अखेर वार्ताहरांचाच संयम सुटला आणि त्यातील एकाने त्यांना हे राज्याचे आर्थिक संकट संपणार कधी, असे जाहीरपणे विचारले. त्या वेळी विलासरावांनी त्या वार्ताहरास चेहऱ्यावरचा बेरकी शांतपणा अजिबात ढळू न देता, तुम्ही यासंदर्भात प्रश्न विचारणे बंद केलेत की हे संकट जाईल, असे सांगत निरुत्तर केले होते. हजरजबाबीपणाने समोरच्यास गप्प करावे आणि तसा तो निरुत्तर झाल्यावर गडगडाटी हसत सगळ्यांनाच त्यात सामावून घ्यावे, ही त्यांची खासियत होती. अनुभव असा की प्रश्न सोडवण्याइतकाच तो सोडवण्याचा आभास निर्माण करण्यात ते अत्यंत यशस्वी होत. ऐन तारुण्यात विलासराव राजकारणात मुंबईत आले. पांढरी पँट, पांढराशुभ्र शर्ट, देव आनंदच्या पिढीची याद देणारा केसांचा कोंबडा आणि पायात पांढरे बूट हा विलासरावांचा वेश असे. तोपर्यंत महाराष्ट्राचे राजकारणी धोतर, ढगळ सदरा आणि गांधीटोपी यामुळे तरी ओळखले जात किंवा वसंतराव नाईक यांच्या बंदगळा वा पाइपमुळे. राजकारण्यांचा हा आवळलेला गळा पहिल्यांदा शरद पवार यांनी सैल केला आणि त्याला तरुण केले विलासरावांनी. त्यांच्या ऐन भराच्या काळात विलासराव हे मराठी चित्रपटातील सूर्यकांत, चंद्रकांत यांच्यासारखेच नायक वाटत आणि तशी तुलना केलेली त्यांनाही आवडत असे. पांढरी पायताणे विलासरावांच्याच मराठवाड्यातील शिवराज पाटील यांनीही घातली. तेही असेच नीटनेटके आणि स्वच्छता आणि टापटीप पाळणारेच. या दोघांत फरक हा की विलासरावांची टापटीप मानवी वाटे. पोशाखाच्या बाबतीत ते चोखंदळ होते तरी ते पोशाखी कधीच नव्हते. पुढे वयोमानपरत्वे त्यांचे पांढरे बूट गेले आणि पँटच्या जागी सलवार आली आणि पूर्ण बाह्यांच्या शर्टाऐवजी कुडता आला. प्रसंगी सफारी. आपण लोकांना कसे सामोरे जातो याबाबत ते अत्यंत चोखंदळ होते. अजागळपणा त्यांच्या स्वभावातच नव्हता. नेमकेपणा हा जसा त्यांच्या पेहेरावाचा भाग होता तसाच वागण्या-बोलण्याचाही. त्यामुळे आपण असे बोललोच नाही वा प्रसारमाध्यमांनी आपल्या विधानाचा विपर्यास केला अशी वाक्ये विलासरावांच्या तोंडून आयुष्यात एकदाही निघाली नसावीत. जे काही करायचे, बोलायचे ते नेमके आणि नेटके ही आदब त्यांनी आयुष्यभर पाळली. राजकीयदृष्ट्या विलासराव मराठवाड्याचेच ज्येष्ठ नेते दिवंगत शंकरराव चव्हाण यांच्या कुळीचे. विरोधकांविषयी बोलतानाही आदराने बोलायचे, कधीही कमरेखाली वार करायचा नाही, हे गुणही त्यांनी आयुष्यभर पाळले. अन्य राजकारण्यांप्रमाणे विलासरावांनी आपल्या कोणत्याही कृत्यासाठी अन्यांना, त्यातही अधिकारी वर्गाला कधीही जबाबदार धरले नाही. घेतलेल्या निर्णयाची पूर्ण जबाबदारी घेणे हे विलासरावांचे वेगळेपण. ते आयुष्यभर

त्यांच्याकडून जपले गेले. ते जपायचे तर नोकरशाहीशी उत्तम संवाद असावा लागतो, परिस्थितीची जाण असावी लागते आणि प्रशासकीय नियमांचा पूर्ण अंदाज असावा लागतो. विलासरावांना तो होता. त्यांनी सांभाळलेले महसूल मंत्रिपद असो वा मुख्यमंत्रिपद. ही त्यांची जाण त्यांच्या प्रत्येक कृतीतून दिसत असे. राज्याच्या प्रश्नाचीही त्यांना उत्तम जाण होती. आज काँग्रेसकडे अशी जाण असलेल्या नेत्यांची संख्या मोजण्यासाठी एकाच हाताची बोटे पुरतील. त्यातही अशी जाण असून राज्याच्या वेगवेगळ्या भागांत जाऊन हा विषय मांडण्याची कुवत आणखीही कमी जणांकडे आहे. विलासराव हे अशा मोजक्या नेत्यांमधले होते.

स्वातंत्र्यानंतर बहुतांश काळ सत्तेवर राहूनही काँग्रेसमध्ये एक प्रकारचा संकुचितपणा आलेला आहे. हा पक्ष कोणत्याही प्रकारे राज्यस्तरीय नेतृत्व वाढू देत नाही. मग ते शरद पवार असोत, मध्य प्रदेशचे दिग्विजय सिंग असोत वा विलासराव देशमुख. वास्तविक विलासरावांसारख्या नेत्यास राज्याच्या प्रश्नांची जाण होती. मुंबईसाठी काय करावे लागेल, याचा त्यांना पूर्ण अंदाज होता. त्यामुळे पंतप्रधान मनमोहन सिंग यांनी मुंबईचे शांघाय करण्याचे स्वप्न दाखवल्यावर २००४ साली पुन्हा सत्तेवर आलेल्या विलासरावांनी मुंबईला पडलेला झोपड्यांचा वेढा उठवण्यासाठी प्रयत्न सुरू केले. जवळपास लाखभर झोपड्या तोडल्यावर काँग्रेसच्या दिल्लीतील नेतृत्वाला अचानक कळवळा आला आणि श्रेष्ठींमार्फत ही मोहीम थांबवण्याचा आदेश आला. विलासरावांनी तो शांतपणे पाळला. या पक्षात राहायचे तर बंड वगैरेचा विचार करून चालत नाही, पक्षश्रेष्ठी करतील तेच बरोबर असेच मानावे लागते आणि मानायचे नसले तरी तेच दाखवावे लागते, याचा पूर्ण अंदाज त्यांना होता. तेव्हा श्रेष्ठीआज्ञा शिरसावंद्य मानीत आपला काळ आनंदात घालवावा हे त्यांनी हेरले होते. अशा प्रकारच्या राजकारणामुळे राज्याचे नुकसान होते, याची त्यांना जाणीव होती. परंतु सत्ताकारणात रमलेले असल्यामुळे ती सोडावी असे त्यांना कधीही वाटले नाही. क्षमता असूनही अपेक्षित उंची गाठली नसल्याची खंत क्वचितच त्यांच्या मनाला शिवली असेल.

मनाने दिलदार आणि शेवटपर्यंत कुर्रेबाज असलेला हा नेता गेले काही दिवस जायबंदी होता. तरीही त्यांना होत असलेल्या वेदना या काळातही त्यांच्या चेहऱ्यावर दिसत नव्हत्या. तोरा तसाच होता. मान झुलवत बोलायची लकब तशीच होती. आत काय चालले आहे हे कळू न देणारा चेहराही तसाच होता. सध्याचे लोकसभा अधिवेशन संपल्यावर 'लोकसत्ता' कार्यालयात बैठकीचा फड रंगवायचा असे त्यांनीच कळवले होते. ती बैठक आता कधीच भरणार नाही.

१५ ऑगस्ट २०१२

७७. म्हारे घर अंगना ना भूलो ना..!

व्हर्गिस कुरियन यांना दूध अजिबात आवडत नसे. दूध मला आवडत नाही आणि त्यामुळे ते मी पीत नाही, इतक्या प्रामाणिकपणे कुरियन आपले मत नोंदवीत; पण म्हणून दूध पूर्णान्नाच्या जवळ जाणारे आहे, हे ते नाकारत नसत.

दुधाला भारतीय संस्कृतीत, समाजजीवनात विलक्षण महत्त्व आहे आणि त्यास योग्य बाजारपेठ मिळवून दिली तर देशातील कोट्यवधी ग्रामीण महिलांना स्थिर रोजगाराचे कायमस्वरूपी माध्यम उपलब्ध होईल, याची डोळस जाण त्यांना होती. भारतात कितीही औद्योगिक प्रगती झाली तरी देशात रोजगाराचे मुख्य साधन हे कृषीविषयक उद्योग हेच असणार आहेत आणि १८ ते ५५ या वयोगटात असणाऱ्या कोट्यवधी महिलांना दुग्धजन्य पदार्थांचा व्यवसाय हा उपजीविकेचा स्वयंपूर्ण मार्ग असणार आहे, असा त्यांचा सिद्धान्त होता. याच डोळस अभ्यासाने कुरियन यांना आयुष्यभराचे श्रेयस आणि प्रेयस मिळवून दिले. केरळातल्या आताच्या कोझिकोड येथे अल्पसंख्य अशा सीरियन ख्रिश्चन कुरियन कुटुंबात जन्माला आलेल्या व्हर्गिस यांनी देश स्वतंत्रही झाला नव्हता तेव्हा एक स्वप्न पाहिले व पुढे आयुष्यभर त्या स्वप्नाच्या परिपूर्तीचा ध्यास घेतला. त्यातूनच आकाराला आली अशिक्षित, मातृभाषेतच शिकलेला, उच्चशिक्षणापासून दुरावलेला भारत काय करू शकतो याची एक अद्वितीय अमूल प्रेमकहाणी; जिने पुढे शहरांपुरतेच मिरवणाऱ्या, उगाचच आंग्लाळलेल्या इंडियालाही झाकोळून टाकले.

नियतीशी भारताचा करार करणारा १५ ऑगस्ट अजून एक वर्ष दूर होता त्या वर्षी सरदार वल्लभभाई पटेल या द्रष्ट्या नेत्याने पहिल्यांदा हे स्वप्न पाहिले. देशातील शेतकऱ्यांस स्वावलंबी करावयाचे असेल तर त्याच्या उत्पादनांना थेट बाजारपेठ मिळायला हवी. दलालांच्या हाती शेतकऱ्यांच्या उत्पन्नाची नाडी जाताच कामा नये, हे सरदार पटेल यांना पूर्णपणे उमजलेले होते. बुद्धीला जे पटते त्याची बांधिलकी मानून कार्य करणाऱ्या राजकीय नेत्यांचा तो काळ. १९४६ साली त्यांनी पहिल्यांदा यादृष्टीने प्रयत्न सुरू केले आणि गुजरातेतील आणंद जिल्ह्यात पहिल्यांदा सहकारी क्षेत्रातला दूध प्रकल्प जन्माला आला. त्या कामाचे मोल आता जाणवावे. देश

पारतंत्र्यातून मुक्त झाल्यावर स्वतंत्र भारतास उत्तम अभियंत्यांची गरज लागेल, हे ओळखून त्यासाठीची संस्था जन्माला घालणारे जे. आर. डी. टाटा आणि स्वतंत्र भारतातील शेतकऱ्यांना रोजगाराचे स्वतंत्र साधन असायला हवे, असा ध्यास घेणारे सरदार वल्लभभाई पटेल आणि पुढे त्यांचे स्वप्न साकार करणारे व्हर्गिस कुरियन ही खऱ्या अर्थाने द्रष्टी माणसे. ही उत्तुंग व्यक्तिमत्त्वाची माणसे एकाच काळात का संपून गेली, असा प्रश्न आता पडावा. यातील गमतीशीर योगायोगाचा भाग असा की, ४ जानेवारी १९४६ या दिवशी गुजरातेतील समरखा येथे भरवलेल्या या बैठकीची सूत्रे होती मोरारजी देसाई यांच्याकडे. मोरारजीभाई यांना या बैठकीची सूचना केली होती सरदार पटेल यांनी आणि या सगळ्यात तीनच वर्षांनी सामील झाला केरळातील अवघा २५ वर्षांचा तरुण व्हर्गिस कुरियन. त्या दिवशी या बैठकीत या सगळ्यांनी मिळून निर्णय घेतला, सहकारी संस्था स्थापन करायची आणि त्या परिसरातील दूध थेट बॉंबे मिल्क स्किमला पोहोचवायचे. त्याच वर्षी १९४६ सालातील १४ डिसेंबर या दिवशी आणंद या सहकारी संस्थेची स्थापना झाली. सुरुवातीला या सहकारी संस्थेतून दूध विकत घ्यायला सरकारचाच विरोध होता आणि या सहकारी संस्थेच्या क्षमतेवरच प्रश्न निर्माण केले जात होते.

कुरियन मुळात अभियांत्रिकीचे विद्यार्थी. त्यातील पदवी घेतली त्यांनी आताच्या चेन्नईमध्ये. नंतर पदव्युत्तर शिक्षण घेतले जमशेदपूरला, टाटा यांच्या पोलाद संशोधन संस्थेत. तिथून त्यांनी उड्डाण केले ते थेट अमेरिकेतील मिशिगन विद्यापीठात. परदेशात गेल्यावर डॉलरप्रेमात आकंठ बुडून जगणे सार्थक मानायचा काळ अजून यायचा होता त्या वेळी. हा अध्ययनयज्ञ पूर्ण होत असताना इकडे १५ ऑगस्ट उजाडलेले होते आणि स्वतंत्र भारतात उजाडलेला सूर्य प्रतिभावंतांना खुणावू लागला होता. कुरियन परत आले ते थेट केंद्र सरकारच्या सेवेत रुजू होण्यासाठीच. तोपर्यंत आणंद येथील दुधसंस्था जन्माला येऊन स्थिरावलेली होती. कुरियन यांनी या संस्थेला आकार दिला. सुरुवातीपासूनच तो इतका डोळ्यात भरणारा होता की, अमूल या पुढे देशाचा अत्यंत लाडका झालेल्या ब्रँडच्या पहिल्या कारखान्याच्या उद्‌घाटनास अशा अनेक संस्थांची स्वप्ने पाहणारे पंतप्रधान पंडित जवाहरलाल नेहरू आले होते. देशी उत्पादने, संकल्पना याकडे पाहून नाके मुरडणारा वर्ग त्याही वेळी होता. त्यामुळे अमूल या संस्कृतातील अमूल्यवरून बारसे झालेल्या ब्रँडचे काही खरे नाही, ही धारणा सर्वांचीच होती. जगात दुग्धजन्य पदार्थात काही कोणी करू शकत असेल तर ती फक्त नेस्ले ही स्विस कंपनीच, असे मानणारे निवासी अभारतीय तेव्हाही मोठ्या प्रमाणावर होते. त्यामुळे सुरुवातीला जसे आपल्याकडे कोणत्याही नव्या संकल्पनेस विरोधाला सामोरे जावे लागते, तसेच अमूल या ब्रँडचेही झाले. कुरियन यांचे मोठेपण हे की, या

क्षेत्रातील युरोपीय संकल्पना त्यांनी बाजूला ठेवल्या. युरोपात आणि पाश्चात्त्य जगतात गायीच्या दुधाला महत्त्व असते आणि त्याचीच भुकटी करून विविध उत्पादने तयार केली जातात. भारतात गोमातेऐवजी महिषकन्येचे दूध वापरायला हवे, हे कुरियन यांना सुचले. भारतात म्हशी मोठ्या प्रमाणावर असतात तेव्हा त्यांच्याच दुधावर प्रक्रिया करून वेगवेगळी उत्पादने तयार व्हायला हवीत, हा कुरियन यांचा विचार. तो त्यांनी सत्यात आणला. त्याच्या यशाबाबत कुरियन यांना एवढा विश्वास होता की, सहकारी दूध संघ जन्माला आल्यानंतर बरोबर दहा वर्षांनी अमूल ब्रँडची निर्मिती झालीदेखील! या कामाची महती इतकी होती की, पंडित नेहरूंच्या नंतर पंतप्रधानपदी आलेले लाल बहादूर शास्त्री यांनी त्याच्या प्रचारासाठी स्वतंत्र यंत्रणाच जन्माला घातली आणि त्याची संपूर्ण सूत्रे कुरियन यांच्या हाती दिली. ज्या देशात एकेकाळी सणासुदीला गोडधोड खाण्यासाठी दुधाची आगाऊ नोंदणी केल्याशिवाय ते मिळत नसे, त्या देशात दुधाचा महापूर वाहू लागला. ज्या देशातील हजारो बालकांना केवळ उपलब्धतेअभावी दूध पाहायलाही मिळत नसे त्या देशात हवे तितके, हवे तेव्हा आणि हवे तिथे दूध मिळू लागले. या श्रेयाचे एकमुखी धनी हे 'कुरियन.'

यश मिळवणे आणि यश राखणे यांत तफावत असते. याची जाणीव कुरियन यांना होती. त्यामुळे प्रचंड प्रसार होऊनही अमूलचा दर्जा घसरला नाही. मर्यादित आकारात उत्तम काम करता येते. परंतु, 'आकारही वाढवायचा व दर्जाही राखायचा' ही तारेवरची कसरत यशस्वी करण्यासाठी स्वप्नांना उद्यमशीलता आणि अर्थसाक्षरतेची साथ लागते. या तिन्हींचा समुच्चय कुरियन यांच्या ठिकाणी होता. दर्जात कोणतीही तडजोड न करता, रास्त दरात ग्राहकांना उत्पादन देताना ती निर्मिणाऱ्या शेतकऱ्यांनाही पुरेसा मोबदला देता येऊ शकतो, हे अमूलने दाखवले. ब्रँड वगैरे संकल्पना या थोतांड आहेत, असे मानणारा एक तुच्छतावादी वर्ग आपल्याकडे आहे. कुरियन त्यांत कधीच सामील झाले नाहीत. स्वातंत्र्यपूर्व काळातील असूनही कुरियन आधुनिक होते. त्यामुळे अमूल उत्पादनांच्या जाहिराती आणि विपणन व्यवस्था याकडे त्यांनी कधीही दुर्लक्ष केले नाही. अमूलचे वर्णन 'टेस्ट ऑफ इंडिया' असे झाले ते कुरियन यांना या विषयात रुची होती आणि या आधुनिक वाटणाऱ्या विषयांची चव होती म्हणूनच. त्यामुळेच जागतिकीकरणानंतर भारतीय बाजारात प्रचंड ताकदीचे डेनॉन आदी आंतरराष्ट्रीय ब्रँड येऊनही अमूलने आपले स्थान गमावले नाही. जातिवंत प्रज्ञावान स्पर्धेतून उजळतो. अमूलने ते दाखवून दिले. भारताला एक नाही, तर अनेक अमूलची गरज आहे, असे लाल बहादूर शास्त्री यांना म्हणावेसे वाटले, ते त्यामुळेच.

कुरियन यांचे मोठेपण असे की, सहकारात असूनही त्यांचा कधी 'सहकारसम्राट' वा 'सहकारमहर्षी' झाला नाही. संपत्तीनिर्मिती करताना अनेकांना सामावून घेण्यासाठी

त्यांनी तयार केलेल्या प्रारूपाचे अप्रूप औद्योगिक विश्वालाही होते; म्हणूनच एका आर्थिक नियतकालिकाने त्यांना आणि दुनिया मुठ्ठी में घेऊ पाहणाऱ्यास 'जीवनगौरव पुरस्कार' जाहीर केला तेव्हा त्याच्या समारंभात उपस्थितांनी उत्स्फूर्तपणे उभे राहून मानवंदना दिली ती कुरियन यांना, त्या उद्योजकास नव्हे. खंत इतकीच की २००६ साली कुरियन यांना आपल्याच संस्थेतून अपमानित होऊन जावे लागले. निर्मात्याने आपल्या कृतीपासून योग्य वेळी दूर व्हायचे असते, निर्मितीस निर्मात्याची गरज नसते, हे तत्त्व कुरियन विसरले आणि त्यांच्या साधनेचे दूध अकारण विरजले.

तरीही गुजरात आणि आसमंतातही लाखो महिला, शेतकरी यांच्या जगण्यामागील ताठ कण्याचा आधार कुरियन होते, हे विसरता येणार नाही. आपल्यालाही आणि त्या हजारो, लाखो शेतकऱ्यांनाही. त्यांच्या यशोगाथेने चित्रपटाच्या मोहमयी दुनियेलाही नोंद घ्यायला लावली. भारतीय संस्कृतीत पुनर्जन्मावर विश्वास ठेवणारा एक वर्ग आहे. त्यांच्या विचारानुसार कुरियन यांना खरोखरच पुनर्जन्म मिळणार असेल तर या भारतातील लाखो वंचित भूमिपुत्र कुरियन यांच्यावरील सिनेमातील गाण्यातूनच आपली अमूल इच्छा प्रकट करतील.

म्हारे घर अंगना ना भूलो ना..!

१० सप्टेंबर २०१२

७८. पहाड प्रस्थान

बाळ केशव ठाकरे यांनी आयुष्यभर राजकारण केले. परंतु तरीही ते प्रचलित अर्थाने राजकारणी नव्हते. उमदा स्वभाव! दोन घ्यावे, दोन द्यावे ही वृत्ती आणि त्या जोडीला कलासक्त मन हे बाळासाहेबांचे वैशिष्ट्य होते. त्यामुळेच राजकारणात असूनही शिवसेना त्या अर्थाने राजकीय पक्ष नव्हता. ती एक संघटना होती. काळाच्या ओघात तयार झालेली. हा काळाचा ओघ बाळ ठाकरे यांनी अत्यंत तरुणपणी ओळखला, हे त्यांचे वैशिष्ट्य. बाळासाहेबांचे वडील प्रबोधनकार हे प्रखर समाजसुधारणावादी. संयुक्त महाराष्ट्राच्या चळवळीतील ते एक प्रमुख अध्वर्यू. देशास स्वातंत्र्य मिळाल्यानंतरची पहिली वैधानिक चाल पंतप्रधान जवाहरलाल नेहरू यांच्या सरकारने केली ती म्हणजे राज्य पुनर्रचना आयोग. १९५६ सालच्या या विधेयकाने राज्यांच्या सीमा भाषिक तत्त्वावर नव्याने आखल्या जाणार होत्या. परंतु महाराष्ट्राच्या दुर्दैवाने मोरारजी देसाई आणि खुद्द पं. नेहरू हे मुंबईचा समावेश महाराष्ट्रात करण्यास अनुकूल नव्हते. काँग्रेसच्या राजकारणावर तेव्हा असलेल्या शेठजीच्या प्रभावामुळे असेल, परंतु मुंबई ही महाराष्ट्राला न देता गुजरातला देण्याचा घाट घालण्यात आला. त्यावेळचे काँग्रेसचे राज्यभरातले नेतृत्व इतके नतद्रष्ट होते की स. का. पाटील यांच्यासारख्याने महाराष्ट्राच्या बाजूने उभे न राहता हे शहर केंद्रशासित करावे, अशी भूमिका घेतली. त्यास पहिल्यांदा विरोध केला तो सी. डी. देशमुख यांनी. आपल्या बुद्धितेजाने तळपणारे सीडी हे रिझर्व्ह बँकेचे पहिले भारतीय गव्हर्नर होते आणि नंतर पं. नेहरूंच्या मंत्रिमंडळात अर्थमंत्रीही. परंतु काँग्रेसच्या महाराष्ट्रद्वेष्ट्या राजकारणाचा निषेध करीत देशमुख हे पंतप्रधान नेहरूंच्या तोंडावर राजीनामा फेकत सरकारातून बाहेर पडले आणि त्यामुळे संयुक्त महाराष्ट्राच्या मोहिमेस अचानक उंची आली. त्याच सुमारास मोरारजी देसाई यांच्या सरकारने संयुक्त महाराष्ट्रासाठी आंदोलन करणाऱ्यांवर गोळीबार करून १०५ जणांचे जीव घेतले आणि संयुक्त महाराष्ट्राच्या आंदोलनावर अकारण रक्तशिंपण झाले. आंदोलनात रक्त सांडले की अस्मितेला खतपाणी मिळते. येथेही तसेच झाले. एरवी महाराष्ट्राची मागणी मान्य झाल्यावर आणि १९६० साली महाराष्ट्र मुंबईसह जन्माला आल्यावर हे आंदोलनाचे निखारे विझायला हवे होते. तसे

झाले नाही. महाराष्ट्रनिर्मितीनंतर अर्थातच संयुक्त महाराष्ट्र समितीचे जीवितकार्य संपुष्टात आले तरी महाराष्ट्राच्या आणि मराठीच्या मुद्द्यावर कायमस्वरूपी लढणारी एखादी संघटना असावी असा विचार बाळ ठाकरे या तरुणाने केला आणि फ्री प्रेस जर्नलमधील आपली व्यंगचित्रकाराची चाकरी सोडून शिवसेना जन्माला घातली. संधी ओळखण्याचे कौशल्य हे ठाकरे यांचे वैशिष्ट्य होते.

त्या अर्थाने शिवसेना राजकीय पक्ष नव्हती. तिचे स्वरूप एकचालकानुवर्ती संघटनेचेच राहिले. सुरुवातीच्या काळात उनाडपणा करीत हिंडणाऱ्या बेरोजगार तरुणांना शिवसेना या संघटनेच्या झेंड्याखाली एकत्र यायची संधी मिळाली. बेरोजगारी, प्रगतीचा अभाव यामुळे समाजात साचलेले वैफल्य बाळ ठाकरे यांनी हेरले आणि अशा वैफल्यग्रस्तांना संघटनेखाली आसरा दिला. राज्यनिर्मितीनंतर शासकीय सेवेत रोजगाराच्या ज्या काही संधी होत्या त्या इंग्रजी भाषेच्या प्रभुत्वामुळे दाक्षिणात्यांनी मिळवल्या. अकुशल वा अर्धकुशल अशा मराठी तरुणास कोणी वाली नव्हता. राज्याच्या राजधानीतच आपण उपरे असल्याची भावना मराठी भाषकांत साचली होती. तिचा हिंसक निचरा करण्याची संधी शिवसेनेने दिली. हटाव लुंगी, बजाव पुंगी यासारख्या टपोरी वर्गाला आकर्षित करणाऱ्या घोषणा देत शिवसेनेने मुंबईतील मराठी घरातील असाह्यता एकत्र केली आणि शिवसेनेच्या झेंड्याखाली अशांना संघटित केले. सुरुवातीच्या काळात सेनेस हेमचंद्र गुप्ते, सुधीरभाऊ जोशी, प्रमोद नवलकर असे नेमस्त नेते मिळाले. यातील नवलकर, जोशी आदी नंतरही सेनेत राहिले. परंतु सत्ताकारणाच्या रेट्यात फेकले गेले. वास्तविक सेनेस मध्यमवर्गीय मराठी घरांत पोचवण्याचे काम केले ते सुधीरभाऊ जोशी वगैरेंनी. त्यांच्या नेतृत्वाखालील स्थानीय लोकाधिकार समितीने मराठी तरुणांना प्रशिक्षणाची सोय केली आणि सरकारी आणि खासगी आस्थापनांत नोकऱ्या मिळवून दिल्या. रिझर्व्ह बँक, एअर इंडिया, महिंद्र अँड महिंद्र, इंटरनॅशनल ट्रॅक्टर्स आदी बड्या कंपन्यांत मराठी टक्का वाढला तो केवळ सेनेमुळे हे मान्य करावयास हवे. परंतु प्रसाराच्या नादात सेनेने पुढे आपले मूळ उद्दिष्ट हरवले आणि केवळ धुडगूस घालणाऱ्यांची संघटना असाच लौकिक प्राप्त केला. हे असे झाले याचे कारण कोणत्याही राजकीय पक्षास लागते ते आर्थिक प्रारूप शिवसेना कधीही देऊ शकली नाही. या संघटनेचा आर्थिक विचार वडापावच्या गाडीपलीकडे कधी गेला नाही. याची जाणीव एव्हाना बाळासाहेब झालेल्या ठाकरे यांना नव्हती असे नाही. परंतु तोपर्यंत उशीर झाला होता आणि सुरुवातीला मराठी मध्यमवर्गीयांची म्हणून ओळखली जाणाऱ्या सेनेची दहशत या वर्गात तयार झाली होती. हे असे झाले याचे कारण सेनेने दरम्यानच्या काळात स्वतःला मुंबईतील कामगारांचे संप, आंदोलने तोडण्यासाठी वापरू दिले, त्यामुळे. वसंतराव नाईक असोत की वसंतदादा पाटील.

सेना ही नेहमीच काँग्रेसशी मागच्या दाराने सौहार्दाचे संबंध ठेवणारीच होती. काँग्रेसच्या दिल्लीस्थित नेत्यांनी मराठी नेत्यांकडे सतत संशयानेच पाहिले. त्याचा प्रतिवाद काँग्रेसजनांनी सेनेची ढाल करून केला. अनेक काँग्रेस नेत्यांनी त्यांना हटविण्याचे प्रयत्न झाल्यावर बाळासाहेब ठाकरे यांच्या खांद्यावरून आपल्या पक्षश्रेष्ठींवर निशाणा साधला. त्यामुळे मधल्या काळात काँग्रेसचा उपसंघ असा सेनेचा लौकिक झाला होता. ठाकरे यांचे वैशिष्ट्य हे की त्यांनी ही अवस्था ओळखली आणि सेनेला पुन्हा एकदा स्वतःचा चेहेरा दिला. काँग्रेसला पर्याय म्हणून आपण एकमेव आहोत, असे चित्र त्यांनी निर्माण केले आणि केवळ एकट्याच्या जोरावर शिवसेनेला राज्यभर नेले. पुलोदच्या प्रयोगानंतर शरद पवार यांनी काँग्रेस सोडली होती तरी ते पुन्हा काँग्रेसमध्ये जातील, हे भाकीत पहिल्यांदा ठाकरे यांनी केले होते. त्याचप्रमाणे सोनिया गांधी याही सक्रिय राजकारणात येतील आणि नंतर पवारांनी आपला स्वतःचा राष्ट्रवादी पक्ष काढला तरी ते काँग्रेस त्यांच्या शिवाय सत्तास्थापन करू शकणार नाही हेही त्यांनी जाहीरपणे सांगितले होते. दूरचे पाहण्याची सवय हे बाळासाहेब ठाकरे यांचे वैशिष्ट्य होते. १९९५ साली पहिल्यांदा महाराष्ट्रात काँग्रेसेतर सरकार येऊ शकले ते बाळासाहेब ठाकरे यांच्यामुळेच. त्यांचा त्यावेळचा प्रचाराचा झंझावात हा राजकारणाचा धडा होता. बाळासाहेबांनी त्या काळात शब्दशः महाराष्ट्र पिंजून काढला आणि आपल्याबरोबर भाजपला घेत एकहाती सत्ता आणली. परंतु पुढे सेनेच्या वाढत्या पसाऱ्याबरोबर केवळ मराठीची भूमिका तगणार नाही, हे त्यांनी जाणले होते आणि उद्धव ठाकरे यांच्या स्वभावास अनुसरून सेनेला सौम्य करण्याचा त्यांचा प्रयत्न होता. त्याचे पुढे काय झाले आणि होत आहे, हे आता दिसत आहे.

परंतु या सगळ्याच्यावर दशांगुळे पुरून राहील असे त्यांचे व्यक्तिमत्त्व होते. स्वतः उत्तम व्यंगचित्रकार. बाळासाहेब केवळ व्यंगचित्रकार म्हणून राहिले असते तरीही ते मोठे झाले असते, इतकी ताकद आणि ऊर्जा त्यांच्या रेषेत होती. कलाकारांची गप्पांची मैफल जमवावी, हास्यविनोद करावेत आणि एकंदर वेळ मजेत घालवावा अशी त्यांची वृत्ती होती. त्यामुळे राजकारणी बाळासाहेब आणि कलाकारांच्या गोतावळ्यातील बाळासाहेब या दोन भिन्न व्यक्ती होत्या. कोणत्याही सांस्कृतिक देवाणघेवाणीशी दुरान्वयानेही संबंध नसलेल्या सेनानेत्यास वा कार्यकर्त्यास आणि उत्तम कवीकलाकारास बाळासाहेब एकाचवेळी आपले वाटत. हे त्यांचे आणखी एक वैशिष्ट्य. कलाकारांत त्यांच्या इतकी ऊठबस असलेला नेता आज महाराष्ट्रात दुसरा कोणता नसेल.

या सगळ्यांतून उठून दिसते ते बाळासाहेबांचे व्यक्त होण्याचे आणि संपर्क साधण्याचे कौशल्य. मोबाईल, इंटरनेट किंवा साधा फोनदेखील नव्हता त्या काळात

या माणसाने एक गोळीबंद संघटना उभारली. त्यांच्या एका शब्दानिशी, कसलाही मागचा पुढचा विचार न करता स्वतःला झोकून देणारे हजारो तरुण तयार झाले हा एका अर्थी राजकीय चमत्कार होता आणि अचंबित व्हावे असेच काम होते. तिकडे मराठी वृत्तीशी साधर्म्य सांगणाऱ्या प. बंगालने केवळ राज्यपातळीवर राहूनदेखील राष्ट्रीय नेता होता येते हे ज्योती बसू यांच्या रूपाने दाखवून दिले तर महाराष्ट्रात बाळासाहेबांनी कधीही महाराष्ट्राची वेस ओलांडली नाही. तरीही अनेक राष्ट्रीय प्रश्नावर ते काय भूमिका घेतात याकडे राजकीय पक्षांचे लक्ष असे. मग तो पंजाबचा प्रश्न असो किंवा अयोध्येतील राम मंदिराचा.

बाळ ठाकरे यांनी नेहमी तगडे आणि उमदे राजकारण केले. लाखालाखाची सभा मारून मित्रांच्या गराड्यात गप्पांचा फड रंगवणारा हा राजकारणी होता. त्यांचे कर्तृत्व स्वनिर्मित होते. दादरच्या चौपाटीवर उगवलेला हा राजकीय पहाड साऱ्या राज्याच्या राजकारणास कवेत घेऊन होता. आज तो कोसळला. या पहाडाचे प्रस्थान राज्यास चटका लावणारे आहे.

१८ नोव्हेंबर २०१२

७९. स्वानंदी सतारिया

वाद्य आणि वादक यांचा स्वभाव जेव्हा मिळतो तेव्हा रविशंकर यांच्यासारखा कलाकार तयार होतो. मुळात सतार हे वाद्यच मोकळे आणि प्रसन्न. सरोद हेदेखील तंतुवाद्यच. सतारीची बहीण म्हणावे असे. पण सरोदच्या स्वराला दु:खाची एक आर्त किनार असते. व्याकुळ करणारी. सतारीचे तसे नाही. जगात सर्वत्र फक्त आनंदच भरून राहिलेला आहे आणि त्या आनंदाचे तरंग आपणही अनुभवुया असेच जणू सतार सांगत असते. रविशंकर यांची सतार हे भरभरून सांगायची. याचे कारण रविशंकर आणि सतार हे समानधर्मी होते आणि दोघांत एक प्रकारचे द्वैतच तयार झालेले होते. अल्लडपणाच्या सीमा ओलांडण्याच्या टप्प्यावर असलेली घरातली एखादी मुलगी उत्फुल्ल उत्साहात जिन्यावरून धावत उतरताना तिच्या पैजणांचा मंजूळ नाद कानावर यावा तशी रविशंकर यांची सतार वाटायची. ही नृत्यमयता रविशंकर यांच्या सतारीत होती याचे कारणच हे की रविशंकर हे मुळात नर्तक होते. आपले बंधू ख्यातनाम नर्तक उदय शंकर यांच्या नृत्यमेळ्यात रविशंकर यांची पावले सुरुवातीस बराच काळ थिरकली होती. त्याचाही परिणाम रविशंकर यांच्या कलाविष्कारात सहज जाणवत असे. आनंदी माणसे मोकळी असतात. रविशंकर तसे होते. ज्या काळात फ्युजन वगैरे कल्पना जन्मालाही आलेल्या नव्हत्या, त्या काळात रविशंकर यांनी परदेशी वाद्य आणि संगीताशी हातमिळवणी करण्यात जराही मागेपुढे पाहिले नाही. रविशंकर यांच्या मोठेपणाची ही बाजू महत्त्वाची. याचे कारण असे की आपलेच संगीत थोर असे मानत हिंदुस्थानी संगीतातील डुढ्ढाचार्य आपापल्या मठीत आत्ममग्न होऊन राहिले होते त्या काळी कसलाही आगापीछा नसलेला रविशंकर हा तरुण जगाच्या सांगीतिक मुशाफिरीवर निघाला होता. रविशंकर यांनी कधीही प्रयोगात कमीपणा मानला नाही आणि संगीत हे पोथीनिष्ठच असायला हवे असेही त्यांना कधी वाटले नाही. पण ही नवी परंपरा जन्माला घालताना त्यांनी कधी बंडाचे निशाण फडकावले असेही झाले नाही. तो त्यांचा स्वभावही नव्हता. शड्डू ठोकून नवीन काही करून दाखवतोच...असा त्यांचा कधी आवही नसायचा. जे आवडले ते त्यांनी मुक्तपणे केले. त्यांच्या संपूर्ण सांगीतिक कारकिर्दीवर ही मुक्तानंदी छाया कायमच राहिलेली आहे.

रविशंकर हे खरे तर रोबींद्र शंकर चौधरी. बंगाली. जन्म गंगाकिनारी वाराणसी येथील. वडील भद्रलोकीय मान्यवर. वकील आणि त्याचवेळी संस्कृतप्रेमीही. त्या काळात इंग्लंडात कारकिर्दीसाठी गेले आणि तिकडेच राहिले. त्यामुळे रोबींद्राच्या पालनपोषणाची जबाबदारी भारतात मागे राहिलेल्या त्यांच्या पत्नीवर येऊन पडली. बालपण वाराणसीत गेल्यावर दहाव्या वर्षीच रविशंकर यांना बंधू उदय शंकर यांच्यासमवेत पॅरिसला जाण्याची संधी मिळाली. अवघ्या तेराव्या वर्षी रविशंकर हे उदय शंकर यांच्या मेळ्यातील उत्तम नर्तक म्हणून ओळखले जाऊ लागले होते आणि अर्धाअधिक युरोप त्यांचा त्यावर्षी हिंडून झाला होता. जॅझ आदी पाश्चात्त्य संगीत आणि सिनेमाशी त्यांचा याच काळात परिचय झाला आणि फ्रेंच भाषेसह पाश्चात्त्य संस्कारही त्यांनी आत्मसात केले. लहान वयातच जग पहायला मिळाले की एक प्रकारचा मोकळेपणा स्वभावात येतो. रविशंकर हे त्यामुळे मोकळे होते. युरोप दौऱ्याहून परतल्यावर कलकत्त्यात त्यावेळचे मेहेर दरबारचे कलाकार अल्लाउद्दिन खान यांचे सतारवादन दोघा शंकर बंधूंनी ऐकले आणि ते भारावूनच गेले. आपल्या पुढच्या दौऱ्यात अल्लाउद्दिन खान यांनी सतारीये म्हणून व्हावेच अशी गळ उदय शंकर यांनी मेहेर संस्थानच्या महाराजांना घातली आणि त्यांच्याकडून होकार मिळवला. रविशंकर यांचा सतारीशी परिचय झाला तो याच काळात. पुढे या परिचयाचे रूपांतर प्रेमात झाले आणि नंतर मिलनात. या वेळी एखाद्या शिस्तप्रिय वधुपित्याची भूमिका अल्लाउद्दिन खान यांनी बजावली आणि सतारीचा हात मागणाऱ्या रविशंकर यास बजावले, सतार शिकायची तर नृत्य सोड. एव्हाना सतारीच्या प्रेमात पडलेल्या रवीने नृत्यत्याग केला आणि सतारीसाठी पहिले प्रेम नृत्य सोडले. पुढे प्रेमात वाहून जायचा हा त्यांचा स्वभाव त्यांच्या वैयक्तिक आयुष्यातही अनेकदा दिसून आला. त्यावेळी त्यांनी सतार हाती घेतली ती घेतलीच. तरुण रवी अल्लाउद्दिन खान यांच्या मुलामुलींसह गुरुकुल पद्धतीने सतार शिकू लागला. अल्लाउद्दिन यांचे चिरंजीव म्हणजे सरोद वादक म्हणून विख्यात झालेले अली अकबर खान. यांच्याचसमवेत रविशंकर यांनी जुगलबंदी वादन करून शास्त्रीय संगीतात एक नवा पायंडा पाडला आणि अली अकबर यांची बहीण अन्नपूर्णा देवी हिच्याशी काही काळ संसारही केला. 'सारे जहाँ से अच्छा...' हे नव्याने संगीतबद्ध करणे असो वा आकशवाणीचा वाद्यवृंद. वेगवेगळे प्रयोग हेच त्यांचे वैशिष्ट्य बनले. दरम्यानच्या काळात न्यूयॉर्कमधील एका कार्यक्रमात पाश्चात्त्य कलाकारांसह सतार वादनाचे निमंत्रण त्यांना आले. परंतु तोपर्यंत त्यांचा पहिला विवाह विभक्तीप्रत्ययाच्या फेऱ्यात सापडलेला असल्याने त्यांची ही संधी हुकली. रविशंकर यांनी अली अकबर खान यांना न्यूयॉर्कला पाठवले आणि त्यांच्या वादनास प्रचंड प्रतिसाद मिळाल्याचे पाहून आकाशवाणीतील चाकरी सोडून परदेशात जाण्याचा निर्णय त्यांनी घेतला. यहुदी मेन्युहिनसारखा दंतकथा

बनून गेलेला व्हायोलिनकार ते बीटल्सचा जॉर्ज हॅरिसन अशा अनेकांबरोबर रविशंकर यांनी पुढच्या आयुष्यात सतारवादनाचे प्रयोग केले. बीटल्सचा चमू तर त्यांच्या इतक्या प्रेमात होता की हॅरिसनदेखील सतार शिकला आणि हिंदुस्थानी रागदर्शनावर त्याने अनेक कार्यक्रम केले आणि ध्वनिमुद्रिका काढल्या. पाश्चात्त्य देशात हिंदुस्थानी संगीताची ध्वजा उंच फडकवण्यात ज्यांचा मोठा वाटा आहे, त्यात रविशंकर हे अग्रणी म्हणावयास हवेत.

याचे कारण त्यांची हिंदुस्थानी संगीतावरची पकड मजबूत होती आणि ते त्यांनी पूर्णपणे आत्मसात केले होते. अलीकडच्या काळात 'इंटरनॅशनल म्युझिक' करण्याच्या नशेत अनेक थिल्लर प्रयोग केले जातात. ना ते 'इंटरनॅशनल' होतात आणि ना 'नॅशनल.' हे प्रयोग वरवरच रहातात याचे कारण देशी जे काही आहे ते अंगी न बाणवता, त्याचे मोठेपण न समजून घेता परदेशाचे अनुकरण केले जाते. रविशंकर यांचे मोठेपण हे की त्यांनी भारतीय संगीताची उंची जाणून, ती अबाधित ठेवून पाश्चात्त्य संगीताच्या अंगणात मुशाफिरी केली. रविशंकर यांच्यामुळे पाश्चात्त्यांना आपल्या संगीताची खोली कळून आली. हे सगळे करीत असताना कलेच्या क्षेत्रात पहिले पणाचा एक विशेष मान असतो. तो नि:संशयपणे रविशंकर यांच्याकडे जातो. त्यांनी धाडसाने हे नवीन विश्व भारतीय संगीतास खुले करून दिले. विश्वमोहन भटसारखा गिटार या पूर्णपणे पाश्चात्त्य वाद्याचे हिंदुस्थानी सादरीकरण करणारा कलाकार असो वा झाकीर हुसेन यांच्यासारखा तबलिया. विश्वसंगीताच्या क्षेत्रात हे सर्व मुक्त मुशाफिरी करू शकले याचे कारण या हमरस्त्याच्या मुळाशी रविशंकर यांची पायवाट आहे.

एकाच कुटुंबातील अनेक ग्रॅमी पुरस्काराच्या शर्यतीत आहेत असे फार कधी झाले नसेल. ते रविशंकर यांच्या बाबत घडले. रविशंकर यांच्याच दोन कन्या अनुष्का आणि नोरा जोन्स या दोघींना एकाच वेळी याच पुरस्कारासाठी नामांकने होती. यंदा वडील आणि कन्या अनुष्का यांना आहेत. त्याचा निकाल जाहीर व्हायच्या आतच रविशंकर गेले. या स्वानंदी मग्न असलेल्या सतारियास दै. 'लोकसत्ता' परिवारातर्फे श्रद्धांजली.

१३ डिसेंबर २०१२

८०. वीज मिळाली धरतीला!

जॉर्ज, इट्स नो टाइम टू गो वॉब्ब्ली (जॉर्ज ही वेळ डगमगण्याची नाही...) असा सल्ला १९९० साली इराकच्या सद्दाम हुसेनला कुवेतचा घास घेण्यापासून रोखण्याच्या प्रयत्नात असलेल्या थोरल्या जॉर्ज बुश यांना ब्रिटनच्या पंतप्रधान मार्गारेट थॅचर यांनी दिला होता. प्रसंग होता सद्दाम हुसेनपासून कुवेत वाचवण्यासाठी प्रत्यक्ष युद्ध छेडावे की नाही हा आणि या प्रश्नावर बुश साशंक आहेत असा संशय आल्यावर थॅचरबाईंनी त्यांना ठणकावण्यास कमी केले नाही. मार्गारेट थॅचर यांचे हे वैशिष्ट्य. स्वतःच्या भूमिकेवर कमालीची निष्ठा आणि आपल्या भूमिकेसाठी पडेल ती किंमत मोजण्याची तयारी हे त्यांचे वैशिष्ट्य. लोकप्रियतेची तमा न बाळगता जे योग्य वाटेल तेच करीन हा त्यांचा बाणा होता आणि तेच त्यांच्या राजकीय स्वभावाचेदेखील वैशिष्ट्य होते. वयाने सगळ्यात लहान लोकप्रतिनिधी आणि नंतर एडवर्ड हिथ यांच्या मंत्रिमंडळात शिक्षणमंत्री झाल्यावर थॅचर बाईंनी घेतलेला पहिलाच निर्णय त्यांच्या पुढच्या प्रवासाची दिशा दाखवणारा होता. त्याकाळी ब्रिटनमध्ये पहिली ते सातवीपर्यंतच्या विद्यार्थ्यांना शाळेतर्फे दूध पुरवले जात असे. सरकारने असले उद्योग सुरू केल्यावर जे होते तेच या योजनेच्या बाबतीतही झाले. भ्रष्टाचार आणि गैरव्यवस्थापन यामुळे या योजनेचा तोटा वाढत गेला आणि थॅचर यांच्यासमोर शाळांचे अनुदान की या योजनेसाठी मदत हा प्रश्न निर्माण झाला. त्यावेळी थॅचर यांनी जनक्षोभाची तमा न बाळगता ही दूध योजना बंद करून टाकली. या निर्णयामुळे त्यांच्यावर इतकी टीका झाली की 'थॅचर द मिल्क स्नॅचर' (दूध पळवणाऱ्या थॅचरबाई) असेच त्यांचे नाव पडले. त्या टीकेने थॅचरबाई जराही बधल्या नाहीत आणि आपल्या निर्णयात त्यांनी जराही बदल केला नाही. समाज काय म्हणेल ते जाणून घेण्याच्या फंदात त्यामुळे त्या कधीच पडल्या नाहीत. समाज वगैरे असे काही नसते, हे त्यांचे विधान त्यावेळी फार गाजले. त्यांचे म्हणणे असे होते की समाज म्हणून असे काही एकसंध नसते. प्रत्येक व्यक्तीने आपापल्या उत्कर्षासाठी स्वतः प्रयत्न करायचे असतात, ते करताना इतरांना, ज्यांना काही कारणांनी ही संधी नाकारली जात असते त्यांना ती कशी मिळेल यासाठी प्रयत्न करायचे असतात. इतकी व्यक्तिकेंद्रित भूमिका थॅचरबाईंनी आयुष्यभर मांडली आणि

प्राणपणाने जपली. समाजाच्या नावाने गळा काढणारे प्रत्यक्षात स्वतःचेच घोडे दामटत असतात, हे वास्तव त्यांनी ओळखले होते. त्यामुळे त्या असल्या शब्दांना कधीच भुलल्या नाहीत. अर्थातच समाजवाद आणि साम्यवाद हे त्यांच्या टीकेचे विषय होते. समाजवादाची समस्या ही की आपल्याला इतरांच्या पैशांवर जगायची सवय लागते आणि इतरांचे पैसे आज ना उद्या संपतात, असे त्या ठामपणे म्हणायच्या. या त्यांच्या विधानांमागे आर्थिक विचारांची एक स्वच्छ दिशा होती आणि ती त्यांनी कधीही सोडली नाही. मी विचारांची बांधिलकी मानते, एकमताची वा सहमतीची नाही, असे सांगण्यास त्या कधीही कचरल्या नाहीत.

दुसऱ्या महायुद्धानंतर मान खाली घालून जगायची वेळ आलेल्या ब्रिटिशांची मान मार्गारेट थॅचर यांच्या काळात पुन्हा ताठ झाली, ही त्यांची मायदेशाला देणगी. ज्या वेळी हिथ यांचे सरकार काचकूच करू लागले आणि आर्थिकदृष्ट्या धाडसी निर्णय घेण्याचे धारिष्ट्य त्यांच्याकडे नाही हे दिसू लागले तेव्हा थॅचरबाईंनी नेतृत्वाच्या स्पर्धेत उडी घेतली आणि हुजूर पक्षातल्या शिष्ट धेंडांना बघता बघता जमीनदोस्त केले. सुरुवातीला पुरुषी अहंकार मिरवणाऱ्या ब्रिटिश संस्कृतीतील इतर नेत्यांनी थॅचर बाईंच्या नेतृत्वास पाठिंबा दिला. कारण त्यांना वाटले त्यांच्या आडून सत्तेची सूत्रे आपल्या हाती राखता येतील. पण ते जमले नाही. थॅचरबाई त्यांच्या अपेक्षापेक्षा कितीतरी खमक्या निघाल्या आणि जे निर्णय घेण्याचे धाडस त्यांच्या पुरुषी सहकाऱ्यांना दाखवता आले नसते ते त्यांनी लीलया घेतले. सार्वजनिक उपक्रमांची समाजवादी झुंडशाही ज्या काळात निर्माण झाली होती त्या काळात या संकल्पनांना थॅचरबाईंनी एकहाती मूठमाती दिली. सरकारी गुंतवणूक ही उद्योगांसाठी वापरण्याचे काहीही कारण नाही, सरकारने फक्त उद्योगांसाठी पोषक वातावरण तयार करण्याचे काम करावे ही त्यांची भूमिका होती. ती त्यांनी निष्ठुरतेने अमलात आणली. मग जग्वार हा लब्धप्रतिष्ठितांच्या मोटारींचा ब्रँड असो वा ब्रिटिश एअरवेज ही विमान कंपनी. या सगळ्या सरकारी मालकीच्या कंपन्यांचे त्यांनी धडाडीने खासगीकरण केले. आजमितीला हे सर्व सोपे वाटू शकेल. परंतु आपल्याकडे अजूनही एअर इंडिया या तोट्यातील हवाई कंपनीशी राष्ट्रीयत्व जोडले जात असताना ऐंशीच्या दशकात हे असे निर्णय घेण्यास सिंहाचे काळीज लागते. ते थॅचरबाईंकडे होते. किंबहुना जरा जास्तच प्रमाणात होते. ज्या वातावरणात धडाडी हा गुण लैंगिकतेशी निगडित मानला जातो त्या काळात थॅचरबाईंचे वर्णन त्याचमुळे मंत्रिमंडळातील एकमेव पुरुष असे केले जात असे. या धडाडीस विचारांच्या स्पष्टतेची जोड होती. १९८१ साली त्यांनी जेव्हा संरक्षणावरील अर्थसंकल्पात कपात केली त्यावेळी त्याचा चुकीचा अर्थ अर्जेंटिनाचे लष्करशहा जनरल लिओपोल्डो गाल्टेरी यांनी काढला आणि फॉकलंड बेटांवर मालकी

सांगण्याचा प्रयत्न केला. सत्तेवर येऊन त्यावेळी दोन वर्षेही न झालेल्या थॅचरबाईंनी याप्रसंगी आपल्यातील कमालीच्या नेतृत्वगुणाचे दर्शन घडवले आणि तब्बल आठ हजार मैलांवरच्या अटलांटिकपलीकडच्या बेटांवर आपल्या ४० हजार सैनिकांना पाठवून अर्जेंटिनाचे दात घशात घातले. हा झाला त्यांचा देशांतर्गत मोठेपणा.

परंतु थॅचरबाईंच्या कर्तृत्वास आंतरराष्ट्रीय परिमाण आहे आणि ते अधिक झळाळते आहे. थॅचरबाई सत्तेवर आल्यानंतर साधारण १५ महिन्यांतच अमेरिकेत सत्ताबदल होऊन रोनाल्ड रेगन अध्यक्ष झाले आणि त्यानंतर चार वर्षांनी सोव्हिएत रशियाची सूत्रे मिखाईल गोर्बाचेव यांच्याकडे आली. मध्यमवर्गीय पार्श्वभूमी आणि कडवा समाजवाद, साम्यवाद विरोध वगळता तर रेगन आणि थॅचर यांच्यात समान काहीच नव्हते. थॅचर यांच्या वडिलांचे वाणसामानाचे दुकान होते तर रेगन यांचे वडील विक्रेते होते. तरीही जगाच्या दोन टोकांना असलेल्या या नेत्यांत एक वेगळाच बंध तयार झाला. रेगन हे थॅचरबाईंच्या तुलनेत बौद्धिकतेच्या बाबतीत डावे होते आणि लोकप्रियतेत उजवे. तरीही त्यांनी आपल्या नेतृत्वाची दोरी अप्रत्यक्षपणे थॅचर यांच्या हाती दिली. वास्तविक फॉकलंड बेटांच्या युद्धात अमेरिकेने ब्रिटनला साथ दिली नव्हती. तरीही ते मनात न ठेवता थॅचरबाईंनी अमेरिकेच्या रेगन यांना बरोबर घेतले. हे महत्त्वाचे अशासाठी की दुसऱ्या महायुद्धानंतर आपले आर्थिक महासत्तापण घालवून बसलेल्या इंग्लंडकडे त्यावेळी जगाचे बौद्धिक नेतृत्व आले ते केवळ थॅचर यांच्यामुळे. या बाईंचे मोठेपण असे की ज्यावेळी मिखाईल गोर्बाचेव हे सत्तेवरही आले नव्हते त्यावेळी त्यांच्यातील वेगळेपण पहिल्यांदा मार्गारेट थॅचर यांनी हेरले आणि गोर्बाचेव यांच्याशी उत्तम संबंध प्रस्थापित करीत अमेरिकेस आपल्या मागे फरफटत नेले. हा शीतयुद्धाचा अत्यंत तप्त असा कालखंड. पण थॅचरबाईंनी आपल्या नेतृत्वगुणांच्या बळावर तो थंडपणे हाताळला. मग पुढे बर्लिनची भिंत कोसळली आणि सोव्हिएत युनियनचे विघटन व्हायला सुरुवात झाल्यावर जग हाताळणे सोपे झाले. याचा मोठा वाटा थॅचर यांच्याकडे जातो. वास्तविक जागतिक राजकारणात इतकी मुसंडी मारत असताना थॅचरबाईंसाठी परिस्थिती सोपी होती असे नाही. राजकीय विरोधाच्या जोडीला आयरिश रिपब्लिकन आर्मी, आयआरए या दहशतवादी संघटनेचा हिंसाचार ऐन भरात होता. बाई त्यांच्यापुढेही दबल्या नाहीत. एकदा तर त्यांच्या हॉटेलातच या संघटनेने मोठा दहशतवादी हल्ला घडवून आणला. नंतर काही तासांतच थॅचर यांच्या पक्षाचे अधिवेशन सुरू होणार होते. या हल्ल्यातून जिवानिशी वाचलेल्या थॅचरबाईंनी जणू काही घडलेच नाही अशा थाटात अधिवेशनाचे कामकाज सुरू केले. त्यांची ही कणखरता अलौकिक म्हणावी लागेल. राजकीय विरोधास आर्थिक परिमाण आले की विरोध

अधिक तीव्र होतो. थॅचरबाईंच्या बाबत तसे झाले. तरीही त्या एकदाही बधल्या नाहीत. त्यांच्या आर्थिक धोरणांना तीव्र विरोध होऊ लागल्यावर त्यांचा हुजूर पक्षच घाबरला आणि धोरणे थोडी बदला, अशी मागणी करू लागला. त्यावेळी थॅचर यांनी केलेले भाषण 'बाई काय होत्या' हे समजावून सांगणारे ठरावे. अशा वेळी राजकीय नेते जी कोलांटउडी मारतात त्याचा दाखला देत आपल्या सहकाऱ्यांना बाई म्हणाल्या, तुम्हाला अशी कोलांटउडी मारायची तर मारा...द लेडी विल नॉट टर्न. इतक्या ठाम आणि आग्रही नेतृत्वाच्या म्हणून काही समस्या असतात. त्यातील महत्त्वाची म्हणजे अशा नेतृत्वाचे सहकारीदेखील इतकेच पोलादी नेतृत्वाचे असतील असे नाही. थॅचरबाईंच्या बाबत तसे घडत गेले. त्यात नंतर नंतर त्या दुराग्रहीदेखील होत गेल्या. दक्षिण आफ्रिकेचे नेल्सन मंडेला यांची तर त्यांनी एकदा संभावना दहशतवादी अशी केली.

ठामपणाच्या बाबतीत त्यांचे आपल्या इंदिरा गांधी यांच्याशी आपुलकीचे नाते होते. या दोघींत एक अदृश्य बंधही होता. पण तो तेवढाच. १९८४ साली मार्गारेट थॅचर आयआरएच्या दहशतवादी हल्ल्यातून वाचल्यावर त्यांचे अभीष्टचिंतन करणाऱ्यांत इंदिरा गांधी पहिल्या होत्या. परंतु दुर्दैव हे की त्यानंतर काही महिन्यांतच इंदिरा गांधीच खुद्द शीख दहशतवाद्यांच्या हल्ल्यात मारल्या गेल्या. नंतर त्यांचे पुत्र राजीव गांधी यांनाही अशाच प्रकारे मरण आले. या दोन्ही वेळा थॅचर खूपच दुःखी झाल्या होत्या.

पुढे त्यांच्या राजकारणाची दिशाच बदलली. युरोपात सामायिक संघटनेचे वारे वाहत असताना थॅचरबाईंनी त्यास प्राणपणाने विरोध केला. त्या तत्त्वतः युरोपीय संघटनेच्या विरोधात होत्या आणि ब्रिटनने अशा संघटनेच्या जवळदेखील जाऊ नये असे त्यांचे मत होते. कठोरपणा ते कर्कश्श विरोध असे त्यांचे राजकारण बनले. त्यातूनच त्यांच्या स्वतःच्याच पक्षात त्यांच्याविरोधात बंडाळी झाली आणि थॅचर बाईंना पदत्याग करावा लागला. त्यावेळी आपला पराभव दिसू लागल्यावर त्यांनी राजीनामा जाहीर करून टाकला आणि नंतर अधिकृत निवासस्थानी त्यांनी पुन्हा पाऊल टाकले ते सामान हलवण्यासाठीच. संपूर्ण कारकिर्दीत त्या एक क्षण हळव्या दिसल्या त्या स्वपक्षीयांच्या वागण्यामुळे. पण तेवढ्यापुरत्याच. तुमच्या कारकिर्दीची कमाई काय असे त्यांना नंतर विचारण्यात आले असता त्यांनी अत्यंत मिस्कील मिजासखोरीत उत्तर दिले, टोनी ब्लेअर.

याचा अर्थ असा की थॅचरबाईंच्या हुजूर पक्षाच्या अर्थकारणाचीच कास पुढे मजूर पक्षाच्या टोनी ब्लेअर यांना धरावी लागली. आज देशोदेशींच्या सत्ताधारी आणि विरोधी पक्षांचे अर्थकारण बऱ्याचदा एकाच दिशेने जाताना दिसते. मग ते अमेरिकेतील

डेमोक्रॅट्स आणि रिपब्लिकन असोत वा भारतातील काँग्रेस आणि भाजपा. हे झाले थॅचरबाईंच्या अर्थकारणाच्या रेट्याने. जनतेला अर्थाषौधचा कडू डोस पाजावाच लागतो, असे त्या म्हणायच्या. त्या वागल्याही तशाच. हे अधिक महत्त्वाचे. आर्थिक सुधारणांची भाषा करायची आणि प्रत्यक्ष वागायचे अर्थनिरक्षरासारखे हे आपल्याकडचे विद्यमान चित्र त्यांच्याकाळात कधीही दिसले नाही. त्यांचे राजकारण आणि आर्थिक विचार हे विजेसारखे लख्ख आणि डोळे दिपवणारे होते.

त्यांच्या निधनाने ही वीज धरतीला मिळाली.

१० एप्रिल २०१३

८१. पूर्ण-अपूर्ण

श्रद्धेला सात्त्विकतेच्या कुंपणातून विधायक कामास जुंपणारे जयंतराव साळगांवकर आणि त्याच श्रद्धेच्या मार्गावरील अज्ञानाचे आंधळे तण विचारांच्या ताकदीने काढू पाहणारे नरेंद्र दाभोलकर या दोघांना एकाच दिवशी मृत्यू यावा हा एक विचित्र योगायोग. हे दोघे म्हणजे महाराष्ट्राचे दोन चेहरे. आपापल्या विचारांना मानणारे, त्या विचारांनुसार आचार करता यावा यासाठी वेगळा मार्ग चोखाळणारे आणि आपण कष्टाने तयार केलेली पायवाट इतरांसाठी राजमार्ग कशी होईल याचाच प्रयत्न करणारे. साळगांवकरांनी कोकणातील मालवणातून स्वकष्टाने, हिमतीने आपला कालनिर्णय स्वत: केला तर मूळ सातारच्या दाभोलकरांनी राज्याला विचारांची साधना म्हणजे काय हे दाखवून दिले. हे दोन्ही चेहरे एकाच दिवशी काळाच्या पडद्याआड जाणे हे महाराष्ट्राला विचारांच्या क्षेत्रात दारिद्र्यरेषेखाली ढकलणारे आहे. त्यातही ज्या प्रकारे नरेंद्र दाभोलकर यांची हत्या झाली, ते राज्याच्या पुरोगामित्वावर आणि विचारक्षमतेवर घाला घालणारे आहे.

साळगांवकर हे सध्याच्या व्यावसायिक अर्थाने उच्चशिक्षाविभूषित वा व्यवस्थापन तज्ज्ञ वगैरे नव्हते. पूर्वीच्या काळात हृदयी अनुकंपेचा पुरेसा साठा बाळगणारे अनेक जण साध्यासोप्या मार्गाने आपले साम्राज्य उभे करू शकले. मग ते शेतीसाठी लागणाऱ्या अवजारांतून औद्योगिक विश्व निर्माण करणारे किर्लोस्कर असोत वा कॅम्लिनचे दांडेकर वा साध्या दंतमंजनाच्या पुड्यांतून विको उद्योग उभा करणारे पेंढरकर असोत. साळगांवकर हे याच मालिकेतील. ही सगळी मंडळी महाराष्ट्रास ललामभूत असे काम करू शकली ती अंतरीच्या ऊर्मीस प्रचंड कष्टाची जोड देऊन. या मंडळींची कामे ही अनेक अर्थांनी पथदर्शक आहेत. कारण धट्टीकट्टी गरिबी, लुळीपांगळी श्रीमंती असे दळभद्री संस्कार कुरवाळत बसणाऱ्याच्या राज्यात असे उद्यमशील आणि संपत्तीस महत्त्व देणारे निपजले हे एका अर्थाने राज्याचेच भाग्य. मालवणात असतानाच जयंतराव स्थानिक साप्ताहिकांत काहीबाही काम करीत असत. लिहीत असत. त्यांचा स्वभाव मर्यादित अर्थाने स्थानिक राहण्याचा नव्हताच. त्यामुळेच कोकणातील शांत जीवन सोडून ते मुंबईला आले आणि काही काळ त्यांनी 'लोकसत्ता'त सेवा केली. मुंबईला आल्यानंतर त्यांना उभे

राहण्यास मदत करण्यात महत्त्वाचा वाटा होता तो 'लोकसत्ता'चा. त्यामुळे त्यांच्या मनात 'लोकसत्ता'विषयी कायम आपुलकी आणि सद्भावना असायची. जयंतराव जगण्याचे स्वत:चे म्हणून नियम करीत आणि त्याचे कठोरपणे पालन करीत. त्यातील दोन नियम म्हणजे २६ जुलै या दिवशी 'लोकसत्ता'च्या कार्यालयात मिठाई वाटायची आणि दुसरे म्हणजे दिवाळीच्या पहिल्या दिवशी मुंबईतील मराठी दैनिकांच्या संपादकांच्या घरी जाऊन शुभचिंतन करावयाचे. काही संपादकांच्या इमारतीस उद्वाहन नसले तरी वाढत्या वयाची फिकीर आणि तमा न बाळगता जयंतराव सर्व मजले चढून जात आणि नियमभंग होऊ देत नसत. हे का करता, असे विचारल्यास जयंतरावांचे उत्तर संपादकांची आणि एकूणच पत्रकारितेची जबाबदारी वाढवणारे असे. जयंतराव म्हणत, जो विचाराने समाजास प्रकाश दाखवतो त्याचे अभीष्टचिंतन प्रकाशोत्सवात व्हायलाच हवे. २६ जुलै साजरा करायचा कारण ते 'लोकसत्ता'त सेवेस लागले तो दिवस. त्यातही हृद्य भाग असा की या दिवशी ते 'लोकसत्ता'च्या कार्यालयात येऊन संपादकांस वंदन करीत. स्वत:चे असे जगण्याचे नियम पाळायचे तर मनाचा मोठेपणा आणि उमदेपणा लागतो. तो जयंतरावांकडे विपुल प्रमाणात होता. त्यामुळे वयाने कित्येक पिढ्या लहान असलेल्या संपादकांस नमस्कार करण्यात त्यांना जराही कमीपणा वाटत नसे. या त्यांच्या कृतीमुळे येणारे अवघडलेपण व्यक्त करून त्यांना रोखू गेल्यास ते संपादकाची खुर्ची ही मानाची असते आणि मी तिचा मान ठेवतो असे सांगत. यंदा प्रकृतीच्या अस्वास्थ्यामुळे नियमभंग झाला याचे त्यांना कोण दु:ख. तरीही त्यांनी स्वत: दूरध्वनी करून त्या दिवसाच्या आपल्या व्रताचे पालन केले. सध्या शब्दकोडी ही दैनिकांच्या नित्यकर्माचा भाग बनली आहेत. हल्ली काही नियतकालिके तर केवळ शब्दकोड्यांसाठीच प्रसिद्ध होतात. त्यातील अनेकांना हे ठाऊक नसेल की या शब्दकोडी कल्पनेचे जनकत्व जयंतरावांकडे जाते. नंतर 'लोकसत्ता'तून बाहेर पडून त्यांनी स्वत:चे साप्ताहिक सुरू केले. त्यातही शब्दकोड्यास त्यांनी भलतेच लोकप्रिय केले. हा प्रकार त्यांनी एके काळी प्रचंड लोकप्रिय केला आणि त्यातही त्यांचे साहित्यावरचे प्रेम असे की नंतर साहित्यिकांच्या वचनांवर आधारित विशेष शब्दकोडीदेखील त्यांनी चालवली. या केवळ शब्दकोड्यांवर संपूर्ण अंक काढणे हे त्या वेळी धारिष्ट्याचे होते. ते धारिष्ट कोणतेही आर्थिक पाठबळ नसताना जयंतरावांनी दाखवले, हे विशेष. वास्तविक परिस्थितीमुळे मॅट्रिकच्या पुढे ते शिकूही शकले नाहीत. तरीही त्यांचे साहित्याचे वाचन आणि त्यातही संतसाहित्यातील अधिकार आदरणीय होता. याच संतसाहित्याचा आविष्कार असलेले 'देवाचिये द्वारी' हे सदर 'लोकसत्ता'त त्यांनी कित्येक वर्षे चालवले आणि त्या काळात त्याची लोकप्रियताही कायम राहिली. हे अवघड असते.

त्यातूनच जयंतरावांच्या हातून दोन गोष्टी अशा घडल्या की ज्यामुळे त्यांच्या आयुष्यास अर्थ आला. पहिली म्हणजे भविष्यकथन. वास्तविक भविष्यकथन करणारे जयंतराव काही पहिले नाहीत. त्यांच्याही आधी भविष्ये सांगितली वा लिहिली जातच होती. परंतु जयंतरावांनी भविष्यकथनाला अशी काही ललितरम्य शैली दिली की त्या लेखनास स्वतंत्र साहित्यकृतींचाच दर्जा मिळाला. एखादा लेखक वा कवी निवडून त्याच्या साहित्यातील निवडक वेचे इतक्या सहज आणि चपखलपणे जयंतराव भविष्यात गुंतवत की वाचक आपल्या नसलेल्या राशींचेदेखील भविष्य वाचत असे. या भविष्यकथनास वाहिलेले मराठीतील नियतकालिक म्हणजे धनुर्धारी. या मासिकाचा दिवाळी अंक फक्त आणि फक्त भविष्यासाठीच विकला आणि वाचला जात असे. कै. वसंत लाडोबा म्हापणकर हे नामांकित ज्योतिषी धनुर्धारीत वार्षिक भविष्य लिहीत. त्यांच्यानंतर ती जबाबदारी समर्थपणे पाळली ती जयंतरावांनीच. १९८३ सालचा धनुर्धारी मासिकाचा संपूर्ण दिवाळी अंक जयंतरावांनी एकहाती लिहून काढला. त्यांचे लालित्यपूर्ण भविष्यकथन कट्टर नास्तिकांसदेखील नादावून टाकत असे.

दुसरी मोठी कामगिरी जयंतरावांच्या खाती आहे ती म्हणजे अर्थातच कालनिर्णय. ज्या काळात पंचांग म्हणजे फक्त दिवाळीतील पाडव्यास वा चैत्र शुद्ध प्रतिपदेच्या मुहूर्तावर पुजून फडताळात ठेवून दिले जात असे, त्या काळात पंचांगाची उपयुक्तता जयंतरावांनी ओळखली आणि फडताळातील पंचांग हे भिंतीवर आणले. 'कालनिर्णय' हे त्यांच्या उद्यमशीलतेचे प्रचंड यशस्वी उदाहरण. कै. वसंत बापट यांच्यासारख्या कवीस हाताशी धरून 'कालनिर्णय'ला त्यांनी असे काही रूप दिले की ते असल्याशिवाय मराठी घरांतील भिंतीच निराधार होत असत. 'भविष्य, मेनू तसे लेख छान, उपयुक्त साहित्य प्रत्येक पान, पंचांग सोपे सहजी कळावे, भिंतीवरी कालनिर्णय असावे...' या त्याची जाहिरात करणाऱ्या बापटरचित ओळी या मराठी मनाच्याच श्लोक बनून गेल्या. एरवी दिनदर्शिकेची मागील पाने वायाच जातात. त्यांचे महत्त्व जयंतरावांनी ओळखले. मग त्यावर योगाभ्यास, घरगुती औषधोपचार, पाककृती, इतकेच काय, रेल्वेचे वेळापत्रक वगैरे मजकूर देण्याची कल्पना जयंतरावांचीच. त्यामुळे कालनिर्णयचे महत्त्व दोन्ही बाजूंनी वाढले. या प्रकाशनाने त्यांना अफाट प्रसिद्धी आणि यश दिले. पुढे भारतातील जवळपास सर्वच भाषांत आणि नंतर मोबाइल फोन, टॅब्लेट्स आदींसाठी ॲप विकसित करून कालनिर्णय काळाबरोबर राहील याची दक्षता जयंतरावांनी आणि त्यांच्या उत्तराधिकाऱ्यांनी घेतली. गेले काही महिने ते आजारी होते. मंगळवारी त्यांच्यापुरता कालनिर्णय झाला आणि त्यांच्या दिनदर्शिकेचे अखेरचे पान उलटले गेले.

त्याच वेळी तिकडे पुण्यात महाराष्ट्रास मान खाली घालावयास लावणाऱ्या हल्ल्यात डॉ. नरेंद्र दाभोलकर यांची आयुष्यसाधना अज्ञात मारेकऱ्यांनी संपुष्टात आणली. एखाद्याचे आयुष्यच आणि एखादी चळवळ हे अद्वैतच तयार होण्याचे भाग्य फार कमी जणांना लाभते. दाभोलकर अशा भाग्यवंतांत होते. अंधश्रद्धा निर्मूलन समितीचे संपूर्ण अस्तित्व दाभोलकर यांच्या व्यक्तिमत्त्वात मिसळून गेले होते वा दाभोलकर पूर्णांशाने ही चळवळमय होऊन गेले होते. इतके की जेव्हा कधी या चळवळीविषयी काही प्रश्न निर्माण होई तेव्हा प्रश्नकर्ता चळवळीचे मत काय आहे, असे विचारत नसे. तर दाभोलकर काय म्हणतात, असा त्याचा प्रश्न असे. हे त्यांच्या कार्याचे यश आहे. सर्वसाधारण अनुभव असा की अशा बुद्धिनिष्ठ चळवळींशी जोडली गेलेली माणसे ही एकांगी, कर्कश आणि कंटाळवाणी होतात. दाभोलकरांचे मोठेपण हे की त्यांनी हे धोके यशस्वीपणे टाळले. श्रद्धा हा मानवी जीवनाचा अविभाज्य घटक आहे आणि ती विचारांवर, व्यक्तीवर, बुद्धीवरही असायला हवी असे दाभोलकर म्हणत. परंतु ज्याप्रमाणे भक्ती नवविधा असू शकते त्याप्रमाणे श्रद्धादेखील विविधांगी असू शकते हे त्यांना अमान्य नव्हते. त्यामुळे त्यांच्या सहवासात एखादा देव ही संकल्पना मानणारा आला तर त्याला ते झटकून टाकत नसत वा त्याचा अपमान करीत नसत. गणपतीच्या विसर्जनाने प्रदूषण होते, म्हणून नदी-तळ्यांऐवजी कृत्रिम कुंडांत विसर्जनाची कल्पना आणि मोहीम त्यांचीच. देव मानणाऱ्यांवर त्यांचा राग नव्हता. त्यांचा राग होता तो देवाचे दुकान मांडणाऱ्यांवर आणि त्या दुकानात प्रसाद विकत घेणाऱ्यांवर. दुर्दैव हे की एके काळी पुरोगामी समजल्या जाणाऱ्या महाराष्ट्रात त्यांना यासाठी संघर्ष करावा लागला. ज्या महाराष्ट्रात चमत्कार दाखवणारे गुरू अडक्यास तीन मिळतात आणि ते त्याज्य असायला हवेत असे सांगणारे रामदास जन्माला आले त्याच महाराष्ट्रात अलीकडच्या काळात भंपक आणि केवळ लुटारू अशा बाबा आणि बापूंचा सुळसुळाट झाल्याने त्यांच्याशी दोन हात करण्यात दाभोलकरांचा बराच काळ गेला. सरकारी खात्यातून भ्रष्टाचारासाठी निलंबित झालेला कारकून स्वत:स जगद्‌गुरू म्हणत महाराज होतो आणि मुंबईतला डॉक्टर आपण रामाचे अवतार असल्याचे सांगत बापूगिरी करतो, त्या महाराष्ट्रात अलीकडच्या काळात अंधश्रद्धा निर्मूलन हे आव्हान होऊन बसले आहे. या अशा दीडदमडीच्या धर्मगुरूंच्या पायावर राजकारणी आणि त्यामुळे त्यांचे अनुयायीही डोके टेकू लागल्याने अंधश्रद्धा निर्मूलन हे धर्मविरोधी ठरवले जाणे साहजिकच. त्याचमुळे धर्माच्या नावे जादूटोणा करून लुटालूट करणाऱ्यांना रोखू पाहणारा कायदा येथे होऊ शकला नाही. गेल्या दोन दशकांहून अधिक काळ दाभोलकर या कायद्यासाठी झटत राहिले. नुकत्याच संपलेल्या विधानसभेच्या अधिवेशनात हा

कायदा आता होईलच, तसे आपल्याला आश्वासन मिळालेले आहे, असे सांगत प्रफुल्लित चेहऱ्याचे दाभोलकर 'लोकसत्ता' कार्यालयात आले असता त्यांचा दुर्दम्य आशावाद जाणवत होता. आता या लढ्यात 'लोकसत्ता'ची मदत महत्त्वाची, बाकीची दैनिके बाबाबापूशरण आहेत, असे ते म्हणत. हे विधेयक मंजूर करवून घेण्यासाठी त्यांनी घेतलेल्या कष्टांना तोड नाही. परंतु त्या कष्टाचे फलित पाहण्याआधीच त्यांची हत्या झाली, हे महाराष्ट्रास अत्यंत लाजिरवाणे म्हणावे लागेल. दाभोलकरांचे मोठेपण असे की अशा लढ्यांचे नेतृत्व करणाऱ्यांचे म्हणून त्याचे मठ तयार होतात. दाभोलकरांचे कधीही असे झाले नाही आणि ते कोणत्याही टप्प्यावर अंधश्रद्धा निर्मूलनवाल्यांचे बाबा झाले नाहीत.

याचे कारण त्यांचा प्रखर बुद्धिप्रामाण्यवाद. अशा बुद्धिप्रामाण्यवादास प्रमाण मानून त्यांच्या आधारे वेगवेगळ्या क्षेत्रांत चळवळी उभारणाऱ्यांची उच्च परंपरा महाराष्ट्रास आहे. कुमार सप्तर्षी आदींची युक्रांद, बाबा आढाव यांची एक गाव एक पाणवठा... अशा किती तरी उत्तम कार्यांचा उल्लेख येथे करता येईल. दाभोलकर याच मालिकेतील. कमीजास्त प्रमाणात डावीकडे झुकणारी समाजवादी विचारसरणी हे या सर्वांच्या कार्याचे मूळ होते. साधी राहणी, वैयक्तिक जगताना कोणताही अभिनिवेश नसणे आणि त्याहूनही मुख्य म्हणजे जगणे आणि विचार हे समांतर असणे असे काही या चळवळींचे विशेष. दाभोलकर यांच्यात या सर्वांचा समुच्चय होता आणि 'साधना' साप्ताहिक चालवताना तो नियमितपणे दिसत होता. एकीकडे धनिक वा उच्चपदस्थांनाच सोनसाखळ्यांचा प्रसाद देणारे सत्यसाईबाबा, भोंदू अस्लम ब्रेडवाला, चमत्कार करणाऱ्या निर्मलादेवी वगैरेंच्या विरोधात आंदोलन छेडणे आणि त्याच वेळी संयतपणे 'साधना' चालवणे ही विचारांच्या तारेवरची कसरतच होती आणि ती दाभोलकरांनी यशस्वीपणे केली. काल ती विचारांची तार बेजबाबदार आचारांनी तुटली. निर्बुद्ध भक्तांच्या बाजारात अंधश्रद्धेच्या आधारावर भरघोस उत्पन्न देणाऱ्यांच्या पोटावर दाभोलकरांनी पाय आणला आणि त्यामुळे अध्यात्माची झूल पांघरणाऱ्या कोणा सनातन्याने त्यांच्यावर मारेकरी घातले असल्याची शक्यता वर्तवली जाते. ती खरी असेल वा यामागे राजकीय हात असतील. परंतु हे मात्र १०० टक्के खरे की प्रखर विचाराने महाराष्ट्राचे डोळे अलीकडच्या काळात दिपतात. त्या विचारांच्या तेजास उघड्या डोळ्याने डोळा देणारी बुद्धिनिष्ठा आजच्या महाराष्ट्रात क्षीण होऊ लागली आहे. विचारांच्या तेजास झेलणारी नजर स्वत: कमावण्याऐवजी ते विचारी तेजच संपवण्यात पौरुष आहे, असे अलीकडचा महाराष्ट्र मानतो. भांडारकर प्राच्य विद्या संस्थेवर झालेला हल्ला वा अ. भा. मराठी साहित्य संमेलनांच्या निमित्ताने तुकाराम ते परशुराम यांपैकी एखादे नाव घेऊन उफाळणारे वाद ही त्याचीच उदाहरणे. दाभोलकरांची हत्या त्यामुळे ही महाराष्ट्राचा

वैचारिक ऱ्हास दाखवणारी ठरते आणि विचार करणाऱ्या प्रत्येक मराठी जनाची मान यामुळे शरमेने खाली जावयास हवी.

साळगांवकर आणि दाभोलकर ही स्वकर्तृत्वाने मोठे होणाऱ्या महाराष्ट्राची उदाहरणे. दोघांच्या विचारांची दिशा एक नसेल. पण त्या विचारांमागची प्रामाणिकता आणि समोरच्याच्या विचारांचा आदर करणारे उमदेपण हे मात्र एकच होते. दोघांच्याही आयुष्याची काल अखेर झाली. एक आयुष्य पूर्ण होऊन संपले, तर दुसरे अनैसर्गिक अपूर्णपणे संपुष्टात आले. विचारांचा आदर आणि विरोध विचारांनीच करायला शिकणे हीच दोघांच्याही आयुष्यास पूर्णत्व देणारी श्रद्धांजली ठरेल. 'लोकसत्ता' परिवारातर्फे या विचारांना आदरांजली.

२१ ऑगस्ट २०१३

८२. आनंदसंप्रदायाचे अधिपती...

काही व्यक्ती वर्ण, रंगरूपाच्या बरोबरीने जन्मत:च एक प्रसन्नता घेऊन येतात. शंन्ना हे अशांपैकी. प्रसन्नता अशी अंगभूत, कातडीलाच चिकटलेली असली की ती परिधान करावी लागत नाही की बुरख्याप्रमाणे कधी काढून ठेवावी लागत नाही. शंन्नांची प्रसन्नता अशी होती. कायम त्यांच्यासमवेत असणारी. अशी माणसे कोठेही गेली की आसमंत प्रसन्न करतात आणि त्यासाठी त्यांना जराही परिश्रम करावे लागत नाहीत. शंन्ना हे मूर्तिमंत असे होते. कायम हसरा चेहेरा, कपाळावर मधे मधे येणारी केसांची चुकार बट, वेळपरत्वे ती मागे सारायची लकब, काही प्रश्नार्थक असेल तर तोंडाचा होणारा चंबू आणि चेहेऱ्यावर लहान मुलाची असते ती उत्सुकता आणि तोंडातील १२०/३०० ने आलेले रसाळपण अशा शन्नांना पाहणे हे समोरच्याला आपोआप प्रसन्न करणारे असे. लेखक म्हणून मिळालेली प्रसिद्धी शंन्ना हे मोराने पिसारा मिरवावा तितक्या सहजतेने न मिरवता वागवत, हे त्यांचे वैशिष्ट्य. त्यामुळे समोरचा त्यांच्याशी संवाद साधताना निवांत होत असे आणि आपण खरोखरच त्यांचे मित्र आहोत असे त्याला वाटायला लागत असे. महाराष्ट्रात मध्यमवर्गीयांच्या किडक्या चाळीव जगण्यात ज्या काही लेखकांनी, कलाकारांनी प्रसन्नतेचा शिडकावा केला त्यातील शंन्ना हे एक अग्रणी. चाळीत चार्तुमास पाळणाऱ्या देशपांडे वा आपट्यांच्या घरांतील तरुण पोरासाठी शेजारच्या राणे वा जाधव यांच्या घरात रविवारी दुपारी तांबड्यालाल रश्शाची वाटी काढून ठेवणे वा एखाद्याच्या घरी कार्य आहे म्हणून शेजारच्यांनी दोन खणी संसारातील एक खोली कार्यघरातील पाहुण्यांसाठी रिकामी करणे म्हणजे शेजारधर्म अशी सोपी व्याख्या होती तो हा काळ. त्यावेळी अद्याप दूरदर्शनचे आगमन झाले नव्हते. त्यामुळे रात्री घराघरातील आकाशवाणीवर टेकाडे भाऊजी आणि मीना वहिनी यांची वाट पाहिली जात असे. तो हा काळ. त्याकाळी आकाशवाणीवरील श्रुतिका या आजच्या सासूसुनांच्या निर्बुद्ध मालिकांपेक्षा जास्त कलात्मक असायच्या. त्यातील बरेचसे लेखन हे शंन्नांचे असे. सत्तरीच्या दशकात आणि पुढे नव्वदीपर्यंत महाराष्ट्राची सांस्कृतिक जडणघडण या आणि अशा लेखकांनी केली. दलित चळवळींचा आणि त्यामुळे लेखकांचा अंगार अजून फुलायचा होता.

वि. स. खांडेकरांचं सांस्कृतिक आणि संस्कारी वजन पेलणे अनेकांना झेपत नव्हते. त्यांच्या लेखनातील सदासर्वकाळची सात्त्विकता जगण्याच्या धबडग्यात हरवून चालली होती आणि तसाच ना. सी. फडके यांचा प्रणयदेखील पुस्तकी वाटू लागला होता. नवकथेचे उद्गाते वगैरे असलेले अरविंद गोखले वगैरे लेखक मंडळीं अंदाज बांधता येतील इतकी ओळखीची वाटू लागली होती. दुर्गाबाई भागवत, इरावती कर्वे आदींचे वैचारिक लेखन पेलत नव्हते आणि त्याचवेळी योगिनी जोगळेकर, ज्योत्स्ना देवधर अशा लेखिकांनी प्राधान्याने गृहिणी वर्गाला आपलेसे करून टाकले होते. त्या काळात शंन्नांची कथा आणि कादंबरी एक प्रफुल्लित चेहेऱ्याने मराठी समाजासमोर आली. शंन्नांचे मोठेपण हे की ती प्रसन्नता त्यांनी आजन्म राखली. तारुण्यसुलभ वा चाळिशीपर्यंतच्या लेखनात प्रसन्नता आढळणारा लेखक आणि त्याचे वाङ्मय हे पुढे वयानुसार आणि त्या बरोबरीने येणाऱ्या मधुमेह, रक्तदाब आदी व्याधींनुसार काहीसे किरकिरे होत जाते. या वृद्ध किरकिरेपणाने शंन्नांना कधीच स्पर्श केला नाही.

शंन्नांनी कथालेखन सुरू केले तो काळ मराठी लघुकथांचा बहर ओसरत चालल्याचा होता. या नवकथाकारांच्या प्रभावामुळे मराठीत अनेक नवे लेखक कथालेखन लोकप्रिय करीत होते. मध्यमवर्गाला आवडणाऱ्यांतले असे दोन म्हणजे शंन्ना आणि वपु काळे. त्या काळात पु.ल. देशपांडे नावाचे गारूड मराठी मनाला भुरळ घालू लागले होते. व्यंकटेश आणि गदि हे माडगूळकर बंधू आपल्या अभ्रष्ट मराठीने वाचकांसमोर नवीनच जग उभे करीत होते. चिं. त्र्यं. खानोलकर आणि जयवंत दळवी वगैरे मानवी मनोविकाराचे दडपून टाकणारे वास्तव चित्र वाचकांच्या मनात रंगवत होते. सिनेमाच्या आघाडीवर राजा परांजपे, गबाले आदी समृद्ध वाङ्मयाचे चित्ररूप मांडत होते. नाटकाच्या क्षेत्रात बालगंधर्व चांगलेच उतरणीला लागलेले होते आणि ज्योत्स्ना भोळे, माणिक वर्मा आदींच्या सात्त्विक काळाची दिवेलागण होत होती. अशा काळात शंन्ना हे वेगळ्याच बाजाची कथा आणि कादंबरी घेऊन वाचकांसमोर आले. मराठी संस्कृतीचा लघुरूपीय रेनेसाँ म्हणता येईल असा तो काळ. इतके सगळे मातबर असताना आपले वेगळे स्थान तयार करण्यासाठी आपल्या कलाकृतीत खरोखरच वेगळेपण आणि कस असणे आवश्यक होते. शंन्नांच्या लिखाणात तो होता. मग ती त्यांची दिवसेंदिवस नावाची आगळी कादंबरी असो वा शहाणी सकाळ नावाची अतिप्रसन्न कथा. शंन्नांनी हे असे वेगळे लिखाण सादर करताना नवीन आकारही हाताळला. त्यांची दिवसेंदिवस ही कादंबरी हे त्याचे उदाहरण. दैनंदिनीच्या रूपाने, म्हणजे एका दिवसाला एक पान, मग कधी त्यावर चारच ओळी...अशा स्वरूपात लिहिली गेलेली ती कादंबरी भलतीच लोकप्रिय झाली होती. प्रसंगोपात्त तयार होणारा घरगुती तणाव समजूतदारपणातून मिटतो आणि अशुभ वाटणारी रात्र दुसऱ्या दिवशी

सकाळी शहाणी सकाळ बनून समोर येते या अवास्तव न वाटणाऱ्या वास्तवाने वाचक सुखावून जात. किंबहुना हे असेच असायला हवे, व्हायला हवे असे त्या वाचकाला वाटत असे. हे वाचकांचे वाटून घेणे शंन्नांना बरोबर समजले होते. त्यामुळे कोणतीही उपदेशाची मात्रा न देता वा चमत्कृतीचा आधार न घेता शंन्ना लिहीत आणि लोकांना ते आवडे. एका अर्थाने त्या काळचे जगणे सोपे होते आणि जगण्यातील सोपेपणाचे प्रतिबिंब त्यांच्या लिखाणात पडत असे. गावातील देऊळ जरी अनेकांच्या पाहण्यात असले तरी त्याचे नदीच्या पात्रातील प्रतिबिंब पाहणे हा वेगळाच आनंद असतो. तो आनंद शंन्नांच्या लिखाणातून मिळे. त्यांची जत्रा, तिन्हीसांजा, पाऊस, ऊनसावल्या अशी अनेक पुस्तके वाचकप्रिय ठरली ती त्यामुळेच.

शंन्नांच्या लिखाणातील गुण म्हणजे त्यातील कमालीचे वेल्हाळेपण. त्यांची प्रत्येक कथा ही वाचताना देखील कथन केल्यासारखीच वाटते ती यामुळे. अशा लेखकाकडून उत्तम नाट्यसंहिता लिहिल्या गेल्या नसत्या तरच नवल. मराठी रंगभूमीवरील काही उत्तम नाट्यसंकल्पना शंन्नांच्या नावावर आहेत. गुंतता हृदय हे, धुक्यात हरवली वाट, वर्षाव, रंगसावल्या, गहिरे रंग, गुलाम, हवा अंधारा कवडसा आदी उत्तम नाट्यकृती शंन्नांनी दिल्या. आपण स्वतः उत्तम लेखक असतानाही इतरांच्या वाङ्मयाचे नाट्यरूपांतर करण्यात शंन्नाना कधीही कमीपणा वाटला नाही. त्याचमुळे जयवंत दळवी वा पु. भा. भावे आदींच्या उत्तम कलाकृती त्यांनी रंगभूमीवर आणल्या. एक काव्याचा प्रांत सोडला तर शंन्नांनी अन्यत्र विपुल मुशाफिरी केली. लोकसत्तेतील शन्ना डे या त्यांच्या सदराने वर्तमानपत्रीय लेखनातील लोकप्रियतेचा मानदंड तयार झाला होता.

लेखक ही त्या त्या काळाची निर्मिती असते. काळाच्या पुस्तकाचे पान उलटले गेले की नवे कलाकार नव्या पानाचे मानकरी असतात. मागील पानांवरील मानकऱ्यांनी नव्या पानावर येण्याचा हट्ट धरायचा नसतो. हे शनांना उमगले होते. त्यामुळे ते अलीकडे कोणत्याही मंचावर जात उगाच आपले अस्तित्व दाखवून देण्याचा प्रयत्न करीत नसत. हे ज्याला कळते तो सदाफुलीसारखा सदाप्रसन्न राहू शकतो. शंन्ना असे सदाप्रसन्न राहिले आणि त्याच प्रसन्नतेत तेल संपल्यावर निरंजन विझावे तितक्या सहजपणे अस्तित्व संपवून गेले. आनंदसंप्रदायाच्या या अधिपतीस 'लोकसत्ता'चे अभिवादन.

२६ सप्टेंबर २०१३

८३. त्याचेच त्या कळाले...

चित्रपट संगीत हे त्या त्या काळचे लोकसंगीत असते असे सप्रमाण प्रतिपादन ज्येष्ठ संगीताभ्यासक पंडित अशोक रानडे यांनी केले होते. मन्ना डे, महंमद रफी, किशोर कुमार, तलत मेहमूद, लता, अशा, गीता दत्त आदींची त्या काळची गाणी ऐकताना ते पटते. यातल्या प्रत्येकाच्या आवाजाला चेहेरा होता. स्वभाव होता. त्यानुसार त्या काळास पेलणारी चेष्टामस्करी व्यक्त करण्यासाठी किशोर कुमारचे 'एक लडकी भीगी भागी सी...' पुरेसे होते आणि सभ्य, नाकासमोरून चालणाऱ्या, गृहपाठ कधीही न चुकवणाऱ्या आणि पुढे कार्यालयात वेळेवर येणाऱ्या प्रतिष्ठितेच्छूंचे मन हरिदर्शनासाठी महंमद रफीच्या आवाजात तडपत होते. एखादा आयुष्यातून विस्कटलेला 'शाम ए गम की कसम...' तलत मेहमूद याला घेऊन बसायचा तर दुसरा कोणी 'वह सुबह कभी तो आएगी...' असे दोन नाकपुड्यांतून येणाऱ्या मुकेशी स्वरात कोणाला तरी समजावयाचा. मोठा शांत, निवांत आणि पापभिरू काळ होता तो. अशा काळात आवाजाला असा कोणताही साचेबद्ध आकार नसलेले प्रबोध चंद्र डे आपला नितळ स्वर घेऊन चित्रपटसृष्टीत एका विलक्षण योगायोगाने आले. मूळचा स्वभाव वांड म्हणता येईल असा. दांडगट वागणे. कुस्ती, बॉक्सिंग हे आवडते खेळ. ते स्वभावातले मोकळेपण आवाजातही आलेले. या प्रबोधचंद्राचे काका कृष्ण चंद्र... म्हणचे केसी डे हे मोठे गायक. अंध असलेल्या केसींचे चित्रपटसृष्टीत चांगले नाव होते. त्यांच्याबरोबर प्रबोधचंद्र मुंबईत आले. त्यावेळी चित्रपट निर्माते विजय भट्ट यांना आपल्या चित्रपटात संत वाल्मिकीसाठी केसी डे यांचे गाणे हवे होते. परंतु या केसींची अट असायची. त्यांना ज्या चित्रपटात काम करायची संधी मिळायची त्याच चित्रपटात ते गायचे. या चित्रपटात ते काम करणार नव्हते. म्हणून त्यांनी गाण्यासही नकार दिला. परंतु भट यांना त्यांनी आपला पुतण्या प्रबोध आपल्यासारखाच गातो, असे सुचवले. सुरुवातीस भट या तरुणाविषयी साशंक होते. परंतु केसींच्या आग्रहाखातर त्यांनी त्यास गाणे दिले आणि वर १५० रुपये मानधन. मन्ना डे हा चित्रपट गायक जन्माला आला तो या टप्प्यावर. सुरुवातीच्या काळात त्यांच्यावर वृद्धासाठी गाणारा असा छाप होता. त्याचे कारण हे संत वाल्मिकी. त्यानंतर काकांच्याच सिनेमासाठी मन्नादा सुरैया यांच्यासमवेत

गायले. त्यामुळे त्यांना मिळणारी गाणी अशीच होती. किशोर, रफी यांनी नाकारलेली गाणीच बऱ्याचदा माझ्या वाट्याला यायची अशी त्या काळची वेदना मन्ना डे यांची होती. दिलीप कुमारला तलत मेहमूद वा महंमद रफी लागायचा, राज कपूरला मुकेश आणि पुढे राजेश खन्ना वगैरेंचा आग्रह असायचा तो किशोर कुमारसाठी. माझ्यासाठी म्हणून कोणी यायचे नाही, ही मन्नादांची व्यथा होती. परंतु यामुळे एक झाले. मन्नादा प्रत्येक गाणे जीव ओतून गायचे. हाती आलेली प्रत्येक संधी ही आपल्यासाठी अत्यंत महत्त्वाची आहे, याची त्यांना शेवटपर्यंत जाण होती. त्यामुळे त्यांचे प्रत्येक गाणे रियाजाच्या मुशीतून तावून सुलाखून निघाले. काका के सी डे यांच्या जोडीला अमान अली आणि अब्दुल रेहमान खाँ यांचे ते शागीर्द होते. चित्रपटात नाव व्हायला लागले म्हणून त्यांची तालीम कधी चुकली असे झाले नाही. त्यांच्या गाण्यातले हे शास्त्र त्याचमुळे कायम अभिमानाने चार बोटे वरच राहिले.

शास्त्रीय संगीताचा पाया पक्का असल्यामुळे या क्षेत्रातील बुजुर्गांविषयी त्यांना आदर होता. त्याचमुळे बसंत बहार मध्ये 'केतकी गुलाब जुही चंपक बन फुले...' ही जुगलबंदी साक्षात भीमसेन जोशींबरोबर गाताना मन्नादा नतमस्तक होते. त्या चित्रपटात मन्नादा नायक भारतभूषण यांच्यासाठी पार्श्वगायन करीत होते. नायकालाच आवाज द्यावयाचा असल्यामुळे जुगलबंदीत भीमसेनांना पराभव पत्करावा लागतो. तेव्हा एवढ्या मोठ्या शास्त्रीय गायकाचा पराभव आपल्याकडून होणे मन्नादांना मंजूर नव्हते. इतका सरळ मनाचा हा गायक. माणसाच्या आवाजात त्याचे व्यक्तिमत्त्व दिसत असावे. त्याचमुळे असेल परंतु मन्ना डे यांची गाजलेली, प्रातःस्मरणीय म्हणता येतील अशी गाणी ही बलराज सहानी वा अशोककुमार यांच्यावर चित्रित झालेली आहेत. 'ऐ मेरे प्यारे वतन...' गाणारा बलराज सहानी यांचा काबुलीवाला अजरामर होण्यास मन्नाडे यांच्या आवाजाचा पोतही कारणीभूत आहे, हे विसरता येणार नाही. वास्तविक मन्नाडे यांच्या आवाजाची जातकुळी असे बसके गाणे गाण्यास योग्य नाही. तरीही दिग्दर्शक हेमेन गुप्ता यांनी हे गाणे मन्नादांना दिले. हे गुप्ता एकेकाळी सुभाष चंद्र बोस यांचे सचिव होते. या बंगाली दृष्टिकोनातून त्यांना मन्नादा यांच्या आवाजाचा परिचय होता. त्याआधी दशकभर बलराज सहानी यांच्याच 'दो बिघा जमीन'मधील 'मौसम बिता जाय...' या विलक्षण सुंदर गाण्यातील आवाज मन्नादा यांचाच. १९५५ सालातल्या 'सीमा' मध्येही बलराज सहानी यांना स्वर दिला होता तो मन्नादा यांनीच. त्यातील 'तू प्यार का सागर है...' चे अथांग खोल स्वर आणि भेदरलेली नूतन ही प्रतिमादृश्ये संगीतरसिकांच्या स्मृतिपटलाला आयुष्यभरासाठी बिलगलेली आहेत. नंतर एकदम वेगळ्या धाटणीची 'वक्त' मधील 'ऐ मेरी जोहरा जबी...' ही कव्वाली पडद्यावर गाणाऱ्या बलराज सहानी यांना मागून आवाज दिला तो मन्नादांनीच. त्याआधी

काळाकुळकुळीत केविलवाणा 'मेरी सुरत तेरी आँखे'मधील अशोक कुमार मन्नादांच्याच आवाजातून आपली वेदना व्यक्त करता झाला. या चित्रपटातील गाण्यांनी मन्नादा घराघरात पोचले. त्यातील 'पूछो ना कैसे मैने रैन बितायी...' मधील व्याकुळता ही त्या अवस्थेतून जाणाऱ्या प्रत्येक माणसाची भावना व्यक्त करून गेली.

गाणे हे जगण्याशी जोडले गेले की जोपर्यंत कोणी नो कोणी जगणारे आहेत तोपर्यंत ते टिकते. त्याकाळची गाणी ही अशी जगताना बरोबर चालणारी होती. त्यामुळे सत्तरभर वर्षे झाली तरी अजूनही तेवढ्याच चवीने ऐकली जातात. त्याचमुळे टीव्हीवरील कोणत्या तरी स्पर्धेतील गायकाला आपला कस दाखवण्यासाठी मन्नादांच्या गाण्याची निवड आजही करावीशी वाटते. म्हणजे अन्य गाणी प्राथमिक फेऱ्या जिंकण्यासाठी पुरतात. परंतु अंतिम विजय साध्य करायचा असेल तर तिथे मन्नादांच्या स्वरमहालात शिरावे लागते. इतरांच्या तुलनेत मन्नादांची गाणी संख्येने कमी आहेत. पण जी आहेत ती सर्वच्या सर्व कसदार आहेत. पाणीदार मोत्यांच्या हारातील प्रत्येक मोती तितकाच तेजाळ असावा तसे. त्याचमुळे 'आनंद'मधील 'जिंदगी कैसे हे पहेली...' हे लक्षात असतेच पण इस्स करणाऱ्या राज कपूरच्या 'तीसरी कसम'मधील 'पिंजरेवाली मुनिया...' हीदेखील गानप्रेमींना जवळची वाटते. नव्या दमाच्या आर.डी. बर्मन यांनी त्यांच्याकडून 'आओ ट्विस्ट करे...' गाऊन घेतले. पण त्यासाठी त्यांना फारच ट्विस्ट करावे लागले. एरवी ते लक्षात राहतात ते भरगच्च लगावाच्या स्वरामुळे. 'मस्ती भरा है समा...' मध्ये थोर अशा ॲकॉर्डियनइतकाच सुखावतो तो मन्नादा यांचा स्वर. समा मस्ती भरा असला तरी ती किती करावी याची जाणीव न हरवणारा.

हे मन्नादा यांचे वैशिष्ट्य. काही वैशिष्ट्यपूर्ण नसतानाही वैशिष्ट्य राखणारे. त्यांनी बंगालीतही अनेक गीते गायिली. परंतु सुरुवातीला हिंदीप्रमाणेच तेथेही ते दुर्लक्षिले गेले. उत्तम कुमार आदी अभिनेते विशिष्ट गायकाचा आग्रह धरीत. ते नाही मिळाले तर गाणे मन्नादांकडे येत असे, याची त्यांनी खंत होती. असे जे असतात त्यांना अधिक संघर्ष करावा लागतो. त्या संघर्षातून त्यांचे व्यक्तिमत्त्व फुलते आणि ते अधिक तेजस्वी होतात आणि मग...गदिमांच्या शब्दांत सांगायचे तर... त्याचेच त्या कळाले तो राजहंस एक... असा क्षण येतो. मन्ना डे हा असा राजहंस होता. आज तो आपल्यातून उडाला. त्यांच्या राजहंसी स्वरास अभिवादन.

२५ ऑक्टोबर २०१३

८४. उत्कट आणि भव्य

साधारण पाच दशकांपूर्वी, म्हणजे १९६२ साली, वर्णभेदविरोधी लढ्यात दोषी ठरवल्यानंतर नेल्सन मंडेला यांना जेव्हा तुरुंगात नेण्यात आले तेव्हा तेथील लष्करी अधिकाऱ्यांनी त्यांना खंदक खणण्याचा आदेश दिला. या खंदकाचा आकार होता शवपेटी मावेल इतका. त्यामुळे आपल्याला येथे जिवंत गाडले जाणार आहे असा मंडेला यांचा समज झाला. पुढे येईल त्या संकटास तोंड देण्याची त्यांनी तयारी केली आणि खंदक खणण्याचे काम पूर्ण केले. तुरुंगाधिकाऱ्यांनी त्यांना त्यानंतर तेथे झोपावयास सांगितल्यावर तर आपल्याला येथेच मूठमाती दिली जाणार अशी मंडेला यांची खात्रीच पटली. परंतु त्यांचा अपेक्षाभंग झाला. तुरुंगाधिकाऱ्यांच्या आदेशाप्रमाणे ते त्या खंदकात झोपले खरे. परंतु माती टाकण्याऐवजी तुरुंगाधिकाऱ्यांनी त्यांच्या अंगावर लघवी करून मंडेला यांचा अत्यंत घृणास्पद पद्धतीने अपमान केला. पुढे मंडेला त्याच तुरुंगात तब्बल २७ वर्षे राहिले आणि जागतिक दबावामुळे सुटका झाल्यावर १९९४ साली दक्षिण आफ्रिकेचे अध्यक्षपदही त्यांच्याकडे आले. वर्णद्वेशाच्या लढ्यात विजयी ठरल्यानंतर दक्षिण आफ्रिकेच्या इतिहासात प्रथमच गौरेतरास अध्यक्षपद मिळाले. या ऐतिहासिक क्षणाचे साक्षीदार होण्यासाठी दक्षिण आफ्रिका आणि जगभरातून निवडक मान्यवरांना जेव्हा निमंत्रणे गेली तेव्हा नेल्सन मंडेला यांनी एका व्यक्तीस न विसरता आग्रहाचे आमंत्रण पाठवले. ती व्यक्ती म्हणजे तुरुंगात त्यांच्या अंगावर लघवी करणारा अधिकारी. मंडेला यांच्या खास आग्रहावरून हे अधिकारी त्यांच्या शपथविधीस उपस्थित राहिले आणि मंडेला यांनी त्यांचा यथोचित सन्मानही केला.

नेल्सन मंडेला यांचे हे वैशिष्ट्य. अमर्याद क्षमाशीलता हे त्यांच्या राजकारण आणि समाजकारणाचे भव्य असे वेगळेपण. ते त्यांनी शेवटपर्यंत जपले. वास्तविक तुरुंगात २७ वर्षे इतका प्रदीर्घ काळ काढल्यानंतर त्यांच्या मनात व्यवस्थेविषयी कडवटपणा निर्माण झाला असता तर ते क्षम्य ठरले असते. पण तसे झाले नाही. तुरुंगात खितपत असतानाही तेथे त्यांना डांबणाऱ्या अधिकाऱ्यांनाच बंदिस्त झाल्यासारखे वाटावे असे मंडेला यांचे वागणे होते. कायम हसतमुख आणि मनमोकळे. यामुळे

त्यांनी कोणाहीविषयी कधीही कटुता बाळगली नाही. ज्या मुद्द्यावर त्यांनी आयुष्यातील मोठा कालखंड लढण्यात घालवला त्यास कारणीभूत असणाऱ्यांशीही ते असेच वागले. हे काही अर्थात त्यांचे संतत्व नव्हते, हे येथे नमूद करणे आवश्यक आहे. कारण मानसिकतेच्या बाबतीत दक्षिण आफ्रिकेचे भारताशी साधर्म्य असल्यामुळे नेल्सन मंडेला यांना देवत्व वगैरे दिले गेले असले तरी आपल्यावर इतका चांगुलपणा लादण्याची गरज नाही असे खुद्द मंडेला यांनी म्हटले होते आणि त्यांच्या चरित्रकारांनीही अनेक उदाहरणे देत यास दुजोराच दिला. ही क्षमाशीलता हा जसा त्यांच्या स्वभावाचा भाग होता तसाच त्यांच्या राजकारणाचाही, ही यातील महत्त्वाची बाब. आफ्रिकेसारख्या वर्ण आणि वर्ग अशा दोन्ही पातळ्यांवर विभागल्या गेलेल्या समाजास एकत्र ठेवावयाचे असेल तर ही क्षमाशीलताच कामी येईल अशी त्यांची खात्री होती आणि आपल्या राजकारणातून त्यांनी हे विचार यशस्वी करून दाखवले. शिक्षा करून जे काही करता येते त्याच्या किती तरी पट उद्दिष्ट क्षमा केल्याने साध्य होते यावर त्यांचा विश्वास होता. त्यामुळे तुरुंगात बाहेर आल्यावर त्यांनी वर्णद्वेषी अशा गोऱ्यांच्या सहकार्याने देशाचे नेतृत्व करण्याची तयारी दाखवली. आपल्याला आणि गौरेतरांना झालेल्या युगानुयुगांच्या छळाबद्दल गोऱ्यांनी सर्वांची माफी मागावी अशी मागणी या संघर्षातील कोणत्याही टप्प्यावर मंडेला यांनी कधीही केली नाही, हा मुद्दा विचारात घेण्यासारखा आहे. आपल्या सारख्या देशात बहुसंख्य आणि अल्पसंख्य यांना एकत्रच रहावे लागणार, त्यामुळे दोघांपैकी कोणीही दुसऱ्यावर कुरघोडी करू पाहणे शहाणपणाचे नाही, असे त्यांचे म्हणणे होते. बहुसंख्याकांना अल्पसंख्याकांची गरज लागणारच, असे मंडेला म्हणायचे.

अपार क्षमाशीलतेमुळे स्वभावात आलेले मार्दव आणि मनमोकळा स्वभाव यामुळे मंडेला हे जगभरात अनेकांसाठी प्रेरणादायी ठरले. माणसाचे वर्गीकरण वर्णावरून होता कामा नये हे साधे तत्त्व जगाला...आणि त्यातही त्यांच्या दक्षिण आफ्रिका या देशाला...पटावे म्हणून या माणसाने आयुष्यभर लढा दिला. पण त्याची कोणतीही कटुता त्यांच्या चेहेऱ्यावर वा वागण्यात कधी उमटली नाही. अनेक जण मंडेला यांची तुलना महात्मा गांधी यांच्याशी करतात. ती अनाठायी आहे. कारण या दोघांत मूलतः फरक होता. मंडेला यांचा जन्म राजघराण्यातला आणि उत्तम जगण्यावर त्यांचे प्रेम होते. महात्मा गांधी यांच्या प्रमाणे मंडेला यांचा अहिंसेवर पूर्ण विश्वास अजिबात नव्हता. आफ्रिकन नॅशनल काँग्रेसच्या सुरुवातीच्या काळात मंडेला यांना हिंसाचाराचा पुरस्कार केला होता आणि प्रारंभी ते कडवे मार्क्सिस्ट लेनिनिस्ट होते. त्यांना जनरल असेच म्हटले जात होते. हिंसेने आपणास सत्ता काबीज करावयाची नसून सत्तेवर असणाऱ्यांना चर्चेस भाग पाडणे इतकाच

आपला हेतू आहे, असे मंडेला म्हणत. तसेच, महात्मा गांधी यांच्याप्रमाणे मंडेला यांना साधेपणा कधी भावला नाही. अखेरपर्यंत त्यांचे जगणे राजेशाही होते. उत्तम रंगसंगती असलेली वस्त्रप्रावरणे त्यांना आवडायची आणि आपण जनतेसमोर जाताना कसे जातो, कसे दिसतो याची सतत ते खबरदारी घेत. स्वतःच्या रुबाबदारपणावर त्यांचे प्रेम होते. आपल्याला देवत्व देऊ पाहणाऱ्यांना मंडेला यांनी जमेल तेव्हा फटकारले, ही बाबही लक्षात नोंद घेण्याजोगी. सदैव हसतमुख असलेल्या मंडेला यांना पाहणे आणि कोणताही अभिनिवेश नसलेले त्यांचे जीवनविषयक तत्त्वज्ञान ऐकणे हा जगभरातील सर्व वर्ग आणि वर्णीय तरुणांसाठीही आनंद होता. उत्फुल्ल तरुणतरुणींच्या मेळाव्यात आग्रह झाला तर त्यांच्या नृत्यानंदात सहभागी व्हायलाही त्यांना कधी कमीपणा वाटला नाही. हे त्यांना साध्य झाले याचे कारण आपण काही साध्य केल्याचे मिरवणे हे कधीही त्यांचे साध्य नव्हते. बिल क्लिंटन आणि टोनी ब्लेअर यांच्याशी त्यांचा खास दोस्ताना होता. आणि असे असले तरी त्यामुळे त्यांच्या राजकीय विचारांत कधीही बदल होत नसे. अमेरिकेचा इराकवरचा हल्ला अनावश्यक होता असे त्यांचे मत होते आणि क्युबाच्या फिडेल कॅस्ट्रो वा लीबियाच्या कर्नल मुअम्मर गडाफी यांच्याविषयी त्यांना शेवटपर्यंत ममत्व होते. एका अर्थाने मंडेला यांचे आयुष्य विरोधाभासांनी भरलेले होते. कौटुंबिक पातळीवर त्यांच्या आयुष्यात विविध वादळे उठली आणि त्यांचे वैवाहिक आयुष्य अनेकार्थांनी चर्चेचा विषय झाले. वयाच्या ऐंशीव्या ते तिसऱ्यांदा विवाहबंधनात अडकले. त्यांच्या पोराबाळांतले मतभेद ही अलीकडच्या काळातील त्यांच्यासमोरची डोकेदुखी होती. असे असले तरी मंडेला यांना अपार लोकप्रियता लाभली. इतकी की लंडन असो वा शिकागो वा नवी दिल्ली. त्यांना पाहण्याऐकण्यासाठी लाखोंची गर्दी उसळत असे. यामागील कारण काय?

कारण जगास नायकांची गरज असते. मानवाचे स्खलनशीलत्व मान्य करून काही भव्यदिव्य साध्य करणारे राजस वा काळजात अपार करुणा वागवणारे सालस जगास तितकेच भावतात. त्याचमुळे अमेरिकेतील जॉन एफ. केनेडी आणि अब्राहम लिंकन, विन्स्टन चर्चिल आणि मोहनदास करमचंद गांधी किंवा लेडी डायना स्पेन्सर आणि मदर तेरेसा या विरोधाभासी व्यक्ती एकाचवेळी अफाट लोकप्रिय होतात.

नेल्सन रोलीहल्लाला मंडेला हे अशा वैश्विक लोकप्रियतेतील अखेरचे. त्यांचे मोठेपण हे की लोकप्रियतेने त्यांना अप्रामाणिक केले नाही. त्यांचा हा प्रामाणिकपणा 'लाँग वॉक टू फ्रिडम' या आत्मचरित्रातून आपल्यापर्यंत पाझरतो. विचित्र योगायोग असा की या आत्मचरित्रावर आधारित सिनेमाचे पहिले प्रदर्शन लंडनमध्ये निवडक

मान्यवरांच्या साक्षीने होत असताना त्याचवेळी तिकडे दक्षिण आफ्रिकेत मंडेला यांना मरण आले. जगण्यावर अपार प्रेम करणारे मंडेला गेले काही महिने मरणाच्या वाटेवर होते. तसे पाहिले तर प्रत्येक जीव जन्मक्षणापासून मरणाच्याच वाटेवर असतो. परंतु जन्म आणि मृत्यू यातील वाट उजळवून टाकण्याचे भाग्य काहींच्याच वाट्यास येते. मंडेला यांनी हे भाग्य कमावले होते. या उत्कट आणि भव्य भाग्यवंतास अभिवादन.

७ डिसेंबर २०१३

८५. वाळवंटातील वावटळ

शेरॉन हे नाव स्त्रीलिंगी आणि त्याचा संबंध फुलांशी असतो. आरियल शेरॉन यांचे व्यक्तिमत्त्व दुरान्वयानेही तसे नव्हते. त्यांचे मूळ नाव आरियल शेनरमन. बायबलमध्ये पवित्र भूमी म्हणून उल्लेख असलेल्या जॉर्डन नदीच्या काठी इस्त्रायलच्या सीमेलगत फुलांचे ताटवे उगवणाऱ्या सुपीक जमिनीस शेरॉन असे संबोधले जाते. आरियल यांनी इस्त्रायलच्या सीमारेषा विस्तारण्यासाठी जे काही केले ते पाहून पहिले पंतप्रधान डेव्हिड बेन गुरियन यांनी कौतुकाने त्यास शेरॉन असे संबोधण्यास सुरुवात केली आणि तेव्हापासून ते नाव त्यांना कायमचे चिकटले. अत्यंत धाडसी, साहसवादी आणि मनस्वी अशा शेरॉन यांनी आयुष्यभर स्वतःविषयी टोकाच्या भावनाच निर्माण केल्या. प. आशिया आणि परिसरात त्यांच्याविषयी दोनच प्रतिक्रिया उमटत. एक वर्ग त्यांच्यावर निःस्सीम प्रेम करणारा होता आणि दुसऱ्याने त्यांचा प्रचंड दुस्वास केला. या दोन्हीच्या मध्ये कोणी असण्याची शक्यता फारच कमी. त्यांच्याविषयी इतक्या टोकाच्या प्रतिक्रिया खुद्द इस्त्रायलमध्येच होत्या. शेरॉन यांच्ना वर्णन नियमानुसार चालणारा असे केले जात असे. परंतु समस्या ही की हे नियम ते स्वतःच करतात. त्यामुळे आयुष्यभर शेरॉन हे कोणत्या ना कोणत्या वादाच्या केंद्रस्थानीच राहिले आणि त्याची त्यांनी कधीही पर्वा केली नाही. मूळच्या युरोपियन ज्यूच्या पोटी जन्मलेले आरियल हे तरुणपणापासून कट्टर उजवे ज्यूवादी होते. इस्त्रायलच्या निर्मितीपासून राष्ट्रवादी चळवळीशी त्यांचा संबंध होता. इस्त्रायलचा जन्म १९४८ सालचा. ब्रिटिशांपासून वेगळे होताना इस्त्रायलाल सहन कराव्या लागलेल्या जन्मकळा अमानुष होत्या. त्या शेरॉन यांनी तरुणपणी प्रत्यक्ष अनुभवल्या आणि त्यानंतर सैन्यात जाऊन सारी हयात त्यांनी इस्त्रायलसाठी लढण्यात घालवली. त्या देशाच्या प्रत्येक युद्धात त्यांचा सहभाग होता आणि नंतर प्रत्यक्ष राजकारणात उतरून त्यांनी इस्त्रायलचे भाग्यविधाते होण्याचा प्रयत्न केला.

शेरॉन यांचे खरे नाव झाले ते १९५६ सालच्या सुवेझ युद्धात. आशियाला युरोपशी जोडणारा हा थेट मार्ग. इजिप्तच्या भूमीतून जाणाऱ्या या कालव्यावर ब्रिटिश आणि फ्रेंच कंपनीचे नियंत्रण होते. त्यावेळी इजिप्तचे नेतृत्व करणाऱ्या गमाल अब्दुल

नासर यांना ते खुपू लागले आणि त्यावर स्वतःचे नियंत्रण ठेवण्याची इच्छा त्यांच्या मनात बळावू लागली. नासर यांना अरब जगाचे नेतृत्व करण्याची महत्त्वाकांक्षा होती. आकाराने इजिप्त त्यावेळी मोठाच होता आणि त्यांचे लष्करही तगडे होते. त्या तुलनेत अन्य अरब नेतृत्व अगदी किरकोळ होते आणि त्या सर्वांत नासर उठून दिसत. ही परिस्थिती त्यांच्या अरब राष्ट्रवादास धुमारे फुटण्यास सोयीची होती. त्यातूनच ५६ सालच्या जुलै महिन्यात त्यांनी या कालव्याचे राष्ट्रीयीकरण केले. त्यामुळे अर्थातच ब्रिटिश पंतप्रधान अँथनी एडन हे कमालीचे संतापले आणि नासर यांना ठार करण्याची भाषा करू लागले. परंतु त्यावेळी अमेरिकेच्या अध्यक्षपदी असलेल्या ड्वाईट आयसेनहॉवर यांना हे इजिप्तविरोधात युद्ध छेडणे मंजूर नव्हते. कारण तसे झाले असते तर नासर हे सोव्हिएत रशियाच्या कम्युनिस्ट कळपात शिरण्याचा धोका होता. परंतु आयसेनहॉवर यांची ही भूमिका एडन यांना मान्य नव्हती. त्यामुळे त्यांनी इस्रायलच्या मदतीने इजिप्तवर हल्ला करण्याचा छुपा बेत आखला. इस्रायल तयारच होता कारण नासर हे इस्रायलच्याही डोळ्यांत खुपू लागले होते. त्यामुळे त्यांनी ही संधी साधली आणि सुवेझ परिसरात धाडसी हल्ला केला. या हल्ल्याची योजना शेरॉन यांची. त्यावेळी शेरॉन यांनी पॅराशूटमधून शत्रू प्रदेशात उतरून अविश्वसनीय वाटेल अशा प्रकारे सैनिकी हालचाली केल्या. शेरॉन यांचा साहसवाद त्यावेळी पहिल्यांदा जगासमोर आला. त्यानंतर शेरॉन यांनी आपल्यातील या गुणाचे वारंवार प्रदर्शन केले. पुढे १९६७ सालचे सहा दिवसीय युद्ध आणि १९७३ सालची योम किप्पुर नावाने ओळखली जाणारी लढाई यात शेरॉन यांची साहसवादी, प्रसंगी अमानुष अशी शैली जगासमोर आली. १९६७ सालच्या युद्धात तर नेतृत्वाचे आदेश नसतानाही शेरॉन यांनी चढाया केल्या आणि त्याचे त्यांना स्पष्टीकरण द्यावे लागले. एकदा एक भूमिका घेतली की ती कितीही किंमत द्यावी लागली तरी निभावून न्यायची हा त्यांचा लष्करी खाक्या होता. शेरॉन सर्वार्थाने बेफिकीर म्हणता येतील असेच होते १९८२ सालच्या त्यांच्या लेबनॉनवरील कारवाईतून हे दिसून आले. पॅलेस्टिनी आघाडीचे यासर अराफात यांचा निःपात करण्यासाठी शेरॉन यांनी अत्यंत निदर्यपणी लेबनॉनवर हल्ला केला आणि त्यात हजारो ख्रिश्चनांची कत्तल झाली. इस्रायलची उत्तर सीमा सुरक्षित करण्याच्या हेतूने आपण ही कारवाई केल्याचे समर्थन शेरॉन यांनी केले. पण ते फसवे होते. पुढे चौकशी होऊन त्यात दोषी आढळल्यानंतर शेरॉन यांना बडतर्फ करण्यात आले. त्याचीही तमा त्यांनी बाळगली नाही आणि नंतर ते थेट राजकारणातच आले. उजव्या विचारांच्या लिकुड पक्षाच्या संस्थापकांत त्यांचा समावेश होता. योगायोग असा की इस्रायलचे विद्यमान पंतप्रधान बिन्यामिन नेतान्याहू यांच्याच नेतृत्वाखाली ते सत्तेत आले. सुरुवातीच्या काळात नेतान्याहू मवाळ वाटावेत अशी परिस्थिती होती आणि

त्याचवेळी शेरॉन मात्र टोकाची विस्तारवादी भूमिका घेत होते. इस्त्रायलच्या आसपास दिसणारी प्रत्येक टेकडी तुम्ही ताब्यात घ्या असे इस्त्रायली तरुणांना सांगण्याइतके टोकाचे शेरॉन वागत. याच त्यांच्या स्वभावामुळे त्यांना बुलडोझर म्हटले जात असे. फक्त समस्या ही की हा बुलडोझर कशावर तरी आदळल्यानंतरच थांबत असे. इस्त्रायलच्या दृष्टिकोनातून त्यांच्यातला अतुलनीय गुण म्हणजे मातृभूमीसाठी वाटेल ते करावयास ते मागेपुढे पाहत नसत. १९८० साली इराण आणि इराक यांच्यात युद्ध झाल्यावर अमेरिकेने इराणच्या अयातोल्ला खोमेनी यांना चोरून शस्त्रास्त्र पुरवठा केला. या व्यवहारात शेरॉन यांचा अत्यंत महत्त्वाचा वाटा होता. खोमेनी यांना झालेला शस्त्रास्त्रपुरवठा हा शेरॉन यांच्या मध्यस्थीने इस्त्रायलच्या मार्फत झाला होता. अमेरिकेचे त्यावेळचे अध्यक्ष रोनाल्ड रेगन यांचे आणि शेरॉन यांचे उत्तम सूत जुळले. कारण दोघेही सारखेच साहसवादी आणि प्रसंगी विवेकास तीलांजली देण्यास तयार असणारे. शेरॉन याबाबत इतके बेडर आणि बेमुर्वतखोर होते की पुढे त्यांनी जेरूसलेम येथील अल अक्सा या मुसलमानांच्या तिसऱ्या अत्यंत पवित्र मशिदीत घुसखोरी केली आणि पॅलेस्टिनींचा राग ओढवून घेतला. त्यातूनच आत्मघातकी हल्ल्यांचे पेव फुटले आणि पॅलेस्टिनी समस्या कमालीची गुंतागुंतीची झाली. त्याला तोडगा म्हणून शेरॉन यांनी काढलेला पर्याय त्याहूनही टोकाचा होता. इस्त्रायल आणि पॅलेस्टिनी यांच्यातील सीमारेषेवर त्यांनी उंच भिंत बांधण्यास सुरुवात केली. परिणामी पॅलेस्टिनींचे जगणे मुश्कील झाले आणि त्यांचा दैनंदिन प्रवास आणि जीवनावश्यक वस्तूंचा पुरवठा दोन्हीही खंडित झाला.

इतकी टोकाचा स्वभाव असलेली व्यक्ती दोन वेळा इस्त्रायलची पंतप्रधान झाली. तेव्हा त्या काळात पॅलेस्टिनी प्रश्न चिघळणे साहजिक होते. या काळात शेरॉन यांची कार्यशैली आम्हास दोनवेळा अनुभवता आली. २००२ साली सीएनएन या वृत्तवाहिनीच्या ख्रिश्चियान अमोनपुर यांनी पॅलेस्टिनी आत्मघातकी तरुणांविषयी सहानुभूती वाटेल अशी वृत्तकथा प्रसृत केली म्हणून शेरॉन यांनी या वाहिनीवर थेट बंदीच घातली आणि अमिरेकेतील धनाढ्य इस्त्रायलींमार्फत या वाहिनीची कोंडी करण्याचा प्रयत्न केला. अखेर या वाहिनीचे प्रमुख टेड टर्नर यांनी जेरूसलेम येथे येऊन आपल्यासमोर नाक घासल्यावरच शेरॉन यांनी ही बंदी उठवली. त्यांचा राष्ट्रवाद हा असा कमालीचा टोकाचा होता.

परंतु याच शेरॉन यांनी आपल्या या भूमिकेस यश येत नाही असे दिसल्यावर २००५ साली अचानक भूमिका बदलली आणि आसपासच्या पॅलेस्टिनी प्रदेशातील घुसखोरी मागे घेण्यास सुरुवात केली. या त्यांच्या भूमिकेने अनेकांना त्यावेळी धक्का बसला. एकेकाळचा हा विस्तारवादी नेता असा आकसू लागलेला पाहून इस्त्रायलमधील

कडवे ज्यू त्यांच्यावर नाराज झाले. परंतु तरीही शेरॉन बधले नाहीत. तरुणपणीचा कम्युनिस्ट ज्येष्ठ नागरिक झाल्यावर हभप व्हावा तसा हा बदल होता आणि तेवढ्याच उत्साहाने शेरॉन त्याचे समर्थन करीत होते. त्यातूनच त्यांनी स्वतःच्या कडव्या लिकुड पक्षाचा त्याग केला आणि मध्यममार्गी अशा कदिमा पक्षाची स्थापना केली. २००६ सालच्या निवडणुकीत ते तिसऱ्यांदा सत्तेवर येणार ही काळ्या दगडावरची रेघ होती. पण पक्षाघाताच्या जबर धक्क्याने ती हिरावली. त्यात जायबंदी झालेला हा तगडा नेता सात वर्षे अंथरुणास खिळून होता.

यातून त्यांची सुटका अखेर मरणानेच केली. एका देशाचा नायक हा दुसऱ्यासाठी खलनायक असू शकतो. त्याचमुळे शेरॉन यांचे विश्लेषण दोन्ही बाजूंनी होऊ शकेल आणि दोन्हीही बाजू तितक्याच खऱ्या असतील. आता या चर्चेत अर्थ नाही. कारण आरियल शेरॉन नावाची वाळंटातील वावटळ कायमची शांत झाली आहे. वादळ हे वादळ असते. चांगले वा वाईट असे त्याचे मूल्यमापन करण्यात अर्थ नसतो. शेरॉन हे असे होते.

१३ जानेवारी २०१४

८६. तुम आ गये हो...

नाही म्हणायला नावावर एकुणात साठेक चित्रपट; त्यातही बंगाली चित्रपटांची संख्या पन्नासच्या वर. रुपेरी पडद्यावरून निवृत्त होऊनही उणीपुरी पस्तीस वर्षे झालेली. तरीही सुचित्रा सेन या नावाभोवतीचे गारूड कुतूहलानेच भारलेले राहिले. १९७८मध्ये चित्रपटाच्या पडद्यावरून सहजपणे निवृत्ती स्वीकारल्यानंतर जगाकडे पाठ फिरवलेल्या सुचित्रा सेन काळाच्या पडद्याआड गेल्या, तरी त्यांच्यातील तारका मनोरंजनाच्या आकाशात तळपतीच राहिली. न दिसताही असे तळपणे फार कमी जणांच्या भाग्यात असते. सुचित्रा सेन या अशा भाग्यवंतातील. गुलजार यांच्या 'आँधी' या चित्रपटात त्या दिसल्या आणि त्यांच्या भोवतीचे वलय अधिकच गहनगहिरे झाले. खरेतर त्यापूर्वी दोन दशके आधी सुचित्रा सेन यांनी 'देवदास' या हिंदी चित्रपटात वैजयंतीमालाच्या बरोबरीने अभिनय केला होता. दिलीपकुमारसारख्या त्यावेळच्या कसलेल्या अभिनेत्यासमोर त्यांची व्यक्तिरेखा उठून दिसली, याचे कारण केवळ देखणेपणात नव्हते. त्यांच्यातील अभिनयसंपन्नतेने सगळ्यांना जिंकून घेतले आणि चित्रपटसृष्टीतल्या प्रत्येकाला त्याचीच भुरळ पडली. राष्ट्रीय पातळीवरील अभिनयाचे पारितोषिक हिंदीतील पदार्पणातच काबीज केल्यानंतरही त्यांना हिंदी चित्रपटात रमावेसे का वाटले नसावे, असा प्रश्न आजही अनेकांना भेडसावतो. नंतर आलेल्या 'आँधी' चित्रपटातील त्यांच्या संयत अभिनयाने त्यांच्यावरचा लोभ आणखीनच वाढला. इंदिरा गांधी यांच्या व्यक्तिमत्त्वाशी साधर्म्य असलेल्या (गुलजार यांच्या मते ती व्यक्तिरेखा तारकेश्वरी सिन्हा यांच्यावर बेतलेली होती!) त्या भूमिकेने तिच्या अभिनयाची उंची कळून आली आणि तिच्यातील कलात्मकतेचेही अप्रतिम दर्शन झाले.

बंगालीत उत्तमकुमार-सुचित्रा सेनची जोडी १९५०च्या दशकावर राज्य करत होती. अविचल, विचारी बंगाली पुरुष आणि चंचल, अबोध बंगाली स्त्री ही इतिहासदत्त मनोवैशिष्ट्ये स्वातंत्र्योत्तर काळात कशी जपायची हा बंगाली प्रश्न या जोडीने सोडवून टाकला... एकदा नव्हे, अनेकदा. आधुनिक काळाचे प्रश्न ग्रासताहेत, तरीही संस्कार सोडायचे नाहीत हे बंगाली सिनेमांचे- किंवा खरेतर बंगाली

भद्रलोकांच्या ज्या दांभिकपणावर पुढे टीका होत राहिली, त्याचेही- सूत्र या दोघांच्या समीकरणातून मांडले गेले. उत्तमकुमार हा रोमँटिक नायक, त्याची नायिका म्हणून आधी सुचित्रा सेनकडे पाहिले जाई. पण या जोडीचे पुढले अनेक चित्रपट नायिकाप्रधान आहेत. 'तिच्या' त्यागाची, तिच्या प्रेमाच्या शुद्धतेची, तिच्या फरपटीची कहाणी सांगणारे आहेत. 'सप्तपदी' हा या नायिकाप्रधान चित्रपटांचा कळसाध्याय ठरावा. या चित्रपटात सुचित्रा सेन यांची भूमिका एका अँग्लोइंडियन तरुणीची. ही इंग्रजाळ बंगाली बोलणारी, डान्स आणि पार्ट्यांत रमणारी बॉबकटवाली नायिका बंगाली नायक शोभणाऱ्या उत्तमकुमारला 'बफून' वगैरे विशेषणे लावून हिणवते. पण पुढे त्याच्या प्रेमात पडते आणि त्याचे वडील त्याला 'तूच माझे सर्वस्व आहेस' म्हणताना ऐकून त्याच्या मार्गातून आपणहून दूर होण्याचा निर्णय घेते. यानंतरचे तिचे आयुष्य उद्ध्वस्त, दारूत बुडालेले... डॉक्टर झालेला नायकच तिला पुन्हा भेटतो, तिचे प्राण वाचवतो, तेव्हा ती पळून जाते. हे सारे, 'देवदास'मधल्या मर्यादशील 'पारो'च्या अगदी उलट. ही पारो सुचित्रा सेन यांनी दोनदा वठविली. बंगालीत उत्तमकुमारसह आणि हिंदीत दिलीपकुमारच्या आमने-सामने. बंगाली चित्रपटांमध्ये अनेक प्रकारच्या भूमिका करणाऱ्या सुचित्रा सेन या तिथल्या प्रत्येकाच्या जगण्याचे कारण आणि प्रेरण ठरल्या. अगदी नवरात्रीतल्या देवीचे मुखवटेही त्यांवर बेतले जायला लागले. एखादी 'कशी दिसते?' या प्रश्नाचे उत्तर जर 'सुचित्रा सेन सारखी' असे आले, तरच सार्थकी लागण्याचा तो काळ. बंगालीतल्या प्रत्येक तरुणाला उत्तमकुमार आणि युवतीला सुचित्रा सेन व्हावयाचे असे. तो हे तारांकित आयुष्य सांभाळताना करावी लागणारी कसरत सुचित्रा सेन यांनी फार कसबाने केली. उत्तमकुमार यांच्याबरोबरच्या लाघवी संबंधांबद्दलच्या चर्वितचर्वणास कधीही उत्तर न देता आपले आयुष्य खासगी ठेवण्यात त्यांना यश आले. कारण त्यांच्या व्यक्तिमत्त्वातच एक प्रकारची अनाकलनीय गूढता होती. समाजातल्या प्रत्येकाला आपल्यासारखे व्हायचे आहे, म्हणून आपण त्यांचे देव व्हावे, असे त्यांना कधीही वाटले नाही. म्हणूनच त्यांची मूर्तिपूजा करणाऱ्यांना त्या कधीच प्रसन्न झाल्या नाहीत. बंगालीतल्या चित्रपटविषयक नियतकालिकांमध्येही अभावाने दिसणारी ही नायिका, तरीही प्रत्येकाच्या हृदयात घर करून राहिली. अभिनयात आणि जगण्यातही एक प्रकारची अभिजातता सांभाळण्याची ताकद त्यांच्यामध्ये नसती, तर कदाचित असे घडले नसते! सुचित्रा सेन यांची तुलना अनेक हिंदी अभिनेत्रींशी झाली. वैजयंतीमालासह देवदासमध्ये सेन यांनी अभिनयही केला. वैविध्यपूर्ण भूमिकांना न्याय देण्यात नर्गीस आणि सुचित्रा सेन यांच्यात डावेउजवे ठरवणे कठीण असल्याची दाद त्याकाळच्या तमाम बंगाली आणि हिंदीसुद्धा समीक्षकांनी दिली. पण आमच्या

सुचित्रेची खरी स्पर्धा ग्रेटा गार्बोशीच, असा अभिमान तमाम बंगबंधूंनी बाळगला, तो आजतागायत. ही तुलना जणू अटळ होती. अतिशय टपोरे बोलके डोळे कोपऱ्यातून बघताना काहीसे तिरळे वाटत. पण तरीही नजरेत भरे ते त्यातले बंगाली स्त्रीचे खट्याळपण तर कधी तमाम पुरुषांना जोखणारे भाव, कधी प्रियकराची नव्हे- जणू ईश्वराचीच याचना करताहेत अशी करुणा, तर एखाद्या ठाकुराणीला शोभणारी अधिकारी नजर. जोडीला भूमिकेप्रमाणे देहबोली बदलण्याची किमया. हेच गुण तपशिलाच्या फरकाने गार्बोकडेही होते. हॉलिवूडमध्ये गुणसंपन्न ठरलेल्या व्यक्तीशी तुलना होऊनही सेन 'टॉलिवुड'मध्येच का रमल्या, हिंदी चित्रपटांत का रुळल्या नाहीत, याची अनेक उत्तरे दिली जातात. कुणी हिंदीतील त्या वेळच्या निर्मात्यांपासून ते अभिनेत्यांपर्यंत साऱ्यांमध्ये बोकाळलेल्या हट्टीपणाला दोष देते, तर कुणी बंगाली चित्रपटसृष्टीच्या अहंमन्यपणाला. हिंदीचे जे काही नुकसान त्यांच्या नसण्यामुळे झाले असते, ते जणू थोपवण्यास पुरेसे ठरणारे चार-सहा चित्रपट त्यांनी हिंदीत केले. पण बंगालीत सुचित्रा सेन नसत्या तर? तर होणारे नुकसान मोठे होते. इतके मोठे की, त्यांनी लावलेल्या लावण्यलतिकेतच शर्मिला टागोर उमलली आणि फुलली. सुचित्रा सेन आई म्हणूनही थोरच म्हणायला हव्यात. अपर्णा आणि मुनमुन या त्यांच्या कन्या. पण जन्माला येताना त्यांनी आईच्या गुणांची विभागणी केली. अपर्णाकडे अभिनयगुण गेले आणि मुनमुनकडे रूपसौष्ठव. या दोघीदेखील बंगालीतच राहिल्या. हिंदीची महत्त्वाकांक्षा ठेवण्यासाठी सुचित्रा यांची तिसरी पिढी... रिया आणि रायमा यांच्या देखण्या रूपानिशी यावी लागली. सुचित्रा सेन यांना हिंदी चित्रपटात रमायचे नव्हते. त्यांच्या नंतरच्या पिढ्यांना मात्र रमायचे असावे. पण त्यांच्या वाट्याला ते भाग्य लाभले नाही.

आयुष्याचा हिशोब करून काय मिळवले आणि काय गमावले, याची जाहीर चर्चा करण्याची गरज सुचित्रा सेन यांना कधी वाटली नाही. स्थितप्रज्ञाचे शहाणपण लाभल्यामुळे सतत चर्चेत असताना, अलगदपणे स्वत:ला वेगळे करण्याची कला त्यांना साधली. गेल्या पस्तीस वर्षांत एकदाच जाहीर दर्शन देणाऱ्या सेन यांच्याविषयीचे गूढ त्यामुळे कधीच कमी झाले नाही. त्यांच्या अदृश्यतेने एक साधले. वयापरत्वे येणारे पिकलेपण कधीच कोणासमोर आले नाही. त्यामुळे लक्षात राहतो तो त्यांचा 'आँधी'मधला समोरच्याला छळणारा चेहेरा. कोणत्याही प्रचलित अर्थांनी सुंदर नसलेला तरीही मनात घर करून राहणारा. 'आँधी'मध्ये त्यांना तितकीच प्रौढ साथ दिली ती संजीवकुमार या समर्थाने. बऱ्याच दिवसांच्या खंडानंतर आपली जिद्दी पत्नी घरी आल्यावरचे दोघांतले संवाद आणि पौर्णिमेच्या चांदण्यातले 'तेरे बिना जिंदगी से कोई...' हे गुलजारगीत रसिकांच्या मनांत अलवारपणे अजूनही घर

करून असेल. त्याच प्रसंगात वातावरणातील शिशिरस्पर्शाने शहारलेल्या सुचित्रेभोवती संजीवकुमार शाल लपेटतात. काळजात कळ उमटवणारा योगायोग हा की आकाशात तेच पौष पौर्णिमेचे शिशिरचांदणे असतानाच सुचित्रा सेन यांनी इहलोकाचा निरोप घेतला. नव्या जगातही त्यांच्या आगमनाने नूर आ गया है...अशीच प्रतिक्रिया उमटेल.

१८ जानेवारी २०१४

८७. फिरूनी नवी जन्मेन मी...

कवी तो दिसतो कसा आननी...या प्रश्नाचे उत्तर सुधीर मोघे हे निसर्गसहज उत्तर होते. मोराने जितक्या सहजपणे आपले पिसारावैभव मिरवावे तसे आपले कवीपण मोघे मिरवीत. आपण कवी आहोत, याचा त्यांना कोण अभिमान. झब्बा, त्याच्या बाह्यांच्या दोन घड्या, चुरगाळलेली वाटावी अशी पँट, खांद्यावर झोळणे आणि केसांची अवस्था त्यांचे कधी काळी विंचरणे झाले होते, हे दाखवणारी आणि काही ना काही गुणगुणणे. भेटले की नवीन काय वाचले हा प्रश्न. उत्तरात कोण्या कवीचा नवा संग्रह आल्याचे असेल तर क्या बात है...अशी दाद. मुळात मराठी कवी दुसऱ्या कवीला दाद देतोय, हा अनुभव कमी. त्यात त्याचे काव्य वाचायच्या वा ऐकायच्या आत त्याला क्या बात है...अशी दाद देणे हे काव्य या प्रकारावर निस्सीम प्रेम असल्याखेरीज शक्य नाही. सुधीर मोघे यांचे कवितेवर असे अव्यभिचारी प्रेम होते. शब्दांचा त्यांना सोस होता. आकाशात घारीने मुक्तपणाने विहरावे आणि तरीही तिच्या विहरण्यात एक लय असावी तशी सुधीर मोघे यांची कविता होती. भाषा, तिचे विभ्रम यांच्या पंखावरून त्यांची कविता सहज अवतरत असे.

शब्दांच्या आकाशात
शब्दांचे मेघ फिरावे
शब्दांच्या क्षितिजावरती
शब्दांनी बिंब धरावे....

अशा शब्दांत त्यांचे काव्य येत असे. कारण कविता त्यांच्या जगण्याचा भाग होती. श्वास जितका सहजपणे घेतला जातो तितक्या सहजपणे ते कवितेला घेत. काव्याइतके प्रेम त्यांनी बहुधा अन्य कशावर केले नसावे. तीच त्यांची सखी होती.

लय एक हुंगली, खोल खोल श्वासात
ओवीत चाललो शब्दांच्या धाग्यात
लहडला वेल...तो पहा निघाला गगनी
देठांना फुटल्या....कविता पानोपानी...

अशी त्यांची कविता. तसे पहावयास गेल्यास सुधीर मोघे फारसे गद्यात येत नसत. आले तरी पद्याची लय घेऊनच ते गद्यात मुशाफिरी करीत. जुन्या मराठी, पंडिती कवींच्या उत्तम रचनांचे मनापासून परिशीलन केलेले असल्यामुळे सुधीर मोघे यांचे शब्द ताल, सूर आणि लय सोबतीला घेऊन येत. वृत्त, छंदासाठी त्यांना फार कष्ट करावे लागत नसत. छंद वा वृत्ताचे चालचलन माहीत नाही म्हणून मुक्तछंद असे त्यांचे कधी झाले नाही. पण म्हणून वृत्त, छंद आदी यमनियमांचा त्यांना वृथा अभिमान होता असे नाही. त्यांच्या लेखी काव्य हे चांगले वा वाईट इतकेच असे. त्याचमुळे त्यांची चित्रपटगीते आधी उत्तम कविता आहेत. चाली लागल्यामुळे त्याची गाणी झाली. पण या चालींशिवायही ते काव्य उत्तम चालू शकते.

रात्रीस खेळ चाले,
हा गूढ सावल्यांचा
संपेल ना कधीही
हा खेळ सावल्यांचा...

असे सहज ते लिहून जात. या बाबतीत त्यांची नाळ थेट अण्णा माडगूळकर, शांताबाई शेळके यांच्याशी जुळते. चित्रपट गीते ही बऱ्याचदा प्रसंगबरहुकूम पाडावी लागतात. त्यामुळे त्यात काव्य दुय्यम ठरते अशी टीका वारंवार होते. काही प्रमाणात त्यात तथ्य आहे. या आणि अशा टीकेस अपवाद ठरावेत असे तीन चार कवी सांगता येतील. अण्णा माडगूळकर, शांताबाई आणि अलीकडच्या काळात सुधीर मोघे. बेतलेले आहे म्हणून त्यांचे काव्य हिणकस झाले नाही. साच्यातील आहेत म्हणून त्यात शब्द कसेही कोंबायचे हे जसे अण्णा, शांताबाईंनी केले नाही, तसेच सुधीर मोघे यांनीही केले नाही. या दोघांप्रमाणे सुधीर मोघे यांचे शब्द अर्थवाही असत आणि चित्रपटात वेळ मारून नेण्याचे काम जरी ते करीत तरी ते झाल्यावर काव्यप्रेमींच्या मनी रुंजी घालीत.

हा चंद्र ना स्वयंभु
रवीतेज वाहतो हा
ग्रहणात तारकांचा
अभिशाप भोगतो हा...

हे असे काव्य कामचलाऊ चित्रपटगीतासाठी गरजेचे नसते. पण सुधीर मोघे यांच्याबाबत असे म्हणता येणार नाही. त्यांच्या कवितांची जी गाणी झाली त्याच्यावर सहज नजर टाकली तरी त्यातील लुभावणाऱ्या काव्याची ओळख व्हावी. 'झुलतो

बाई रास झुला, नभ निळे रात निळी कान्हाही निळा' हे गीत असो वा 'काजळ रातीनं ओढून नेला...' हे मनातल्या मनात टोचत राहणारे गीत, सुधीर मोघे मनापासून लिहीत. त्या लिहिण्यात जोरजबरदस्ती नसे. कारण त्यांचा कवी सहज होता. 'जरा विसावू या वळणावर,' 'त्या प्रेमाची शपथ तुला,' 'माझे मन तुझे झाले,' 'विसरू नको श्रीरामा मला,' 'सजणा पुन्हा स्मरशील ना...' अशी सहज गुणगुणली जाणारी अनेक गाणी सुधीर मोघ्यांची आहेत, हे अनेकांना माहीतही नसावे. तेच त्यांचे यश. 'गोमू संगतीनं माझ्या तू येशील का...' या हेमंतकुमार यांच्या सानुनासिक आवाजातला प्रश्न सुधीर मोघे यांच्याच कवितेतला आणि 'दिसं जातील, दिसं येतील... भोग सरल सुख येईल...' हे आश्वासक शब्दही त्यांचेच. 'मी सोडून सारी लाज, अशी बेभान नाचले आज...' 'की घुंगरू तुटले रे...' या ओळी हिंदीच्या आधारे रचलेल्या. पण सुधीर मोघे यांनी त्या रचतानाही त्यांना सांस्कृतिकदृट्या मराठीत आणले. असे झाले की तो नुसता अनुवाद रहात नाही. रूपांतर होते. या कवितेवर त्यांचा इतका जीव की फक्त तिच्या गायनाचा उत्सव करीत 'कविता पानोपानी' नावाचा कार्यक्रम सुधीर मोघे करीत. रंगमचावर एकटे. खोक्यांच्या साह्याने बनवलेल्या रंगमंचाच्या पातळ्यांवर एकटे हिंडत सुधीर मोघे आपल्याच नादात कविता सादर करीत. त्यात तालवाद्य नाहीत, सूर नाहीत. फक्त शब्द. ऐंशीच्या दशकात सुधीर मोघे यांनी हा प्रयोग करण्याचे धाडस दाखवले. त्यावेळी दोघे तिघे कवी मिळून काव्यगायन करीत. हा कार्यक्रम तसा नव्हता. सुधीर मोघे एकटेच. आणि कविताही स्वतःच्या. स्वतःच्या काव्यावर त्यांचा इतका विश्वास हे अनोखे काव्यगायन ऐकण्यास आणि पाहण्यास रसिक श्रोते येतील याची त्यांना पूर्ण खात्री होती. आणि ते यायचेही. 'कविता पानोपानी' किंवा 'लय' हा कविता संग्रह. हे मोघे यांच्या प्रयोगशीलतेचे नमुने आहेत. हरिवंशराय बच्चन यांच्या 'मधुशाला' या काव्यात एक 'लय' आहे, तिचा म्हणून एक आकार आहे, घाट आहे... त्या घाटाने सुधीर मोघे यांनी लय आणि कविता पानोपानी लिहिली. तिला अर्थातच उदंड प्रतिसाद लाभला. त्यांच्या काव्याने मराठी चित्रपटसंगीताच्या बाबत 'फिटे अंधाराचे जाळे, झाले मोकळे आकाश...' अशीच अवस्था आली. 'दरीखोऱ्यातून वाहे एक प्रकाश प्रकाश...' असे जेव्हा त्यांची कविता सांगते तेव्हा ती आपल्याला त्यांच्यासमवेत घेऊन जाते आणि 'रान जागे झाले सारे, पायवाटा जाग्या झाल्या, सूर्य जन्मता डोंगरी, संगे जागल्या सावल्या...' याचा प्रत्यय येतो. 'सूर्याचा जन्म सावल्यांनाही जन्म देतो...' याची जाणीव सुधीर मोघे यांची कविता चित्रपटाच्या गाण्यातून आपल्याला सहज करून देते.

सुधीर मोघे यांच्या दोन कवितांना उदंड प्रतिसाद लाभला. जनसामान्य ते काव्यरसिक दोघांनी या काव्यास मनापासून दाद दिली. यातील एक म्हणजे 'दयाघना...'

हे गीत. रसुल अल्ला या मूळ बंदिशीला सुधीर मोघे यांनी मराठीत आणले ते तिचे मूळचे वजन कायम ठेवून. हे गाणे अमाप लोकप्रिय झाले. आणि दुसरे म्हणजे 'सखी मंद झाल्या तारका... आता तरी येशील का.' बाबूजी सुधीर फडके यांच्या आवाजातील हे गीत अत्यंत जनप्रिय झाले, परंतु अनेकांना माहीतही नसेल ते मूळ भीमसेनांच्या घनगंभीर आवाजातून आले आहे. खरे तर दोन्ही मोघे बंधूंना काव्याची उत्तम जाण. थोरल्या मोघेंचे–श्रीकांत यांचे काव्य अभिनयातून व्यक्त झाले, सुधीर यांनी काव्याला आपले मानले.

असा हा कवितेवर मनापासून प्रेम करणारा कवी. काल अचानक अनंताच्या प्रवासाला निघाला. या प्रवासातही कवितेची सोबत त्यांना असेलच. कारण...

एका समंजस सावध क्षणी माझ्या मनानं मला बजावलं...
निर्वाणीनं बजावलं... तुझीच तुला चालावी लागेल
पायाखालची... एकाकी वाट!
मौज एकच... हे त्यानं मला सांगितलं तेव्हा
वाट जवळ जवळ संपली होती...!

...वाट संपली असली तरी त्यांची कविता मात्र 'फिरूनी नवी जन्मेन...' असेच म्हणेल. त्या कवितेस 'लोकसत्ता'ची श्रद्धांजली.

१७ मार्च २०१४

८८. आईका ना..!

गोपीनाथ मुंडे यांच्यासारखा इतका तगडा गडी एका किरकोळ अपघातात प्राणास मुकावा हा नियतीचा खेळ क्रूर आणि अतर्क्यच. त्यांना अपघात नवे नव्हते. एकदा तर त्यांचे हेलिकॉप्टरच शेतात कोसळले. पण त्याचा कोणताही परिणाम न झालेले मुंडे चिखल तुडवत चालत निघाले. मराठवाड्यासारख्या मागास भागात आणि एका मागास, साध्या शेतकरी कुटुंबात जन्मलेला केवळ योगायोगाने राजकारणात येतो काय आणि थेट राज्याचे नेतृत्व करण्याचे स्वप्न पाहतो काय! ती कहाणी उभारी देणारी. हवीशी. पण त्याच कहाणीचा असा करुण अंत अशाश्वताच्याच शाश्वताची आठवण करून देणारा. नकोसा.

महाराष्ट्राच्या राजकारणात मुंडे यांचे असणे आणि आता नसणे अनेक अर्थांनी महत्त्वाचे आहे. हे महत्त्व केवळ मुंडे सत्ताधारी पक्षाचे मंत्री होते म्हणून अर्थातच नाही. ती एक तुलनेने क्षुल्लक अशी बाब. मुंडे यांच्या राजकीय अस्तित्वास अनेक सामाजिक पदर आहेत आणि ते अधिक महत्त्वाचे आहेत. वंजारी या मागास समाजातल्या पांडुरंग आणि लिंबाबाई यांच्या पोटचे हे दुसरे अपत्य. घरची परिस्थिती हलाखीचीच. आई-वडील वारकरी संप्रदायाचे. घरची गरिबी होती तरी आपल्या पोरांनी शिकावे ही आई-वडिलांची इच्छा. त्या वेळच्या बीडमध्ये शाळेचा वर्ग झाडाखाली भरत असे. ही झाडाखालची शाळा आणि पुढे जिल्हा परिषद हेच त्या वेळचे गरिबांचे पर्याय होते. पुढे गोपीनाथ २० वर्षांचे असताना वडील पांडुरंग यांच्या निधनामुळे त्यांच्या शिक्षणात अडथळा येतो की काय, अशी परिस्थिती निर्माण झाली. परंतु आई आणि ज्येष्ठ बंधूंच्या पाठिंब्यामुळे गोपीनाथ महाविद्यालयात कायम राहिले. याच टप्प्यावर त्यांच्या वैयक्तिक आणि सार्वजनिक आयुष्याला दिशा देणारा सवंगडी मिळाला. त्याचे नाव प्रमोद महाजन. वास्तविक महाराष्ट्रातील सामाजिक उतरंडीचे वास्तव लक्षात घेता गोपीनाथ मुंडे हे अखिल भारतीय विद्यार्थी परिषद या रा. स्व. संघप्रणीत संघटनेकडे नैसर्गिकरीत्या वळले नसते. त्यांना त्या दिशेने नेले प्रमोद महाजन यांनी. महाजन अभाविपमध्ये झपाट्याने प्रगती करीत असताना मुंडेदेखील त्यांच्या अंगभूत गुणांनी नाव कमावू लागले होते. अंबाजोगाई, बीड हा परिसर ही महाजन-मुंडे यांची कार्यशाळा.

त्या काळातील मराठवाड्यास जमीनदारी नेतृत्वाने ग्रासलेले होते. परंतु या प्रस्थापितांना धक्का लागू शकतो ही उमेद ब्राह्मण पार्श्वभूमीचे महाजन आणि मागास जमातीतील मुंडे यांच्या जोडगोळीने पहिल्यांदा निर्माण केली. तो काळ आणीबाणीचा. हे दोघेही आणीबाणीविरोधात लढताना तुरुंगात गेले आणि त्यातून सुटका झाल्यावर मुंडे वेगळ्याच बेडीत अडकले. महाजन यांच्या बरोबरचे त्यांचे राजकीय साहचर्य एव्हाना खासगी आयुष्यातील जीवश्च मैत्र बनले होते. त्यातूनच महाजन यांच्या सख्ख्या बहिणीशी गोपीनाथ यांचा विवाह झाला. तिकडे राजकीय आघाडीवर महाजन आणि मुंडे यांच्या जोडगोळीची ताकद पहिल्यांदा ओळखली ती राष्ट्रीय स्वयंसेवक संघाच्या वसंतराव भागवत यांनी. काँग्रेसच्या दलित, मुसलमान आदी पारंपरिक मतपेढीस छेद द्यावयाचा असेल तर जनसंघाने आणि पुढे भारतीय जनता पक्षाने आपले स्वत:चे स्वतंत्र जातीय समीकरण उभे करावयास हवे, हे भागवतांनी ताडून 'माधव' हे नवे सूत्र या पक्षासमोर ठेवले. माळी, धनगर आणि वंजारी अशा तीन समाजांकडे त्यानंतर भाजपने लक्ष केंद्रित केले आणि देशभर त्यातूनच मुंडे यांच्या बरोबरीने कल्याणसिंग, उमा भारती आदी नेत्यांची नवी फळी तयार झाली. आजही इतर मागासांचा मोठा पाठिंबा भाजपकडे आहे कारण त्यामागची ही व्यूहरचना. त्यानंतरचा काळ हा मुंडे आणि महाजन यांच्या राजकीय कर्तृत्वाच्या भरभराटीचा. महाजन यांनी राष्ट्रीय स्तरावर लक्ष केंद्रित करावे आणि मुंडे यांनी भर महाराष्ट्रावर द्यावा हा त्याच व्यूहरचनेचा भाग. तो या दोघांनीही तंतोतंत पाळला. पुढे मुंडे विधानसभेत गेले आणि महाजन संसदेत. जवळपास दोन-अडीच दशके महाजन आणि मुंडे या जोडगोळीने महाराष्ट्राचे एकमती नेतृत्व केले. या दोघांची व्यवस्था अभेद्य अशी होती. त्या दोघांत कितीही जरी मतभेद झाले तरी जगासमोर येताना हे दोघेही एकमतानेच येत. खासगीतही या दोघांनी कधी एकमेकांतील कोणत्याही मतभेदाविषयी कधीही वाच्यता केली नाही.

मुंडे यांचे गोपीनाथराव व्हायला प्रारंभ झाला तो नव्वदीच्या सुरुवातीस. तोपर्यंत महाराष्ट्र म्हणजे शरद पवार असे समीकरण होते. ते पहिल्यांदा भंगले मुंडे यांच्यामुळे. पवार यांचे समाजविघातक घटकांशी असलेले कथित संबंध, जमीनजुमल्यांचे वादग्रस्त व्यवहार आणि त्यांच्या सरकारने हाती घेतलेला एन्रॉन प्रकल्प यांविरोधात मुंडे यांनी शब्दश: रान उठवले. यानिमित्ताने त्यांनी किती वेळा महाराष्ट्र पिंजून काढला असेल यास गणती नाही. त्याचमुळे महाराष्ट्राचा कानाकोपरा मुंडे यांना माहीत होता आणि त्याबाबत पवारांच्या खालोखाल, किंबहुना बरोबरीने, त्यांची ख्याती होती. फर्डे, रांगडे वक्तृत्व, अपार कष्ट करायची तयारी आणि कोणत्याही साध्याभोळ्या कार्यकर्त्याच्या गळ्यात हात टाकून बोलण्याइतका मोकळाढाकळा स्वभाव यामुळे मुंडे राज्यभर लोकप्रिय होते. राजकारणातील मतभेदास त्यांनी कधीही शत्रुत्व मानले नाही. त्याचमुळे

महाजन, पवार यांच्या बरोबरीने मुंडे यांचे संबंध सर्वपक्षीय राहिले. त्यांच्याच कष्टाची परिणती १९९५ साली भाजप-सेना सत्तेवर येण्यात झाली. त्याआधी विरोधी पक्षनेता म्हणून समुद्रात बुडवलेला एन्रॉन प्रकल्प सत्तेवर आल्यावर पुन्हा वर काढण्याचा त्यांचा निर्णय वादग्रस्त झाला तरी गृहमंत्री म्हणून त्यांची कारकीर्द वाखाणण्याजोगीच होती. मुंबईतील गुंडगिरीचा कणा मोडला गेला तो त्यांच्याच काळात. पुढे १९९९ साली सेना-भाजपची सत्ता गेली. परंतु तरीही मुंडे यांचा अधिकार गेला असे झाले नाही. राज्याच्या प्रश्नावर अत्यंत अभ्यासू वृत्ती, उत्तम हजरजबाबी वक्तृत्व आणि प्रसंगावधान यामुळे मुंडे यांना विधानसभेत ऐकणे हा अतीव आनंदाचा भाग असे. त्यांचे वक्तृत्व जिवंत होते. त्यात पुस्तकी घोटीवपणा नसे. ग्रामीण लहेजाने मुंडे सत्ताधाऱ्यांच्या टोप्या इतक्या सहजपणे उडवत की त्याचा आनंद प्रसंगी सत्ताधारीही घेत. हाताला जे लागतील ते कागद फडकावत मुंडे असे काही घणाघाती हल्ले करीत की पाहणाऱ्यास त्यांच्या हातातील कागदांवर सर्व तपशील लिहिलेला आहे की काय, असे वाटावे. हातातील कागदावरील मजकूर जणू आपण वाचत आहोत, असा आभास तर त्यांनी अनेकदा निर्माण केला. कोणत्याही पक्षाचे अन्य नेते कितीही बोलून गेले तरी मुंडे बोलायला उभे राहिले की बघता बघता चित्र पालटत असे. स्वत:वर त्यांचे प्रेम होते. त्यामुळे उत्तम भाषण झाले की खाली बसता बसता ते खिशातून हळूच कंगवा काढत, केसावर फिरवत उलटी मान करून वार्ताहर कक्षाकडे नजर टाकत भाषणाचा योग्य तो परिणाम झाला की नाही याची दखल घेत. राजकारणी सत्ताधारी झाला की त्याच्यात एका दुर्गुणाचा प्रादुर्भाव होतो. तो म्हणजे समोरच्या व्यक्तीची उपयुक्तता जोखणे आणि त्यानुसारच त्याचे आदरातिथ्य करणे वा न करणे. या दुर्गुणाने मुंडे यांना कधीही स्पर्श केला नाही. आपले पद, मोठेपण विसरून आपल्यास आपले म्हणण्याचा, कोणाच्याही अडीअडचणीस मदतीला जाण्याचा त्यांचा स्वभाव होता. त्यात कधीही बदल झाला नाही. त्यामुळे मुंडे यांच्या भोवतालचा कार्यकर्त्यांचा गराडा अक्षय्य असे. पक्षीय, इतकेच काय पण वैयक्तिक मतभेददेखील, त्यांनी कधी मानवी संबंधांच्या आड येऊ दिले नाहीत. माणसे जोडणे हे त्यांचे अंगभूत कौशल्य होते आणि कोणत्याही पदामुळे ते झाकोळले गेले नाही. असा हा रांगडा गडी आपल्या मेहुण्याच्या निधनामुळे मात्र पार कोलमडून पडला. प्रमोद महाजन यांचे जाणे हे मुंडे यांना मोडून पाडणारे होते. महाजन काही केवळ त्यांचे सहकारीच नव्हते. तर वैयक्तिक आयुष्यातील सुहृददेखील होते. त्यामुळे महाजनांच्या निधनानंतर कित्येक दिवस मुंडे शोकमग्न होते आणि अश्रूंना मोकळी वाट करून देण्यात त्यांना कमीपणा वाटत नसे. सख्ख्या भावाच्या हल्ल्यात विदग्ध झालेल्या महाजनांना मांडीवर घेत रुग्णालयात दाखल केले ते मुंडेंनीच. त्यानंतर दिवसरात्र ते

महाजनांच्या उशाशी बसून होते. आठ वर्षांपूर्वीच्या मे महिन्यात महाजनांचा अंत झाला. आज मुंडे यांचा. या प्रसंगी एका दुर्दैवी करुण योगायोगाची वाच्यता करावयास हवी. २०१४ साली भाजप स्वत:च्या बळावर सत्तेवर येईल आणि माझे नाव पंतप्रधानपदासाठी घेतले जाईल, अशी स्वच्छ भविष्यवाणी महाजन यांनी वर्तवली होती. ती अर्धी खरी ठरली. भाजप सत्तेवर आला. पण ते राहिले नाहीत. त्याच वेळी महाराष्ट्रात भाजप सत्तेवर येऊ पाहत असताना आणि महाजन यांच्या लाडक्या गोपीनाथाचे नाव मुख्यमंत्रिपदासाठी घेतले जात असताना त्या टप्प्यावर मुंडेही गेले. या दोघांशीही आमचा उत्तम स्नेह. राजकारण आणि समाजकारणाचा त्यांचा अभ्यास थक्क करणारा होता. चर्चेत मुंडे यांना थोपवू गेल्यास राव... आईका ना... असे म्हणत ते नव्या उत्साहाने आपली बाजू मांडत. कधी त्यांना फोन जरी केला तरी आईका ना... तुम्ही काय सांगता... असे म्हणत मुंडे सुरुवात करीत. आज ते मात्र सर्व ऐकण्याच्या आणि ऐकवण्याच्या पलीकडे गेले.

आग्रह आणि अतिरेक यांतील सीमा अस्पष्ट होण्याच्या काळात मुंडे यांच्यासारख्या मध्यममार्गी नेत्याचे जाणे हे लोकशाहीसाठी नुकसानकारक असते. 'लोकसत्ता' परिवारातर्फे त्यांना श्रद्धांजली.

४ जून २०१४

८९. देहवाद्याचा उपासक

ही गोष्ट १९५१ सालची. आंतरराष्ट्रीय ख्यातीचे व्हायोलिनवादक यहुदी मेन्युहिन विविध व्याधींन जर्जर होते. व्हायोलिनसारख्या वाद्याच्या सतत वादनाने त्यांचे खांदे दुखत, दंडात वेदना होत असे आणि एकूणच बसणे उठण्यासारख्या साध्या क्रिया करतानाही त्यांना त्रास होत असे. अस्थिव्यंगतज्ञाकडून उपचार घेणे हाच एक मार्ग होता. त्यासाठी ते दवाखान्यात गेले आणि डॉक्टर व्यस्त असल्यामुळे दवाखान्यातील नियतकालिके चाळत बसले. त्यातील एक होते योगाविषयी. ते पाहून या कलाकाराची इच्छा चाळवली. आपल्या व्याधीवर योगासने हा उपचार असू शकतो असे त्यांच्या मनाने घेतले आणि तेव्हापासून योगगुरूचा त्यांचा शोध सुरू झाला. त्यानंतर तशी आसने वगैरे शिकवणारे बरेच जण त्यांना भेटले. परंतु ते सर्वच कुडमुडे होते. चोखंदळ मेन्युहिन यांना काही ते भावेनात. पुढच्या वर्षी त्यांचा भारतदौरा होता. या दौऱ्यात एका कार्यक्रमानंतर त्यांना भेटायला आलेल्यांत होते साक्षात पंतप्रधान पंडित जवाहरलाल नेहरू. मेन्युहिन हे पंडितजींच्या आवडत्या कलाकारांपैकी एक. आगतस्वागत झाल्यावर मेन्युहिन यांनी आपली उत्तम योगगुरूच्या शोधाची कैफियत पंडितजींच्या कानी घातली. भारतीय पंतप्रधानास वाटले, पाश्चात्त्य देशांतील अनेकांना भारतीयांविषयी बरेच बेगड आकर्षण असते आणि मेन्युहिन हे अशांपैकीच एक असावेत. तेव्हा त्यांच्या योगप्रेमाची परीक्षा घेण्याची उबळ पंडितजींना आली. त्यांनी या जगप्रसिद्ध कलाकारास आव्हान दिले ते शीर्षासन करून दाखवण्याचे. नुसते आव्हानच देऊन ते थांबले नाहीत, तर स्वतः नेहरूंनी ते करून दाखवले. त्यांना वाटले मेन्युहिन यांना आश्चर्य वाटेल. परंतु त्याच क्षणी मेन्युहिन यांनी देखील लगेच ते आसन करून दाखवले आणि आपले योगावरचे प्रेम किती सच्चे आहे, याची जाणीव पंडितजींना करून दिली. याच दौऱ्यात मग त्यांना योग्य भारतीय योगगुरू मिळेल अशी व्यवस्था पंडितजींनी केली. त्यानंतर काय घडले याचे वर्णन खुद्द मेन्युहीन यांनीच लिहून ठेवले आहे. आपल्याच पहिल्याच भेटीत या आंतरराष्ट्रीय कलाकाराने अत्यंत अपरिचित अशा भारतीय योगगुरूस आपल्या व्याधींची कल्पना दिली आणि या शारीर-मानसिक ताणतणावांमुळे साध्या

झोपेसदेखील आपण कसे पारखे झालो आहोत, याचे वर्णन केले. ते ऐकून तेथल्या तेथेच त्या योग गुरूजींनी काही आसने करायला लावली आणि ती करत असतानाच हा कलाकार निद्रेच्या सुखकारक प्रजासत्ताकात अलगद शिरला. ज्या गोष्टीस तो कित्येक महिने मोताद झाला होता ती झोप इतक्या सहजपणे प्राप्त झाल्याने मेन्युहिन हरखून गेले. त्यामुळे हा महान कलाकार आपल्या भारतीय योगगुरूचा प्रचारकच बनला. त्या भारतीय योगगुरूचे बेल्लुर कृष्णम्माचार सुंदरराज अय्यंगार यांचे आज पहाटे निधन झाले. बीकेएस अय्यंगार या नावाने ते ओळखले जात.

ज्या काळात जागतिकीकरण ही संकल्पनादेखील जन्माला आलेली नव्हती, त्या काळात, म्हणजे ब्रिटिशचलित भारतात जन्माला येऊन ज्या मंडळींनी भारताचा झेंडा सातासमुद्रापार लावला अशा महानुभावांत बीकेएस अय्यंगार मोडतात. सतारवादक पंडित रविशंकर, पंडित भीमसेन जोशी, विलायतखाँ आदी अन्य नावेही यासंदर्भात घेता येतील. अलीकडे जागतिकीकरण म्हणजे स्वत:चे सोडणे असे थिल्लर मंडळींना वाटते. या सर्व मान्यवरांचे जगणे आणि वागणे या आणि अशा उथळ विचारधारेच्या बरोबर विरोधी होते. भारतीयत्व पूर्ण पचवून जगाच्या मुशाफिरीस निघालेली ही मंडळी. त्यांचे सत्त्व, मातीशी असलेले इमान सच्चे होते आणि म्हणूनच त्यांचे आपापल्या क्षेत्रांतील जागतिकीकरण प्रामाणिक होते. भारतीय योगशास्त्राची पताका सर्व जगात पोचवण्याचे महत्कार्य बीकेएस अय्यंगार यांच्याकडून घडले. परंतु हे आपले आंतरराष्ट्रीयत्व बीकेएस यांनी कधीही मिरवले नाही. ज्या काळात किरकोळ यशास तोफखान्याची सलामी दिली जाते, त्या काळात बीकेएस यांचे यश मापणारी मोजपट्टी नाही. आज तब्बल ७२ देशांत अय्यंगार यांची योग प्रशिक्षण केंद्रे आहेत. जगभरातल्या प्रमुख १३ भाषांतून त्यांच्या योग मार्गदर्शक ग्रंथांचे अनुवाद झाले आहेत. नावाने अय्यंगार असले तरी बीकेएस यांचा जन्म कर्नाटकातील बेल्लूरचा. घरात मेहुण्याकडूनच त्यांना योगशास्त्राचे धडे मिळाले. मुंबई आणि पुण्यात त्यांच्या योगप्रशिक्षण कार्यास सुरुवात झाली. त्यामुळे असेल पण बीकेएस उत्तम मराठी बोलत. पुणे ही त्यांची कर्मभूमी होती. त्यांनी अखेरचा श्वास घेतला तोही पुण्यात. बीकेएस यांचा जगभरात संचार असे. गेल्याच वर्षी ते चीनच्या मोठ्या दौऱ्यावर होते आणि बीजिंगमध्ये योग प्रशिक्षण केंद्र विस्तारासाठी त्यांचे प्रयत्न सुरू होते. अय्यंगार यांच्यामुळे परदेशात योग पद्धती चांगलीच लोकप्रिय झाली. परंतु योगासनांच्या बाबा रामदेवी सुलभीकरणास आणि फुकाच्या लोकप्रियीकरणास बीकेएस यांचा विरोध होता. याचे कारण ते स्वत: पतंजली याने घालून दिलेल्या योगिक यमनियमांचे कडवे अनुयायी होते. ऋषी पतंजलीने जे काही सांगून ठेवले आहे, त्याच्या पलीकडे जाण्याची काही गरज नाही, असे ते

मानत. त्यामुळे अलीकडच्या काळात विशिष्ट तपमानातील योगासने वगैरे छाछुगिरीस त्यांचा सक्त विरोध होता. गर्भसंस्कार वगैरे भारदस्त नावांनी अनेकांच्या हातचलाख्या अलीकडे जोरात आहेत. तशी कोणतीही उटपटांगगिरी कधी बीकेएस यांनी केली नाही. त्यामुळे ते शेवटपर्यंत आदरणीयच राहिले. बीकेएस यांनी योगप्रसाराच्या कार्यात स्वत:ला झोकून दिल्यानंतर पुढे अष्टांग, हठ, तांत्रिक वा अन्य आदी योग पद्धतींची फॅशन आली. परंतु बीकेएस यांची पातंजल निष्ठा कधीही ढळली नाही. याचा अर्थ ते पोथीनिष्ठ होते असा अर्थातच नाही. योगासनांत विविध आयुधांचा वापर बीकेएस यांनी सर्रास सुरू केला. महत्त्व आहे ते योगासनांना, त्यांच्या साह्याने तंदुरुस्त राहण्याला, याची जाणीव कायम त्यांना होती. त्याचमुळे अगदी खुर्ची, स्टूल आदीं साधनांचादेखील कशा पद्धतीने उपयोग करून घेता येईल हे त्यांनी दाखवून दिले होते.

या आधुनिक दृष्टिकोनामुळे आणि सतत नवनव्याचा शोध घेण्याच्या वृत्तीमुळे अय्यंगार यांना अमाप प्रसिद्धी आणि चाहते गण लाभले. अनेक आंतरराष्ट्रीय व्यक्ती त्यांच्या जवळच्या प्रभावळीत होत्या. त्यांच्याशी अय्यंगार यांचा वैयक्तिक स्नेह होता. अशांतील एक नाव म्हणजे बेल्जियमची महाराणी क्वीन एलिझाबेथ. वयाच्या ६५व्या वर्षी पक्षाघाताने ग्रासल्यावर राणीस उपचाराची गरज वाटली ती फक्त अय्यगार यांच्या. यासाठी त्यांनी अय्यंगार यांना बोलावून घेतले. त्यांच्याकडून उपचार शिकून घेतले आणि काही महिन्यानंतर हातपाय हलू लागल्यावर या राणीने स्वत:च्या हातांनी योगाचार्यांचा अर्धपुतळा बनवून त्यांना भेट म्हणून पाठवून दिला. तो अय्यंगार यांच्या कार्यालयात असे आणि त्याची कहाणी ते अभिमानाने सांगत. याच राणीस वयाच्या ८५व्या वर्षी पुन्हा एकदा व्याधिग्रस्त झाल्यावर अय्यंगार यांच्याकडूनच उपचार हवे होते. वय लक्षात घेता त्या पूर्ण बऱ्या होणे शक्य नव्हते. पण अय्यंगार यांच्या उपचारांमुळे त्यांच्या वेदना तरी सुसह्य झाल्या. त्यानंतर अय्यंगार मायदेशी परतण्यासाठी निरोप घेण्यास गेल्यावर राणी एलिझाबेथ यांच्या मनात त्यांच्याविषयी कृतज्ञता दाटून आली आणि डोळ्यांतील अश्रूंच्या मार्गे ती व्यक्त होऊ लागली असता त्या अय्यंगार यांना म्हणाल्या, ''आता काही पुन्हा मी गेल्या खेपेसारखा तुमचा पुतळा बनवू शकत नाही...मी काही देऊ शकत नाही...एवढे मात्र करू शकते...'' असे म्हणत त्यांनी आपला गाल अय्यंगार यांच्या समोर पुढे केला आणि त्यांना चुंबन देऊ केले. वयोवृद्ध राणीकडून मिळालेल्या या दुसऱ्या बालपणातील या पारितोषिकाचे वर्णन अय्यंगार तितक्याच बालसुलभ कौतुकाने करीत.

कारण जगण्यावर त्यांचे प्रेम होते. योगवाली मंडळी एरवी खूप कंटाळवाणी

असतात. वयस्कर होऊनही अय्यंगार असे कंटाळवाणे कधीच झाले नाहीत. आनंदी वृत्तीने जगा आणि राजवृत्तीने मरणास सामोरे जा, असे ते म्हणत. तसेच ते जगले आणि गेले. देह म्हणजे एक वाद्य आहे आणि चांगला कलाकार ज्या निगुतीने आपल्या वाद्याला जपतो, त्याच्यावर प्रेम करतो त्या प्रमाणे आपले आपल्या देहावर प्रेम हवे, असा त्यांचा उपदेश असे. त्या अर्थाने बीकेएस हे देहवाद्याचे उपासक होते. 'लोकसत्ता' परिवारातर्फे त्यांना श्रद्धांजली.

२१ ऑगस्ट २०१४

१०. लोभस मि. डार्लिंग

फ्रेडरिक अॅटनबरो यांची तीनही मुले थोर निघाली. थोरले रिचर्ड, मधले डेव्हिड आणि धाकटे जॉन तिघांनीही आपापल्या क्षेत्रात घराण्याचे नाव काढले. यातील सर्वांत धाकटे जॉन मोटारींच्या व्यवसायात होते आणि त्यांचे अकाली निधन झाले. अन्य दोघांनीही आपापली माध्यमे गाजवली. प्लॅनेट अर्थसारख्या अनेक सर्वांगसुंदर वृत्तमालिका हे डेव्हिड यांचे कर्तृत्व. निसर्गाला समजावून घेत, त्यावर कोणताही ओरखडा न पाडता निसर्ग आणि प्राणी जीवनावर बीबीसी आदी वाहिन्यांसाठी डेव्हिड यांनी अक्षरश: शेकड्यांनी वृत्तमालिका बनवल्या. एखाद्या सिनेमाच्या डीव्हीडी वा सीडीजप्रमाणे त्या आजही मोठ्या प्रमाणावर विकल्या जातात आणि पुढच्या पिढीच्या चित्रपट वा माहितीपट निमार्त्यांसाठी त्या अभ्यासाचा विषय असतात. हा अचंबित करणारा सखोल अभ्यास हे अॅटनबरो यांचे...मग तो डेव्हिड असो वा थोरले रिचर्ड...व्यवच्छेदक लक्षण. ही अशी अभ्यास करण्याची सवय त्यांच्यात वडिलांकडून उतरली. ते लब्धप्रतिष्ठितांच्या केंब्रिज विश्वविद्यालयात प्राचार्य होते. आई मेरी ही त्याकाळी स्त्रियांच्या हक्कासाठी लढणारी. वडील अध्यापक आणि आई कार्यकर्ती. हे दोघेही क्रियाशील होते. दुसऱ्या महायुद्धात जेव्हा यहुदी निर्वासितांचा लोंढा लंडनमध्ये वाढू लागला तेव्हा आपणही काही करायला हवे या भावनेने या दांपत्याने दोन यहुदी मुली दत्तक घेतल्या. त्या दोघींचे आयुष्य अॅटनबरो कुटुंबीयांनी कौतुकाने घडवले आणि अमेरिकेत चांगल्या घरी दोघींची लग्ने करून दिली. हे असे बांधिलकी मानण्याचे गुण अॅटनबरो बंधूंत पुरेपूर उतरले. एकदा एखादी गोष्ट करायची तर पदराला खार लावायची वेळ आली तरी मागे हटायचे नाही, हा खाक्या. मग त्यासाठी कितीही वेळ, ऊर्जा आणि पैसा खर्च होवो. बाजारपेठीय दडपणांना बळी न पडता हे असे पायाभूत काम करणारी एक पिढीच्या पिढी जीवनाच्या विविधांगांना स्पर्श करणारे मूलभूत काम त्या काळी देशोदेशी करीत होती. अॅटनबरो हे या पिढीचे प्रतिनिधी.

भारतीयांना रिचर्ड अॅटनबरो यांची महती कळली ती 'गांधी' या अजरामर निर्मितीमुळे. तसे होणे साहजिकच. हा सिनेमा १९८२ सालचा. त्यानंतर जन्माला आलेल्या पिढीला गांधी माहिती झाले ते या सिनेमामुळे. एरवी एखादा कथानायक

समजून घेण्यासाठी चित्रपटासारख्या माध्यमाचा आधार घ्यावा लागत असेल तर त्याची गणना विद्वानांनी पोरकट या विशेषणाने केली असती. पण गांधी या सिनेमाच्या बाबत तसे झाले नाही. याचे कारण म्हणजे अॅटनबरो यांनी गांधी या व्यक्तीचा आणि वृत्तीचा सखोल अभ्यास केला होता. किती, तर आपल्या आयुष्यातील दोन दशके रिचर्ड अॅटनबरो या ब्रिटिश कलाकाराने केवळ गांधी समजून घेण्यात घालवली. १९६२ साली त्यांना पहिल्यांदा सिनेमासाठी गांधी हा विषय सुचवला गेला. तसा तो सुचवणाऱ्यांतील एक होते पंडित जवाहरलाल नेहरू. गांधी हा विषय अॅटनबरो यांनाच सुचवावा असे पंडितजींना का वाटले त्याचा तपशील उपलब्ध नाही. तोपर्यंत अॅटनबरो हे केवळ ब्रिटिश रंगभूमी वा चित्रपट क्षेत्रातील कलाकार म्हणून ओळखले जात. मनोरंजनाच्या जागतिक व्यासपीठावर अॅटनबरो यांचा प्रवेश झाला १९६३ साली. कारण काहीही असो. पण अॅटनबरो यांनी या सूचनेचे चीज केले. त्यासाठी त्यांनी केलेल्या कष्टासाठी भारतीयांनी त्यांचे कायमचे ऋणी रहावयास हवे. या सिनेमासाठी अॅटनबरो यांना कोणी पैसे देईनात. अनेकांनी त्यांना सिनेमासाठी गांधी हा विषय घेतल्याबद्दल वेडगळच ठरवले होते. एखाद्या वाळक्या झाडाच्या खोडाला फडके बांधावे त्याप्रमाणे भासणारा एक नेता सिनेमाचा नायक कसा, असा अनेकांचा त्यांना प्रश्न होता. पण हा चित्रपट करायचा या कल्पनेने त्यांना इतके भारलेले होते की त्यांनी आपले घर विकले, पत्नीचे दागिने गहाण ठेवले आणि त्यातून उभा राहिलेला निधी सिनेमासाठी खर्च केला. जवळपास २.२ कोटी डॉलर्स त्यांनी या दरिद्रीनारायणाच्या नायकात गुंतवले होते. त्यात ते इतके खंक झाले की महिन्याचे स्वयंपाकाच्या गॅसचे बिल देण्याइतके पैसेदेखील त्यावेळी त्यांच्याकडे उरले नाहीत. जे करायचे ते भव्य, हा खाक्या. त्यामुळे 'गांधी' सिनेमात त्यांच्या अंत्ययात्रेच्या दृश्यासाठी त्यांनी तब्बल ३ लाखांचा खरा समुदाय गोळा केला होता. खरे तर संगणकीय चलाखीच्या माध्यमातून ही एवढी गर्दी त्यांना दाखवता आली असती. पण हे असले कामचलाऊ आणि कातडीबचाऊ मार्ग त्यांना कधीच पसंत नव्हते. या सिनेमात संवादाची ४३० हून अधिक दृश्ये आहेत. जितकी जास्त अशी दृश्ये तितका त्याच्या संपादनाचा व्याप अधिक. पण तो वाढतो म्हणून अॅटनबरो यांनी कधीही हात आखडता घेतला नाही. बेन किंग्जले या तुलनेने नव्या कलाकाराला घेऊन त्यांनी अशा काही ताकदीने हा सिनेमा बनवला की त्याने इतिहासच घडला. त्यावर्षीच्या ऑस्कर पुरस्कारात या चित्रपटासाठी ११ मानांकने होती. त्यापैकी आठ पुरस्कार एकट्या 'गांधी'ने जिंकले. एकाच सिनेमाने इतके घाऊक पुरस्कार जिंकण्याचा विक्रम अन्य कोणत्याही ब्रिटिश कलाकृतीला त्यानंतर अद्याप एकदाही साधता आलेला नाही. त्यानंतर अनेक भारतीय चित्रपटकारांनी आपापल्या नायकांवर असे चित्रपट काढण्याचा प्रयत्न केला. त्यातील

एकही चित्रपट 'गांधी'च्या जवळपासदेखील जाऊ शकला नाही. ते यश जसे मोहनदास करमचंद गांधी यांचे तसेच सर रिचर्ड ॲटनबरो यांचेही. किंबहुना चित्रपटापुरते हे यशाचे माप ॲटनबरो यांच्या पारड्यात कांकणभर अधिकच पडावे.

याचे कारण प्रचंड अभ्यास. त्यांच्या चित्रपटांतून शिकायचे ते डिटेलिंग. सर्व प्रक्रिया, पद्धती, समाजजीवन, संस्कृतीचे यमनियम याचा प्रचंड म्हणता येईल इतका अभ्यास ॲटनबरो करीत. एका अमेरिकी समीक्षकाने त्यांच्यावर टीका करताना हा माणूस चित्रपटाच्या मजकुरावर प्रत्यक्ष सादरीकरणापेक्षा अधिक लक्ष देतो अशा स्वरूपाचे विधान केले होते. ॲटनबरो यांनी त्यावर प्रतिक्रिया देताना माझा याइतका बहुमान कोणी केलेला नाही, असे उद्गार काढले होते. ॲटनबरो आपल्या कृतीत झोकून देत. ही सवय त्यांना शालेय पातळीपासूनच होती. खरे तर वडील महाविद्यालयाचे प्राचार्य. तेदेखील शिक्षणकाशी केंब्रिज विश्वविद्यालयातील. परंतु तरीही रिचर्ड यांना अभ्यासात गती नव्हती. त्यांचे दोन्ही बंधू तुलनेने अभ्यासात हुशार. पण या शालेय अभ्यासाचे रिचर्ड यांच्याशी कधीच जमले नाही. लहानपणी वडील त्यांना एकदा चार्ली चॅप्लिन याचा सिनेमा दाखवण्यासाठी लंडनला घेऊन गेले होते. आपल्या अभिनयाच्या ताकदीवर प्रेक्षकांना रडण्याहसवण्याची ताकद बघून आपणही मोठेपणी असेच करायचे असे त्यांच्या मनाने घेतले. त्या क्षणापासून रिचर्ड यांनी स्वतःला या क्षेत्रात झोकून दिले. पुढे यातील शोकांतिका ही की याच चार्ली चॅप्लीन याच्यावर ॲटनबरो यांनी 'गांधी'नंतर बनवलेला चित्रपट दणदणीत आपटला. अर्थात तरीही निर्मितिमूल्ये आणि शैली यासाठी अभ्यासू आजही त्याचे नाव काढतात. ब्रिटिश रंगभूमी आणि चित्रपटविश्वात रमलेल्या रिचर्ड यांची ओळख जगाला झाली ती १९६३ सालच्या 'द ग्रेट एस्केप' या अप्रतिम चित्रपटाने. वास्तविक त्यात काही ते नायक नव्हते. स्टीव्ह मॉक्वीन हे त्यातील प्रमुख कलाकार. परंतु दुसऱ्या महायुद्धाच्या पार्श्वभूमीवर जर्मन अधिकाऱ्यांच्या तावडीतून पलायनाचा प्रयत्न करणारा सर रिचर्ड यांनी रंगवलेला ब्रिटिश डॉक्टर अजूनही अनेकांच्या स्मरणात आहे. तीच गत 'ज्युरासिक पार्क'चीदेखील. स्टिव्हन स्पिलबर्ग याची ही कलाकृती ओळखली जाते आदीमकालीन महाकाय डायनासोरच्या कहाणीसाठी. पण त्या संगणकीय जिवांच्या बरोबरीने भाव खाऊन जातात गोल, गरगरीत काहीसे विक्षिप्त भासणाऱ्या संशोधकाच्या भूमिकेतील रिचर्ड. जवळपास ६० वर्षांची त्यांची कारकीर्द. आपल्याला जरी ते 'गांधी'कार म्हणून माहीत असले तरी त्यांची दिग्दर्शीय कारकीर्द जेमतेम १२ सिनेमांची आहे. ते मुख्यत: ओळखले जातात ते अभिनेते म्हणून. अगाथा ख्रिस्ती यांच्या 'माउसट्रॅप' या नाटकातल्या भूमिकेसाठी आणि ग्रॅहम ग्रीन यांच्या 'ब्रायटन रॉक' यावर आधारित त्याच नावाच्या चित्रपटासाठी देखील. सर

लॉरेन्स ऑलिव्हीए, जॉन गिलगुड अशांच्या पंगतीत सर रिचर्ड ॲटनबरो यांचे नाव घेतले जाते.

विविध संस्था आणि कलाक्षेत्रात सर रिचर्ड आणि त्यांची पत्नी शीला सिम यांच्यासह शेवटपर्यंत कार्यरत होते. २००४ साली आलेल्या त्सुनामीने मात्र या दांपत्याच्या सुखी जीवनास हादरा दिला. त्यांची कन्या, नात आणि कन्येची सासू तिघेही थायलंडमध्ये या त्सुनामीच्या तडाख्यात सापडले आणि नाहीसे झाले. ते दु:ख सर रिचर्ड शेवटपर्यंत बाळगून होते. त्यात त्यांची गेली काही वर्षे आजारपणाला तोंड देण्यातच गेली. त्यासाठी त्यांना आपले आवडते घरही विकावे लागले. सर रिचर्ड म्हणजे मूर्तिमंत ब्रिटिश सभ्यता आणि सौजन्य. वयाच्या आणि कर्तृत्वाच्या सीमा ओलांडण्याचा त्यांचा स्वभाव. चित्रपटाच्या सेटवर प्रत्येकाला ते डार्लिंग असेच संबोधत. 'एंटायरली अप टू यू डार्लिंग' हे त्यांचे आत्मचरित्र त्यांच्या उत्तम अभिरुचीची साक्ष देते. त्यांच्या निधनाने हा लोभस मि. डार्लिंग काळाच्या पडद्याआड गेला आहे.

२६ ऑगस्ट २०१४

९१. बेदरकार बॅरिस्टर

महाराष्ट्राचे पहिले मुसलमान मुख्यमंत्री ही अब्दुल रहेमान अंतुले यांची खरी आणि पूर्ण ओळख ठरणार नाही. किंबहुना तशी ती करणे हे त्यांच्यावर अन्यायकारक आहे. त्यांच्या मुख्यमंत्रिपदातील पहिलेपण धर्मापेक्षा अन्य एका वास्तवाने महत्त्वाचे ठरते. ते म्हणजे पश्चिम महाराष्ट्रातून नसलेला, साखर कारखानदार वा सहकार सम्राट यांचा पाठिंबा नसलेला पहिला मुख्यमंत्री असे म्हटल्यास अंतुले यांचे मोठेपण लक्षात यावे. अंतुले कोकणातील. त्यांच्या मागे ना सहकारी बँक ना कोणती संस्था. तरीही त्यांना या राज्याचे मुख्यमंत्रिपद मिळाले. हे जसे त्यांचे मोठेपण तसेच अशक्तपणदेखील ठरते. याचे कारण या राज्यात मुख्यमंत्रिपदासाठी कोण लायक ठरते किंवा खरे तर कोण नालायक ठरते, याचे काही अलिखित नियम करून आहेत. त्यानुसार मराठा जातीतील नेत्यांस प्राधान्य मिळते. मराठा आणि तो परत त्यात पश्चिम महाराष्ट्रातील असेल तर ते सोन्याहून पिवळे. हे नसेल तर गेलाबाजार त्याच्या मागे काही सहकारी कारखाने तरी हवेत. अंतुले हे या सर्वच नियमांना अपवाद होते. ते मराठा नव्हते, पश्चिम महाराष्ट्राशी त्यांचा थेट संबंध नव्हता आणि मागे एखादी सहकारी संस्था असण्याचीदेखील सुतराम शक्यता नव्हती. तरीही ते १९८० साली महाराष्ट्राचे मुख्यमंत्री झाले. मागे अनेक गोष्टी नसलेल्या अंतुले यांच्याकडे काँग्रेसमधील सत्ताकारणासाठी जीवनावश्यक असे दोन घटक होते. एक गांधी घराण्यावर निष्ठा आणि दुसरे म्हणजे महाराष्ट्रातील असूनही प्रसंगी मराठा आणि सहकार दबाव गटांशी दोन हात करण्याची तयारी.

हे दोन्ही घटक अंतुले यांच्या मुख्यमंत्रिपदी निवडीत निर्णायक ठरले. याचे कारण तत्कालीन राजकीय परिस्थिती. १९७८ साली शरद पवार यांनी पुरोगामी लोकशाही दलाचा प्रयोग करून काँग्रेसला चांगलेच संकटात आणले होते. वसंतदादा पाटील यांचे सरकार पाडल्यानंतर डावे, उजवे, समाजवादी अशा सर्वच आवळ्याभोपळ्यांना घेऊन पवार यांनी राज्य सरकारची मोट बांधली होती. त्याआधीच्या आणीबाणीनंतरच्या निवडणुकांनी इंदिरा गांधी यांना धूळ चारली होती. एकेकाळचे काँग्रेसचे मोरारजी देसाई ते जनसंघाचे अटलबिहारी वाजपेयी, लालकृष्ण अडवाणी,

साथी जॉर्ज फर्नांडिस यांचे असेच सरकार केंद्रात सत्तेवर आले होते. परिणामी इंदिरा गांधी यांना आपण कसे संपवले असे म्हणत एकमेकांना टाळ्या देत या डुड्ढाचाऱ्यांचे राजकारण सुरू होते. त्यापासूनच प्रेरणा घेत शरद पवार यांनी महाराष्ट्रात पुलोदचा घाट घातला. तो चांगलाच रंगेल अशी चिन्हे असताना घात झाला. तो म्हणजे इंदिरा गांधी पुन्हा सत्तेवर आल्या. जी बाई संपली असे मानून ज्यांचे राजकारण सुरू होते त्या सर्वांनाच इंदिरा गांधी यांच्या धडाडीच्या पुनरागमनाने धक्का बसला. बाईंनी पहिले काय केले तर महाराष्ट्रात शरद पवार यांचा पुलोद सरकार विसर्जित केले. परिणामी पवार जसे राजकीयदृष्ट्या निर्वासित झाले तसेच महाराष्ट्राचे काँग्रेसचे नेतृत्वही. या टप्प्यावर इंदिराबाईंचे अब्दुल रहेमान अंतुले यांच्याकडे लक्ष गेले. मुख्यमंत्रिपदी निवड होण्याआधी अंतुले चांगले दशकभर विधानसभेत होते, वेगवेगळ्या खात्यांचे मंत्रीही होते. या काळात त्यांचा एक गुण काँग्रेसश्रेष्ठींच्या नजरेत भरला असावा. तो म्हणजे बेधडकपणा. हा काळ संजय गांधी यांच्या दिव्य लीलांचा. आणीबाणीच्या आधी या संजयलीलांनी आणि त्याच्या गणंगांनी राजकारण ग्रासलेले होते. काँग्रेसच्या दरबारी राजकारणात संजय म्हणेल ती पूर्व दिशा मानण्याचा प्रघात होता. त्यामुळे जेव्हा आई इंदिरेने शरद पवार सरकार बुडवले तेव्हा महाराष्ट्राच्या मुख्यमंत्रिपदासाठी संजय गांधीं यांच्याकडून अंतुले यांचेच नाव पुढे ढकलले गेले. गांधी मायलेकांना अंतुले यांच्याविषयी ममत्व असण्याची प्रमुख कारणे तीन. एक म्हणजे या मायलेकांच्या पडत्या काळातही अंतुले यांनी त्यांची साथ सोडली नाही, दुसरे म्हणजे यशवंतराव चव्हाण ते शरद पवार व्हाया वसंतदादा पाटील या राज्याच्या मराठा राजकारणास आव्हान देऊ शकेल अशी अंतुले यांची मनोभूमी आणि तिसरे म्हणजे अर्थातच त्यांचा धर्म. तेव्हा या सर्व कसोट्यांवर उत्तम गुणांनी उतरणाऱ्या अंतुले यांची निवड महाराष्ट्राच्या मुख्यमंत्रिपदासाठी होणे हे साहजिक होते.

मुख्यमंत्रिपदी आसनस्थ होताच अंतुले यांच्यातील मूळ बेधडक स्वभावास वैधतेची जोड मिळाली. अंतुले तडफदार होते आणि प्रश्न समजून घेण्याची त्यांची हातोटी वाखाणण्याजोगी होती. राज्याच्या सेवेत राहून गेलेले अनेक ज्येष्ठ सनदी अधिकारी अद्यापही अंतुले यांच्याविषयी आदराने बोलतात ते यामुळेच. एकदा का निर्णय घेतला की अंतुले ठामपणे अधिकाऱ्यांच्या पाठीशी उभे रहात आणि कोणत्याही प्रसंगाने डगमगून जात नसत. याचा सर्वांत मोठा दाखला म्हणजे रिझर्व्ह बँकेच्या विरोधात जात त्यांनी जाहीर केलेली कर्जमाफी. आर्थिकदृष्ट्या अडचणीत आलेल्या शेतकऱ्यांची कर्जे माफ व्हावीत असा निर्णय त्यांनी घेतला. तोपर्यंत राज्य सरकारनेच कर्जे माफ करण्याची प्रथा नव्हती. परिणामी त्यांच्या निर्णयाचे अनेक पडसाद उमटणार होते. तसे ते उमटले आणि त्याची दखल घेत थेट रिझर्व्ह बँकेनेच राज्य सरकारला

तंबी दिली. प्रश्न अवघा ५० कोटी रुपयांचा होता आणि कोरडवाहू शेतकऱ्यांना या कर्जमाफीचा लाभ होणार होता. तोपर्यंत असे कधीही झालेले नसल्यामुळे नानी पालखीवाला यांच्यासह अनेकांनी त्या विरोधात काहूर उठवले. परंतु अंतुले जराही डगमगले नाहीत आणि रिझर्व्ह बँकेला महासरकार होऊ देणार नाही, असे सांगत त्यांनी ती योजना जशीच्या तशी राबवली. जे झाले ते आर्थिकदृष्ट्या योग्य की अयोग्य असा प्रश्न यावर उपस्थित होऊ शकतो. तसा तो झाला तरी त्यामुळे अंतुले यांची प्रशासनव्यवस्थाच दिसून येते. त्यांच्या आयुष्यातील दुर्दैवी योगायोग म्हणजे संजय गांधी यांचे निधन. संजय गांधी यांच्यामुळे अंतुले यांना मुख्यमंत्रिपद मिळाले. परंतु ते मिळाल्यानंतर अवघ्या १५ दिवसांत संजय गांधी यांचे निधन झाले. तेव्हा आपल्या या राजकीय पाठीराख्याच्या स्मरणार्थ अंतुले यांनी संजय गांधी निराधार योजना सुरू केली. राज्यातील निराधारांना दरमहा ६० रुपये इतके तरी निवृत्तिवेतन मिळावे, अशी ती योजना. आजही ही योजना देशभर वेगवेगळ्या राज्यांतून राबवली जाते. फरक इतकाच, आज हे निवृत्तिवेतन ५०० रुपयांच्या घरात गेले आहे.

परंतु अंतुले यांच्या स्वभावातील समस्या ही की धडाडी आणि धरबंध यातील संतुलन कोठे संपते याचे त्यांना भान राहत नसे. इंदिरा गांधी प्रतिष्ठान हे प्रकरण घडले ते यामुळेच. ज्या वेळी सिमेंटसारख्या घटकासाठी बिल्डरांना सरकारवर अवलंबून रहावे लागत असे त्यावेळी अंतुले राज्य सरकारच्या वतीने बिल्डरांना धडाधड असे परवाने देत असत. समस्या ही की त्या बदल्यात या बिल्डरांना अंतुलेचलित न्यासांना देणगी द्यावी लागत असे. वास्तवात ही देणगी अंतुले हे धनादेशाद्वारेच घेत असत. परंतु तरीही अंतुले यांचे राजकीय विरोधक असलेल्या वसंतदादा पाटील आदींनी अंतुले रोखीने देणग्या घेत असा प्रचार पद्धतशीरपणे केला आणि तो इंदिरा गांधी यांच्यापर्यंत जाईल अशी व्यवस्था केली. पश्चिम महाराष्ट्रातील नेत्यांशी जवळीक असलेल्या माध्यमांनी यात मोठा वाटा उचलला आणि बघता बघता अंतुले यांच्या विरोधात भ्रष्टाचाराचे वादळ उभे राहिले. अंतुले यांना महाराष्ट्राचे मुख्यमंत्रिपद मिळू नये यासाठी त्यावेळी वसंतदादा पाटील यांनी जंग जंग पछाडले होते. त्यांच्या विरोधास डावलून मुख्यमंत्रिपदी अंतुले यांची वर्णी लागल्याने दादा आणि मराठा नेतेमंडळींशी संबंधित अनेक जण अंतुले यांना खिंडीत पकडण्यासाठी टपूनच होते. त्यांना अंतुले यांनी स्वहस्ते संधी दिली आणि अखेर स्वतः संकटात सापडले. वास्तविक काँग्रेसचे तत्कालीन नेते अंतुले यांच्या तुलनेत काही संतसज्जन होते असे नाही. तरीही त्यांच्या तुलनेत अंतुले भ्रष्ट ठरले.

याचे कारण बेधडकपणा कोठे संपतो आणि बेधुंद बेमुर्वतपणा कोठे सुरू होतो, याकडे त्यांनी कधीही लक्ष दिले नाही. कपाळावर मधेमधे येणारी केसांची बट,

बोलता बोलताच ती मागे करण्याची बेफिकिरी लकब, वागण्यात एक प्रकारचा जोश आणि ऊर्जा असे अंतुले आपल्या वागण्यातूनच एक सकारात्मक संदेश देत. बघू, पाहू, करू अशा शब्दांना त्यांच्याकडे स्थान नव्हते. परंतु वागण्यातील तडफेस नियंत्रित ठेवण्यासाठी जो प्रकारचा संयतपणा लागतो, तो त्यांच्याठायी कधी नव्हता. त्यामुळेच पायउतार व्हावे लागल्यानंतर त्यांची कारकीर्द भरकटत गेली आणि एका चांगल्या प्रशासकाचा दुर्लक्षित शेवट झाला.

३ डिसेंबर २०१४

१२. कसे बोललात लक्ष्मण!

समाजाच्या व्यंगावर भाष्य करणाऱ्याच्या अंगी एक नैतिक तटस्थता असणे अत्यावश्यक असते. ती आर.के. लक्ष्मण यांच्या अंगी पुरेपूर होती. अन्यथा भाष्यकार गावगन्ना भाषणे देत वा मार्गदर्शन करत हिंडू लागला तर ज्यांचे व्यंग दाखवायचे ती माणसे खांद्यावर हात ठेवू लागतात. आर.के. लक्ष्मण यांच्याबाबत ही शक्यता दुरान्वयानेही नव्हती. कारण आपला बाज आणि भान त्यांनी कधीही सोडले नाही. एखाद्या शल्यकाच्या डोळ्यावर शोभेल असा जाड, काळ्या काड्यांचा मोठा चष्मा, कंबरेच्या वर दोन खिसे असलेला पांढराशुभ्र शर्ट, काळी पँट आणि चेहऱ्यावर भारदस्त धीरगंभीरता असे लक्ष्मण यांचे व्यक्तिमत्त्व मूर्तिमंत शुचिष्मंत भासे. आपल्याला संपादकाइतकेच, किंबहुना कांकणभर जास्तच महत्त्व आहे हे ते जाणून असत. असे महत्त्व असलेल्यांच्या अंगी एक प्रकारचा अहं आणि कमी महत्त्वाच्या लोकांप्रति क्षुद्रतेची भावना असे. ती लक्ष्मण यांच्या चेहऱ्यावर कधी नसे. त्यांच्या जवळपास येण्यासाठी राजकारणी धडपडत. कारण तेच त्यांच्या टीकेचा विषय असत. पण अशांना किती दूर ठेवावे याची एक लक्ष्मणरेषा लक्ष्मण यांच्या मनात असे. ती त्यांनी कधीही ओलांडली नाही. ते ज्या काळात पत्रकारिता करीत, त्या काळी तृतीयपानी संप्रदायाचा उदय झालेला नव्हता. परंतु हा वर्ग असता तरीही लक्ष्मण उडाणटप्पूपणा करीत हिंडले नसते. आपली जबाबदारी आणि कर्तव्ये यांची जाण असलेली एक पिढीच्या पिढी पत्रकारितेत नांदत होती त्या काळी लक्ष्मण या क्षेत्रात आले. या क्षेत्राचे पावित्र्य भंग होईल अशी एकही कृती त्यांच्याकडून कधी घडली नाही. याचे कारण म्हणजे आपल्या माध्यमाच्या मानमर्यादांचे पालन त्यांनी पुरेपूर केले. काळ्यापांढऱ्या रंगाच्या व्यंगचित्रांच्या चौकटी हेच आपले भाष्यमाध्यम आहे. त्याच्या आत राहूनच आपण व्यक्त व्हायला हवे याचे भान सतत त्यांच्या मनात असे. त्यामुळे ते कधी वाचाळपणा करीत हिंडले नाहीत. पण समाजापासून तुटले आहेत, असेही कधी झाले नाही. ही अशी राजस अलिप्तता फार लोभस असते. लक्ष्मण यांची ती तशी होती. त्यामुळे त्यांना पाहूनही प्रसन्न वाटत असे.

व्यंगचित्रकारास काकदृष्टी लागते. लक्ष्मण त्यापलीकडचे होते. त्यांना कावळेच

आवडत. एरवी समाजाच्या प्रेमास पारखा झालेला हा नीरस पक्षी लक्ष्मण यांचा अत्यंत आवडता होता. त्यांनी कावळ्यांची केलेली रेखाटने ज्यांनी पाहिली त्यांची नजर कावळ्यांच्या बाबत बदलली नाही, असे झाले नसेल. माना वळवून कुर्रेबाजपणे पाहणारे, विलक्षण संवादी भासणारे, अत्यंत चलाख कावळ्यांचे लक्ष्मण यांना भलतेच प्रेम. इतके की त्यांनी काकमुद्रांचे प्रदर्शनदेखील भरवले होते. कावळ्याचे पाहणे अत्यंत बोलके असते. कधी त्यात चाणाक्षपणा दिसतो तर कधी तारेवर वा झाडावर आपलाच कोणी सहकारी अडकलेला पाहून कावळे कासावीस होतात. कावळ्यांची ही बोलकी नजर हे आर.के. लक्ष्मण यांच्या कॉमन मॅनच्या डोळ्यांत उतरत असे. राजकारण्यांसमोर असहाय भासणारा, पत्नीच्या युक्तिवादासमोर शहाणे मौन पाळणारा, परिस्थितीकडे बेरक्या नजरेने पाहणारा हा कॉमन मॅन ही आरके यांची भारताला देणगी. भारतास स्वातंत्र्य मिळाले त्या मुहूर्तावर आरके यांनी व्यंगचित्रकलेचा दैनंदिन शुभारंभ केला. या स्वतंत्र भारतातील कॉमन मॅन जवळपास आरकेंच्या व्यंगचित्रातून व्यक्त होत होता, हे त्यांचे श्रेष्ठत्व. देशातील खऱ्याखुऱ्या सामान्य माणसाला आरकेंची व्यंगचित्रे आवडत कारण त्या सामान्याच्या भावनांनाच त्यांच्या चित्रातून वाट फुटत असे. 'धरणाचे बांधकाम उत्तम झाले आहे, परंतु छोटीशी चूक म्हणजे जवळपास कोठेही नदीच नाही', असे जेव्हा त्यांच्या व्यंगचित्रातील अभियंता इंदिरा गांधी यांना सांगत असे तेव्हा अगदी यासारखेच काही तरी आपल्यालाही लक्षात आले होते, असेच ते व्यंगचित्र पाहणाऱ्या सामान्य वाचकास वाटत असे. पं. नेहरू यांना जग सतत गुलाबी रंगात रेखाटत असे. पण आरकेंच्या व्यंगचित्रातले पं. नेहरू हे अर्धटक्कलधारी असत आणि त्यांच्या चेहऱ्यावर मी (तुमच्यापेक्षा) शहाणा असा भाव असे. सामान्य माणसास ते आपलेच निरीक्षण वाटे. राजनारायण नावाची वल्ली आरकेंच्या व्यंगचित्रात पाहून उगाच उचापत्या करीत हिंडणाऱ्या व्रात्य पोराची आठवण करून देत असे तेव्हा ते अर्कचित्र आपल्याही भावना व्यक्त करते असेच पाहणाऱ्यास वाटे. लालकृष्ण अडवाणी यांच्या केशरहित डोक्यावर आरकेंच्या व्यंगचित्रातून दिसणारा मुकुट अदृश्यपणे जनतेलाही दिसत असे किंवा वाजपेयींच्या दंताजीचे ठाणे उठलेल्या तोंडावरचे बालसुलभ खट्याळपण अनेकांना जाणवलेले असे. चेहऱ्यावर शिक्षकी किरकिरेपणा असणारे मोरारजी देसाई, तुच्छतावादी ठाकूर चरणसिंग, अत्यंत गरुडनाक्या पण विलक्षण तोऱ्यातल्या इंदिरा गांधी, नैतिकतेचा आव आणत राजकारण करू पाहणारे पण ज्यांच्या डोक्यापेक्षा तीवरील टोपीच उत्तरोत्तर मोठी होत गेली असे विश्वनाथ प्रताप सिंग, चेहऱ्यावर सतत मी नाही बुवा त्यातला असा लब्बाड अलिप्तपणा वागवणारे शरद पवार आदी मंडळी आरकेंच्या व्यंगचित्रात पाहणे अव्यंग आनंददायी होते. त्यांच्या चित्रातल्या मेनका गांधींची उंची भातुकली खेळू पाहणाऱ्या मुलींपेक्षा

मोठी कधीच झाली नाही. ते वास्तवच आहे. सोनिया गांधी यांच्या बॉबकटचे वळलेले केस आणि चेहऱ्यावरचा गोंधळ अद्यापही कमी झाला आहे, असे म्हणता येणार नाही. आरकेंची थोरवी दिसली ती राजीव गांधी यांच्या अर्कचित्रात. कोणतेही दृश्यवेगळेपण, लकब नसलेले राजबिंडे राजीव गांधी व्यंगचित्रात रेखाटणे हे आव्हान होते. ते आरके यांनी इतक्या उत्तमपणे पेलले की सुरुवातीला व्यंगचित्रात न अडकणारे राजीव गांधी हे नंतर नंतर आरकेंनी रेखाटलेल्या व्यंगचित्रातल्यासारखेच दिसू लागले. चेहऱ्यावरची बालिश सात्त्विकता, शेंड्याशी सरळ होऊन मग मुडणारे नाक आणि डोक्यावर होते त्यापेक्षा अधिक टक्कल यामुळे आरकेंचे राजीव हे प्रत्यक्षाहुनि प्रतिमा उत्कट असे होऊन गेले. हे सर्व करताना आरकेंचा मोठेपणा असा की त्यांनी कोणत्याही टप्प्यावर राजकारण्यांना वा व्यंगविषयांना कधीही प्राणिरूपात दाखवले नाही की त्यांच्या शारीरिक व्यंगांवर बोट ठेवले नाही. एक सात्त्विक, संयत सभ्यता हे आरकेंच्या व्यंगचित्रांचे वैशिष्ट्य होते. त्यामुळे त्यांच्या एकाही व्यंगचित्राने कधीही वाद वगैरे झाला नाही. आपल्याला जग बदलायचे आहे अशा त्वेषाने कधीही त्यांनी व्यंगचित्रे काढली नाहीत. जे काही आपल्याभोवती घडते आहे त्याचे आपण अदृश्य, तटस्थ निरीक्षक आहोत आणि आसपासच्या घटनांतील त्रुटी दाखवणे इतकेच आपले कर्तव्य आहे हे ते जाणून असत.

ही प्रसन्न, सुजाण, सुसंस्कृतता ही त्यांच्याकडे उपजत होती. त्यांचे ज्येष्ठ बंधू आर. के. नारायण यांच्या लेखणीतून ती जाणवते तर लक्ष्मण यांच्या कुंचल्यातून. व्यक्तीच्या नुसत्या दृश्य लकबी रेखाटण्यास फक्त कलाकारी पुरे. परंतु त्या व्यक्तीचा संपूर्ण स्वभाव दोन-चार फटकाऱ्यांतून सादर करायचा तर ते प्रतिभेशिवाय शक्य होत नाही. शिवाय व्रतस्थ प्रतिभासाधनदेखील लागते आणि राजकारण, समाजकारण, सामाजिक चालीरीती आदींचा सखोल अभ्यास लागतो. या गुणांचा समुच्चय असलेले लक्ष्मण यांचे वर्णन त्यामुळेच केवळ एक व्यंगचित्रकार या शब्दांत मावणारे नाही.

ते एक भाष्यकार होते. हा भाष्यकार आता आपल्यात नाही. माध्यमांचा अविवेकी, बेफाम एकांगीपणा वाढत असताना, व्यवस्था अधिकाधिक असहिष्णू होत असताना आणि आपल्या मर्यादांची जाणीव हरवून बसलेले शार्ली एब्दोसारखे प्रकार घडत असताना आर.के. लक्ष्मण यांच्यासारख्यांचे नसणे अधिक व्याकुळ करणारे आहे. त्यांचे ते दैनंदिन चित्रभाष्य पाहिल्यावर सकाळी सकाळी लाखोंच्या मनात उमटणारी 'कसे बोललात, लक्ष्मण!' ही प्रतिक्रिया यापुढे कधीच उमटणार नाही. त्यांच्या स्मृतींना 'लोकसत्ता'चे अभिवादन.

२८ जानेवारी २०१५

१३. आद्य आम आदमी

राजकारण हे सामान्य माणसासाठी नसते असे मानले जाण्याच्या काळात रावसाहेब रामराव पाटील हे जवळपास तीन दशके महाराष्ट्राच्या राजकारणात सामान्य माणसाचा चेहरा बनून राहिले होते. इतके की त्यांच्या नावातील रावसाहेबपणाने ते उपमुख्यमंत्री झाले तरी कधीही डोके वर काढले नाही. जनतेसाठी, सामान्य नागरिकासाठी ते कायमच 'आरआर आबा' राहिले. सामान्य माणसाशी जुळलेली नाळ राजकारणातील अपात्रता दर्शवते. पण आबांनी त्याची फिकीर केली नाही. राजकारणात इतकी वर्षे राहूनही आणि त्यात पुन्हा पश्चिम महाराष्ट्रातील असूनही आरआर यांचा एकही साखर कारखाना नाही की एखादी बँक त्यांच्या हाती नाही. आबांचा सख्खा लहान भाऊ पोलीस खात्यात कनिष्ठ पदावर आहे. गृहमंत्री झाल्यावरही त्याच्या पदात आणि स्थानात बढती आणि बदली करण्याचा मोह आबांना झाला नाही. उपमुख्यमंत्री असतानाही आबांची मुले सरकारी शाळांतच– आणि तीही मराठी माध्यमाच्या– शिकली. राजकारणात साधे असणाऱ्यांकडून बऱ्याचदा हे साधेपण मिरवण्यासाठी वापरले जाते. या साधेपणाचा दर्प अशा व्यक्ती आसपास जरी आल्या तरी वातावरणात पसरतो. आबांचा साधेपणा असा नव्हता. तो खराखुरा होता आणि आपण साधे आहोत याचा त्यांना काडीचाही कमीपणा नव्हता. वास्तविक आबा ज्या पक्षाचे प्रतिनिधित्व करीत त्या पक्षात कंत्राटदारांची ऊठबस चांगलीच लक्षणीय. पण आबा या कंत्राटदारांच्या गराड्यात कधी दिसायचे नाहीत. सामान्य माणसाविषयी असलेली त्यांची कणव ही अत्यंत प्रामाणिक होती. आबांच्या आधी महाराष्ट्राचे गृहमंत्रिपद छगन भुजबळ यांनी भूषवले होते. राज्यातील पोलिस दलाविषयी बरे बोलावे असे त्या काळात फारसे काही घडले नाही. किंबहुना पोलिसांच्या बढत्या आणि बदल्या हा साधनसंपत्ती निर्मितीचा मोठाच मार्ग म्हणून ओळखला जाऊ लागला होता. हे असले प्रमाद आबांच्या काळात झाले नाहीत. त्यामुळे राजकारणातील टगेपणा आबांच्या वाट्याला कधीही शिवला नाही. वास्तविक आबा हे स्वपक्षीयातच आणि प्रचलित राजकारणातही या साधेपणामुळे टिंगलटवाळीचा विषय होत. पण तिकडे त्यांनी दुर्लक्षच केले. परंतु आबांच्या या प्रतिमेचे मोल पक्षाध्यक्ष शरद पवार जाणून होते.

एका बाजूला एकापेक्षा एक तगडे नेते असताना त्यांनी पक्षाचा चेहरा म्हणून आबाच कसे पुढे राहतील याची सतत काळजी घेतली. आज पंतप्रधान नरेंद्र मोदी यांची स्वच्छता मोहीम प्रसिद्धीच्या झोतात आहे. पंचतारांकित आयुष्य जगणारे छायाचित्रासाठी का असेना आज रस्त्यावर झाडू घेऊन उतरताना दिसतात. परंतु स्वच्छतेची ही निकड जेव्हा इतकी फॅशनेबल नव्हती, त्या काळी आबांनी महाराष्ट्रात संत गाडगेबाबा स्वच्छता अभियान हाती घेतले. आजची स्वच्छता मोहीम ही बऱ्याच अंशी माध्यमकेंद्री शहरांपुरतीच मर्यादित आहे. परंतु आबांना माध्यमझोतात नसलेल्या खेड्यांची काळजी होती. त्यामुळे त्यांचे अभियान हे ग्रामस्वच्छता अभियान होते. महाराष्ट्रात खेड्यांतील दारिद्र्य ओसंडून वाहत असते. परंतु तरीही प्रश्न तत्त्वाचा आहे म्हणत हे खेडूत आपापसांत संघर्षांत आणि पुढे कज्जेदलालीत आपला वेळ आणि साधनसंपत्ती खर्च करतात. हे कमी व्हावे याच उद्देशाने आबांनी महाराष्ट्रात तंटामुक्त गाव अभियानदेखील यशस्वीपणे राबवले.

आबांचे बालपण प्रचंड हलाखीचे. गरिबी इतकी की आपल्या स्वर्गवासी झालेल्या वडिलांचे कपडे त्यांना घालावे लागले. त्यांच्या आई-वडिलांच्या संसाराची वाताहत होती. तीस काही कारणे जबाबदार आहेत हे आबांच्या मनात कायम होते. त्याचमुळे गृहमंत्रिपदी आल्यावर आबांनी मुंबईतले बदनाम डान्स बार बंद करण्याचा निर्णय घेतला. तो वादग्रस्त ठरला. पण आबांनी हजारो महिलांचा दुवा या निर्णयाद्वारे घेतला. या निर्णयाचे शहाणपण आणि अंमलबजावणी यावर आमचे आबांशी मतभेद होते. त्यामुळे त्या वेळी त्यांच्यावर टीका करावी लागली. पण आबांचा मोकळेपणा हा की तरीही आपली बाजू किती योग्य आहे, हे सांगण्यासाठी 'लोकसत्ता'च्या कार्यालयात येण्यात त्यांना कमीपणा वाटत नसे. मनाचा हा मोकळेपणा हे आबांचे आणखी एक वैशिष्ट्य. सर्वसाधारण अनुभव असा की सत्ताधीश राजकारणी आपणास सर्वच काही कळते असा आव आणीत असतात. आबा कधीच त्यातले नव्हते. आपल्या खात्याशी असंबंधित तरीही माहिती करून घ्यावयास हवे अशा अनेक विषयांचे त्यांना कुतूहल होते. तेलाचे भाव कोण ठरवते येथपासून ते डॉलरच्या तुलनेत रुपयाची किंमत ठरते तरी कशी असे अनेक मुद्दे जाणून घेण्यात आबांना रस असे आणि त्यासंबंधीची माहिती मिळवण्यासाठी पदाच्या मोठेपणाची त्यांना कधीच आडकाठी होत नसे. मात्र २६/११ घडल्यानंतर त्यांच्या एका विधानाचा विपर्यास प्रसिद्धिमाध्यमांनी केला आणि आबांना त्यामुळे पदत्याग करावा लागला. याचे शल्य त्यांच्या मनात कायम राहिले. दुधाने तोंड पोळल्यावर एखाद्याने ताकही फुंकून प्यावे तसे आबा त्यानंतर सरसकटपणे प्रसिद्धी माध्यमांशी बोलण्याबाबत साशंकच राहिले. आबांचे आणखी एक मोठेपण म्हणजे त्यांनी आपण पक्षापेक्षा मोठे आहोत असे कधी

खासगीतदेखील मानले नाही. पक्षाच्या जिवावर मोठे व्हायचे, अमाप पैसा करायचा, त्याआधारे स्वप्रतिमा निर्मिती हेच उद्दिष्ट ठेवायचे आणि स्वहित साधण्यात जरा काही आडकाठी आली की प्रसंगी पक्षाला लाथ मारून दुसरा घरोबा करायचा हे असले क्षुद्र उद्योग आबांनी कधीही केले नाहीत. ते जगले असते तरीही त्यांनी ते केले नसते.

वास्तविक स्वहितापेक्षा पक्षास प्राधान्य देण्याच्या त्यांच्या स्वभावानेच त्यांचा आजार बळावला. विधानसभा निवडणुकांच्या तोंडावर आपल्या कर्करोगाचा बभ्रा झाल्यास पक्षाच्या यशापयशावर त्याचा परिणाम होईल म्हणून आबांनी आपले आजारपण अंगावर काढले. त्यामुळे उपचार सुरू होईपर्यंत आबांचा कर्करोग बळावलेला होता. आपण जे काही करीत आहोत याची त्यांना पूर्ण जाणीव होती आणि जेव्हा कर्करोग बराच पुढे गेल्याचे त्यांना जाणवले तेव्हा त्यांची जीवनेच्छाच संपली. आपण आता जगणार नाही असेच त्यांच्या मनाने घेतले. तेव्हापासून आबांवरची मरणछाया कधीच दूर झाली नाही. त्यांचे सर्वेसर्वा शरद पवार आणि कुटुंबीयांनी जातीने शक्य तितके प्रयत्न करूनदेखील आबा मनाने उभे राहिले नाहीत आणि आज त्यांचे शरीरही पडले. गेल्या काही वर्षांत महाराष्ट्राने अनेक कर्तृत्ववान राजकारणी अकाली गमावले. प्रमोद महाजन, विलासराव देशमुख, गोपीनाथ मुंडे आणि आता आरआर आबा. देशपातळीवर काही करून दाखवू शकले असते असेच हे सर्व. त्यांच्या अकाली जाण्याने महाराष्ट्राचे अतोनात नुकसान झाले आहे. आम आदमी पक्षास राजकारणात महत्त्व येत असताना महाराष्ट्राच्या राजकारणातील हा आद्य आम आदमी काळाच्या पडद्याआड जावा हा योगायोग चटका लावून जाणारा. राजकारणात इतका काळ काढूनही आपले आम आदमीपण राखू शकलेल्या या आमच्या मित्रास 'लोकसत्ता' परिवारातर्फे आदरांजली.

१७ फेब्रुवारी २०१५

१४. 'संपादक' पाळणारा संपादक

स्वत:च्या प्रेमात पडलेली नाही अशी माध्यमातील व्यक्ती अति विरळाच. अशा अपवादात्मक व्यक्तीत बिनदिक्कत आदराने नाव घेता येईल अशी प्रभृती म्हणजे विनोद मेहता. या ज्येष्ठ संपादकाचे रविवारी आकस्मिकपणे निधन झाले. माध्यमातिरेकाच्या काळात, कानठळ्या बसतील अशा माध्यमी गोंगाटात विनोद मेहता यांचे महत्त्व लक्षात घेणे आवश्यक आहे. माध्यमांसाठी आणि समाजासाठीदेखील.

व्यवस्थेच्या विरोधात उभे राहणे हे माध्यमांचे अंगभूत कर्तव्य असते. अनेक संपादक आणि त्यांची प्रकाशने या कर्तव्याचे पालन करतातदेखील. परंतु अशा अनेकांत विनोद मेहता मोठे ठरतात ते यासाठी की त्यांनी प्रसंगी स्वत:च स्वत:च्या विरोधात उभे राहण्यास मागेपुढे पाहिले नाही. हा गुण भारतीय पत्रकारितेत फार अभावाने आढळतो. सर्वसाधारणपणे पत्रकाराचा संपादक होत असताना वाटेवर त्याचे काही ग्रह, अनुग्रह होत जातात आणि त्यांना कवटाळत बसण्यात त्याची पुढील कारकीर्द खर्च होते. असे संपादक मग आपले सर्व बुद्धिचातुर्य आपले ग्रह किती बरोबर आहेत हे समाजास सांगण्यात खर्ची घालतात. मेहता यांचे हे असे कधी झाले नाही. भालचंद्र नेमाडे ज्या अर्थाने लेखकाचा लेखकराव कसा होतो, असा प्रश्न विचारतात त्या अर्थाने विनोद मेहता यांचा कधीही विचारवंत वगैरे संपादकराव झाला नाही. याचे महत्त्व अशासाठी की आसपासचे जग हे बदलत असते, नव्याने बरीच माहिती समोर येत असते आणि अशा बदलणाऱ्या वास्तवात आपले ज्ञान, समज, गैरसमज नव्याने तपासून घेणे हे संपादक म्हणवून घेणाऱ्यासही आवश्यक आहे हे मानण्याचा प्रामाणिकपणा त्यांच्याकडे होता. या प्रामाणिकपणामुळे त्यांच्या ठायी आणखी एक दुर्मीळ गुण होता. तो म्हणजे त्यांच्यासाठी कोणीही व्यवसायापेक्षा मोठे नव्हते. एरवी संपादकांचा एकूण अनुभव असा की त्यांच्यासाठी एखादी व्यक्ती वा व्यवस्था ही टीकेपलीकडे असते. या व्यक्ती वा व्यवस्थेचे महत्त्व त्या संपादकाच्या आयुष्यात इतके असते की त्यावर टीका करण्यास वा त्याचे यथायोग्य, प्रामाणिक मूल्यमापन करण्यास तो संपादक धजावत नाही. एका अर्थी ही व्यक्ती वा संस्था त्याच्या आयुष्यात प्रात:स्मरणीय आणि पूजनीय असते. मेहता यांच्यापर्यंतचे अनेक

ज्येष्ठ संपादक आणि त्यांची अशी आंधळी श्रद्धास्थाने यांची यादी सांगता येईल. पण मेहता यांच्याबाबत अशी एकही अंधश्रद्धा नव्हती, असे ठामपणाने म्हणता येईल. म्हणूनच यशवंतराव चव्हाण ते संजय गांधी ते नरेंद्र मोदी व्हाया विश्वनाथ प्रताप सिंग, अण्णा हजारे आणि अनेक समव्यावसायिक पत्रकार यांच्यातील न्यून दाखवण्यात मेहता यांची लेखणी कधीही कमी पडली नाही. मेहता यांच्या टीकेचे धनी व्हावे लागले नाही, असा एकही राजकीय पक्ष वा व्यक्ती नसेल. हे व्यावसायिकतेचे उत्तम उदाहरण होय. आणखी दोन गोष्टींसाठी मेहता मोठे ठरतात.

एकदा एका नियतकालिकाचे संपादकपद यशस्वीपणे भूषविल्यानंतर त्या यशाची पुनरावृत्ती अन्य प्रकाशनांत करून दाखवण्यात भारतात एकही संपादक आतापर्यंत यशस्वी ठरलेला नाही. अनेक संपादकांचा नावलौकिक हा त्यांच्या पहिल्या संपादकपदाचा आहे. दुसऱ्या प्रकाशनात गेल्यावर त्या यशाच्या सुकलेल्या पारंब्यांना लोंबकळण्यातच अनेक संपादकांनी धन्यता मानलेली आहे. अपवाद फक्त एक. विनोद मेहता. पुरुषांना तरुण आणि प्रौढावस्थेत जे पाहायची सुप्त लालसा असते त्या डेबोनेरपासून ते शेवटच्या आऊटलुक या साप्ताहिकापर्यंत प्रत्येक टप्प्यावर मेहता संपादक म्हणून यशस्वी ठरले. संडे ऑब्झर्व्हर, पायोनियर, द इंडियन पोस्ट, द इंडिपेंडंट आदी दैनिकांतील त्यांची कारकीर्द याची साक्ष देईल. त्यांचे महत्त्वाचे वैशिष्ट्य हे की ते लिहिते संपादक होते. अलीकडे संपादक हे बऱ्याच ठिकाणी तोंडी लावण्यापुरतेच असतात आणि सणसोहळे व्यवस्थापन हे त्यांचे मुख्य काम असते. मेहता यांच्याबाबत असे कधीही झाले नाही. या सर्व ठिकाणी त्यांची कारकीर्द गाजली ती त्यांच्या लिखाणासाठी. आणि या सर्व ठिकाणी ते संपादक म्हणून यशस्वी झाले ते एकाच गुणामुळे. तो गुण म्हणजे आम्हास आम्ही पुन्हा पाहावे, काढुनी चष्मा डोळ्यावरचा, ही वृत्ती. मेहता अन्य अनेक कथित संपादकांप्रमाणे त्यामुळे बनचुके झाले नाहीत. त्या अर्थाने उच्च दर्जाची व्यावसायिकता त्यांच्या अंगी होती. त्यांचा दुसरा गुण म्हणजे प्रामाणिकपणा. आपण जसे आहोत तशीच आपली अभिव्यक्ती असेल याबाबत ते जागरूक होते. आयुष्यातल्या मोहांवर मात केल्याचा आणि आपण म्हणजे कोणी नैतिकतेचा पुतळा असल्याचा आव त्यांनी कधीही आणला नाही. तरुणपणी पूर्वायुष्यातील प्रेमप्रकरणातून त्यांना एक मुलगी झाली. पण ही बाब ना त्यांनी आपल्या पत्रकार पत्नीपासून लपवली ना आत्मचरित्रात ते ही कबुली द्यायला कचरले. आपल्या कृत्याची, मताची प्रांजळ कबुली हे त्यांचे अत्यंत मोठे वैशिष्ट्य. वयपरत्वे सायंकाळी मद्याचा आनंद लुटणे त्यांना आवडे. परंतु आपल्याला लोक काय म्हणतील, या भीतीपोटी त्यांनी तेही कधी लपवले नाही. मी आहे हा असा आहे, हे त्यांचे जीवनमूल्य होते आणि तसेच ते जगले. त्याचमुळे

समव्यावसायिकांवर टीका करताना त्यांचा हात कचरला नाही. राडिया टेप हे त्याचे उत्तम उदाहरण. टीव्हीवरील चर्चांतून बोलघेवडेपणा करणारे पत्रकारच सत्ताकेंद्राच्या भोवती जमून नको ते उद्योग कसे करतात, हे त्यांनी अनेकांची नावे घेऊन उघड केले. या पत्रकारांचा रोष त्यांनी पत्करला. त्याचप्रमाणे बलाढ्य उद्योगसमूहांनाही त्यांनी उघडे केले. या त्यांच्या वृत्तांकनामुळे समव्यावसायिक आणि अन्य अनेकांच्या रोषाचे धनी त्यांना व्हावे लागले. अनेक ज्येष्ठ म्हणवणाऱ्या पत्रकारांनी काही काळ तर त्यांचे नावच टाकले. पण आपण जे केले ते योग्यच होते, पत्रकारांचे पितळही उघडे पाडण्यात काहीही चूक नाही असेच ठाम मत मेहता यांचे कायम राहिले आणि त्यामुळे त्यांना त्याचा कधीही पश्चात्ताप झाला नाही.

या सर्वांवर पुरून उरेल असा अत्यंत महत्त्वाचा गुण त्यांच्या अंगी होता. आपण आता कालबाह्य झालो आहोत, हे त्यांना कळले होते. त्यामुळे वाढलेल्या वयातील शिंगे मोडून टीव्हीवरील चर्चांत वायफळ वादविवादात सहभागी होणे आता थांबवायला हवे, हे त्यांना लक्षात आले आणि त्याप्रमाणे ते थांबलेदेखील. त्यामुळे उगाच दररोज संध्याकाळी कोणत्या ना कोणत्या वाहिनीवर आपल्या मतांचा घाऊक रतीब घालत गावगन्ना हिंडण्याचा सुमार उद्योग त्यांनी केला नाही. चर्चेत सहभागी होणारे अनेक तरुण पत्रकार माझे विद्यार्थी आहेत, आपण सहभागी होऊन त्यांच्यावर दडपण का आणायचे, असे ते म्हणत. या चॅनेलीय वितंडवादात सहभागी होऊन, शाळेतल्या वर्गातल्या मुलांप्रमाणे हात वर करून लक्ष वेधून घेत एक मिनिटभराचे शहाणपण सांगण्यासाठी तासभर वाया घालवण्यापेक्षा घरी बसून मद्याचा आनंद घेत लेखन-वाचन करणे अधिक कलात्मक आहे, असे ते मानत. पत्रकाराने प्रसिद्धीच्या झगमगाटापासून स्वत:हून दूर जाणे तसे आपल्याकडे दुर्मीळच. मेहता हे असे दुर्मीळ होते.

परखड, प्रामाणिक व्यक्तीच्या अंगी एक प्रकारचा चक्रमपणा असतो. तो मेहता यांच्याकडे होता. त्यांनी त्यांच्या पाळलेल्या श्वानाचे नाव एडिटर असे ठेवले होते. या संपादकाशी त्यांचा अनेकदा संवाद चाले आणि तो वाचणे अत्यंत आनंददायी असे. अशा तऱ्हेने मेहता हे संपादकास पाळणारे संपादक होते. आपल्या टीकेने शत्रुत्व, कटुता आली तरी हरकत नाही. पण समाजाच्या व्यापक हितासाठी, लोकशाही मूल्यांच्या रक्षणासाठी टीका आवश्यक असेल तर ती करायलाच हवी. प्रसंगी त्याची किंमत मोजावी लागली तरी बेहत्तर; पण लेखणीचे इमान राखावे असे मानणारे संपादक आज मुळातच कमी. त्यातले एक मेहता काल गेले. त्यांच्या पत्रकारितेस 'लोकसत्ता' परिवारातर्फे आदरांजली.

९ मार्च २०१५

९५. फक्त १६ कमी..!

रेडिओ वा दूरचित्रवाणीवर समालोचन म्हणजे उद्गारचिन्हांचा सढळ वापर, अतिशयोक्तीपूर्ण विशेषणे वा वाह्यात किस्से असे मानले जाण्याच्या आजच्या काळात रिची बेनॉ यांच्यासारख्या धुरंधर रसाळ क्रिकेट निरूपणकाराचे महत्त्व आवर्जून समजून सांगावयास हवे. बेनॉ यांनी समालोचन सुरू केले तेव्हा दूरचित्रवाणीचा प्रसार तितका नव्हता. त्यामुळे ऐकणाऱ्यास त्यांचे समालोचन प्रत्यक्ष दर्शनाचा आनंद देत असे. गुड मॉर्निंग लिसनर्स ऑन अ स्प्लेंडिड सनी मॉर्निंग... अशी काहीशी सुरुवात करीत आवाजाची पट्टी जराही न बदलता बेनॉ श्रोत्यांच्या मन:चक्षूंसमोर खेळाच्या मैदानातील वातावरण उभे करीत. बेनॉ यांचे मोठेपण असे की नभोवाणीची सद्दी संपून दूरचित्रवाणीचे आगमन झाल्यावर त्यांनी आपल्या शैलीत नव्या माध्यमास साजेसा बदल केला आणि ते काळाच्या बरोबर राहिले. खरे तर त्यांच्या संयत शैलीमुळे ध्वनिशास्त्राच्या नियमांचे उल्लंघनच होत असे. पण तरीही ते श्रवणीय वाटे. एखाद्या पट्टीच्या गायकाने लावलेला वर्ज्य स्वरदेखील सुरेल वाटावा तसे. बेनॉ पूर्ण तोंड उघडून बोलत नसत. ओठांची ठेवण सर्वच उच्चारांत एकसारखी असे. चंबूसारखी. पण म्हणून शब्द अस्पष्ट आहेत वा घरंगळत आहेत असे कधी झाले नाही. त्यांच्या आवाजाची पट्टीही कधी चढत नसे. ओह... वॉव... अशा विद्यमान निरर्थक शैलीचे सर्रास उच्चारण अलीकडचे समालोचक करतात तसे कधी बेनॉ यांनी केले नाही. त्यांच्या शैलीतील अदब उभय माध्यमांत कायम राहिली. तोंड उघडण्याच्या आधी आपल्या मेंदूकडे लक्ष द्या, असा त्यांचा सल्ला असे आणि त्यांच्याकडूनच त्याचे उल्लंघन झाले असे कधी होत नसे. अमुक एखादा खेळाडू आपल्याला कसा जवळचा आहे, हे दाखवण्यात अलीकडचे समालोचक धन्यता मानतात. असला छछोरपणा बेनॉ यांनी चुकूनही कधी केला नाही. त्यात जर बेनॉ यांच्या संगतीला बिल लॉरी वा टोनी ग्रेग यांच्यासारखा चतुर समालोचक असला तर प्रत्यक्ष खेळापेक्षा त्या खेळाचे वर्णन या मंडळींकडून ऐकणे हे अधिक आनंददायी होत असे. हा मान क्रिकेटच्या क्षेत्रात निव्वळ बेनॉ यांचाच. समालोचन करणाऱ्याने शांततेची, स्तब्धतेची अनुभूती घ्यायला आणि इतरांना द्यायला शिकायला हवे, शब्दांची काटकसर करता येणे अत्यंत महत्त्वाचे आहे, असे बेनॉ

म्हणत आणि त्याप्रमाणे ते खरोखरच स्वत: वागत. याशिवाय बेनॉ अव्वल दर्जाचे फलंदाज व फिरकी गोलंदाज, कुशल कर्णधार, उत्तम संघटक, प्रभावी समीक्षक, सल्लागार असे बरेच काही होते. अशा अनेक भूमिका पार पाडताना त्यांनी क्रिकेट जगतात आपला स्वतंत्र ठसा उमटविला. पंच व प्रशिक्षक या दोनच भूमिका काय त्या त्यांनी वठवल्या नाहीत. अन्यथा त्या क्षेत्रातही त्यांनी आपले प्रभुत्व गाजविले असते.

जगात रोज कोणत्या ना कोणत्या ठिकाणी क्रिकेटचा सामना सुरू असतो एवढी लोकप्रियता आज या खेळास आहे. अव्वल दर्जाचे खेळाडू दररोज सामन्यात मग्न असतात. मात्र पूर्वीच्या काळी हा खेळ जरी लोकप्रिय होता तरीही आंतरराष्ट्रीय स्तरावर अतिशय मोजकेच सामने होत. हल्लीइतकी वाहतूक व्यवस्थाही सोपी नव्हती. असे असले तरीही रिची यांनी १९४८ ते १९६४ या काळात क्रिकेट क्षेत्र गाजवले. सर डॉन ब्रॅडमन यांच्याइतकेच ते आदरणीय होते. त्यांनी न्यू साऊथ वेल्स या ख्यातनाम संघाचे प्रतिनिधित्व करताना प्रथम दर्जाच्या २५९ सामन्यांमध्ये भाग घेतला. त्यामध्ये २३ शतके व ६१ अर्धशतके नोंदवत ११ हजार ७१९ धावा केल्या. लेग स्पिन गोलंदाजी करणाऱ्या बेनॉ यांच्या नावावर ९४५ बळीही जमा आहेत. ऑस्ट्रेलियाकडून ६३ कसोटींमध्ये खेळताना त्यांनी २२०१ धावा केल्या. त्यामध्ये तीन शतके व नऊ अर्धशतके आहेत. कसोटीत दोनशे बळी व दोन हजारहून अधिक धावा करणारा पहिला कसोटीपटू म्हणून त्यांनी कामगिरी केली. ते शेवटच्या फळीत फलंदाजीस येत असत. जर त्यांना पहिल्या फळीत पाठविले गेले असते तर फलंदाजीचे अनेक विश्वविक्रम त्यांच्या नावावर झाले असते. त्यांच्या काळात फिरकी गोलंदाजीला अनुकूल खेळपट्ट्या फारशा नव्हत्या. तरीही त्यांनी आपल्या गोलंदाजीत विविधता निर्माण केली होती. गुगली, टॉपस्पिन, फ्लिपर आदी विविध शैली त्यांनी विकसित केल्या. यष्टींना वळसा घालत... राऊंड दि विकेट... गोलंदाजीवर त्यांची हुकूमत होती. खेरीज ते उत्कृष्ट क्षेत्ररक्षक होते. बऱ्याच वेळा ते फलंदाजाच्या जवळच उभे राहून क्षेत्ररक्षण करीत असत. त्यामुळे अनेक वेळा त्यांना दुखापतींना सामोरे जावे लागले. काही वेळा जिवावर बेतण्याच्या दुखापतींमधून ते वाचले. तरीही खेळपट्टीजवळच उभे राहून क्षेत्ररक्षण करण्यासाठी त्यांचा हट्ट असे. पुढे ते ऑस्ट्रेलियाचे संघनायकही बनले. १९५८ मध्ये इंग्लंडविरुद्धच्या घरच्या मैदानावर झालेल्या मालिकेत त्यांच्याकडे संघाचे कर्णधारपद देण्यात आले. त्या वेळी वास्तविक त्या संघात नील हार्वे यांच्यासह अन्य तीन-चार वरिष्ठ खेळाडूही होते. पदार्पणाच्या मालिकेतच त्यांनी ऑस्ट्रेलियाला ४-० असा विजय मिळवून दिला. खेळाडूंची व्यूहरचना, कल्पक चाली, फलंदाजीतील क्रमवारीत बदल, गोलंदाजांचा खुबीने उपयोग करीत त्यांनी हे यश मिळविले. क्रिकेटमधून निवृत्त होईपर्यंत म्हणजेच १९६४ पर्यंत त्यांनी संघाचे नेतृत्व केले. २८ सामन्यांमध्ये

नेतृत्व करताना त्यांनी १२ सामने जिंकले व ११ सामने अनिर्णीत ठेवले. एक सामना 'टाय' झाला. केवळ चारच सामन्यांमध्ये त्यांनी पराभव स्वीकारला. १९५६ मध्ये ते इंग्लंडच्या दौऱ्यावर गेले असताना त्यांनी बीबीसी रेडिओच्या प्रशिक्षण शिबिरात भाग घेत समालोचनाचा सराव केला. क्रिकेटमधून निवृत्त झाल्यानंतर समालोचन करायचे त्यांनी ठरवले आणि त्याप्रमाणे ते केले. ते करीत असताना खेळाडूंपैकी कोणी सल्ला मागितलाच तर बेनॉ तो आनंदाने देत. त्यांचा विख्यात विद्यार्थी म्हणजे शेन वॉर्न. त्याच्या गुंगवून टाकणाऱ्या फिरकीने इंग्लंडच्या माइक गॅटिंग याच्या यष्टी उडवल्या तेव्हा त्या गॅटिंग याच्या अवस्थेचे वर्णन करताना बेनॉ म्हणाले, 'चेंडूने नक्की काय आणि कसे केले हे गॅटिंगला मैदान सोडून गेल्यावरदेखील समजले नाही!'

इतके सर्व असले तरी ते ओळखले जातात, जातील आणि स्मरणात राहतील ते त्यांच्या अद्वितीय समालोचन शैलीसाठी. चटकदार भाषा हे त्यांचे बलस्थान. पण त्या भाषेचा वापरही ते शांतपणे करीत. म्हणजे त्यांचे एखादे चटपटीत विधानदेखील अन्य साध्या विधानांप्रमाणेच असे. अशा शैलीचा एक वेगळा परिणाम होतो. ती चकवते. त्यामुळे त्यांचे समालोचन नेहमी लक्ष देऊनच ऐकावे लागे. न जाणो आपल्याकडून एखादे वाक्य चुकणार तर नाही अशी भीती श्रोत्यांना असे. त्यात त्यांचा तो नर्मविनोद. एकदा ऑस्ट्रेलियाचा जलदगती गोलंदाज ग्लेन मॅग्रा अवघ्या दोन धावांवर बाद झाला. तर त्यावर टिप्पणी करताना बेनॉ म्हणाले, 'बिच्चारा! फक्त ९८ धावांनी त्याचे शतक हुकले!' असा हा क्रिकेटचा प्रज्ञावान आणि रसिला निरूपणकार आता क्रिकेटचे मैदान कायमचे सोडून गेला. बेनॉ ८४ वर्षांचे होते. त्यांच्याच शब्दांत सांगायचे तर अवघ्या १६ धावांनी त्यांचे शतक हुकले. क्रिकेटप्रेमींना अपार आनंद देणाऱ्या या निरूपणकारास श्रद्धांजली.

११ एप्रिल २०१५

१६. गणित अगणित

ज्या प्रदेशाने विश्वाला आर्यभट्ट आणि भास्कराचार्य दिले त्या प्रदेशात अलीकडे गणित या विषयाची उपयुक्तता ही फक्त उपद्रवक्षमतेत मोजली जावी ही मोठी शोकांतिकाच ठरते. अशा समाजात जॉन नॅश यांच्यासारख्या गणितज्ञाच्या निधनाचा संबंध 'अ ब्युटिफुल माइंड' या नितांत सुंदर चित्रपटापुरताच उरतो. प्रा. नॅश भारतात जन्माला आले असते तर एक बुद्धिवान चक्रम यापेक्षा त्यांचे काही अधिक होऊ शकले नसते. काळे ढग क्षणार्धात उजळून टाकणाऱ्या आकाशातील विजरेखेसमान बुद्धिशलाकेऐवजी ती मिटल्यावर अंधार पाडणाऱ्या त्यांच्या व्यक्तिमत्त्वातील काळ्या ढगांनाच प्राधान्य दिले गेले असते आणि त्यांच्या असण्याची अंतिम गोळाबेरीज ही शून्य ठरली असती. प्रा. नॅश अशा प्रदेशात जन्मले जेथे त्यांच्या अवघ्या २७ पानी प्रबंधाचे मोल समस्त विचारी जनतेने जाणले आणि त्यांच्या डोळ्यांत अस्थैर्याची झाक दिसू लागल्यावरही त्या भावनिक आजारामागील बुद्धिचापल्याकडे समाजाने कधीही डोळेझाक केली नाही. अशाच समाजात गणित आणि गणिती हा चित्रपटाचा विषय होऊ शकतो आणि त्या चित्रपटाच्या निमित्ताने का असेना तिसऱ्या जगातील जनतेस जॉन नॅश या असामीची ओळख होते. या तिसऱ्या जगात गणिती आणि अर्थतज्ज्ञ हे खड्यासारखे वेचून वेगळे काढले जातात. या दोघांचा आपल्याला काहीही उपयोग नाही, याची अशा समाजाला खात्री पटलेली असते आणि ज्यांची अशी टोकाची धारणा नसते ते देखील या दोन घटकांपासून चार हात लांबच राहणे पसंत करतात. आणि जॉन नॅश हे तर दोन्हीही होते. मुळात ते गणिती. पण नोबेल मिळाले ते अर्थशास्त्रासाठी. आणि मृत्यूपूर्वी आठवडाभर त्यांना जाहीर झाले नॉर्वेजियन अकादमी ऑफ सायन्सेस या संस्थेचे एबेल पारितोषिक. त्याचे वर्णन गणितातील नोबेल असे केले जाते. ही दोन्हीही पारितोषिके एकाच आयुष्यात मिळवण्याचा विक्रम एकाच्याच नावावर नोंदला गेला आहे. त्या असामान्य व्यक्तीचे नाव जॉन फोर्ब्स नॅश.

यांचा जन्म अमेरिकेतला. वडील अभियंता आणि आई शिक्षिका. लहानपणी शाळेत ते काही फार बुद्धिमान म्हणून ओळखले जात होते, असे नाही. त्यांच्या शिक्षकांनी त्यांच्या व्यक्तिमत्त्वातील दोन निरीक्षणे प्राधान्याने नोंदली आहेत. एक

म्हणजे जॉन शालेय वयातही वेड्यासारखे वाचायचे आणि दुसरे म्हणजे ते जेव्हा वाचत नसायचे तेव्हा शीळ वाजवत असायचे. विख्यात संगीतकार बाख यांच्या सर्व सुरावटी जॉन यांना शिळेवर वाजवण्याइतक्या पाठ होत्या. याच वयात, ई. टी. बेल यांचे 'झेन ऑफ मॅथेमॅटिक्स' हे पुस्तक त्यांच्या वाचनात आले आणि जॉन नॅश हे आमूलाग्र बदलले. तोपर्यंत वडिलांप्रमाणे आपणही अभियंता व्हावे अशीच त्यांची इच्छा होती. तिची जागा गणिताच्या प्रेमाने घेतली. पुढील सारे आयुष्य जॉन यांनी गणिताची अगम्य समीकरणे सोडवण्यात व्यतीत केले. ते अत्यंत गुंतागुंतीचे होते. या प्रवासात त्यांना खरा मानसिक आजारही जडला. रुग्णालयातील परिचारिकेच्या प्रेमात ते पडले. तिला त्यांच्यापासून एक मुलगा झाला. पुढे समलिंगी संबंधांचा त्यांच्यावर आरोप झाला. एव्हाना विवाहबंधनात अडकलेली त्यांची पत्नी त्यांना सोडून गेली. तरीही तिच्याकडूनच त्यांचा सांभाळ झाला. आपले हे वागणे ही जणू व्यक्तिपूजाच आहे, अशा आशयाचे उद्‌गार त्यांच्या पत्नीने काढले. कारण हा माणूस इतका प्रतिभावान आहे की त्यांचा सांभाळ करणे आवश्यक आहे, याची तिला खात्री होती. तिची साथ आणि जॉन नॅश यांच्या बुद्धीचा निर्धार यातून ते अखेर दुभंग मानसिक अवस्थेतून बाहेर आले. ३८ वर्षांच्या घटस्फोटित आयुष्यानंतर पुन्हा विवाहबंधनात अडकले आणि प्रा. नॅश यांना जाहीर झालेला महत्त्वाचा पुरस्कार स्वीकारून परतल्यानंतर दोघेही अपघाताला एकत्र सामोरे जात या जगातून निघून गेले. त्याआधी प्रा. नॅश यांनी गणिताची सुंदर दुनिया आपल्या अनोख्या प्रतिभेतून जगासमोर उलगडून ठेवली होती.

सर्वसाधारणपणे व्यक्ती इतरांकडे ते आणि आपण या नजरेतून पाहत असतात. त्यात या दोन व्यक्ती परस्परविरोधी भूमिकांत असल्या तर त्यात एकर जिंकण्याची ईर्ष्या असते. व्यक्तींचा हा नियम व्यवस्थांनाही लागू पडतो. या व्यवस्थांना हाताळण्याच्या शक्याशक्यतांची सैद्धांतिक मांडणी प्रा. नॅश यांनी केली. उदाहरणार्थ दोन कंपन्या एकसारखे उत्पादन तयार करीत असतील तर त्यांना व्यवसायवृद्धीच्या काय संधी असतात? या दोन्ही कंपन्यांना त्या उत्पादनाचा दर चढा ठेवला तर दोघांनाही बक्कळ फायदा होईल, दोघांपैकी एकाने दर कमी केले तर एकाला काही फायदा तर दुसऱ्यास काहीसा तोटा होईल किंवा दोघांनीही त्या उत्पादनाची किंमत कमी ठेवली तर दोघांनाही काही प्रमाणात नुकसान सहन करावे लागेल. अशा वेळी या कंपन्या मार्ग कसा काढतील? अशा वेळी दुसऱ्याच्या धोरणांचा अंदाज नसेल तर कसे वागावे लागते? यातील एखादी कंपनी दुसरीस धक्का देण्याच्या वृत्तीने अचानक काही मोठे धोरणात्मक बदल करील का? तसे झाल्यास एकाच्या अशा बदलाचा परिणाम दुसऱ्यांच्या ध्येयधोरणांवर किती आणि कसा होतो? आपल्यावर आपल्या प्रतिस्पर्ध्यांच्या

अशा धोरणात्मक बदलांचा परिणाम होऊ नये म्हणून काय खबरदारी घेता येते? अशा एक ना दोन अनेक शक्याशक्यतांचा विचार गणिती पद्धतीने करण्याची सवय प्रा. नॅश यांनी जगाला लावली. यातील कंपन्या हे एक उदाहरण झाले. ते देशोदेशीचे संबंध, व्यापार उदीम, खेळाचे सामने इतकेच काय तर पतधोरण आखणाऱ्या बँका, उद्योगसमूह किंवा इतकेच काय तर युद्धाआधीची तयारी अशा अनेक ठिकाणी आता वापरले जाते. 'गेम थिअरी' म्हणतात ती हीच. वास्तविक प्रा. नॅश यांच्या आधी जॉन वॉन न्यूमन यांनी यासंदर्भात विस्तृत मांडणी केली होती. प्रा. नॅश यांनी ती पुढे नेत तिची उपयुक्तता दाखवून दिली. ती करताना प्रा. नॅश यांनी वेगळ्याच संतुलनाचे एक समीकरण सादर केले. म्हणजे दोन वा अधिक घटकांतील सर्व आपापल्या पद्धतीनेच परिस्थिती हाताळत राहिले, कोणीही धोरणात्मक बदल केला नाही तर काय होते हे या समीकरणाने दाखवून दिले. ते 'नॅश इक्विलिब्रियम' या नावाने ओळखले जाते. अर्थविचारात नॅश यांच्या या मांडणीचे उपयोग दिसून आले. त्यामुळेच प्रा. नॅश यांना अर्थशास्त्राचे नोबेल मिळाले. परंतु आपण मूळचे गणिती आहोत हे नॅश कधीही विसरले नाहीत. जनसामान्यांच्या विश्वात गेम थिअरीसाठी ते ओळखले जातात. परंतु गणितज्ञांचे जग त्यांना मानते ते शुद्ध गणितात त्यांनी हाती घेतलेल्या संशोधनासाठी. भूमिती आणि पार्शल डिफरन्शियल इक्वेशन्स हे त्यांचे खास अभ्यासाचे विषय. नॅश यांच्या बरोबरीने एबेल पारितोषिकाने गौरवण्यात आलेले विख्यात गणिती लुईस निरेनबर्ग यांना वीस वर्षांपूर्वी विचारण्यात आले होते, तुमच्या दृष्टीने ज्यास प्रज्ञावंत म्हणता येईल असा गणिती या शतकात आहे काय? त्यावर निरेनबर्ग यांनी उत्तर दिले. एकच. तो म्हणजे जॉन नॅश.

प्रा. नॅश जगण्यात अत्यंत साधे होते. त्यांनी कधीही मोठेपणा मिरवला नाही. आकड्यांवर, समीकरणांविषयी ममत्व असण्यासाठी तुम्ही गणितीच असायला हवे असे नाही, असे ते म्हणत. तर्कशुद्ध विचारासाठी ते ओळखले जात. परंतु अतार्किकाचेही तितकेच आकर्षण त्यांना होते. सतत तर्कशुद्ध विचाराने तुमच्या विश्वाशी असलेल्या संबंधांना मर्यादा येतात, असे म्हणून ते झरतुष्ट्राचे उदाहरण देत. इतरांसाठी तो वेडपट, अतार्किक असेल. पण त्याने असे अतार्किक काही केले नसते तर तोही जन्माला आलेल्या आणि मेलेल्या कोट्यवधी सामान्यांतच गणला गेला असता. प्रा. नॅश हे असे अतार्किक तार्किक होते. गणिताच्या अगणित आनंदास पारखे राहावे लागलेल्यांच्या वतीने त्यांच्या स्मृतीस अभिवादन.

२६ मे २०१५

९७. विज्ञानेश्वराचे प्रस्थान

कोळ्याच्या पोटी जन्माला आलेल्या अवुल पकिर जैनुलाब्दीन अब्दुल कलाम या पोरास वैमानिक व्हावयाचे होते. तशी संधी आली असता ती त्यास नाकारली गेली. हवाई दलाचे वैमानिक होण्यासाठी ते अपात्र ठरले. ते योग्यच झाले. कारण विमानास पृथ्वीचा गुरुत्वाकर्षण बंध तोडण्याचा अधिकार नसतो. कितीही शक्तिशाली असले तरी विमान पृथ्वीच्या वातावरणाच्या मर्यादा सोडत नाही. एखादा कॉंकर्ड विमानाचा अपवाद. अन्यथा विमान आपल्या अंगभूत मर्यादेतच घुटमळत राहते. एपीजे कलाम यांच्या आकांक्षेस ती मर्यादा मानवली नसती. त्यांना अवकाश खुणावत होते. साध्या समूहगानास अपात्र ठरलेल्या एखाद्या गायकाने पुढे स्वत:ची एकल बैठक भरवण्याइतकी गाण्यात प्रगती करावी, तसे हे झाले. आकाशयानासाठी अपात्र ठरलेले एपीजे पुढे इतके वाढले की ते आकाशाच्या सीमा ओलांडून अवकाशाकडे झेपावले. कलाम यांचे उड्डाणप्रेम इतके तीव्र की वैमानिक म्हणून नाकारले गेल्यानंतर त्यांनी या क्षेत्राशी संबंध राहावा म्हणून हिंदुस्थान एअरोनॉटिक्समध्ये कनिष्ठ पदाची नोकरी पत्करली. रामेश्वरसारख्या दूरस्थ खेड्यात जन्मलेला, साध्या शालेय शिक्षणासाठीदेखील वर्तमानपत्र टाकण्याचे काम करून अर्थार्जन करावे लागलेला एक गरीब मुलगा देशाचा राष्ट्रपती आणि अवकाश क्षेत्राचा चेहरा बनून जातो, ही कहाणीच विलक्षण प्रेरणादायी आहे. कलाम यांच्याभोवती जी काही प्रभावळ तयार झाली ती या पार्श्वभूमीमुळे. ज्या समाजात प्रचंड मोठ्या घटकास वंचित राहावे लागते, ज्या समाजात प्रगतीच्या संधीचा सुग्रास घास मूठभरांच्याच ताटात सहज पडतो त्या समाजात रामेश्वरात मुसलमान कुटुंबात जन्माला येऊन धर्म, जात, प्रांत, भाषा अशी सर्व बंधने ओलांडून अवकाशाकडे झेपावणारे कलाम आदर्श आणि अनुकरणीय ठरतात, यात नवल नाही.

वास्तविक कलाम यांच्या आधी अवकाश वा तत्संबंधी क्षेत्रात भारतात काही घडत नव्हते असे नाही. विक्रम साराभाई, त्यांचे पूर्वसुरी होमी भाभा आदींनी विज्ञानक्षेत्राची मजबूत पायाउभारणी आपल्याकडे केली होतीच. या धुरंधरांना पं. जवाहरलाल नेहरू यांच्यासारख्या द्रष्ट्याचे नेतृत्व लाभल्याने त्या काळातील प्रगती

खरोखरच वाखाणण्याजोगी होती. परंतु तरीही या सर्व महानुभावांना कलाम यांच्यासारखी लोकप्रियता मिळाली नाही. ते सर्वच आदरणीय होते. पण त्यांच्याविषयीचा आदर दडपणाच्या कोंदणातून यायचा. कलाम यांचे तसे नाही. त्यांची तुलनाच करावयाची झाल्यास ती महात्मा गांधी यांच्या राजकीय नेतृत्वाशी करावी लागेल. महात्मा गांधी यांच्या आधीही लोकप्रिय राजकारणी होते. परंतु एक बाळ गंगाधर टिळक यांचा अपवाद वगळता ते जनसामान्यांना आपलेसे वाटत नसत. महात्मा गांधी यांनी रस्त्यावरच्या जनसामान्यांच्या देशप्रेमासही किंमत दिली. देशासाठी आपणही काही करू शकतो असे सामान्यांतल्या सामान्यास वाटू लागणे हे महात्मा गांधी यांचे यश. विज्ञान क्षेत्राच्या बाबत हे पुण्य कलाम यांच्या खाती जमा होते. आपणास जे साध्य करावयाचे आहे ते होईपर्यंत प्रयत्न करीत राहणे हे त्यांचे वैशिष्ट्य. अशा प्रयत्नांवर निष्ठा असणाऱ्यांना फार दूरचे दिसते. कलामांना तसे दिसत असे. त्यामुळे अमेरिका आदी बड्या देशांनी भारतावर निर्बंध घातले तरी भारतीय तंत्रज्ञ त्यातून मार्ग काढू शकतात, हा विश्वास त्यांना होता आणि स्वत:चाच विश्वास सार्थ ठरवून दाखवण्याची धमक त्यांच्यात होती. बड्या देशांनी १९७४ साली अणुचाचण्या केल्या म्हणून भारतास युरेनियमपुरवठा बंद करण्याची शिक्षा दिली. त्यानंतरही न डगमगता भारतात... त्यातही रामेश्वरच्या किनारपट्टी परिसरात... प्रचंड प्रमाणावर आढळणाऱ्या थोरियमचा वापर करून युरेनियम तयार करता येऊ शकते, हे सिद्ध करून दाखवण्याचे महान कार्य ज्या तंत्रज्ञांनी करून दाखवले त्यात कलाम यांचा अंतर्भाव होतो. सामान्य नागरिकास कदाचित याचे महत्त्व कळणार नाही. परंतु थोरियमचे हे गुणदर्शन भारतासाठी अत्यंत दूरगामी महत्त्वाचे आहे, हे नि:संशय. याच काळात भारतीय अवकाश संशोधन क्षेत्रात मोठ्या घडामोडी घडत होत्या. क्रायोजेनिक इंजिनांच्या साहाय्याने मोठे उपग्रह कसे अवकाशात सोडता येतील, यासाठी बरेच संशोधन सुरू होते. कलाम यांचा त्यात मोठा वाटा आहे. आज या क्षेत्रात पाच बड्या देशांच्या मांडीला मांडी लावून बसण्याची योग्यता ज्या देशांनी मिळवली त्यात भारतासारख्या दरिद्री देशाचा समावेश होतो. हे यश कलाम, डॉ. अनिल काकोडकर अशा तंत्रज्ञांचे. त्या अर्थाने कलाम हे उच्च दर्जाचे अभियंते होते. आपल्याकडे विज्ञानक्षेत्राशी संबंधित सर्वांनाच वैज्ञानिक म्हटले जाते. कलाम हे तसे वैज्ञानिक नव्हते. हे काही त्यांच्यातील न्यून नाही. खुद्द कलाम यांना आपल्यातील या तंत्रज्ञाची जाणीव होती. तरीही एखादा वैज्ञानिकही करू शकणार नाही, असे एक मोठे काम त्यांच्या हातून घडले.

ते म्हणजे विज्ञानप्रसाराचे. कलाम मूर्तिमंत विज्ञानवादी, प्रयत्नवादी होते. ही बाब आपल्यासारख्या दांभिक समाजात अत्यंत महत्त्वाची. याचे कारण विज्ञान आणि धर्मातील कर्मकांड या दोन्ही डगरींवर तोल सांभाळत जगणाऱ्यांची संख्याच आपल्या

समाजात जास्त. ही कसरत कलाम यांनी कधीही केली नाही. जाणीवपूर्वक. देशातील सर्वोच्च पदावर निवड झाल्यावर त्यांनी राष्ट्रपती भवनात निवास करणे क्रमप्राप्त होते. तेव्हा कोणत्या मुहूर्तावर आपण राष्ट्रपती भवनात राहावयास येणार असे सरकारने विचारले असता, कलाम यांनी उत्तर दिले... प्रत्येक दिवस माझ्यासाठी सुमुहूर्त असतो. आकाशस्थ ग्रहताऱ्यांचे त्याच्याशी काहीही देणे-घेणे नाही. कलाम त्याप्रमाणेच वागले. भूमिका अशी घ्यावयाची आणि चोरून मुहूर्त पाहावयाचा असली लबाडी करण्याची वेळ त्यांच्यावर कधीही आली नाही. विचार आणि वागणे यांच्याशी त्यांचा थेट संबंध होता. त्यामुळे वेगवेगळ्या श्रेयांसाठी ओळखले जात असतानाही आपल्याला विज्ञानवादी शिक्षक ही ओळख सर्वांत प्रिय आहे, असे कलाम म्हणत. विज्ञानाची विविध गुन्हे जनसामान्यांपर्यंत पोचवणे त्यांना मनापासून आवडे. ते हे काम न कंटाळता करीत. अणुऊर्जा आयोगाशी संबंधित असताना मुंबईत त्यांचे वारंवार येणे असे. त्या वेळी कलाम यांच्याशी अनेकदा संवाद झाला. विज्ञानविषयक वार्तांकन करणारे वार्ताहर त्यांना प्रश्न विचारून भंडावून सोडत. परंतु त्यातील एकाही प्रश्नाला वा प्रश्नकर्त्याला कलाम यांनी कमी लेखले असे झाल्याचे एकही उदाहरण नाही. काही काही विषयांवर भाष्य करण्यात त्यांना अंगभूत मर्यादा येत. ते कलाम पाळत. त्यामुळे त्यांच्या वक्तव्याने कधीही वाद वगैरे झाले नाहीत.

हे त्यांचे स्वभाववैशिष्ट्य होते. त्यांच्या हयातीत के. संथानम, होमी सेठना आदींनी कलाम यांच्यावर थेट टीका केली आणि त्यांच्या क्षमतेसंदर्भात काही प्रश्नही उपस्थित केले. त्यास उत्तर देण्याच्या फंदात कलाम कधी पडले नाहीत. खरे तर अत्यंत महत्त्वाच्या आंतरराष्ट्रीय कालखंडात कलाम भारतीय अणुऊर्जा क्षेत्राच्या केंद्रस्थानी होते. अमेरिका ते सोव्हिएत रशिया या टापूत बरेच काही घडत होते आणि बऱ्याचदा भारतही त्या घडामोडींच्या केंद्रस्थानी होता. परंतु यातील कशाचीही वाच्यता कलाम यांच्या आत्मचरित्रात नाही. एका अर्थाने ही त्यांची मर्यादादेखील ठरते. पण अशा मर्यादेची एक बाजू चांगुलपणाची असते. कलाम यांच्या राष्ट्रपती भवनातील वास्तव्यात ती दिसून आली. २००४ सालच्या निवडणुकीत काँग्रेस बहुमताच्या जवळ गेल्यावर पंतप्रधानपदी सोनिया गांधी यांची निवड होणार, हे स्पष्ट होते. परंतु तसे झाले नाही. गांधी यांनी ऐन वेळी माघार घेतली. त्या वेळी त्यांचे परदेशी मूळ लक्षात घेऊन राष्ट्रपती कलाम यांनी त्यांना पंतप्रधानपद न स्वीकारण्याची मसलत दिली, असे बोलले गेले. कलाम यांनी त्याविषयी कधीही ब्रदेखील काढला नाही. राष्ट्रपती म्हणून मुदत संपल्यावर त्यांना आणखी एक संधी दिली जाणार होती. ती खुद्द कलाम यांनी अव्हेरली. पद नाकारणारे भारतासारख्या देशात दुर्लभच ठरतात आणि तसे कोणी आढळल्यास भाबडी जनता अशा व्यक्तीस आनंदाने ऋषिपद बहाल करते.

कलाम यांना ते तसे मिळाले. त्यांचा मोठेपणा हा की या ऋषिपदास तडा जाईल अशी एकही कृती कलाम यांच्या हातून घडली नाही. त्यात जोडीला असलेला अंगभूत साधेपणा. भारतात लोकप्रियतेच्या शिखराचे कायमस्वरूपी नागरिकत्व मिळण्यासाठी या बाबी पुरेशा ठरतात. अशा व्यक्तींना पदासाठी प्रयत्न करावे लागत नाहीत, पदच त्यांचा शोध घेत येते. कलाम यांचे तसे झाले. त्यामुळे पीसी अलेक्झांडर यांच्या ऐवजी राष्ट्रपतिपदाचे सर्वसंमत उमेदवार म्हणून कलाम यांची निवड झाली. अलेक्झांडर हे एके काळी काँग्रेसला जवळचे. दिवंगत इंदिरा गांधी यांचे विश्वासू. तेव्हा त्यांच्या नावास काँग्रेस आक्षेप घेणार नाही, हा अटलबिहारी वाजपेयी सरकारातील प्रमोद महाजन यांचा होरा. तो चुकला. कारण सोनिया गांधी यांनी अलेक्झांडर यांना पाठिंबा नाकारला. त्यानंतर कलाम यांचे नाव पुढे केले गेले. ते मान्य झाले. त्यांना राष्ट्रपतिपदासाठी उभे करण्यात खरे तर एक राजकारण होते. परंतु या राजकारणाचा गंध राष्ट्रपतिपदावर विराजमान झाल्यावर दूरान्वयानेही कलाम यांच्या वागण्यास आला नाही. ते होते तसेच राहिले. उलट त्यांच्यामुळे त्या पदाची उंची वाढली.

कलाम हे असे उंचच राहिले. या उंचीचा, अनंत उंचीचा त्यांना ध्यास होता. ते त्यांचे प्रेयस होते आणि आपल्या जगण्याने त्यांनी ते श्रेयसही केले. ते विविधांगी जगले. या सर्व अवतारांत एक सूत्र समान होते. ते म्हणजे विज्ञानप्रेम. ते कधीही आटले नाही. त्या प्रेमाचाच आविष्कार होता विद्यार्थ्यांशी गप्पा. या अशा गप्पांतच त्यांच्या आयुष्याची इतिश्री व्हावी हा एक विलक्षण योगायोग. तो आणखी एका कारणाने उठून दिसतो. भद्र-अभद्र, शुभ-अशुभ वगैरे काहीही न मानणाऱ्या कलाम यांचे सोमवारी निधन झाले. श्रद्धाळू, धर्म-अधर्माच्या गर्तेत अडकलेला जनसमुदाय आषाढी एकादशी पाळून आपल्या खात्यात काही पुण्य जमा व्हावे यासाठी मग्न असताना या विज्ञानेश्वराने अनंताच्या प्रवासासाठी प्रस्थान ठेवले. 'लोकसत्ता' परिवारातर्फे त्यांना श्रद्धांजली.

२९ जुलै २०१५

१८. आंबेठाणचा अंगारमळा

भारतात पहिल्यांदा शेतीचे धर्मपुराण आणि अर्थपुराण मांडले शरद जोशी यांनी. शेती हा परंपरेने केला जाणारा व्यवसाय आहे, तो करणाऱ्यास माती, पाणी, हवामान आदी जीवनावश्यक घटक सोडले, तर अन्य कोणतेही भान आणि ज्ञान असावेच लागते असे नाही आणि मुख्य म्हणजे आर्थिक धोरणांच्या मांडणीत त्यास काही स्थान नसले तरी बिघडत नाही ही मांडणी भारतात ज्याने पहिल्यांदा मांडली असा शेती विषयाचा अर्थोद्गाता म्हणजे शरद जोशी. गेल्या काही महिन्यांच्या आजारपणानंतर शनिवारी त्यांचे निधन झाले. शेतकऱ्यांचा नेता ही त्यांची ओळख अत्यंत अपुरी आणि त्यांच्यावर अन्याय करणारी आहे. शरद जोशी हे शेती आणि अर्थशास्त्र यांचे भाष्यकार तत्त्वज्ञ होते. आपल्याला उमगलेले हे ज्ञान इतरांना समजावून सांगण्याची विलक्षण ताकद त्यांच्याकडे होती. आपल्याकडे कामगार, शेती आदींचे नेते हे शहरी, बुद्धिजीवी वर्गापासून फटकून असतात. हे दोन्ही बाजूंनी घडते. शहरी मंडळींना कृषी समाजातील नेते आपले वाटत नाहीत, तर या शहरी मंडळींना शेतीतील काय कळते, असे शेती करणाऱ्यांना वाटत असते. ही दरी बुजवण्याचे अत्यंत महत्त्वाचे कार्य शरद जोशी यांनी केले. नागरी समाजास शेती, त्याचे अर्थशास्त्र आणि नीतिपुराण समजावून सांगितले शरद जोशी यांनी. ते समजावून सांगण्यासाठी लागणारी बौद्धिक क्षमता त्यांच्या ठायी आत्यंतिक होती. त्यामुळे ते शेतकरी आणि शेतीशी काहीही संबंध नसलेले अन्य क्षेत्रीय यांच्यात तितक्याच सहजतेने मिसळत. मराठी तसेच इंग्रजी आणि संस्कृत भाषेवरील उत्तम प्रभुत्व, प्राचीन आणि आधुनिक वाङ्मयाच्या परिशीलनाने समृद्ध झालेल्या व्यक्तिमत्त्वास मिळालेली कृतिशीलतेची जोड हे शरद जोशी यांचे डोळ्यांत भरावे असे वैशिष्ट्ये. हे झाले त्यांच्या व्यक्तिमत्त्वाविषयी. अशा संपन्न व्यक्तिमत्त्वातून घडलेली आंदोलनेदेखील तितकीच समृद्ध आणि सर्वंकष होती. आजच्या प्रसंगी त्यांचा आढावा घेणे हे आपले कर्तव्य ठरते.

संयुक्त राष्ट्रासाठी स्वित्झर्लंडमधील गुबगुबीत चाकरी सोडून शरद जोशी भारतात आले आणि १९७८मध्ये शेतकरी संघटनेच्या आंदोलनास सुरुवात झाली. हा काळ मोठा धामधुमीचा. आणीबाणीच्या आठवणी ताज्या होत्या. जागतिक स्तरावर इस्रायल

आणि अरब यांच्यातील युद्ध आणि त्यानंतर अमेरिकेवर अरबांनी घातलेला तेल बहिष्कार आणि परिणामी आलेली मंदी, यामुळे अस्थिरता होती. खनिज तेल दरात ४०० टक्क्यांनी वाढ झाल्यामुळे... म्हणजे तेलाचे भाव ३ डॉलर प्रतिबॅरल वरून १२ डॉलर प्रतिबॅरलवर गेल्यामुळे... महागाईच्या झळा बोलक्या मध्यमवर्गास चांगल्याच लागत होत्या. अशा काळात शरद जोशी यांनी आंदोलन छेडले. तोपर्यंत भारतीय समाजास गांधीवादी वा हिंसक अशीच आंदोलने ठाऊक होती. शरद जोशी यांनी आंदोलनास आर्थिक हत्यारांची जोड दिली. शेतकऱ्याने माल पिकवला, पण बाजारात आणलाच नाही तर काय होते हे यानिमित्ताने प्राधान्याने ग्राहक असलेल्या वर्गास या वेळी समजले. सुरुवात झाली कांद्यासारख्या तोपर्यंत दुर्लक्षित पिकाने. नंतर त्यांनी उसास हात घातला आणि मग कापूस. या तीनही पिकांत महाराष्ट्र आघाडीवर आहे. ही सर्व आंदोलने अत्यंत नावीन्यपूर्ण होती. त्यांचा आकृतिबंध एकसारखा नव्हता. विठोबाला साकडे, ठिय्या, पान फूल आंदोलन आदी अनेक नवनवे प्रयोग जोशी यांनी केले. आंदोलनाच्या स्वरूपावरून ते करणाऱ्याच्या बुद्धीची चमक दिसून येते. जिंदाबाद मुर्दाबादच्या निर्बुद्ध घोषणा आणि दगडफेक अशा आंदोलनांना अक्कल लागत नाही. जोशी यांनी केलेली सर्व आंदोलने अत्यंत चमकदार होती. पुढे असे एकेका पिकाच्या आंदोलनाने फारसे काही साध्य होत नाही, हे जाणवल्यावर त्यांनी शेतकऱ्यांसाठी संपूर्ण कर्जमुक्तीचे आंदोलन छेडले. शेतीमालाला योग्य तो बाजारभाव मिळू द्यायचा नाही आणि शेतकरी कर्जबाजारीच राहील अशीच व्यवस्था करायची हेच सरकारचे धोरण असते, सबब शेतकऱ्यांची सर्वच कर्जे अनैतिक आणि बेकायदेशीर ठरतात, त्यामुळे ती रद्दच व्हायला हवीत, असा त्यांचा युक्तिवाद होता. जोशी तो पटवून देत. किलोभर कांद्यासाठी शंभर रुपये मोजावे लागले तर बिघडले कोठे, या त्यांच्या प्रश्नाचे सयुक्तिक उत्तर देण्याची क्षमता राजकीय नेत्यांत नव्हती. शेतकरी कोणतेही अनुदान मागत नाही, त्यास सूट नको आहे. हवी आहे ती बाजारपेठेतून मिळणारी रास्त किंमत ही त्यांची मांडणी शेतीमालाचा ग्राहक असलेल्या वर्गासाठी धक्कादायक आणि राज्यकर्त्यांसाठी अडचणीची होती. जोशी यांचा रोख हा ग्राहकवर्गावर नव्हता. तो सरकारवर होता. कारण उणे अनुदान देऊन सरकार जाणीवपूर्वक शेतकऱ्यांना हलाखीत ठेवते, असे त्यांचे म्हणणे होते. शेतकऱ्यास बाजारपेठेचे स्वातंत्र्य मिळणे हीच शेतकऱ्यांच्या समस्येची गुरुकिल्ली होय, हा त्यांचा युक्तिवाद नंतर सर्वमान्य झाला. तसा तो होत नव्हता तोपर्यंत जोशी यांनी तो का होत नाही याची केलेली मीमांसा ही आजतागायत वैध ठरते. या युक्तिवादात त्यांनी देशाची 'भारत' आणि 'इंडिया' अशी केलेली वर्गवारी ही त्या वेळी समाजाचे डोळे उघडणारी होतीच. पण आज इतक्या वर्षांनंतरही ती अधिकच प्रकर्षाने रास्त ठरताना दिसते. हे जोशी यांचे

बुद्धिवैभव. वास्तविक त्यांच्या काळात महेंद्रसिंग टिकैत आदी अनेक शेतकरी नेते होते. परंतु जोशी यांच्याइतके बौद्धिक अधिष्ठान अन्य कोणाकडेच नव्हते आणि आजही नाही. जागतिक व्यापार संघटना, परदेशी भांडवल आदी संकल्पना ज्या वेळी अनेकांना समजतदेखील नव्हत्या त्या काळी त्यांचे खुल्या दिलाने स्वागत करण्याची बौद्धिक दिलेरी फक्त जोशी यांच्याकडेच होती. त्याचमुळे जोशी हे इतरांपेक्षा कैक योजने पुढे होते. त्यांच्या चळवळीचे आणखी मोठेपण म्हणजे त्यांनी बांधलेली शेतकरी महिलांची संघटना. १९८६ साली नाशिक जिल्ह्यातील चांदवड येथील अभूतपूर्व आंदोलनात सहभागी झालेल्या हजारो महिलांनी विचारलेला 'आम्ही मरावं तरी किती?' हा सवाल त्या वेळी विचारी जनांच्या मनांवर ओरखडा उमटवून गेला होता. त्या वेळची 'चांदवडची शिदोरी' ही पुस्तिका आंदोलनाच्या तेजस्वी पर्वाची आजही साक्षीदार आहे.

शेतीचा थेट संबंध राजकारणाशी असतो. त्यामुळे जोशी यांच्या कृषी आर्थिक विचारास राजकारणाचे आकर्षण वाटले नसते तरच नवल. परंतु त्या आघाडीवर मात्र जोशी तितके यशस्वी ठरले असे म्हणता येणार नाही. जॉर्ज फर्नांडिस ते बाळासाहेब ठाकरे अशा अनेकांना समवेत घेऊन त्यांनी राजकीय मोळी बांधण्याचा प्रयत्न केला. परंतु ती कायमच सल राहिली. शरद पवार यांच्याशीदेखील त्यांचा स्नेह होता. परंतु त्यानेही शेतीचे काही भले झाले असे नाही. पुढे स्वतंत्र भारत पक्ष काढून त्यांनी काही काळ राजकारण केले. भारतीय जनता पक्षाच्या साह्याने संसदेतही ते गेले. परंतु त्यामुळे ना राजकारण पुढे गेले ना शेतीकारण. यावरून त्यांच्या चळवळीतही फाटाफूट झाली. अनेकांनी स्वतंत्रपणे शेतकऱ्यांचे लढे, चळवळी उभारल्या. परंतु जोशी यांच्याइतके समर्थ बौद्धिक अधिष्ठान अन्य कोणाकडे नसल्यामुळे त्यांचा आवाका मर्यादितच राहिला. अशा चळवळींना राजकारणाने ग्रासण्याचा शाप असतो. शरद जोशी यांची चळवळही त्यापासून वाचू शकली नाही. परिणामी उत्तम मांडणी, त्याहूनही उत्तम संघटनकौशल्य असूनही या चळवळीची परिणामकारकता मर्यादित राहिली. परंतु ही मर्यादा जोशी यांच्यापेक्षा आपली म्हणावयास हवी. आर्थिक साक्षरता बेतास बात असलेल्या आपल्या समाजात असा प्रखर अर्थविचार पटणे आणि पचणे तसे अवघडच असते.

ही सर्व मांडणी करताना स्वत:लाही शेतीचा अनुभव असायला हवा, उगाच कोरडे पांडित्य नको, या भूमिकेतून परदेशातून आल्यावर पुण्याजवळ आंबेठाण येथे जोशी यांनी साडेतेवीस एकर जमीन घेतली, तीदेखील कोरडवाहू. तेथे जोशी शेतीचे स्वत: प्रयोग करीत आणि मग त्यावर भाष्य करून त्याचे तत्त्वज्ञान मांडत. अशा तऱ्हेने जोशी अन्यांसारखे कधी क्रियेविण वाचाळ झाले नाहीत. आमचा आणि जोशी

यांचा वैयक्तिक स्नेह होता. वयाचे अंतर पार करून नव्यांना अधिक नवे विचार दाखवणारी नजर जोशी यांच्याकडे होती. सामाजिक, सांस्कृतिक क्षेत्रांत नरहर कुरुंदकर, मानववंशशास्त्र, संस्कृती, इतिहास आदी विषयांत दुर्गाबाई भागवत, इरावती कर्वे अशा नवे विचार देणाऱ्या महानुभावांच्या मालिकेत जोशी मोडतात. आंबेठाण येथील गढीवर त्यांचे विविध विषयांवर विवेचन ऐकणे नेहमीच थक्क करणारे आणि अधिकाची आस जागवणारे असे. तेथील शेतजमिनीच्या तुकड्यास, कुसुमाग्रजांच्या 'पायतळी अंगार...' या काव्यपंक्तीशी नाते सांगत त्यांनी नाव दिले होते अंगारमळा. त्यांनी मांडलेला अर्थविचारांचा मळा आता फुलू लागला असला तरी शरद जोशी यांचा अंगार मात्र आता निमाला. त्यांच्या स्मृतीस 'लोकसत्ता परिवारा'ची विनम्र श्रद्धांजली.

१३ डिसेंबर २०१५

१९. त्याने सांधलेले होते एक आभाळ ...

मराठी भाषेस प्रेमाचे तसे वावडेच. सारा भर अव्यक्तावरच. मग ते प्रेम प्रियकर-प्रेयसीचे यांतील असो वा अन्य कोणत्या नात्याचे. ते फक्त ज्याने-त्याने समजून घ्यावयाचे. या प्रेमास मोकळेपणाने व्यक्त करण्याची चव पहिल्यांदा चाखवली ती रविकिरण मंडळाने. माधव ज्युलियन, गिरीश आदींनी मनातील प्रेमभावना नि:संकोचपणे ओठांवर आणली. त्या प्रेमभावनेचा शब्दोत्सव मांडण्याचे श्रेय मात्र जाते ते बाकिबाब बा. भ. बोरकर यांच्याकडे. त्यांच्या कवितेत वाजत आलेल्या पायजणांची मंद मंद रुणझुण आजही मराठी कवितेत रुंजताना दिसते. त्या रुणझुणीचा धागा तीमधील गेयता, नादमयता आणि शब्दकळा यांसह सशक्तपणे रुजला आणि फोफावला तो मंगेश पाडगावकर यांच्या कवितेत. कवितेच्या तंत्रावर असलेली प्रचंड हुकूमत आणि शब्दांची मंत्रमोहिनी यावर पाडगावकरांनी मराठी साहित्यिकांच्या किमान चार एक पिढ्यांना रिझवले आणि आपल्या कवितेच्या मागे यायला लावले. पाडगावकर वा बोरकर यांच्या आधी मराठीत प्रेमकविता नव्हती असे नाही. ती होतीच. पण ती त्या काळानुसार दबलेली होती. तो काळच दबून राहण्याचा. साहजिकच भावनेचा हुंकारही तसा दबलेलाच असे. 'वारा फोफावला' वा 'गगनी उगवला सायंतारा'सारखी भावगीते त्या काळीही होतीच. बबनराव नावडीकर वा गजानन वाटवे त्या काळास रिझवीत असत. ती कविता वा भावगीते ही ना. सी. फडके यांच्या कथानायकासारखी असत. टिपटाप, पोशाखी आणि सुखान्त अशी. त्यांत धीटपणा नव्हता. तो काही त्यांचा दोष अर्थातच नव्हे. तो काळाचा प्रभाव. हा काळबदल केला तो आधी बोरकर आणि नंतर पाडगावकर यांनी. हा बोरकरांचा प्रभाव पाडगावकरांच्या धारानृत्य या पहिल्या काव्यसंग्रहात ठसठशीतपणे दिसतो. परंतु पाडगावकरांचे वैशिष्ट्य हे की असा प्रभाव सतत राहिला तर तो आपल्या कवितेला काचेल हे त्यांना लक्षात आले आणि पाडगावकर 'धारानृत्या'नंतर अलगदपणे बोरकरांच्या प्रभावातून बाहेर आले.

तो काळ मध्यमवर्गीयांच्या फोफावण्याचा. स्वातंत्र्यानंतर सार्वजनिक उपक्रम, बँका, टपाल, रेल्वे आदी सेवांत वर्णी लावून जगण्याची सोय पाहण्यात या वर्गाच्या पहिल्या दोन पिढ्या तरी खर्च पडल्या. त्यातून या वर्गास एक सांस्कृतिक स्थैर्य

आले. असे स्थैर्य आल्याखेरीज संस्कृतीचा आनंद घेता येत नाही. पहिल्या पिढीचे हे स्थैर्य विचक्षण नसते. ते आपल्या आसपास घडणाऱ्या घटनांचे विभ्रम पाहण्यातच आनंद मानते. त्या घटनांतच त्यांना आनंद मिळवायचा असतो. त्यामुळे या घटनांचा अन्वयार्थ शोधण्याच्या फंदात या पिढ्या पडल्या नाहीत. पाडगावकरांचा उदय नेमका या काळातला. सांस्कृतिक जाणिवांची आस लागलेला वर्ग उदयाला येत असतानाच अत्यंत सुलभ, गेय आणि नादमय अशी पाडगावकरांची कविता जन्मास येत होती. तिचे स्वागत झाले नसते तरच नवल. त्यामुळे जन्माला आल्यापासून पाडगावकर आणि मराठी रसिक यांचे एक अद्वैत तयार झाले. पाडगावकरांनीही या विश्वासास कधी तडा जाऊ दिला नाही. हे साहचर्य हेवा वाटावे असे होते. ते तसे झाले की एकमेकांना एकमेकांचा अंदाज येतो. तसा तो मराठी वाचक आणि पाडगावकर या एकमेकांना आला होता. मराठी वाचकांना काय हवे आहे याची अचूक जाण पाडगावकरांना होती आणि पाडगावकर आपणास काय, कसे आणि किती देणार आहेत याची जाणीव मराठी वाचकांना होती. याचा चांगल्या अर्थाने अचूक फायदा पाडगावकर यांनी उचलला. त्याचे उदाहरण म्हणजे मुक्तछंद. ज्यास छंदोमयी लिहिता येत नाही त्याने केलेला कवितेचा प्रयोग म्हणजे मुक्तछंद असा त्या काळी मध्यमवर्गीय वाचकांचा समज होता. 'हे काही आपल्याला बुवा कळत नाही', असे म्हणत त्या तशा कवितेस सर्रास कमी लेखले जात असे. परंतु पाडगावकरांनी आपल्या कवितेत मुक्तछंद आणला आणि इतके दिवस या छंदास नाके मुरडणारा तशी कविताही वाचू लागला. आणीबाणीच्या पार्श्वभूमीवरील भावभावनांचा सोयीस्कर असा हुंकार त्यांच्या सलाम या मुक्तछंदी कवितेतून व्यक्त झाला आणि तोही मध्यमवर्गास तितकाच रुचला. हा मराठी वाचकांचा पाडगावकर यांच्यावरचा विश्वास होता. त्या विश्वासाच्या आधारे पाडगावकरांनी उदंड प्रयोग केले. अगदी लिज्जत पापडाच्या जाहिरातीसाठीदेखील पावसाळी कविता लिहिली. परंतु वाचकांना तीदेखील आवडली.

याचे कारण वर उल्लेखलेली पाडगावकरांची तंत्रावरची हुकूमत. कवितेचे हे तंत्र पाडगावकरांनी पूर्णपणे आत्मसात केले होते. कसे सांगावयाचे ते ठाऊक आहे आणि काय सांगावयाचे त्याचा सातत्याने शोध सुरू आहे, अशी अवस्था आली की लेखन प्रक्रिया सुलभ होते. पाडगावकरांसाठी ती तशी होती. त्यामुळेच बालगीतांपासून ते कबीर, मीरेच्या काव्यानुवादापर्यंत पाडगावकर मुक्त संचार करू शकले. 'सांग सांग भोलानाथ, पाऊस पडेल काय' असे खरे बालगीत पाडगावकर त्याचमुळे लिहू शकले आणि त्याच सहजतेने 'शुक्रतारा मंदवारा, चांदणे पाण्यातुनी' हेदेखील सहजतेने त्यांना सांगता आले. ही सहजता आणि सरलता हे पाडगावकर यांचे मोठे वैशिष्ट्य. याच वैशिष्ट्याने त्यांनी भावगीतांना उंचीवर नेऊन ठेवले. आधुनिक भावगीतातील

काव्याची उंची वाढवण्याचे श्रेय त्याचमुळे शांताबाईंच्या बरोबरीने पाडगावकरांकडे जाते. त्यामुळे त्यांच्या कवितेचे गाणे झाले तरी त्यातील काव्य दुय्यम होत नाही. याचे किती तरी दाखले देता येतील. 'श्रावणात घननिळा बरसला' या खळेकाकांच्या थोर संगीताने अमीट झालेल्या गाण्यातील शेवटचे कडवे पाडगावकरांच्या कवितेचे मोठेपण नमूद करते.

'पानोपानी शुभशकुनाच्या कोमल ओल्या रेषा,
अशा प्रीतीचा नाद अनाहत, शब्दावाचून भाषा,
अंतर्यामी सूर गवसला, नाही आज किनारा'

हे पाडगावकरांचे काव्य. ते वाचले की त्याचमुळे काव्यरसिकांना 'जागून ज्याची वाट पाहिली, ते सुख आले दारी...' असे वाटून आनंद होतो. अशा काव्यानंदाची अनुभूती वाचकांनाही देता येण्यासाठी मुळात कवीचे काव्यावर आणि स्वत:वरही अमाप प्रेम असावयास हवे. पाडगावकरांचे ते होते. त्यांनी कवितेइतकेच स्वत:वरही प्रेम केले. त्यांच्या जगण्यातून ते दिसत असे. पाडगावकर झोकात राहत. सरस्वतीच्या अंगणातील पुजारी म्हणून त्यांनी कधी लक्ष्मीस अव्हेरले नाही. चोख मानधन घेत आणि तितकाच चोख काव्यानंद रसिकांना देत. काव्य मैफलीनंतर रंगणाऱ्या खासगी मैफलीत मद्य कोणते आहे, हे विचारण्यास अनमान करीत नसत. हे असले चांगले राहणे मराठी कवींना पाडगावकरांनी शिकवले. उगाच कवितेच्या प्रेमापोटी वगैरे भाबडे शब्द वापरून कवींचा वापर करणाऱ्या आयोजकांना त्यांनी कधीही थारा दिला नाही. आपल्या कवितेचे मोल त्यांना चांगले ठाऊक होते आणि ते वाजवून घेण्यात त्यांना कधीही कमीपणा वाटत नसे. या अशा स्वच्छ व्यावसायिकतेमुळे पाडगावकर उत्सवप्रियांच्या गळ्यातील ताईत असत. विंदा, वसंत बापट आणि पाडगावकर या त्रयीने महाराष्ट्रभर केलेल्या काव्यजागराच्या आठवणीने त्याचमुळे आजही अनेकांना प्रसन्नतेचा अनुभव येतो.

परंतु पाडगावकर हे विंदांचे समकालीन होते तरी त्यांच्या कवितेची जातकुळी वेगळी होती. विंदांप्रमाणे वा कुसुमाग्रजांप्रमाणे ते जीवनाचे तत्त्वज्ञान मांडण्याच्या वा शोधण्याच्या वाटेवर गेले नाहीत. जीवन सुंदर आहे आणि ते जगले पाहिजे, हे ते आवर्जून सांगत राहिले. ती एका अर्थाने त्यांच्या कवितेची मर्यादा आहे. ती होती कारण ती पाडगावकरांच्या व्यक्तिमत्त्वाची मर्यादा होती, म्हणून. बोरकरांनी म्हणून ठेवल्याप्रमाणे ते आनंदयात्री होते. दोस्ताना जमवावा, हास्यविनोद आणि काव्यानंदात दोन घटका मजेत घालवाव्यात असा त्यांचा स्वभाव. त्यांचे मोठेपण हे की ते तसेच जगले. कोणताही आव आणला नाही. आपण जसे आणि जितके आहोत तसेच

आणि तितकेच ते समोर येत राहिले. या येथील जगण्यावर त्यांचे अमाप प्रेम होते. त्यामुळे 'इथल्या पिंपळपानावरती अवघे विश्व तरावे...' अशी त्यांची इच्छा होती. 'लाख चुका असतील केल्या, केली पण प्रीती', ही त्यांचीच कबुली. छंदबद्ध, मुक्तछंदीय कविता आणि शब्दावर्तनी बोलगाणी, बालगीते, भावगीते, अनुवाद, महाभारत, शेक्सपियरविषयक लेखन अशा काव्याच्या विविध क्षेत्रांत पाडगावकरांनी मुक्त संचार केला. कवितेची विविध रूपे त्यांच्यात सांधली गेली होती. त्याचमुळे त्यांच्या कवितेतील '... त्याने सांधलेले असते एक आभाळ...' ही ओळ त्यांना यथार्थ लागू पडते. हे आभाळ आता रीते झाले. त्यांच्या स्मृतीस 'लोकसत्ता' परिवारातर्फे आदरांजली.

३१ डिसेंबर २०१५

१००. साक्षेपी साधक

मराठी विद्वतजगात दोन घराणी आहेत. एक बळवंतराव टिळकांचे विचार, त्यांचे राजकारण आणि त्यांची वैचारिक मांडणी यांचे अनुकरण करते. दुसरी परंपरा गोपाळराव आगरकर यांच्याशी निष्ठा सांगते. अरुण टिकेकर हे दुसऱ्या परंपरेचे आधुनिक पाईक होते. महाराष्ट्रात अलीकडच्या काळात आगरकरांची विचारध्वजा फडफडती ठेवणारे महंत फार उरलेले नाहीत. वरवर पाहणाऱ्यांना या परंपरेचा धागा मवाळ भासतो. टिळकानुयायांच्या तुलनेत आगरकरवादी तितके आकर्षक वाटत नाहीत. त्यामुळेही असेल आगरकरवादी कमी आढळतात. टिकेकर हे असे मोजक्यांमधलेच होते. वास्तविक टिळक यांच्याप्रमाणेच आगरकर हेदेखील बुद्धिप्रामाण्यवादीच होते. भावनेपेक्षा विचारांत बुद्धीचीच कास असावयास हवी, असाच त्यांचा आग्रह असे. समाजसुधारणा या राजकीय सुधारणांपेक्षा अधिक महत्त्वाच्या आहेत, असे शुद्ध आगरकरी विचार घराण्याप्रमाणे टिकेकर यांना वाटे. उभय घराण्यांतील फरक आहे तो विचारांच्या मांडणीत. आपला जो काही मुद्दा असेल तर तो संयतपणे मांडावा, ही आगरकर घराण्याची शिकवण होती. टिकेकरांकडून तिचे कधीही उल्लंघन झाले नाही. काहीही झाले तरी सभ्यपणाची कास आपणाकडून सुटणार नाही याची काळजी अस्सल आगरकरवाद्यांप्रमाणे ते सतत घेत असत. वैचारिक आग्रह आणि दुराग्रह, आक्रमक आणि आक्रस्ताळे यांतील सूक्ष्म भेद हरवून बसलेल्या आजच्या महाराष्ट्रात त्याचमुळे टिकेकर यांच्यासारख्यांचे अप्रूप होते. आवश्यक तितक्या आणि तितक्याच ठामपणाने आपले मत समोरच्यासमोर मांडले की आपली भूमिका संपली असे रास्तपणे ते मानत. आपले काम समोरच्यास योग्य काय हे सांगण्याचे आहे, त्याने ते ऐकायलाच हवे असा आग्रह आपण धरणे योग्य नाही, असे ते मानत आणि तसेच वागत.

टिकेकर 'लोकसत्ता'चे संपादक होते इतकेच त्यांचे मोठेपण नाही. ते नखशिखांत ग्रंथकार होते. ग्रंथकार आणि पत्रकार या दोघांपैकी त्यांच्यात पहिल्याच्या प्रेरणांना अधिक स्थान होते. ग्रंथांच्या सहवासात राहण्याची संधी मिळते आणि बुद्धिजीवी राहताना इतरांनाही शहाणे करून सोडता येते यासाठी ते पत्रकारितेत

आले. विविध विषयांवरील ग्रंथांचे परिशीलन करावे, त्यातील उत्तमोत्तम ग्रंथांचा संग्रह करावा यावर त्यांचे विलक्षण प्रेम. टिकेकरांसाठी आयुष्यात श्रेयस आणि प्रेयस हे दोन्ही ग्रंथच होते. हे ग्रंथप्रेम त्यांना रक्तातूनच आलेले. त्यांचे वडील लेखक होते. काका श्री. वा. टिकेकर हे महाराष्ट्रातील काही अग्रगण्य विद्वानांत गणले जातात. त्यांचा उत्तम ग्रंथसंग्रह होता. मुंबई विद्यापीठास ललामभूत असणारा तेथील ग्रंथसाठा निगुतीने उभारण्यात आणि सांभाळण्यात टिकेकरांचे ज्येष्ठ बंधू अरविंद यांचा मोठा वाटा आहे. टिकेकर याच पुस्तकांच्या गावात गेले. आधी विद्यापीठ आणि पुढे एके काळी आदर्श असणारा टाइम्स समूहाचा संदर्भ विभाग टिकेकरांनी अधिक नावारूपास आणला. त्या काळी देशा-परदेशातील विद्वान अनेक स्थानिक आणि अन्य संदर्भ शोधण्यासाठी टाइम्स समूहाच्या संदर्भ विभागात येत. अशा समानधर्मीयांत राहणे टिकेकरांसाठी अवीट आनंददायी असे. डोळ्यावरती जाड काड्यांचा चष्मा, पांढरा फुलशर्ट आणि मूठ बंद करून सिगरेटचा सणसणीत झुरका घेत हव्या त्या विषयांची माहिती देणारे टिकेकर महाराष्ट्रातील अनेक विद्वत्प्रेमींनी पाहिले असतील. तेथे असतानाच दुसरे तितकेच ग्रंथोपजीवी गोविंदराव तळवलकर यांच्या सहवासात ते आले आणि त्याचमुळे वृत्तपत्र जगतातही त्यांनी पाऊल टाकले. 'लोकसत्ता'चे ते माजी संपादक. चांगला संपादक वर्तमानपत्रास आपल्या व्यक्तिमत्त्वाचा चेहरा देतो. अर्थात तो संपादक लिहिता असला तरच हे शक्य होते. टिकेकर हे असे लिहिते होते आणि त्याचमुळे ते आपल्या व्यक्तिमत्त्वाची वैशिष्ट्ये 'लोकसत्ता'शी संलग्न करू शकले. 'लोकसत्ता'च्या शिरपेचात तुरा असणाऱ्या लोकरंग, चतुरंग आदी पुरवण्यांचे जनक टिकेकर होते. आठवड्याच्या प्रत्येक दिवशी विविध मान्यवरांना लिहिते करून नवनवी सदरे सुरू करण्याची कल्पनाही त्यांचीच. विजय तेंडुलकर, व्यंकटेश माडगूळकर, दिलीप प्रभावळकर आदी अनेकांना टिकेकरांनी पुन्हा वा पहिल्यांदाच वर्तमानपत्रीय लिखाणात आणले. किमान बौद्धिक गरजा असणाऱ्यांपासून ते विचक्षण वाचकांपर्यंत सर्वांनाच वर्तमानपत्रातून दररोज काही ना काही मिळावयास हवे असा त्यांचा आग्रह असे आणि ते तो न चुकता पूर्ण करीत. प्रत्येक संपादकाचे स्वतःचे म्हणून काही राजकीय ग्रह असतातच. किंबहुना ते असायलाच हवेत. परंतु म्हणून भिन्न मते असणाऱ्यांना त्या वर्तमानपत्रांत स्थान नाही, असे झाल्यास ते संपादकाचे अपंगत्व असते. टिकेकरांना सुदैवाने त्या अपंगत्वाचा स्पर्शही कधी झाला नाही. उदारमतवादाची एक उच्च अशी सुसंस्कृत ब्रिटिश परंपरा आहे. महाराष्ट्रात आगरकर, न्या. महादेव गोविंद रानडे यांच्याशी या परंपरेची नाळ जुळते. टिकेकर यातील एक अग्रणी नाव. संपादक म्हणून प्रसंगोपात्त त्यांना अनेकांवर टीकेचे आसूड ओढावे लागले. परंतु म्हणून टिकेकरांनी त्यांच्या

टीकेचे धनी व्हावे लागलेल्यांशी कधीही संवाद सोडला नाही वा वैयक्तिक आयुष्यात त्यांना निषेधार्ह लेखले नाही. संपादकाने समाजात वावरताना काही नियम पाळणे किती आवश्यक आहे, हे टिकेकर सांगत आणि त्याचप्रमाणे ते वागत. कोणत्याही राजकीय पक्षाच्या वा व्यक्तीच्या व्यासपीठावर ते कधीही गेले नाहीत. संपादकपदी असताना चतुर आयोजकांकडून विविध मानमरातबांची गळ घातली जाते. हुशार संपादक आपली मान त्यात अडकू देत नाहीत. टिकेकर हे अशा संपादकांमधले होते.

टिकेकरांनी आयुष्यभर प्रेम केले ते फक्त ग्रंथांवर. अन्य कोणाच्याही नजरेत येण्याची शक्यता नसलेला एखादा महत्त्वाच्या विषयावरील ग्रंथ वाचल्यानंतर त्यांना होणारा आनंद शब्दातीत असे. त्या सुमारास त्यांची भेट झालीच तर टिकेकर आपण वाचलेल्या ताज्या ग्रंथाविषयी हरखून जाऊन बोलत. हे त्यांचे विवेचन इतके प्रभावी असे की अनेक ग्रंथेच्छुकांनी केवळ टिकेकरांकडून ऐकले म्हणून अनेक पुस्तके खरेदी केली असतील. हाताशी पुस्तके असली तर त्यांना जगाची फिकीर नसे आणि हाताशी पुस्तके नाहीत अशी वेळच येणार नाही याबाबत ते कमालीचे जागरूक असत. इतरांना न दिसणाऱ्या विषयांची मांडणी करण्यातली त्यांची हुकूमत टिकेकरांनी लिहिलेल्या ग्रंथातूनही दिसते. ब्रिटिशकालीन किंकेड पितापुत्रांवर त्यांनी लिहिलेले पुस्तक याची साक्ष देईल. त्याचप्रमाणे मुंबई विद्यापीठाचा टिकेकर यांनी लिहिलेला इतिहास, विद्यापीठाच्या इतिहासाइतकाच देदीप्यमान आहे. त्यांचे वेगळ्या अर्थाने चर्चिले गेलेले पुस्तक म्हणजे 'मुंबई डी-इंटलेक्चुअलाइज्ड.' या महानगरीचे बौद्धिक विश्व कसे आकसत चालले आहे आणि त्याबद्दल कोणालाच कशी खंत नाही, याचे बौद्धिक तरीही रसाळ विश्लेषण या ग्रंथात आहे. एका अर्थाने हे पुस्तक म्हणजे सर्वच शहरांची व्यथा असे म्हणता येईल. संपादकपद आणि लेखक याखेरीज त्यांच्या नावावर असलेले अत्यंत महत्त्वाचे काम म्हणजे मुंबईतील एशियाटिक सोसायटीचे प्रमुखपद. केवळ शहर वा राज्यातीलच नव्हे, तर देशातीलही अत्यंत आघाडीची संस्था आणि सर्वांत मोठे वाचनालय असलेल्या एशियाटिकच्या पुनरुज्जीवनात टिकेकरांचा वाटा मोठा आहे. सलग दोन खेपेस टिकेकर या संस्थेचे अध्यक्ष होते.

संपादक म्हणून टिकेकर उच्च आणि उदात्त ब्रिटिश परंपरेचे अनुयायी होते. संपादकाने आपले छायाचित्र आपल्याच वर्तमानपत्रांत छापू नये असा साधा नियमदेखील त्यांनी इमानेइतबारे पाळला आणि उगा जगास मार्गदर्शन करण्याची जबाबदारी आपल्यावरच आहे असे मानून गावगन्ना भाषणे देत हिंडणेदेखील त्यांनी टाळले. संपादकपदावरून पायउतार झाल्यानंतरचे त्यांचे वर्तन तर आदर्शवत होते.

निवृत्त झालेला संपादक हा दात पडलेल्या वाघासारखा असतो. अंगी वाघपण असते, पण दात नसतात. अशा वेळी आपल्यातील व्याघ्रत्वाचा आब राखीत आपल्या गुहेत चिंतन-मनन आणि ग्रंथवाचन करीत राहण्यातच त्यांनी आनंद मानला. आज त्यांच्या या आनंदास पूर्णविराम मिळाला. बौद्धिक आणि सांस्कृतिक अवकाश झपाट्याने आकुंचित पावत असताना, रामदासांच्या शब्दांत सांगावयाचे तर, 'सावध, साक्षेपी, साधक' टिकेकरांचे जाणे हे चटका लावणारे आहे. समस्त 'लोकसत्ता' आणि 'एक्स्प्रेस' समूहातर्फे त्यांना आदरांजली.

२० जानेवारी २०१६

www.ingramcontent.com/pod-product-compliance
Lightning Source LLC
LaVergne TN
LVHW010651051026
849532LV00001B/262
* 9 7 8 8 1 8 4 8 3 6 7 6 9 *